# காஞ்சித் தாரகை

## அனுஷா வெங்கடேஷ்

அனுஷா வெங்கடேஷ் தமிழில் 3 சரித்திரப் புதினங்கள் எழுதியிருக்கிறார்.

ஆங்கிலத்தில் *"Gods, Kings And Slaves - Siege of Madurai"* என்ற புதினத்தை (ஆர். வெங்கடேஷ் என்ற தன் பெயரில்) எழுதியிருக்கிறார். தில்லி சுல்தானியரைப் பற்றியும், இறுதி பாண்டியரின் ஆட்சி பற்றியுமான கதை அது.

வெங்கடேஷுக்கு சென்னையின் சரித்திரத்தின் மேல் ஆர்வம் அதிகம். கூவம் ஆறு, சென்னையில் உலக யுத்தம், சென்னையில் 1940-1950 நடந்த விசேஷ நிகழ்வுகள், சென்னையில் சுதந்திரப் போராட்டம் போன்றவற்றைப்பற்றி ஆராய்ச்சி செய்து பத்திரிக்கைகளில் எழுதி வருகிறார்.

# காஞ்சித் தாரகை

அனுஷா வெங்கடேஷ்

கிழக்கு

காஞ்சித் தாரகை
Kanchi Tharagai

*Anusha Venketesh ©*

Kizhakku First Edition: January 2022
384 Pages

ISBN: 978-93-90958-18-4
Kizhakku - 1243

Kizhakku Pathippagam
177/103, First Floor, Ambal's Building, Lloyds Road,
Royapettah, Chennai - 600 014. Ph: +91-44-4200-9603
Email : support@nhm.in Website : www.nhm.in

kizhakkupathippagam kizhakku_nhm

Kizhakku Pathippagam is an imprint of New Horizon Media Private Limited

## சமர்ப்பணம்

வழி வகுத்தது நீ
வழிகாட்டி நீ
வழித்துணையும் நீ
வழியே நீ
சந்திரசேகரா!

# முன்னுரை

**க**ல்கி ஒரு மாமனிதர். மஹா மேதை. அந்த மேதையின் படைப்புகளில் மக்களுக்கு மிகவும் பிடித்த புத்தகம் பொன்னியின் செல்வன்தான். அதில் எள்ளளவும் சந்தேகம் இல்லை.

ஆனால் 'சிவகாமியின் சபதம்' புதினத்தைப் படித்தவர்களுக்கு ஒரு ஆழ்ந்த பாதிப்பு ஏற்படும். பொன்னியின் செல்வன் கொடுத்த தாக்கத்தைவிட அதிக அளவில் ஒரு தாக்கம் ஏற்படும்.

இரண்டு புதினங்களுக்கு எழுதப்பட்ட காலங்களுக்கு இடையே ஒரு பத்தாண்டு காலம் இருக்கும். நாட்டின் அரசியலில் ஈடுபட்டிருந்த கல்கிக்கு அக்காலகட்ட நாட்டு நிலவரமும் ஒரு பாதிப்பை ஏற்படுத்தத்தான் செய்தது. 1942 'வெள்ளையனே வெளியேறு' போராட்டத்தின் போது உருவாக்கப்பட்ட கதை, சிவகாமியின் சபதம். பாரத தேசம் சுதந்திரம் அடைந்த பின்பு தோன்றியது பொன்னியின் செல்வன்.

அதனால் பக்கங்களினால் இரண்டு மடங்கு பெரிய பொன்னியின் செல்வனில் ஒரே ஒரு வாள் சண்டைதான் இடம் பெற்றிருக்கும். ஆனால் சிவகாமியின் சபதத்தில் மாபெரும் போர்கள், வெட்டுண்ட மனிதர்கள், ரத்த ஆறுகள் என்று வர்ணிக்கப்படும். தான் ஒரு மாபெரும் எழுத்தாளர் மட்டுமல்ல, ஒரு மாமனிதர் என்று கல்கி நிரூபித்த தருணமும் அவ்விடத்தில் உண்டு. அந்த சாளுக்கிய பல்லவப் போரின் ஒரு கட்டத்தில், இந்தக் காட்சியை விவரிக்க ஹோமர், இல்லை வியாசரால்தான் முடியும். என்னை விட்டு விடுங்கள் என்று ஒப்புக்கொள்வார்.

எழுத்தாளர் சரித்திரத்தில் இப்படி ஒரு நிகழ்வு எங்கும் ஏற்பட்டிருக்காது.

தொடர்ச்சி எழுதுவதென்றால் என்னைப் பொருத்தவரை பொன்னியின் செல்வனுக்கே சுலபமாய் இருந்தது. முப்பது பாத்திரங்கள் இருந்த புதினம் அது. அதுவும் காவிரி மைந்தன் கதைக்களம் பொன்னியின் செல்வன் கதை முடிந்து ஐந்தாண்டுகளில் இருந்தது.

காஞ்சித் தாரகை, சிவகாமியின் சபதம் முடிந்தபின் சுமார் பதினைந்து ஆண்டுகள் கழித்து நடக்கும் கதை.

அதில் இருந்த பாத்திரங்களில் நரசிம்மரும், சிறுத்தொண்டரும், சிவகாமியும், ஆயனச் சிற்பியும், இந்தப் புதினத்திலும் வருகிறார்கள். முக்கியமான மற்றும் ஒரு பாத்திரமும் வருகிறது.

இவர்களுடன் நான் உருவாக்கிய பாத்திரங்களையும் உலாவவிட்டேன். அது என் பாக்கியம்.

**அனுஷாவெங்கடேஷ்**

# நன்றியுரை

முதற்கண் அமரர் கல்கி அவர்களுக்கு. இது இரண்டாவதுமுறையாக அவரது கதைக்களத்தில் நான் பயணிக்கிறேன்.

பர்வதவர்த்தினிக்கு. நான் இந்தப் புதினத்தை எழுதும் காலமெல்லாம் கடல் கடந்த பிரதேசத்திலிருந்து ஆதரவுக் குரல் கொடுத்தமைக்காக. பர்வதாவின் ஊக்குதல் இல்லாமல் நான் நிச்சயமாக இந்தப் புத்தகத்தை முடித்திருக்க முடியாது.

திருமதி கோதை. புத்தகம் முடியும் தருவாயில் வந்தாலும் சில பல பெரிய மாற்றங்களுக்குக் காரணமானவர்.

பல நூறு தமிழ்ப் புதினங்கள் தன் வசம் வைத்திருந்தாலும் என் காஞ்சித் தாரகைக்கு ஆவலுடன் ஊக்கம் அளித்த சுந்தர் கிருஷ்ணனுக்கு நன்றி.

இந்த இடத்தில் சிங்கப்பூர் வாழ் விஜய் - ப்ரியா தம்பதியருடைய ஈடுபாடைப்பற்றி சொல்ல வேண்டும்.

சிங்கப்பூரில் கடற்கரையில் அமைந்த ஒரு பாறையின் மேல் அமர்ந்தபடி இந்த கதையை அவர்களிடம் சொன்னேன். அந்த ஒரு மாலைப் பொழுதில் 'காஞ்சித் தாரகை' முழுமை பெற்றாள் என்று சொல்ல வேண்டும்.

நுழைவாயில்

# திடீரென பனி விலகியது

**வெ**ண்மேகங்கள் வானத்தைவிட்டுக் கீழிறங்கி பிருத்வியின்மீது சஞ்சரித்ததுபோல் திட்டுத் திட்டாக சுற்றிச் சூழ்ந்த பனி விலகிற்று.

கன்னங்கரிய இருள் அகன்றது. குருடனுக்கு திடீரென பார்வை வந்ததுபோல, அகலும் பனிக்கு இடையிடையே ஒரு மாபெரும் காட்சி கண்ணுக்குத் தெரிந்தது. வானளாவிய ஒற்றைப்பாறை தலை நிமிர்ந்து நின்றது.

அது இயற்கை செய்த பாறை அல்ல. மனிதன் வடிவமைத்த கற்கோட்டை.

சுவரைப் பார்த்தவுடன் பிரமித்து நின்ற பயணிகள் மூவர். வந்த மூவரில் ஒரு பெரியவர் இருந்தார். ஆறடி உயரத்துக்குமேல் வளர்ந்திருந்தவர். அவருடன் இரு சிறு குழந்தைகள். ஆறு வயதில் ஓர் அழகிய சிறுமி, அவளைவிட மூத்தவன் ஒரு சிறுவன்.

பயணக் களைப்பிலோ பசியிலோ சிறுமியின் அழகு கொஞ்சமும் குன்றவில்லை. சிறுவனுக்கோ முகம் களைப்பில் தொய்ந்து போயிருந்தாலும் கண்களில் ஒரு வெளிச்சம், இருண்ட கடலின் நடுவே கலங்கரைபோல.

பெரியவருக்கு வயது அதிகம் இருக்காது. அவர் உயரத்துக்கு ஆஜானுபாகுவாக இருந்திருக்கவேண்டும். ஆனால் கடுமையான தவ விரத அனுஷ்டானங்களினால் மெலிந்த உடல். மேலும் வெகுதூரம் வழிநடந்து களைப்புற்றதால் அது அதிகமாகத் தெரிந்திருக்க வேண்டும். இல்லை, மனதில் இருந்த சுமைகளால் முதுமை வெகு வேகத்தில் வந்துவிட்டதோ?

குளிருக்கு இதமாய் இருக்கட்டும் என்று மூவரும் ஒட்டியே நடந்தனர். பெரியவரோ பெண்ணை மட்டும் கையைப் பிடித்துக் கூட்டி வந்தார். மற்றும் ஒரு கையை விந்தையாகத் தன் ஆடைகளுக்குள் ஒளித்து வைத்திருந்தார். நடந்து வந்த நூறு காததூரம் அந்தச் சிறுவன் கையை ஒருமுறைகூடப் பிடிக்கவில்லை. முதலில் அந்த ஆறுதலான கரத்துக்காக ஏங்கியிருப்பான். ஆனால் கடந்து வந்த தூரத்தின் பாதியில் அவனுக்கு ஓர் உண்மை புலனானது.

பெரியவருக்கு இடது கையேயில்லை. கை முட்டியில் வெட்டுண்டிருந்தது. சிறுவர்கள் பயப்படுவார்கள் என்று முதலில் அவரும் அந்தக் கையை ஆடைக்குள் மறைத்து வைத்திருந்தார். பின் போகப்போக அவர்களுக்கு உண்மை தெரிந்தாலும், பழக்க தோஷத்தில் வெட்டுண்ட கையை வெளியே எடுக்கவில்லை.

காஞ்சிக் கோட்டையின் சுவர்கள் வானோங்கி நின்றன. பல நூறு காத தூரம் வந்திருந்தனர், இதைப் பார்க்கத்தான். மனதில் அந்த அழியா சுவர்களைக் கண்டவுடன் பெரியவருக்கு அதிகரித்தது கொந்தளிப்பு.

காரணம்- இவை மாபெரும் வீரனாம் புலிகேசியையே ஏமாற்றிய காஞ்சி மாநகரின் காவல் சுவர்கள். அவனுடைய சைனியத்தை வாசலில் கையேந்தும் பிச்சைக்காரன்போல பல மாதம் காக்கவைத்தது இந்த மதில்கள்தான். உற்றுப்பார்த்தவருக்கு ஒன்று புலனானது. போனமுறை பார்த்ததற்கு இன்னமும் உயரப்படுத்தி இருந்தனர் அதன் சொந்தக்காரர்கள்.

மூவருக்கும் களைப்பில் கால்கள் கெஞ்சின. பெரியவருக்கு, சேரவேண்டிய இடம் அடைந்தாயிற்று என்று தெரிந்தது… ஆனால் அந்தக் கோட்டை மதில்கள் அவரைப் பார்த்து சிரித்தன, ‘உன் பயணமே இப்போதுதான் தொடங்கியிருக்கின்றது’ என்று.

காஞ்சி வெகு தூரத்தில் இருக்கிறது என்று எண்ணி எண்ணி வந்தவருக்கு தற்போது மனதில் மலைப்பு. ஆனால் கடமை நினைவுக்கு வந்தவுடன் தேகமெல்லாம் நடுங்கிற்று.

வானோடு ஒன்று சேர்ந்த இந்த மதில்கொண்ட காஞ்சியையும், இந்த மாபெரும் பல்லவ சாம்ராஜ்யத்தையும், மூவருமாய் - ஒரு கையில்லாத கிழவனும், இரு குழந்தைகளுமாய் மண்ணோடு மண்ணாக்கவேண்டும். அதற்காகத்தான் நூறு காத தூரம் நடந்து வந்திருந்தார்கள்.

•••

அத்தியாயம் - 01

# ‘இவளைப்போல ஒரு சிலையை வடி’

ஒவ்வொருமுறை அவளைப் பார்த்தபோதும் ஆனந்தன் பிரமித்தான். அவன் உள்ளங்கையில் வியர்வை முத்துமுத்தாய் துளிர்த்தது. அதில் கையில் வைத்திருந்த உளி வழுக்கி விழுந்துவிடுவேன் என்று அடம்பிடித்தது.

அவன்முன் கண்கூட கொட்டாமல் நின்றது, தேவசபையிலிருந்து ரம்பையோ, ஊர்வசியோ இல்லை. மானுடப் பெண்தான். அதைப் பூரணமாகப் புரிந்துகொள்ளவே அவனுக்கு நேரம் பிடித்தது. அவன் உருவாக்கிக்கொண்டிருந்த சிலையோ பாதியில் இருந்தது. அது முடிந்தபின் எப்படியிருக்கவேண்டும் என்றுதான் இந்தப் பெண் நிருத்தம் பிடித்துக் காட்டிக்கொண்டிருந்தாள்.

மனிதனின் கற்பனைக்கு ஓர் எல்லையுண்டு. அது கவிஞர்களுக்குப் பொருந்தாவிட்டாலும் சிற்பிகளுக்குப் பொருந்தும். எல்லாச் சிலைகளும் ஒரே மாதிரி இருந்துவிடக்கூடாது என்று உயிருள்ள எவரையேனும் மாதிரியாய் கொண்டுதான் சிலைவடிக்க முற்படுவார்கள். அதற்காகத்தான் கொஞ்சமும் கூச்சமோ, தயக்கமோ இல்லாமல் மூன்று நாட்களாய் நாட்டிய நிருத்தம் பிடித்தபடி நின்றிருந்தாள் நர்த்தகி.

இதுவரை அவளிடம் பாதி வடித்த சிலையை அவன் காட்டவில்லை. ஆனால் கடைசியில் பார்க்கவேண்டும் என்று கேட்பாளே? தன் திறமைமேல் அசாத்திய நம்பிக்கை வைத்திருந்த ஆனந்தனுக்கே அன்றைய தினத்தை நினைத்து பயம்.

தினந்தினம் அழகு முகத்தைக் கண்ணாடியில் பார்த்திருப்பாள் அல்லவா? இளவட்டங்களின் கண்களில் தோன்றும் ஆசைத்தீயையும்

மற்ற இளம் பெண்களின் முகங்களில் தோன்றும் பொறாமைப் புகையையும் கண்டிருப்பாளல்லவா? இந்தச் சிலையைப் பார்த்து என்ன சொல்லுவாளோ? அதை நினைத்தாலே பயம் வந்தது.

இப்பேர்ப்பட்ட அழகையும் நளினத்தையும் கல்லில் வடி என்று சொன்ன குருநாதர் ஆயனச் சிற்பி கொடுமைக்காரர் என்று நினைத்தான்.

'மனிதர்களைக் கண்டால் எனக்குப் பிடிக்காது! சிலைகள்தான் உருவாக்கியபடியே காலம் உள்ளவரை இருப்பார்கள். வயதாவதில்லை. உணர்வுகள் மாறுவதில்லை' என்று சக சிற்பிகளிடம் சொல்லிவிட்டு இரவெல்லாம் சிலைகளுடன் களித்த ஆனந்தனுடைய மனதில் இன்று சலனம்.

அற்புதச் சிலைகளுக்கு அவனுக்கு வழிகாட்டிய உயிருள்ள சிலையாக பல அழகிய பெண்கள் இதுவரை நின்றிருந்தனர். ஆனால் ஏதோ விரதம்போல, வாய்ப்பிருந்தும் அவர்கள் அழகுமேனியின் அங்கங்களை நோக்கமாட்டான். கவனம் சிதறினால் கல்லும் சிதறும் என்று அவனுக்குத் தெரியும். உளியின் அடி அதில் சற்று தவறாய் ஒரு முறை விழுந்தாலும் அவ்வளவு தான்... சிதறிய சிற்பத்தைப்போல் ஓர் அவமானக்கேடு இல்லை ஒரு சிற்பிக்கு. என்றென்றும் இந்த மணற்கரையில் இருந்து அவன் முட்டாள்தனத்தை மானுடத்துக்குப் பறைசாற்றும். ஆனால் அவள் வந்த முதல் நாளன்றே விரதபங்கம் நேர்ந்துவிட்டது.

அழகிய நர்த்தகியை மாதிரியாய் கொண்டு மல்லை கடற்கரையில் சிலை செதுக்கிக்கொண்டிருந்தான் ஆனந்தன். அவன் இந்தச் சிலை வடித்துக்கொண்டிருந்ததற்கு ஒரு சரித்திரக் காரணமே இருந்தது. பூமண்டலம் முழுவதும் தன் செங்கோலின் கட்டுப்பாட்டின் கீழ்வரவேண்டும் என்ற ஆசை, அரியணை ஏறுவோர் மனதில் உதிப்பது சகஜம்தானே?

அதனால் இன்னது செய்கிறோம் என்று அறியாமல் மூர்க்கமாக சாளுக்கியர், பல்லவர்களைத் தாக்கியதன் பலனாக இரண்டு சாம்ராஜ்ஜியங்களின் கலைப் பொக்கிஷங்கள் காணாமல் போயின. அதிர்ஷ்டவசமாக போர்ப்படைகளின் பாதையில் மல்லை இல்லாமல் தப்பித்தது பல்லவ மக்கள் செய்த பெரும் பேறு. ஆனால் பாதிப்பில்லாமல் இல்லை. புலிகேசியின் வரவால் அங்கு விமரிசையாய் நடந்து வந்த சிற்பவேலை எல்லாம் தடைபட்டது.

மல்லையில் பல சிற்பிகள் முக்கால் பிராணனை இழந்து செய்த சிலைகள் முடிவுறாமல் கிடந்தன. அதை ஆரம்பித்த சிற்பிகளோ

வயதாகி அதை முடிக்கும் நிலையில் இன்று இல்லை. இந்த அரைகுறை சிலைகளைக் கண்டு கடல் அலைகள் வெண்ணுரையுடன் அவ்வப்போது மேலெழுந்து பரிகசிப்பதுபோல் தோன்றும் ஆனந்தனுக்கு. ஆம், பாதி முடிந்த சிலைக்கு வெறும் கல்லே மேல்.

அதனால் நாட்டுக்கு அமைதி திரும்பியவுடன் முடிவுறாமல் இருந்த சிலைகளையெல்லாம் முதலில் முடிக்கவேண்டும் என்று முடிவெடுத்தார் நரசிம்ம சக்கரவர்த்தி. பல அன்னியர் தினந்தினம் வந்த மல்லை நகரைத்தான் முதலில் சீர் செய்யவேண்டும் என்று பல்லவ நாட்டின் தலை சிறந்த சிற்பி ஆயனரிடம் சொன்னார். அவரோ மல்லையில் எதெல்லாம் முக்கியமோ அதையெல்லாம் கணக்கெடுத்தார்.

பஞ்சபாண்டவர் ரதம் என்ற கோயில்களில் சில சிற்பங்கள் முடிவுறாமல் இருந்தன. அதிலும் திரௌபதி ரதத்தில், வாசலில் வீரமான பெண்ணொருத்தி, வில்லுடன் நிற்பதுபோல செய்ய வேண்டும் என்று பல நாள் ஆசை ஆயன சிற்பிக்கு. அவரே செய்யவேண்டும் என்ற வெறிகூட. ஆனால் அவரால் இன்று இருந்த நிலையில் முடியாது என்று புரிந்துகொண்டார். அவருக்கு இணையாக கல்லை செதுக்கும் ஆனந்தனே சிறந்தவன் என்று தீர்மானித்தார். ஆயனர் அமைத்த கற்சிலைகளுக்கு மத்தியில் அவன் சிலைகளும் சரிசமமாக நின்ற நிலை அன்று இருந்தது.

எல்லோரும் கையில் சிற்றுளி கொண்டு கல்லைக்கொத்திக் கொண்டிருப்பதால் சிலை வந்துவிடாது. ‘உன் கரங்களில் கடவுள் கலையைப் பொருத்தியிருக்கிறார்’ என்று முதல்முறை ஆனந்தனிடம் ஆயன சிற்பி சொல்லும்போது அவர் கண்களில் நீர் பெருக்கெடுத்தது.

அந்த ஒருமுறைதான் அவர் அவனைப் புகழ்ந்தது. ஆனால் அவன் வேலையைக் கவனித்தபோது அவர் கண்களில் அந்தத் தீ தெரியும். கையில் உளியைக்கொண்டிருப்பது தானாக இருக்கக்கூடாதா என்று ஏக்கம் தெரியும். அப்போதே புரிந்துகொண்டான், தான் நல்லதொரு சிற்பியாகும் பாதையில்தான் இருக்கிறான் என்று.

காட்டாறு போன்றது ஆனந்தனின் கற்பனை. அதுவே அவனை இதர சிற்பிகளிடமிருந்து வேறுபடுத்திக் காட்டியது. சிற்பிகள் வேலை செய்யும் கடற்கரையில் பூனை தொல்லை அதிகம். மீன்கள் வந்து ஒதுங்குவதால், பூனைகள் வந்து கடற்கரையில் தவம் கிடக்கும். அதைக்கண்டு பகீரதன் சிலையில் ஒரு பூனை ஒற்றைக்காலில் தவம் செய்வதுபோல ஒரு சிலையை ஆனந்தன் செதுக்கினான்.

ஒருமுறை குரங்கொன்று மற்றொரு குரங்குக்குத் தலையில் பேன் பார்ப்பதைப் பார்த்துவிட்டு தத்ரூபமாய் அதைக் கல்லில் செதுக்கினான். அவ்வளவுதான். அவனைத் தோலுரிப்பார் ஆயன சிற்பி என்று எல்லோரும் காத்திருக்கையில் அவரோ வாய்விட்டு சிரித்தார். வாழ்வில் சோகத்தின் பின் சோகமாய் அனுபவித்தவர் சிரித்ததை அங்கிருந்தவர் யாருமே அதுவரை கண்டதில்லை.

எதிர்காலத்தை அறியும் மேதைகள்போல முதல்முறை உளியை வைத்து கல்லின் மேல் தட்டும்போதே அது எப்படி உருவெடுக்கும் என்பதை ஆனந்தன் பூரணமாக அகக்கண்ணில் பார்த்துவிடுவான்.

இந்த நர்த்தகியின் முன் நிற்கும் வாய்ப்பைத் தானாக இழந்திருப்பான் ஆனந்தன். அவனுக்கு இந்தச் சிலையைச் செதுக்குவதில் முதலில் உடன்பாடில்லை. காரணம் இந்தச் சிலையின் வடிவத்தை ஆயன சிற்பி பல ஆண்டுகளுக்கு முன்பே முடிவு செய்து வைத்திருந்தார். மேலும் அது தனி சிற்பமன்று. கோயிலின் ஓர் அங்கம். மற்ற சிலைகளுடன் கோர்வையாய் வரவேண்டும். இதெல்லாம் அவன் காட்டாற்றுக் கற்பனைக்கு சரிப்பட்டுவராது என நினைத்தான்.

ஆயன சிற்பி சொன்ன வடிவத்தில் சிலை செதுக்கி நாட்கள் பலவாயின. இப்போதோ என்ன செய்வது, ஏது செய்வது, எங்கே செய்வதென்று ஆயன சிற்பி முடிவு செய்திருந்தார். ‘இது முக்கியமான சிலை. இதுவரை இல்லாத அமைப்புவேண்டும்’ என்று அதன் நுணுக்கங்களைத் தெளிவுபடுத்தினார். ஆயன சிற்பிக்கும் தனக்கும், மலைக்கும், மடுவுக்கும் உள்ள வித்தியாசம் உண்டு என்றறிவான் ஆனந்தன். எனினும்அவர் சொல்லி சிலையை செதுக்குவது அவனுக்குப் பிடிக்கவில்லை.

‘அய்யனே, யாழிகுகையருகே ஒரு வழுவழு பாறை. நல்லதொரு யானையை வடிவமைக்கலாம் என்றிருந்தேன். அதை முடித்து விட்டு...’ அவரோ அவனைப் பேச்சை முடிக்கவே விடவில்லை. வில் ஏந்திய வீராங்கனையின் சிலையைச் செதுக்குவதைத் தள்ளிப் போட வேறு சாக்கு சொல்லிப்பார்த்தான். எல்லாம் நிராகரிக்கப் பட்டன.

பின் கல்லில் குற்றம் குறை சொல்லித் தப்பிக்கலாம் என்று ஆனந்தன் கல்லை ஆராய்ந்தான். ஆனால் அதெல்லாம் ஆயான சிற்பியிடம் பலிக்குமா?

வேறு யுக்தியைப் பயன்படுத்த முடிவெடுத்தான். குருநாதரைப் பார்த்து ‘இது கற்பனையில் செய்யும் சிலை இல்லை அய்யா.’

‘ஆம்’ என்பதுபோலத் தலையசைத்தார்.

ஒரு படி மேல் சென்றான் ஆனந்தன். ‘இதுவரை நாம் மாதிரியாய் கூட்டிவந்த பெண்களும் சரிவரமாட்டா.’

அதையும் ஒப்புக்கொண்டார் ஆயன சிற்பி.

‘நீர் புதிய பெண்ணொருத்தியைக் கூட்டி வந்தால், இது சரியில்லை அது சரியில்லை என்று சொல்லிவிடுவேனே!’ என்று மனதுக்குள் ஏசினான் ஆனந்தன்.

‘நானும் நினைத்தேன்’ என்று ஒப்புக்கொண்டார் குருநாதர். ‘நான் காஞ்சி சென்றபோது, என் மகள் சிவகாமியின் நாட்டியப்பள்ளியில் ஒரு பெண்ணைக் கண்டேன். அவளை அனுப்பச் சொல்லுகிறேன்’ என்று சொல்லிச் சென்றார். இந்தச் சிலை எப்படியிருக்க வேண்டுமோ, அதற்கேற்ப ஒரு பெண்ணைத்தான் அழைத்து வரப் போகிறார் என்று அறிந்தான். யாழி குகை யானை மெல்ல மெல்ல எண்ணத்திலிருந்து மறைந்தது.

‘காஞ்சியிலிருந்து பெண்ணாம், அவளைப்போல சிலையாம்!’ என்று முணுமுணுத்தான்.

அவ்வளவு முணுமுணுப்புகளும், அவள் வரும் முன் தான். அவள் வந்தவுடன், அவள் உருவத்தைத் தத்ரூபமாக கல்லில் கொணர்ந்தால் அதுவே மகா சாதனை என்ற முடிவுக்கு வந்தான். அவளிடம் அப்படியொரு எழில்.

அவன் வடித்த பல சிலைகளைப்போல சிற்பியும் மதி மயங்கி அசையாமல் நின்றான். ஆனந்தனின் செவிகளில், ‘அரசன் ஆதரவுகொண்ட நாட்டியப் பள்ளியிலிருந்து வருகிறாள். அரச குடும்பத்தைப் பார்த்தால் எவ்வளவு மரியாதையாக இருப்பாயோ, அப்படி இருக்கவேண்டும்’ என்று எச்சரித்தார் ஆயனார். மேலும் ‘ஏழெட்டு நாட்களில் அவள் காஞ்சிக்குத் திரும்பவேண்டும். அவளுக்கு அரசவையில் அரங்கேற்றமாம். அதற்குள் முடித்து விடுவாயல்லவா?’

ஊமைபோல தலையசைத்தான் ஆனந்தன்.

நிலைமை இன்னதென்பதை உணர்ந்தான். தன் நெடுநாள் அனுபவத்தை சோதிக்கும் சிலையிது என்று மலைத்துப் போனான். முதலில் அவளைக் கண்டபோது, ‘மிருதுவான அவள் தேகத்தை இரும்பையொத்திருந்த கல்லில் வடிக்க முடியுமா?’ என்ற சந்தேகங்கள் மல்லைக் கரையையொட்டிய கடலில் வரும்

பேரலைகளாக எழுந்தன. போகப்போக அவனை மூழ்கடித்துவிடும் போலிருந்தன.

ஒருவாறு மனதைத் தேற்றிக்கொண்டு வேலையைத் தொடங்கினான். ரதக்கோயிலின் வாயில் அருகாமையில் இருந்த பாறையினை சமமாகச் செய்துகொண்டான். பின் கரித்துண்டால், நிருத்தம் பிடித்த அவளின் உருவத்தைக் கோடுகளாய் வரைந்து, கரிய கோடுகளை உளியால் பதித்துக்கொண்டான்.

காலையிலிருந்து மாலைவரை கல்லைச் செதுக்கினான். அவளும் அசையாமல் நின்றாள். தினந்தினம் அவள் எப்போது வருவாள் என்று ஏக்கத்துடன், திரௌபதி ரதக் கோயிலின் அருகே நின்றிருப்பான். அவளும் சரியாக வந்துவிடுவாள். தூரத்திலிருந்து அவள் நடந்து வருவதை ரசிப்பான். அன்னநடையில் கடற்கரை மண்ணில் நடப்பதற்கு இயற்கையாகவே நளினம் இருக்கவேண்டும் என்று தீர்மானித்துக்கொள்ளுவான்.

என்றுமே தனியாய் வரமாட்டாள். அவளுடன்கூட ஒரு தாதிப்பெண் வந்தாள். கேட்கப்போனால் நர்த்தகிக்குத் துணைக்கு தாதிப் பெண்ணெல்லாம் தேவையே இல்லை. ஆனந்தனுக்கு அவளிடம் பேசக்கூட துணிவு இல்லை. அதாவது, ‘இப்படி நில், அப்படி பார்’ என்று முதல் நாள் சொன்னதைத் தவிர.

அதுவும் ஒருமுறை சொன்னால் போதும், அப்படியே கடைப் பிடித்துவிடுவாள். அந்தப் பெண் தேவையில்லாமல் பேசவில்லை; அவன் அவளை பார்க்காத சமயங்களில் கடைக் கண்ணால் என்ன செய்கிறான் என்று பார்த்துக்கொண்டிருந்தாள். கண்கள் சந்திக்கும் சமயம் பார்வையை அகற்றிக்கொள்ளுவாள்.

அவ்வப்போது ஓய்வெடுக்க உளியைக் கீழே போடுவான் ஆனந்தன். அப்போதுதான் அசைவாள். திரும்பி கடலை பார்ப்பாள். பாய் மரத்தின் உதவியினால் படகுகள் பல ‘விர்’ரென்று கடலை கிழித்துக்கொண்டு சென்றதை ரசிப்பாள். கடலின் ஓங்கார நாதம் கேட்டுக்கொண்டே இருந்ததை ரசித்தபடி நிருத்தம் பிடித்ததால் அவளுக்கு அவ்வப்போது ஆடவேண்டும் என்ற பேராசை. ஆனால் அடக்கிக்கொள்ளுவாள். கால் விரலில் தாளம் போடுவதோடு சரி.

தினம் வேலை முடிந்தது என்று சொன்னவுடன், முல்லைப்பல் வரிசையை காட்டிச் செல்வாள். நாள் முழுவதும் உழைத்த களைப்பு போகும். அதைத் தவிர அவள் நான்கு நாட்களாய் வாய் திறக்கவில்லை.

இப்போதும் அப்படித்தான்... புன்னகை செய்துவிட்டு மல்லை நகருக்கு தாதிப் பெண்ணுடன் சென்றுவிட்டாள். சிலை முடிந்து விட்டது என்று அவன் அவளிடம் சொல்லவில்லை. சொல்லுவதற் குரிய தைரியத்தை இந்த ஓர் இரவில் வரவழைத்துக்கொள்ளலாம் என்று நம்பிக்கை அவனுக்கு. களைப்பில் கடற்கரை மண்ணில் சாய்ந்தான் ஆனந்தன்.

•••

அத்தியாயம் - 02

# பிரிவெனும் சரிவு

**க**டற்கரையில் மனித சஞ்சாரமே கிடையாது. அது ஒன்றும் புதிதல்ல. தினமும் நடப்பதுதான்.

‘சிற்பிகளில் அநேகம் பேர் ஊருக்குள் சென்றுவிட்டார்கள். நீர் மட்டும் இரவெல்லாம் கல்லைக் கட்டிக்கொண்டு ஏன் அலைகிறாய்?’ என்று பல பெண்கள் ஆனந்தனை கேட்டதுண்டு. முக்கியமாக அவன் சிலைகளுக்கு மாதிரியாய் நிற்கவந்த பெண்கள் கேட்பார்கள்.

சில சமயம் பதிலேதும் சொல்லாமல் சிரித்துக்கொள்வான். சில சமயம் அழகிகளின் அர்த்தபுஷ்டியான வார்த்தைகளின் உள்ளர்த்தத்தைப் புரிந்துகொள்ளாததுபோல பதிலளிப்பான்‘அவர்கள் கிடக்கிறார்கள்’ என்று.

‘நீர் கொடுத்து வைத்தது அவ்வளவுதான்!’ என்று முணுமுணுத்தபடி பெண்களும் ஊருக்குச் செல்வார்கள். அவர்கள் குரலில் ஏமாற்றம் தெளிவாய் தெரியும்.

ஆனால் ஆனந்தனுக்கு சலிப்புகொள்ளக் காரணம் இல்லை. ‘மற்றவர் வாழ்வில் நிகழும் சராசரி சம்பவங்கள் தன் வாழ்வில் நிகழாதா?’ என்ற ஆசை சற்றும் இல்லை. ஆனால் இன்று சிலைக்கு மாதிரியாய் நின்ற காஞ்சித் தேவதையும் நகருக்குள் சென்றாள். வேலை முடிந்தது என்று காரணம் காட்டி அவளுடன் போகும் வழியெல்லாம் பேசியபடியே சென்றிருக்கலாம்.

அதுவும் இப்படியோர் வாய்ப்பு இனி என்றும் கிடைக்குமா என்று சொல்ல இயலாது. எப்போது வேலை முடிந்தது என்று அவன் சொன்னானோ அந்த க்ஷணமேகாஞ்சி நகர் திரும்பிவிடுவாள்.

நல்லதொரு சந்தர்ப்பத்தை நழுவவிட்டபின் கடற்கரை மண்ணில் சாய்ந்தபடி மல்லை நகர் இருந்த திசையைத் திரும்பிப் பார்த்தான் ஆனந்தன். சில ஆண்டுகளாகவே தூங்கா நகரமாயிருந்தது. மல்லையில் எண்ணற்ற விளக்குகளும் தீப்பந்தங்களும் இரவெல்லாம் எரிந்துகொண்டேயிருக்கும்.

தெற்கே துங்கபத்திரையிலிருந்து வடக்கே நர்மதை வரையில் ஒரு குடை நிழலில் ஆண்ட புலிகேசியை வென்று, வாதாபியை அழித்து, ஜயஸ்தம்பம் ஸ்தாபித்த நரசிம்மவர்மர் ஆளும் நாட்டின் பிரதான துறைமுகம் எப்படித் தூங்க முடியும்? மன்னர் சொல்லுக்காகக் காத்திருந்ததுபோல வர்த்தகரும் இந்த துறைமுக நகரைத் தங்கள் செல்வத்தைக்கொட்டி சொப்பனபுரியாக செய்தனர்.

மல்லையில் எரிந்த ஆயிரமாயிரம் தீபங்களிலிருந்து தப்பிய பொன்னொளி அந்த நகரை ஒரு தங்க நிறக் குடையின் கீழ் வைத்தது போலிருந்தது. மற்ற ஊருக்கெல்லாம் அஸ்தமனமான சூரியன் மல்லைக்கு மட்டும் ஆகவில்லையோ என்றுகூடத் தோன்றும்.

இரவெல்லாம் ஆனந்தன் வீடு திரும்பவில்லை. மல்லை நகரின் காட்சி அவனுக்கு அலுத்ததும் நர்த்தகியின் சிலைக்கு முன் அமர்ந்து அதையே முறைத்துப் பார்த்துக்கொண்டிருந்தான். தன்னைப் பொருத்தவரையில் இந்தச் சிலை அவன் திறமையின் உச்சக்கட்டம் என்று உணர்ந்தான். ஆனால் தத்ரூபமாய் இருக்கிறதா என்பதே கேள்வி.

இதுவரை மாதிரியாய் மல்லை நகரில் பேரழகிகள் என்று பெயரெடுத்தபல பெண்கள் வந்து அவன் முன் நின்றிருந்தார்கள்... அவர்களை மாதிரியாய் வைத்து சிற்பம் செதுக்குவானே தவிர அவர்களது பிம்பமாய் சிலை இருக்கவேண்டும் என்றெல்லாம் கவலைப்பட்டதில்லை. கடைசியில் சிலைகள் பிரம்மன் அந்த அழகிக்குக்கொடுத்த இயல்புகளைவிட சிற்பி கொடுத்தவையே பிரதிபலிக்கும். பல முறை பெண்கள் இதனால் சந்தோஷமும் படுவார்கள். தேவைக்கு அதிகமாக உவமைகள் கொண்டு வர்ணிக்கும் கவிதைபோல, அவன் கைவண்ணம் அழகுக்கு மெருகூட்டும்.

ஆனால் அதற்கெல்லாம் சிற்பி கவலை கொண்டதில்லை. சிலை முடிந்தவுடன் ஆனந்தத்தில் மூழ்கியிருப்பான். கல்லாய் ஆயிரமாயிரம் ஆண்டுகள். ஏன் லட்சோப லட்சம் ஆண்டுகள் காலத்தைக் கடத்திவிட்டு திடீரென ஒரு பெண்ணாய் உருவாவது எப்பேர்ப்பட்ட இன்பம் சிற்பிக்கு. இராமனுக்கு தன் கால்

பட்டவுடன் அகலிகை வந்தது போலிருக்கும் அல்லவா? எனினும் இன்றுபோல், அவன் என்றுமே இதுவரை சந்தேகம் கொண்டதில்லை. மாதிரியாய் நின்றவளின் அழகுக்கு அழகு சேர்க்கும் திறன் அவன் உளியில் இல்லையே?

இன்னும் கொஞ்ச நேரத்தில் பகலவன் கடலுக்குள்ளிருந்து வெளிவருவான். தினந்தினம் மேற்கில் சென்று அஸ்தமனமாகியவன் பூமிக்கடியில் பயணித்து காலையில் மணியடித்தாற்போல் வருகிறானே என்று ஆனந்தன் வியந்ததுண்டு. ஆனால் இன்று அதைப்பற்றியெல்லாம் கவலைப்படவில்லை. அவன் கவலை சூரியன் வந்தவுடன் நர்த்தகியும் வந்துவிடுவாளே என்று பரபரப்பு. இரவு மல்லைக்குச் சென்ற நர்த்தகி வரும்வரை கடற்கரையில் பொறுத்திருந்தான். முழுவதுமாய் செதுக்கிய சிலையைத் துணியால் மூடியிருந்தான்- யாரும் பார்த்துவிடக்கூடாது என்று. முக்கியமாக அவள் பார்த்துவிடக்கூடாதென்று. ஆனால் அவ்வப்போது துணியை அகற்றி அவன் மட்டும் தன் சந்தேகங்களை நிவர்த்தி செய்து கொண்டான். ஒப்பிட்டுப் பார்க்க அவள் நினைவுகளே இருந்தபோது அவன் செதுக்கிய சிலை துளிக்கூட அவள் அழகைப் பிரதிபலிக்கவில்லை என்ற எண்ணம் தோன்றியது. அதனால் அவனுக்குப் பதற்றம்.

நர்த்தகியும் வந்து சேர்ந்தாள். எப்போதையும்விட அவள் முகம் அதிக பொலிவாய் இருந்ததைக் கவனித்த ஆனந்தன் கை நடுங்கியது. தன் பிம்பத்தைக் காணும் பரபரப்பா? இல்லை ஊர் திரும்புகிறோம் என்ற நினைவா? இல்லை காலைச் சூரியன் தன் முழு ஒளியையும் அவள் கமலமுகத்தை நோக்கியதாலா? தெரியவில்லை.

தாதிப் பெண் தன் ஆஸ்தான பீடமான மரத்தடியில் அமரச்சென்றாள். ஆனந்தன் முன் மாதவி வந்து எதுவும் பேசாமல் நின்றாள். ஆனால் அவள் விழிகள் ஆவலுடன் பேசியது. ‘என் சிலையைக்காட்டு’ என்றன அந்த விழிகள்.

இனி தப்பிக்க வாய்ப்பில்லை. ஏதாவது காரணம் சொல்லி அவளை விரட்டிவிடலாம் என்றுகூட எண்ணியவனுக்கு ஏமாற்றம். தன் பிம்பத்தைப் பார்க்க கட்டுக்கடங்காத ஆசை இருந்தது என்று தெரிந்தது. அதைப் பார்க்காமல் அவள் இங்கிருந்து ஓர் அடி எடுத்து வைக்கமாட்டாள் என்றும் யூகித்தான்.

பார்த்தவுடன், ‘சீ! இதுவா நான்?’ என்று ஏசினால் என்ன செய்வது என்ற பயம் அவனுக்கு.

ஆனந்தன் சிலையின் அருகே நகர்ந்தான். ஒரு யுகம்போலத் தோன்றிய கால அளவில் அதன்மேல் இருந்த பட்டுத் துணியை அகற்றினான். சிலையை கடைசியாக ஒருமுறை உன்னிப்பாய் கவனித்தான். பெருமூச்சு ஒன்று தானாக நெஞ்சுக்குழியிலிருந்து எழுந்தது. அழவேண்டும் என்று துடித்தன கண்கள். ஓடிவிடவேண்டும் என்றன கால்கள். ஆனால் அவை ஏதும் உகந்ததல்ல என்று தடுத்தது மனம்.

இனி ஒன்றும் செய்ய முடியாது என்று தோன்றவே மனதை திடப்படுத்திக்கொண்டு இருதயம் துடி துடிக்க, 'சரி, உங்கள் பிம்பத்தை நீர் பார்க்கலாம்' என்று அறிவித்தான்.

நம்பாதவள்போல, 'சிலையை நான் தரிசிக்கலாமா?' என்றாள்.

நான்கு நாட்களாய் ஸ்தம்பித்து சித்திரப் பதுமைபோல அசைவின்றி நின்றவள், இன்று மான்போல துள்ளி ஓடி வந்து சிலைக்கு முன் நின்றாள். அப்போது ஏற்பட்ட மௌனம் ஒரு யுகம் நீடித்தது போலிருந்தது.

ஒரு நொடி தன் பிம்பத்தைப் பார்த்து ஸ்தம்பித்து நின்றவள் முகத்தில் ஒரு நாடி நரம்புகூட அசையவில்லை. ஆனந்தனுக்கு இருதயம் நின்றேவிட்டது.

'என்ன சொல்லுவாள்...? 'சற்றும் என்னைப் போலில்லையே' என்று ஏசுவாளோ... கோபத்தில் பேசாமல் திரும்பி கடற்கரையில் நடந்துவிடுவாளோ?' என்றெல்லாம் கற்பனை செய்து பதற்றம் கொண்டது மனம்.

திடீரென அசைவற்ற முகத்தில் ஏதோ ஒரு மாற்றம். சூரிய ஒளி அவள் முகத்தில் பிரதிபலித்ததில் கண்களின் ஓரத்தில் நீர் ததும்பி நிற்பதைக் கண்டான்.

அவன் பயமெல்லாம் கடற்கரைக் காற்றில் பறந்திருக்கவேண்டும். சிலைக்கு மாதிரியாய் நிருத்தம் பிடித்த நர்த்தகிக்கும் கொள்ளை இன்பம். தன் ரூபத்தைக் கல்லில் பார்த்தவுடன் அவளுக்குண்டான வியப்பையும் களிப்பையும் எவ்வாறு சொல்வது என்று வார்த்தை கிடைக்காமல் திணறினாள்.

நடனப்பள்ளியில் ஒருகாலத்தில் ரம்பையென்றும் ஊர்வசி என்றும் ஒப்பிடப்பட்டவர்கள் இன்று முகமெல்லாம் சுருக்கங்களுடன் இருப்பதைக்கண்டு பயம் கொள்ளுவாள். தினந்தினம் வயது ஒரு நாளாய் கூடுகிறதே என்று அஞ்சினாள். இப்போதோ கல்லின் நடுவில் தன் உருவத்தைப் பார்க்கப் பார்க்க, பூரிப்பு ஏற்பட்டது. இன்று இவன்

கைவண்ணத்தில் தானும் நித்ய ஜீவிதம் பெற்றுவிட்டாள். அவள் பெருமையை காலம் உள்ளவரையில் இந்தச் சிலை பறைசாற்றும் என்று உணர்ந்தாள்.

முதலில் வார்த்தைகள் வராமல் போகக்கூடும் என்று உணர்ச்சிப் பெருக்கில் தயங்கியவள் அளந்து அளந்து மெதுவாகப் பேசினாள். கடல் செய்த ஆரவாரத்தின் இடையிலும் அந்த வார்த்தைகள் அவன் செவிகளில் கணீர் என்று விழுந்தன.

'சிற்பியாரே, இது உமக்குவேண்டுமானால் வெறும் கற்சிலையாய் இருக்கலாம்...' என்று ஆரம்பித்தவள் 'இது எனக்கு ஒருவிதத்தில் தேவாமிர்தத்தை உண்டதுபோலத்தான். இனி சதா சர்வகாலமும் இந்த கடற்கரை மணல்பரப்பில் என் உருவம் நிற்கும்.'

அதில் அவளுக்கு ஆனந்தம். ஆனந்தனுக்கோ அடுத்த பயம். இவள் மூட்டையை கட்டிக்கொண்டு காஞ்சி சென்றபின்னும் இந்தச் சிலை அவளை தினந்தினம் நினைவூட்டுமே என்ற பயம். பொதுவாக சிலைகள் நல்ல தோழிகள். எல்லாவற்றையும் கேட்டுக்கொண்டு வாயைத் திறக்காமல் மௌனமாயிருப்பார்கள். ஆனால் இந்தச் சிலை அவனை நினைவெனும் கூரம்பு கொண்டு தினந்தினம் சிதைத்துவிடும் என்று தெரியும்.

அவன் எதிர்காலத்தைப்பற்றி யோசித்திருக்கையில் சட்டென மாதவி ஓடிச் சென்று சிலைக்கு சரிசமமாய் நின்றாள். தன் சிலைபோல அபிநயம் பிடித்து பார்க்கையில் அவளுக்கு சிரிப்பு பீறிட்டுக்கொண்டு வந்தது.

'சிற்பியாரே, பார்த்துக்கொள்ளுங்கள், இரட்டையர் போலிருக் கிறோமா?' என்று நகைத்தாள்.

உண்மைதான். அவனும் சிலைக்கு அருகே நின்ற காட்சியைக் கண்டு பிரமித்து நின்றான். ஏதோ அளவெடுத்துச் செய்ததுபோல் ஒரே உயரம் சிலைக்கு அருகே அவள் நின்றபோது. தன் கைவண்ணத்தின்மீது ஆனந்தனுக்கே கர்வம் எழுந்தது.

'நீர் அசையாமல் சிலைபோல நின்றதால்தான் என்னால் முடிந்தது. அதற்கு என் நன்றி' என்றான்.

சிதறிடும் வெள்ளிக் காசுகள்போல சிரித்தாள்.

'கல்லில் என் வடிவத்தை செதுக்குவதால், என்ன பிரயோஜனம் எனக் கேட்டபடிதான் இங்கு வந்தேன். இன்றோ, என்னை நித்ய ஜீவியாக்கிய உமக்கு நானே நன்றி சொல்லவேண்டும்.'

மீண்டும் மீண்டும் தன் பிம்பத்தைப் பார்த்தாள். 'இப்படி நான் மதிமயங்கி நிற்பேன் என்று நினைத்ததில்லை. நாட்டியத்துக்குப் போட்டியாக சிற்பத்துக்கு மானுடத்தின்மேல் அப்படிப்பட்ட வசீகர சக்தி என்ன இருக்கும் என்று நான் அடிக்கடி யோசித்தது உண்டு. இன்று புரிந்துகொண்டேன். என் கலை என்னுடனோ என் ஆட்டத்தைக் கண்டவருடைய நினைவுகள் நீடிக்கும்வரையோதான் இருக்கும். ஆனால் உங்கள் கலை அப்படியல்ல. என்றுமழியாத நிரந்தரக் கலையை உருவாக்குகிறீர்கள்.'

பின் தன்னுடன் துணைக்கு வந்த தாதிப் பெண்ணை நினைவில் கொண்டாள். 'அக்கா...! அக்கா...! இங்கு வாருங்களேன். இதைப் பாருங்கள்' என்று மாதவி அழைத்தாள்.

கூட வந்த தாதிப் பெண் சாவகாசமாக மரத்துக்கடியிலிருந்து எழுந்து தன் ஆடையிலிருந்த மணலைத் தட்டிவிட்டு நடந்துவந்தாள். அருகில் சீக்கிரம் வரும்படி மாதவி சமிக்ஞை செய்யவும் மணலில் சற்று கஷ்டத்துடன் விரைந்து வந்து சிலையைப் பார்த்தாள். அப்படியே மாதவியைப் போலிருந்தது. பிரமித்துப் போனாள்.

பின் அந்த சிற்பியைப் பாராட்ட அவனை நோக்கினாள்.

'தம்பி, நன்றாய் சிலை செதுக்கி இருக்கிறாய். நீடூழி நீ வாழ்க!' என வாழ்த்தினாள்.

பின்தான் அவனை உன்னிப்பாகக் கவனித்தாள். அவனது முகத்தில் அவளுக்கு ஏதோ ஞாபகங்கள் வந்திருக்கவேண்டும். 'ஆமாம், நீ எந்த ஊரைச் சேர்ந்தவன்? உன் தாய் தந்தையர் யார்?' என்று வினவினாள்.

ஒரு நொடிகூட யோசிக்காமல் பலமுறை சொன்ன பதிலையே ஆனந்தன் இன்றைக்கும் சொன்னான். 'அம்மா, நான் அனாதை. என் தாய் தந்தையர் யாரென்று எனக்குத் தெரியாது.'

அர்த்தபுஷ்டியான முறுவலுடன், 'அப்படித்தான் இருக்குமென நினைத்தேன்' என்றாள் அந்தப் பெண்.

அழகுக்கு அழகு சேர்க்கும் பெண் தன்னை விட்டுச் சற்று நேரத்தில் போகப் போகிறாள் என்பதால் அந்த மர்ம வார்த்தைகள் ஆனந்தனுக்குப் புரியவில்லை.

•••

அத்தியாயம் - 03

# பாறை அசைந்தது

**மா**தவி சென்றவுடன் ஆனந்தன் கையிலிருந்து உளி கீழே தானாகவே விழுந்தது. அப்படியே மண்ணில் சாய்ந்தான். வெகுநேரம்வரை அவன் அந்த நிலையிலிருந்து அசையவில்லை. சுட்டெரித்த சூரியனால் வெப்பமடைந்த கடல் மண்ணும் அவனை எழுப்ப முடியவில்லை. அவன் உடலும் மனதும் அவ்வளவு சோர்வடைந்திருந்தன.

கடைசிநாள் அவள் சகஜமாய் பேசிய வார்த்தைகளில் தோய்ந்திருந்த அன்பைக் கண்டு வியந்தான். 'தேவதையுடன் ஸ்நேகம் செய்துகொள்ள எப்படியோர் வாய்ப்புக் கிட்டியது? அதைப் பூரணமாக உபயோகப்படுத்தாமற் போனேனே. இனி அந்த வாய்ப்பு கிடைக்குமா?' என்று ஏங்கினான்.

போகும் முன், தன் நடன அரங்கேற்றத்துக்கு, 'காஞ்சிக்கு வா' என்று அழைப்பு விடுத்துச் சென்றாள். தாதிப் பெண்ணும் புன்சிரிப்புடன் தலையை ஆட்டி ஆமோதித்தாள்.

காஞ்சிக்குச் செல்லலாம். ஆனால் பல்லவ அரண்மனையில் கடுங்காவலை மீறி உள்ளே எப்படி செல்வது? உள்ளே சென்றாலும் மன்னாதி மன்னர்களெல்லாம் கூடி அவள் நாட்டிய அரங்கேற்றத்தைக் காண வந்திருப்பார்கள். அவனை அவள் கண்டு கொள்ளுவாளா? பாரத நாடெங்கும் புகழ்பெற்ற பரத சாஸ்திர ராணியாய் அவள் அன்று உருவெடுப்பாள் என்று ஐயம் இல்லை. பின் அவனுக்கும் அவளுக்கும் இருக்கும் இடைவெளி ஓராயிரம் காத தூரமென ஆகிவிடும்.

இதுவரை தன் தொழிலைப்பற்றி அவன் என்றுமே தாழ்த்தி நினைத்த தில்லை. நான்முகன் பிரமனுக்கு இணையாக தானே உருவாக்கும் திறன் கொண்டவன் என்று பெருமைகூடப் பட்டதுண்டு. ஆனால் இன்று தானும் ஓர் இளவரசனாய் இருந்திருக்கக்கூடாதா என்று தோன்றியது. கண்களை மூடிக்கொண்டு சிந்தித்தான். 'அவளுக்கும் அவனுக்கும் ஒருநாளும் ஒத்துவரப் போவதில்லை. அதைப்பற்றி வீண் மனோராஜ்யம் செய்வதில் என்ன பயன்?'

நிரந்தரமாக அவன் வாழ்விலிருந்து அவள் மறைந்துவிட்டாள் என்பது உண்மை. மனதிலிருந்து மறைந்துவிட்டாலும் பரவாயில்லை என்று தோன்றியது. ஆனால் அவள் சிலை தினந்தினம் அந்த இழப்பை நினைவுபடுத்துமே என்று வருந்தினான் ஆனந்தன்.

நினைத்தால் கோபம் கொந்தளித்துப் பொங்கிற்று. உலகில் நியாயம் என்பதே அற்று போய்விட்டது. இப்படி தன் மனதைக் கலைக்கும் அழகைத் தன்னிடம் ஏன் விதி காட்டவேண்டும்? இனி அவளைப் பார்க்கவே முடியாதென்ற நிலையை ஏன் உருவாக்கவேண்டும்?

இன்று நிலைமையோ முற்றிலுமாக கட்டுக்கடங்காமல் சென்றது அவள் பிரிவினால் மட்டுமல்ல. மாதவியுடன் வந்த தாதிப் பெண் மர்மமாகக் கேட்டது தன் பெற்றோரைப் பற்றியும் அவன் ரிஷி மூலத்தைப் பற்றியும் நினைக்க வைத்தன. நினைவு பின்னோக்கிச் செல்லும் தூரத்துக்கு அவன் வாழ்வுப் பாறைகளும், உளிகளும் அவை இரண்டும் மோதும்போது ஏற்படும் 'கிண்கிணி' சப்தத்தாலும் நிரப்பப்பட்டிருந்தன. இதுவரை அவன் தனிமையை அவன் துரதிருஷ்டவசமாக நினைக்கவே இல்லை. ஆனால் பார்ப்பவர் களுக்கெல்லாம் தான் ஓர் அனாதை என்று அப்பட்டமாகத் தெரிகிறதா? என்ற கேள்வி இன்று எழுந்தது.

இப்படியே மணலில் படுத்து ஆழ்ந்த யோசனையில் அவனிருக்க, பொழுது சாய சற்று நேரம்தானிருந்தது. சூரியன் வானவெளியில் அரை வட்டம் பிரயாணம் செய்திருந்தான். மெல்ல மெல்ல காரிருள் உலகைக் கவ்விக்கொண்டது. வானத்தை மூடியிருந்த மேகப் படலங்கள் சிறிது விலகி சந்திரன் வெளித் தோன்றினாலும் பூமியில் இருந்த காரிருளை பிறைச் சந்திரனால் அகற்றமுடியவில்லை. கரையை காட்டிலும் கரியதான கடலை பற்றிக் கேட்கவே வேண்டாம்.

வானத்தில் சுடர்விட்ட நட்சத்திரங்களைப் பார்த்துக்கொண்டு படுத்திருந்தான் ஆனந்தன். நர்த்தகியின் முகத்தைத் தன் மானசீக திருஷ்டியில் பார்த்து மகிழ்ந்தான். இங்கேயே உறங்குவதுதான்

உசிதம். ஊருக்குள் சென்றால் மாய வலைபோல விரிந்திருந்த அவள் நினைவுகளைக் கலைத்துவிடும் துறைமுக நிகழ்வுகள். அங்கு நடந்துகொண்டிருக்கும் கூத்தும் கும்மாளமும் அவன் மனநிலைக்கு ஏற்றதாய் இல்லை. கப்பல்கள் துறைமுகத்தில் பொருள்களை ஏற்றியும் இறக்கியும் இரவு முழுக்க வேலை செய்யும். துறை முகத்தில் இரவு பகலே கிடையாது. எத்தனையோ பெரிய கப்பல்கள் துறைமுகத்தில் நிற்க அதன் சிப்பந்திகள் எல்லாம் கரையில் கூத்தடித்துக்கொண்டிருப்பார்கள். மல்லை நகரில் இரவில் நடந்த களியாட்டங்களில் தூக்கமின்றி இரவு நேரங்களைக் கழிக்கத்தான் எல்லோரும் விரும்பினார்கள். அந்த சப்தத்துக்கிடையே அவனது மெல்லிய உணர்வுகள் சிதைபடும் என்று அவனுக்குத் தெரியும்.

கடல் பொங்கிப் பொங்கி வெண்ணிற நுரையைக் கக்கிக் கொண்டிருந்தது. சமுத்திரராஜனின் அருகாமையில், அந்த அகண்ட இருட்டின் பின்னணியில், அவன் தனிமை இன்னமும் ஆழமாய் தெரிந்தது. தூரத்திலிருந்த கலங்கரையும், வானத்தில் இருந்த பிறைச்சந்திரனும் அவன் மூட்டிய தீயும் சற்று இருளை அகற்றினாலும் மனதுக்குள் இருந்த இருட்டு பெரிதாய் இருந்தது.

அந்த ஒளியில் கடலோர பனை விருட்சத்தின் நிழல் விகாரமாய் தரையில் விழுந்தது. ஒவ்வொருமுறை ஊளையிடும் காற்று வீசியபோதும் மரத்தில் இருந்த காய்ந்த இலைகளின் ஆட்டத்தில் ஒரு பெரிய சலசலப்பு ஏற்பட்டது. ஆனால் அதையெல்லாம் அவன் கேட்கவில்லை. அவளது இனிய குரலும் 'கிண்கிணி' சிரிப்புமே மீண்டும் மீண்டும் கேட்டன.

சில மணி நேரத்துக்கு முன்பு சுடர்விட்டு எரிந்து தீயானது இப்போது அடங்கி இருந்தது. மேலே சாம்பல் பூத்துக் கிடந்த தீயானது அவ்வப்போது காற்றில் விகாரமாகக் கண் விழித்தது.

அந்த நாட்டியப் பெண்ணைக் கண்டபின் மனதில் ஒரு வலி ஏற்பட்டது. ஏதோ மனதின் ஓரத்தில் ஒரு வெற்று இடம் இருப்பதுபோலவும் அதை நிரப்ப முடியாமல் அவன் தவிப்பதாகவும் தோன்றியது. அவள் அவன் வாழ்விலிருந்து வெளியேறிவிட்டாள் என்று அவனுக்குப் புரிந்தது. ஆனால் அதை அவள் விரும்பினாளா? பின் ஏன் அடுத்த வாரம் நடக்கவிருந்த காஞ்சி அரங்கேற்றத்துக்குத் தன்னை வரும்படி அழைத்துச் சென்றாள். பேச்சுக்கான சம்பிரதாய அழைப்பல்லவே. மனதுக்குள்ளிருந்து வந்த அழைப்பு. நிச்சயமாக காஞ்சிக்குச் சென்றுவிடவேண்டும் என்று தீர்மானித்தவனுக்கு மனது சற்று அமைதி பெற்றது. தூக்கம் வருவது போலிருந்தது.

அவள் குரலைக் கற்பனையில் கேட்டு மகிழ்ந்தவனுக்கு ஓர் எண்ணம். பேச்சே அவ்வளவு இனிமையாய் இருந்ததென்றால் அவள் ஸ்பரிசம் எப்படியிருக்கும்! தன் சிலையைப் பார்த்து 'அருமையாயிருக்கிறது ஆனந்தா!' என்று கன்னத்தில்அவள் தட்டிச் சென்றிருந்தால் எப்படியிருந்திருக்கும் என்று எண்ணினான். பெருமூச்சு வந்தது. மீண்டும் மீண்டும் அவன் பெயரை அவள் உச்சரிப்பில் கற்பனை செய்து பார்த்தான்.

மாதவியின் இதழ்களில் தன் நாமம் எப்படி உருவெடுக்கும் என்று கற்பனை செய்தபோது - 'ஆனந்தா...! ஆனந்தா...!' என்று சத்தம் சமீபத்தில் கேட்கவே, முதலில் அதையும் தன் கற்பனை என்று எண்ணிச் சிரித்தான். பின் அவள்தான் வந்துவிட்டாள் என்று துள்ளியது மனம். ஆனால் திரும்பிப் பார்த்தால் யாருமில்லை.

மனப்பிரமையா...? இல்லை மற்றவர் சொல்வதுபோல் இரவெல்லாம் சிலைகள் உயிர் பெறுமா? சிலைகள் எல்லோரும் தூங்கச் சென்றவுடன் உயிர் பெறும் என்றுகூட வதந்திகள் உண்டு. மாமல்லபுரத்து கல் யானை பிளிறிக்கேட்டவர் பலர். சிற்பிகள் பலர் சொல்வதுண்டு. இந்தச் சிலை அசைந்தது... அந்தச் சிலை நெளிந்தது என்று. ஆனந்தன் சிரிப்பான். ஆனால் அவர்கள் எல்லோரும் பயந்ததில் ஒரு நியாயம் இருந்தது. கல்லில் செதுக்கிய சிலைகள்தாம் அவை. எனினும் வானத்தில் ஓடி விளையாடும் மேகங்கள் அவ்வப்போது மறைக்கும் சந்திரனின் ஒளி அரங்கேற்றிய மாயா ஜாலத்தில் ஒருகணம் அவர்கள் உண்மையான பெண்கள்தாம் என்று யாரேனும் நினைத்தால் தவறில்லை. அதனால்தானோ என்னவோ பலரும் இந்தச் சிலைகள் செதுக்கப்பட்ட பின் கடற்கரையோரம் வருவதில்லை. ஆனால் ஆனந்தன் அதைக்கண்டு பயம்கொள்ள மாட்டான். ஆனால் இன்று பெயர் சொல்லி அழைக்கும் சிலை சற்று பயம் கொடுத்தது. மிரண்டுபோய்ச் சுற்றுமுற்றும் பார்த்தான்.

அந்தத் தருணத்தில் ஒரு பாறை அசைந்தது போலொரு பிரமை. அந்தப் பாறையை இதற்கு முன் அவன் இங்கு பார்த்ததில்லை. இன்னும் உற்றுப்பார்த்தான். ஆம் அசைகின்றது. என்ன அதிசயம்! இப்போது எழுகின்றது.

அசைவு ஏற்பட்ட இடம் நோக்கி கவனித்தான் ஆனந்தன். ஒரு பாறையின் நீண்ட நிழலிலிருந்து ஒரு கரிய உருவம் அதைவிட கரிய நிழல் சூழ்ந்த சூழலிலிருந்து பிரிந்து முன் வந்தது... அது பாறையல்ல. மனிதன்தான். ஆனால் ஆடாமல் அசையாமல் எப்படி இருந்திருக்கிறான் என்று புரியவில்லை. ஆனால் என்ன அதிசயம்! வித்தியாசமான மனிதன்! ஆனந்தனுக்கு மயிர்க் கூச்சல் ஏற்பட்டது.

வியப்பினால் விரிந்த கண்களில் ஒரு குள்ளன் தென்பட்டான். கலங்கரை விளக்கின் சிவந்த ஒளியில் விகாரமாக இருந்தான் சித்திரக்குள்ளன். முதலில் சிறுவன் என்று எண்ணினான் ஆனந்தன். ஆனால் அவன் முகத்தைப் பார்த்தால் முதுமை தெரிந்தது.

குள்ளன் தன்னை வெறித்துப் பார்த்துக்கொண்டிருப்பதை பார்த்தான். அவன்தான் தன் பெயர் சொல்லிக் கூப்பிட்டிருக்கவேண்டும்.

'இன்னும் இந்த இரவில் என்ன என்ன அதிசயங்கள் இருகின்றனவோ!' சற்று நேரம் திகைத்து நின்றான் ஆனந்தன்.

குள்ளனுக்கு இது புதிதல்ல. அவனைக் கண்ட எவருடைய முகத்திலும் திகைப்பின் அறிகுறி காணப்படுவது அவனுக்கு சகஜம்தான். அது அவனுக்கு ஒருவகை குஷியைக்கொடுக்கும். ஆனந்தனுக்கோ இன்னது செய்வதென்று தெரியாமல் அவன் சமைத்த பல சிலைகளின் நடுவே ஒரு சிலைபோல சும்மா இருக்கும்படி நேர்ந்தது.

அந்த சித்திரக்குள்ளன் பேசிய கீச்சுக்குரலை முதலில் முழுவதுமாய் புரிந்துகொள்ள முடியவில்லை.

'ஆனந்தா, உன்னை ஒருவர் காணவேண்டும் என்று ஆசைப்படுகிறார்.'

'என்ன உளறுகிறாய்? என் பெயர் உனக்கு எப்படித் தெரியும்? அவரைக் கண்டு எனக்கு என்ன பயன்?' என்று கேள்விகளை அடுக்கினான்.

'நீ யார் என்பதை அவர் சொல்லுவார்.'

இந்த கீச்சுக் குரலைக் கேட்க ஆனந்தனுக்கு அருவருப்பாய் இருந்தது. பேசி சீக்கிரம் அவனை அனுப்பிவிடவேண்டும் என்று ஆவல் எழுந்தது.

சற்று கோபமாக, 'மல்லை நகரமே என்னைக் கண்டறியும். ஆயன சிற்பியின் பிரதம சீடன்' என்றான்.

குள்ளனும் விடுவதாய் இல்லை. 'அதுவல்ல... அதற்கு முன் நீ யார்?'

பதில் சொல்லாமல் யோசனையில் ஆழ்ந்திருந்தான் ஆனந்தன். அதுநாள்வரை அவன் தன் ரிஷி மூலத்தைப்பற்றி அவ்வளவாகக் கவலைப்படவில்லை. ஆனால் அந்த நர்த்தகியுடன் வந்த தாதிப்பெண் நீ அனாதையா என்று கேட்டு அப்படித்தான் நினைத்தேன் என்று சொல்லிச் சென்றது மனதின் ஓரத்தை அரித்தது.

‘தனக்குத் தெரியாத ரகசியம் ஒன்று, தன்னைப்பற்றிய ரகசியம் ஒன்று வெளியுலகுக்குத் தெரியுமா?’ என்று கோபம்.

குள்ளன் தொடர்ந்தான். ‘உன்னைப்பற்றி எனக்கு எல்லாம் தெரியும். ஆனால் சொல்லமாட்டேன். நீ எங்கு பிறந்தாய், யாருக்குப் பிறந்தாய் என்ற ரகசியமெல்லாம் எனக்குத் தெரியும். ஆனால் அதை சொல்லக் கூடியவர் ஒருவர்தான்.’

குள்ளனின் வார்த்தைகள் உள்ளத்தில் சந்தேகத்தை உண்டு பண்ணுவதாய்த்தான் இருந்தன.

ஆனால் அவன் பேசிய சில வார்த்தைகளின் சாராம்சத்தைப் புரிந்தவர் யாருக்குத்தான் அவன் பேச்சைத் தட்ட மனம் வரும்? அவன் சொற்படியே நடக்க உத்தேசித்துவிட்டான்.

மனத்தின் கண்ணாடி, முகம். தூண்டிலில் மீன் சிக்கிவிட்டது என்று அறிந்தது மீனவனின் மனது. தன் வேலை நிறைவேறியது என்று சந்தோஷப்பட்டான். தன் குருநாதருக்கோ தோல்வியே பிடிக்காது. அவர் சொல்லித் தந்த யுக்திகளும் தோற்காது.

இவனைவிட்டால் அந்த ரகசியத்தைத் தெரிந்துகொள்வதோ மிக்க கடினம்... ‘சரி. எங்கு செல்லவேண்டும்?’

‘ஒரு நாள் பயணம். ஆனால் இன்று இல்லை. உன்னை அழைத்துச் செல்ல இன்னும் கொஞ்ச நாட்களில் நானே வருவேன். அன்று நீ தகராறு செய்யக்கூடாது என்பதற்காகவே இன்று வந்தேன். தகராறு செய்யமாட்டாயல்லவா?’ என்று சொல்லிச் சிரித்தான்.

பின் இருளுக்குள் மாயமாய் கரைந்து சென்றுவிட்டான்.

•••

அத்தியாயம் - 04

# அரங்கேற்றம்

**வா**னளாவி வளர்ந்திருந்த பல்லவ மாளிகையின் மையப்பகுதியில் அதன் அரசவை மண்டபம் கண்கொள்ளாக் காட்சியளித்தது.

பல்லவேந்திரன் சபையில் மூலைக்கு ஒன்றென ராட்சஸ தீப ஸ்தம்பத்தின்மீது பெரிய அகல் விளக்குகள் சுடர்விட்டுப் பிரகாசித்துக் கொண்டிருந்தன. அந்தப் பொன் மயமான வெளிச்சத்தில் என்ன வெல்லாம் தெரிகின்றது என்று சற்றுக் கவனிப்போம்.

ராஜசபையின் ஒரு பக்கத்தில் வெண்கொற்றக் குடையின் அடியில் வேந்தன் அமர்ந்திருந்தான். அவன் பின்னால் அன்னப்பறவைகள் சிறகடிப்பதுபோல வெண்சாமரங்கள் வீசியபடி பணிப்பெண்கள் நின்று கொண்டிருந்தார்கள்.

பல்லவ அரசரிடம் மிடுக்கும் கம்பீரமும் காணப்பட்டன. களையான முகத்தில் ஒரு முதிர்ச்சியும் ரோமத்தில் நரையும் தெரிகிறது. வீரத்தில் தன் புகழை நிலைநாட்டி, அதன் விளைவாக போரில் பெற்ற காயங்களை ஆபரணங்களாகப் பூண்டிருந்த பல்லவன் மேனியை இன்னமும் மெருகூட்ட, பொன்னால் ஆன தலை அணியையும் ஆபரணங்களையும் அணிந்திருந்தார். தீப ஒளியில் அவை ஜொலிக்கின்றன. தேவேந்திரர்போல கம்பீரமாக இருந்தார்.

அரசரின் இடதுபுறத்தில் இன்னும் ஓர் அரியாசனம் இருந்தது. அதில் இராஜ களை பொருந்திய இளைஞன் அமர்ந்திருந்தான். அவனைப் பார்ப்பவருக்கு மன்னர் நரசிம்மர் இளமையில் எப்படி இருந்திருந்திருப்பார் என்று சொல்ல முடிந்தது. அவனே பட்டத்து இளவரசன் மகேந்திரன்.

அரசருக்கு வலதுபுறத்தில் அந்தப்புர மாந்தர் அமர்ந்திருந்தனர். மாமல்லரின் அன்னை புவனமாதேவி அமர்ந்திருந்தாள். முதிர்ச்சியிலும் சௌந்தர்யம் கொண்டிருந்தது அவள் முகம். பாட்டியின் அருகே முகமலர்ச்சியுடன் இளவரசி குந்தவி இருந்தாள். காலம் சென்ற அன்னை பாண்டியகுமாரியின் கயல் விழிகள் அவள் முகத்தில் துள்ளி விளையாடின.

அரசவையில் மந்திரிமார்களையும், அரசகுடும்பத்தினரையும் தவிர வர்த்தகத் தலைவர்களும், படை சேனாதிபதிகளும் இருந்தனர். மீதியிடமெல்லாம் பொது மக்கள் ஆக்கிரமித்திருந்தனர்.

அரசவையின் ஒரு பக்கத்தில்ஒரு மேடை அமைக்கப்பட்டிருந்தது. அதில் வீணை, மேளம், நாதஸ்வரம், தவில், புல்லாங்குழல் என வாத்தியங்களைக் கையில் ஏந்திக் கலைஞர்கள் ஆயத்தமாயிருந்தனர். அவர்கள் மத்தியில் ஒரு பெண் அமர்ந்திருக்கிறாள். அவளுக்கும் நடு வயதிருக்கும். இளமையில் எப்படி அழகாய் இருந்திருப்பாள் என்று சொல்ல பார்ப்பவருக்குக் கற்பனை தேவையில்லை. இதுதான் சிவகாமியம்மையார் என்று யாருக்கும் சொல்லித் தெரிய வேண்டியதில்லை.

இந்தப் பெண்ணுக்காகத்தான் எதிரிநாட்டைப் படையெடுத்து எதிரியை துவம்ஸம் செய்து, வெற்றிக்கொடி மட்டுமல்லாமல் விஜய ஸ்தம்பமும் அவன் நகரின் நடுவே நட்டுவிட்டு வந்தார் நரசிம்மர். பரத கண்டத்தின் சரித்திரத்தை மாற்றியது ஒரு பெண்ணின் சபதம். அந்த ஆவேச சபதமிட்ட பெண் இவளா? இப்போது அப்படி ஒரு சாந்தம் தழுவிய பேரழகு அவள் முகத்தை ஆட்கொண்டிருந்தது.

‘பரத கண்டத்தின் ஒப்பற்ற நடன ராணி’ என்று பெயர் பெற்ற சிவகாமிக்கு, இன்று பல்லவ நாடு முழுக்க நல்ல பெயர் கிடைத்தது. ஒரு காலத்தில் அவளைத் தூற்றியதும் இந்த நாடே...

பல்லவ சேனைகள் தங்கள் நாட்டைப் பொன் கொழிக்கச் செய்யும் திக்விஜயம் செய்து முடித்திருந்தன. பல்லவநாடு அந்த அமைதியில் செழித்து விளங்கிற்று. எனினும் கஷ்டப்படாத குடும்பமே இல்லை. காஞ்சி முற்றுகையிலும் சரி, வாதாபி படையெடுப்பிலும் சரி, மாண்ட பல்லவர்கள் ஏராளம். வீரமகனை ஆசீர்வதித்து வாழ்த்தி அனுப்பியவர்கள் பலரும் அவர்களை மீண்டும் காணவேயில்லை. அப்போது சிவகாமியே தங்கள் கஷ்டத்துக்கெல்லாம் காரணம் என்ற நம்பிக்கை பரவலாய் இருந்தது.

தற்போதோ அந்த எண்ணம் மாறி முன்னமிருந்ததைவிட மரியாதை உயர்ந்து போயிருந்தது. பழி பாவங்களுக்கு அஞ்சாத வஞ்சகர்களால்

கடத்திச் செல்லப்பட்ட சிவகாமியம்மையார் பல்லவ நாட்டுக்குத் திரும்பக் கிடைத்ததே பெரிது என்று இப்பொழுது நினைக்கத் தொடங்கினர்.

ஆனால் அவர்கள் தூற்றியபோது வறண்டு, உலர்ந்துபோன சிவகாமியின் உள்ளத்தில் அந்த நாட்டியக்கலைதான் புத்துயிர் ஊட்டியது. அதனால்தான் மீண்டும் தலை நிமிர்ந்து நின்றாள். ஆகையால் மனித பந்தங்களுக்கு அப்பால் சென்றுவிட்டாள். இன்று தன்னைப்பற்றி மக்கள் அடிக்கடி கூறிய வசைமொழிகள் அவளுக்கு உலக பந்தங்களின் மேலிருந்த ஆசைகளுக்குக் குறுக்கே நின்று அருவருப்பை வளர்த்து வந்தன. அரசரின் தர்ம பத்தினியார் பாண்டிய குமாரி திடீரென இறந்தபோது நாடே மூச்சைப் பிடித்துக்கொண்டு சிவகாமியும் மாமல்லரும் இணைவார்கள் என்று எண்ணியது. ஆனால் அது நடக்கவில்லை.

காதலன் தன்னை எதிரியிடமிருந்து மீட்டுவிட்டான் என்றாலும் அவன் மனதில் இருந்த காதல் அழிந்துவிட்டது என்று அவளுக்குத் தெரிந்தது. இதுதான் தனக்கு ஆரம்பத்திலிருந்து விதிக்கப்பட்டது என்று உணர்ந்து வாழ்க்கையைக் கலைக்கே அர்ப்பணித்தாள்.

சிவகாமியிடமிருந்த நமது கண்களைத் திருப்பி அரசவையை மீண்டும் காண்கிறோம். இத்தனை பேர் ஓரிடத்தில் கூடக் காரணம்தான் என்ன? வந்திருந்த பலரும் இன்றைய நிகழ்வு தேவைதானா என்று கேட்டுக்கொண்டே இதைக் காணாமல் இருந்துவிடக் கூடாது என்று வந்திருந்தனர். அரசவையில் மீண்டும் ஒரு நடன அரங்கேற்றமா? என்று மனதுக்குள் வினவினர் பலர்.

காலையிலிருந்தே காஞ்சி நகரெங்கும் பறைகொட்டும் சப்தம் கேட்டது. பறை சப்தம் நின்றதும் கணீர் என்று ஒரு குரல் மாதவியின் அரங்கேற்றத்தைப்பற்றி முழங்கிற்று. வேறெந்த நாட்டிலாவது இப்படி நடக்குமா என்றால் சந்தேகம்தான். பல்லவ நாட்டில் மீண்டும் இப்படி நடக்குமா என்றாலும் சந்தேகம்தான்.

ஒரு காலத்தில் கலைக்குத் தலையாய முக்கியத்துவம் கொடுத்ததால் அழியாத குறை இந்த நாடு என்று பலரும் சொல்லுவார்கள். ஈட்டியும், வாளும் செய்யவேண்டிய நாட்டில் சலங்கையும், மத்தளமும் செய்து வந்ததால்தான் ஒரு தலைமுறையே கஷ்டப்பட்டது என்று சரித்திரம் சொல்லும். அரசர் புலவருடனும், சிற்பியரிடமும் அளவளாவி மகிழ்ந்தது பற்றியும், அதனால் எதிரியின் சேனா சமுத்திரத்தை சந்திக்க முடியாமல் போனதையும் நினைவில் பலர் நிரந்தரமாகக் கொண்டனர்.

சற்று நேரம் சபையில் ஒரே கலகலப்பாய் இருந்தது. மந்திரிகளும், மக்களும் ஒருவரோடொருவர் உற்சாகமாய் பேசிக்கொண்டார்கள். ஆனால் அன்றைய காவியத்தலைவியாம் மாதவி சபையின் கதவொன்று திறந்தவுடன் நடந்து வந்தாள். பார்ப்பவருக்கெல்லாம் பார்த்த மாத்திரத்தில் பிடித்துப் போகும் எழில்.

உடனே சபையில் நிசப்தம் குடிகொண்டிருந்தது - அவள் நடக்கும் போது சலங்கை சப்தமும் 'கணீர்' என்று கேட்கும் அளவுக்கு. மாதவியின் முகத்தையும், அவள் நடந்துவந்த தோரணையையும் பார்த்தவுடன் கூடியிருந்தவருக்கெல்லாம் எல்லா சந்தேகங்களும் போனது. இப்பேர்ப்பட்ட அழகியின் நளினமான நாட்டியத்தைக் காணக் கொடுத்து வைத்திருக்கவேண்டும் என்று முடிவு கட்டினர். சபையில் பெரும் வியப்புக்கு அறிகுறியான 'ஹாஹாகாரம்' எழுந்தது.

மாதவி நாட்டியக் கலையின் அம்சங்களான தாளங்களையும், ஜதிகளையும், அடவுகளையும், தீர்மானங்களையும் கசடறக் கற்றாயிற்று. இனி அரங்கேற்றம்தான் என்று அவர் குருவான சிவகாமி அம்மையார் முடிவெடுத்தார். ஆனால் அரங்கேற்றத்தை எங்கு வைப்பது என்று ஆராய்ந்தபோது காஞ்சியின் முக்கிய ஸ்தலமான ஏகாம்பரேஸ்வரர் கோயில் அரங்கில் வைக்கலாம் என்று முடிவானது.

அந்தச் செய்தியானது பல்லவ சக்கரவர்த்தி மாமல்லரின் செவிகளில் எட்டியதுதான் தாமதம். 'இந்த அரங்கேற்றம் அரசவை மண்டபத்தில் நடப்பது பல்லவ நாடு கலைக்குக்கொடுக்கும் முக்கியத்துவத்தை உலகுக்கு மீண்டும் பறைசாற்றும்' என்றார்.

தன் தந்தை செய்த தவறு படைபலமின்றி கலைகளை ஆதரித்ததுதான். இன்று பல்லவ நாடு இருக்கும் பலமிக்க நிலையில் கலைகள் ஆதரிக்கப்படவேண்டும் என்று உறுதியாய் இருந்தார்.

அந்த உறுதி ஓர் அதிசயம்தான். இதுபோல் ஒரு நிகழ்வை இந்த அரசவையில் மீண்டும் ஏற்படுத்த அவருக்கு தைரியம்தான். ஆனால் அது தனிப்பட்ட அனுபவத்தினால். அவருக்கும் ஞாபகங்கள் அலையலையாய் வராமல் இல்லை. நரசிம்மருக்கு எல்லாம் இரண்டாவதுமுறை பார்ப்பது போலிருந்தது. மற்ற பலருக்கும் தான்.

அவர் உயிருக்கு உயிராய் காதலித்த சிவகாமி இந்த சபையில்தான் அரங்கேற்றம் செய்ய வந்தாள். அது துர்நிமித்தமாய் பாதியில் நின்று போனது. மனம் உடைந்து வீடு திரும்பிய சிவகாமியை கோயில் யானை சினம் கொண்டு தாக்க முற்பட்டது. பின் நாட்டில் எவ்வளவோ துர்நிகழ்வுகள் ஏற்பட்டிருந்தன. அதன் பின் பல்லவ

இராஜசபையில் பல ஆண்டுகளாய் ஆடல் பாடல் விநோதங்களை அனுமதிப்பதில்லை. கடைசியாய் நடந்தது சிவகாமியின் அரங்கேற்றமாய்த்தான் இருக்கும். இராவணன் வீணை வாசித்திருந்த போது தந்தி அறுந்ததால் கச்சேரி தடைப்பட்டது என்று கேள்விப்பட்டவர் இதையும் சொல்லுவார்கள். சிவகாமியின் அரங்கேற்றமன்றுதான் போர் முரசு கொட்டியது.

அரசியல் மற்றும் போர் விவகாரங்களைப் புறக்கணித்து அரசவையில் ஆடல் பாடலையும் சரிசமமாய் வைத்ததால்தான் பல்லவ சாம்ராஜ்ஜியம் அப்பேர்ப்பட்ட தோல்வியைச் சந்தித்தது என்று மக்கள் மனதுக்குள் பட்டது. அதை ஒற்றர்கள் வந்து சொன்னதும் அந்த மாற்றம்.

ஆனால் இன்றைய நிலை வேறு. இப்போது தென்னகத்தில் இரண்டே வளம்கொழிக்கும் நாடுகள்தான். பாண்டியநாடும் பல்லவநாடும். இரண்டும் முட்டி மோதிக்கொள்ளாமல் கல்யாண சம்பந்தம் செய்து கொண்டிருந்தன. அதனால் ஏற்பட்ட அமைதியில் தென்னகமே செல்வச் செழிப்பில் வாழ்ந்தது.

அரசரும் மந்திரிசபையும் காத்திருக்க, மாதவி அடிமேல் அடி எடுத்து வைத்து மண்டபத்துக்குள் பிரவேசித்தாள். எல்லோரும் எதிர் பார்த்தபடி மாதவி ஆடலரங்கத்தின் நடுவே நிற்கவில்லை; இராஜ சபையின் ஓரத்தில் பிரத்யேக பூஜை மண்டபம் ஏற்படுத்தப் பட்டிருந்தது. சந்தனப் பீடமொன்றின் மேல் நடராஜ மூர்த்தியின் திருவுருவம் திவ்ய அலங்காரங்களுடன் விளங்கியது. அதன்முன் இழைக்கோலம் போடப்பட்டிருந்தது. குத்துவிளக்கு நடேசன் அருகே எரிந்து அவ்வப்போது அவன் அங்கங்களில் ஓர் ஆட்டம், அசைவு ஏற்படுவது போலொரு பிரமையை ஏற்படுத்தியது.

ஒரு தாம்பாளத்தில் உதிரிப்பூக்கள் இருந்தன. தன் கரங்களால் புஷ்பங்களை அள்ளி அவன் காலடியில் வைத்தாள். மெல்லிய பூங்கரங்கள் இரண்டையும் ஒருங்கிணைத்து கைகூப்பி வணங்கினாள். எதிரே இருந்த நடேசன் சிலை உயிர்பெற்று அந்த வந்தனத்தை ஏற்றுக்கொள்ளவில்லை என்பதால் அதற்குத்தான் நஷ்டம். அந்தத் திருவுருவத்தை வழிபட்டுவிட்டு பின்னோக்கியே நடந்தாள். பின் அரசரையும் அவர் குடும்பத்தாரையும் நோக்கி வணங்கினாள்.

எல்லோரும் கண்கொட்டாமல் மாதவியின் ஆரம்ப செயல்களைப் பார்த்துக்கொண்டிருந்தபோது நாட்டின் சரித்திரத்தையும், அரசவை நுணுக்கங்களையும் நன்கு அறிந்தவர்களின் முகங்கள் மட்டும் வேறொரு பக்கம் திரும்பி பட்டத்து இளவரசன் மகேந்திரனை

நோக்கின. ஆம், பலரும் நாட்டியத்தில் இருந்து கவனம் திரும்பினாலும் பரவாயில்லை என்று அரைக்கண்ணால் சக்கரவர்த்தியின் அருகே அமர்ந்திருந்த இளவரசனைக் கவனித்தனர்.

கண்களில் ஆர்வம் ததும்ப அவனும் ஆடவந்த மாதவியைப் பார்த்துக்கொண்டிருந்தான். இளவரசன், வீர செளந்தரிய வதனம் பொருந்திய இளவரசன் முகத்தில் கலப்படமில்லாமல் காதல் தெரிந்தது. தனக்குள் ஏற்பட்ட இருதய தாபத்தை முகத்திலிருந்து மறைக்க முடியவில்லை.

அவனது பார்வையைக் கண்டவுடன் பலரும் பெருமூச்சுவிட்டனர். உடனே பலர் முகத்தில் வந்த புன்னகை அகாரணமானதல்ல. அவளுடைய கண்வீச்சுக்கு இளவரசன் தோற்றுவிட்டான் என்று புரிந்தது. ஹாஸ்ய நகைப்புடன் தலையசைத்தனர். காதலைக் கேலி செய்யவில்லை.

ஆனால் சரித்திரத்தின் பாடங்களைப் புரிந்துகொள்ள மறுப்போர் அதை மீண்டும் மீண்டும் அனுபவிப்பர் என்பது சான்றோர் வாக்கு...

•••

அத்தியாயம் - 05

# நாட்டியம்

**ப**ரத சாஸ்திர பண்டிதை சிவகாமியிடமிருந்து மதுரமான அமுதகீதங்கள் வர, சுற்றியிருந்த வாத்தியக்காரர்களிடமிருந்து விதவிதமான சுருதி பேதங்கள் எழ, எல்லாவற்றிற்கும் ஈடுகொடுத்து ஆடினாள் மாதவி. இத்தகைய கீதப் பிரவாகத்தில் எதிர் நீச்சல் போட முடியுமா என்றால் முடியும் என்று நிரூபித்தாள். பால கோபாலனுடைய லீலைகளையும், அவன் வளர்ந்தபின் நடந்த கம்சாவதத்தைக்கூட, இன்றைய நிகழ்ச்சியில் சித்தரிக்கப்படும் என்று சிவகாமியம்மையார் முடிவு செய்திருந்தார்.

மாதவி ஆடத் தொடங்கியதுதான் தாமதம். அந்த இளம் பெண்ணின் பலவகை அபிநய நடனத் தோற்றங்களைக் கண்டு சபையோர் கல்லாய் சமைந்தனர்.

விஸ்தாரமான இராஜசபையில் இருந்த அனைத்துக் கண்களும் அவள்மேல் பதிந்திருந்தன என்று அவளுக்குத் தெரியும். எனினும் அவளுக்கு பயமோ கூச்சமோ இல்லை. அவளைப் பொருத்த வரையில் ஒரு தனியறையில் தானும் தன் குருநாதரும் சேர்ந்து கலைக்கு அஞ்சலி செலுத்தப் போவதாகவே தோன்றியது. சுற்றி லட்சம் பேர் இருந்தால் என்ன? ஜன சூன்யமாய் இருந்தால் என்ன? சக்கரவர்த்தியும் பிரசன்னமாகியிருந்தால்தான் என்ன? எல்லாம் ஒன்றுதான்.

மற்றவர் என்றால் உடம்பெல்லாம் நடுக்கமடைந்து மயங்கி விழுந்துவிடுவார்கள். ஆனால் மாதவிக்கு, சிவகாமியம்மையார் அப்படி பயிற்சி அளிக்கவில்லை.

வரும் முன் சிவகாமி மாணவிக்கு எடுத்துரைத்தாள். 'நான் சொல்வதை நன்றாய் மனத்தில் வாங்கிக்கொண்டு செயல்படவேண்டும். பாவமும் நீயும் ஒன்று... பாடலும் அபிநயமும் ஒருங்கிணைக்கும் பாலமாக உன் மனம் அமையவேண்டும். கண் சிமிட்டும் நேரம் அது சலனமடைந்தாலும் ஆட்டத்தில் விகாரமான கட்டம் வரும்.'

சம்பிரதாயத்துக்காகத்தான் சொன்னாள் சிவகாமி. மாதவியைப்பற்றி அவளுக்குத் தெரியும். இன்று அவள் அடையப்போகும் புகழைப் பற்றியும் தெரியும். இன்றைக்குத்தான் காஞ்சி நகர், மாதவியை முதன்முதலில் பார்க்கிறது. இனி அவளைப்பற்றி நகரமே பேசாத நாள் கிடையாது என்ற நிலை உருவாகும். அவளது புகழ் ஈழத்திலிருந்து கன்யாகுப்ஜம்வரை பரவுவது உறுதி.

கல்லுங் கரையுமாறு செய்யும் மாதவியின் பாவ அபிநயக் கலை சாமர்த்தியங்களையெல்லாம்நாட்டியக் கச்சேரியில் வெளிக்காட்ட குருநாதருக்கோ கொள்ளை இன்பம். அபூர்வமான நங்கை இவள். விசித்திரமான பெண். ஆண்டவன் சிருஷ்டியில் இப்படி தோன்றுவது அதிசயம்தான்.

'இவளை தேவலோகத்தில் இருந்து பிடித்து வந்தீர்களா?' என்று பலரும் சிவகாமியை ஹாஸ்யமாகக் கேட்பதுண்டு. சிரித்துக் கொண்டே மர்மமாய் சிரிப்பாள் சிவகாமி.

ஆனால் மாதவி தன்னிடம் வந்து சேர்ந்த விதத்தைச் சொன்னால் நம்பமாட்டார்கள் என்று அவளுக்குத் தெரியும். பத்தாண்டுகளுக்கு முன் அழுக்காய், அழுகையால் மூடப்பெற்ற முகம், பசியால் வாடிய உடல், தளர்ச்சி மட்டும் தாக்காத கண்கள். இப்படித்தான் வந்து சேர்ந்தாள் மாதவி.

காலையில் கதவைத் திறந்த சிவகாமிக்கு அதிர்ச்சி. அவள் வீட்டுத் திண்ணையில் அந்தச் சிறுமி தனியாக அமர்ந்திருந்தாள். அவளைக் கண்டவுடன் சிவகாமி சிறிது திடுக்கிட்டு நின்றுவிட்டு, 'யாரம்மா நீ?' என்று கேட்டதற்கு பதில் சொல்லத் தெரியவில்லை. பித்து பிடித்தவள்போலவும் அவள் இல்லை. மொழி புரியவில்லை என்று புரிந்துகொண்டாள் சிவகாமி. தாம் செய்வது இன்னதென்று தெரியாமல் கொஞ்ச நேரம் தவித்தாள். பின் சிறுமியை உள்ளே அழைத்துச் சென்றாள்.

சிவகாமி அந்தப் பெண்ணை உற்றுப் பார்த்தபோது தமிழகத்தில் இல்லாத நிறம். மாந்தளிர் போன்ற மென்மை. ராஜகளையை வெளிக்காட்டும் ஒரு பளபளப்பு.

சில நாட்களுக்கெல்லாம், அழுக்கும் அழுகையும் போனது... பின் முகத்தில் ஒரு பொலிவு வந்தது. கூடிய சீக்கிரம் அந்தப் பெண்ணும் சிவகாமியின் மேல் பற்றுகொண்டு மொழி மட்டுமல்ல, கலையையும் கற்றுக்கொண்டாள். தனக்குப் பின் இந்தக் கலை அழிந்துவிடுமோ என்று பயந்த சிவகாமிக்கோ சந்தோஷம். ஈரேழு பதினாலு லோகத்திலும் இல்லையடி இப்படியொரு நாட்டியம் என்று குருவே வாழ்த்தும் நிலையை அடைந்தாள்.

அந்தப் பெண்தான் இன்று பல்லவேந்திரன் சபையை ஆச்சரியத்தில் ஸ்தம்பிக்க வைத்துக்கொண்டிருந்தாள்.

அவளுடைய நடன பாவங்களில் அப்படி என்னதான் நிஜம் கலந்திருக்குமோ! அவள் ஆடிக்காட்டிய ஒவ்வொரு நிகழ்வையும் தானே தரிசித்தவள்போல, இல்லை இல்லை தானே செய்ததைப் போல ஒரு தத்ரூபம் இருந்தது. கண்களும், கண்ணிமைகளும், புருவங்களும்கூட அல்லவா நடனம் புரிகின்றன. அதுபோலவே நடனத்தை உற்றுக் கவனித்தவர்களில் பலருக்கு மூச்சு நின்றுவிடும் போல் இருந்தது. ஒருகண நேரத்திற்குள் அவருடைய மனம் எங்கெல்லாமோ சென்று வந்தாற்போல் கற்பனை செய்தது. ஆடலரங்கில் பற்பல காட்சிகள் தோன்றி மறைந்துகொண்டிருந்தன.

குழந்தை கண்ணன் கட்டை விரலை ருசி பார்த்தான். பின் மாடு மேய்த்தான். பின் கோபியரின் முதுகில் சாய்ந்து புல்லாங்குழல் கானமிசைத்தான். அப்பாடலின் சொற்களோடு இணைந்து ஆடுவது இயற்கை. அந்த நிகழ்வை ஆடுபவர் கற்பனை செய்து ஆடுவது நடைமுறைதான். தானே அந்தப் பாத்திரமாக மாறி அனுபவித்து ஆடுவது மிகவும் சிரத்தை எடுத்துச் செய்யவேண்டும். மாதவியைப் பார்த்த மாந்தரெல்லாம் அப்படியே பிருந்தாவனம் அழைத்துச் செல்லப்பட்டார்கள்.

அழகிய வேலைப்பாடுகள் அமைந்த பல்லவ அரண்மனை அவள் ஆட்டத்துக்கு ஏற்ப, பார்ப்போர் கற்பனையில் மாறியது. ஒரு நொடிக்கு யமுனை ஆற்றங்கரையானது. மறு நொடி, கம்சனின் கொடுஞ்சிறையானது. பின் குருக்ஷேத்ர போர்க்களமானது. கண்ணெதிரே இந்திர ஜாலத்தைக் கண்டதுபோல், மூச்சுவிடக்கூட மறந்து சபையோர் நின்றனர். கண்ணன் வாழ்க்கையின் நிகழ்வுகள் அனைத்தும் ஒன்றன் பின் ஒன்றாக நிகழ்ந்து திக்குமுக்காடச் செய்தன.

கவிதையழகு வாய்ந்த பாட்டுக்கு ஏற்ப மாதவி ஆடினாள். கள்ளத்தனமாக கண்ணன் வெண்ணை திருடுகிறான். ஆவென வாயைத் திறக்கிறான். யசோதை அதில் மூவுலகங்களையும்

காண்கிறாள். எல்லாம் நடித்துக் காட்டினாள். காட்டும்போதெல்லாம் அவள் முகம் அமைதியாய் இருந்தது.

இளம் வயதில் கண்ணன் சாதித்ததில் மிக முக்கியமானது கம்ஸவதம் தானே? அந்த நிகழ்வு நடனத்தில் வந்தபோது கண்ணனாய் ஆடும் போது அத்தகைய தெய்வ கடாட்சத்துடன் விளங்கிய முகம், திடீரென கம்சன் வேடம் எடுக்கும்போது மாறியது. கோபாவேசம், வெறி, பயம் கலந்த உணர்வை மாதவி முகத்தில் கொண்டு வந்தாள். கர்ணகொடூரமாய் இருந்தது.

பலமுறை நாட்டியப்பள்ளியில் இந்த நாட்டியத்தை ஒத்திகை பார்த்திருந்தாள் மாதவி. ஆனால் இன்று சபையில் அவள் ஆட்டம் அந்த ஒத்திகையையெல்லாம் ஓரங்கட்டி, உச்சத்துக்கே சென்றது. அச்சமயம் அவளுடைய ஒவ்வொரு முகபாவமும் சீறலுடன், நெருப்பைக் கக்கிக்கொண்டு வரும் அக்னியாஸ்திரத்தைப்போல் இருந்தது.

அந்தச்சபையில் இருந்தவர்களில் பலர் பயந்தே போயினர். பார்ப்பவர் முகமெல்லாம் அந்த குரூரத்தில் மிரண்டது. தன்னை அறியாமல், நின்றவரெல்லாம் ஓரடி பின் வைத்தனர்.

இப்படிக் குரூரமாக மாறிய மாதவியை இருவரின் கண்கள் உற்று நோக்கின. அவ்விதம் நோக்கிய கண்கள் நான்கும் சொல்லி வைத்தாற்போல் சந்தித்தன.

அந்த ஒரு வினாடி மாதவியின் முகம் மாறியதைக்கண்டு, உலகில் உள்ளோர் அனைவரின் கோபாவேசமும் ஒருங்கிணைத்து அவள் பாவம் காட்டியபோது, யாருடைய முகமோ அரசருக்கும் சிவகாமிக்கும் நினைவு வந்தது. கள்ளங்கபடமற்ற கண்ணனின் பால்வடியும் முகத்துக்கும், இந்தக் கடுகடுத்த முகத்துக்கும் எத்தனை வித்தியாசம்? ஒரே பெண் இரண்டு முகங்களையும் காட்டுகிறாள் என்றால் நம்ப முடியாது.

இருவருக்கும் தேகம் சிலிர்த்தது. ஆனால் யாரது என்று மனதை வினவியபோது, அதற்கு மறுமொழி எதுவும் மனது சொல்லாமல் மௌனமாயிருந்தது.

மன்னர் முகத்தில் புன்னகை மறைந்தது. சிவகாமியோ அந்த ஒரு நொடி, பாடவே மறந்தாள். தங்களை அறியாமல் இருவரும் திரும்பி ஒருவர் முகத்தை ஒருவர் உற்றுப் பார்த்தனர். சிவகாமியின் கண்களில் தோன்றிய கேள்விக்கு, மாமல்லரின் முகத்தில் தோன்றிய கேள்விதான் மறுமொழி தந்தது.

விசாலமான கரிய கண்களில் தழற்பொறி பறந்தபோது யாருடைய சினங்கொண்ட முகத்தை நினைவுபடுத்தினாள்? அந்த நினைவின் பொருள் என்ன? அதுவும் பல்லவனுக்கும் தனக்கும் ஒருங்கே வந்ததற்கு அர்த்தம் என்ன? ஒருவர் கண்ணில் இன்னொருவர் ஒரு புதிரைக் கண்டதுதான் மிச்சம்.

கொஞ்சம் மூளையைச் செலுத்தி யாரை நினைவுபடுத்தினாள் இந்த நர்த்தகி என்று சிந்திப்பதற்குள்ளே அவள் நாட்டியத்தின் வேறு பகுதிக்குச் சென்றுவிட்டாள். மார்பின்மேல் ஒரு நொடிநேரம் மலைபோல் ஒரு கனம்.

மனதை சாந்தபடுத்தும்படி அடுத்து வந்த நடனம் அந்த சந்தேகத்தை, ஆனந்தம் என்ற திரையிட்டு மறைத்து மனதின் பின் பக்கம் தள்ளியது... நிழல்போல் தோன்றிய சந்தேகம், காற்றில் மேகம் போலக் கலைந்தது.

கம்சவதத்துக்குப் பின் கண்ணன் வளர்ந்துவிடுகிறான் அல்லவா? அதனால் நாடகத்தின் இறுதியும் வந்தது. ஆட்டம் முடிந்தது. ஒரு நொடிக்கு அமைதி.

கந்தர்வலோகமாக மாறிய அரசவை மீண்டும் பூலோக ஸ்தானத்துக்கு வந்தது. சித்தப்பிரமை கொண்டவர்போலச் சிலையாகச் சமைந்திருந் தார்கள். கண்மூடித் திறக்கும் நேரத்தில் ஏதோ இந்திரஜாலத்தினால் நடந்ததுபோல் இருந்தது.

அபிநய சாகஸத்தைக் கண்டு ஒரு நெடுமூச்சுவிட்டு, சபையோர் ஒரு நொடி ஸ்தம்பித்து நின்றனர். பார்த்தது பூலோக நாட்டியமா! இந்திர சபை நடனமா என்ற வியப்பில், பார்வையாளர் மூச்சுவிடவே மறந்தபடி சிலையாய் சமைந்தனர். பின் அமைதியைக் கிழித்துக் கொண்டு கைத்தட்டல்... கரகோஷம்... ஒரு காவியத்தை நடத்திக் காட்டிவிட்டாளே என்ற பிரமிப்பு.

மூச்சிரைத்து நின்ற மாதவி, கன்னங்கள் குழிய நாணம் நிறைந்த சிரிப்பொன்றை சிரித்தாள். கையில் காம்புள்ள அல்லி மலருடன் நின்று கொண்டிருப்பதுபோல் நிருத்தம் பிடித்தாள். முகமோ குமுத மலர்போல நாணத்தில் நிறம் மாறியது.

நிருத்தம் முடிந்தவுடனே சுயநினைவுக்குத் திரும்பியவர்கள் கரகோஷத்தில் ஈடுபட்டனர். 'இந்திராதி தேவர்களெல்லாம் இப்பேர்ப்பட்ட நடனத்தை தினமும் காண்பதால்தான் அமரவாழ்வு கொள்கிறார்கள் போலும்!' என்று நினைத்து கண்கொட்டாமல் பார்த்துக்கொண்டேயிருந்தார்கள்.

ஒருகாலத்தில் காஞ்சி மக்கள் கலைகளில் அபாரப் பற்று உடையவர்கள். பின் இரண்டு பெரிய போர்கள் வந்து சென்றவுடன் வீரத்திலும், பொருள் ஈட்டுவதிலும் காலம் சென்றது. அந்தப் பாழும் யுத்தம் எதற்காக வந்ததோ, எப்போதும் எதிரிகளைப்பற்றியே சிந்தனை கொண்டோமோ, இப்போது மீண்டும் கலைகளின் மேல் ஆர்வம் ஆழி அலைபோல பல்லவ நாட்டை மூழ்கடிக்கும் என்பது உறுதி.

சரியான நேரத்துக்குத்தான் மாதவியின் அரங்கேற்றம் நடை பெறுகிறது. இவ்வளவு நாட்களாய் எவ்வளவு விஷயங்களை மறந்து வாழ்ந்துவிட்டோம் என்று எல்லோர் மனதிலும் பட்டது.

ஆட்டத்தை நிறுத்திய நர்த்தகி சபையின் நடுவே நின்றிருந்தாள். கருவண்டையொத்த அவளுடைய கண்கள் மன்னரைப் பார்த்து தனியே ஒரு நடனம் ஆடிக்கொண்டிருந்தன. பிரதான மந்திராலோசனை மண்டபம்தனில் சிம்மாசனத்தில் நடுநாயகமாக வீற்றிருந்த மன்னருக்கு வார்த்தைகள் வரவில்லை. அவரும் மாதவியின் நடனத்தைக் கண்டு பிரமிப்பில் இருந்தார் என்று எல்லோரும் நினைத்தனர். ஆனால் மன்னருக்கு இந்தப் பெண் முற்றிலுமாக மாறிக்காட்சி கொடுக்கிறாளே!

‘சற்று முன் கம்சவதத்தின்போது அவள் நமக்கு நினைவுபடுத்தியது யாரை?’ என்று தீவிரமாக யோசித்திருந்தார்.

அதைக் கண்டுபிடிக்க தன் மனதில் புதைந்து கிடந்த நினைவுகளைக் கிளறினார்.

•••

அத்தியாயம் - 06

# நகர்வலம்

மூச்சிரைக்க நின்ற மாதவி தான் ஆடியது மக்களால் மனமுவந்து ஏற்றுக்கொள்ளப்பட்டதா என்று சந்தேகப்பட்டு காத்திருந்தாள். பின் கைதட்டலைக் கேட்டு முல்லைப்பல் வரிசையைக் காட்டி, மக்களின் பாராட்டை ஏற்றுக்கொண்டாள்.

மாதவி சிவகாமியிருக்கும் இடத்துக்குத் திரும்பினாள். கண்களால் செய்தி அனுப்பினாள் சிவகாமி, நின்ற இடத்திலேயே நில் என்று.

அரச சபை என்பதால், நடனத்தைக் கண்டபின் ஏற்பட்ட தமது உள்ளக் கிளர்ச்சியை வார்த்தைகளினாலே வெளியிடக் கூடியவர் மன்னர்தான். மற்றவர் கர ஒலி எழுப்பித்தான் அதை வெளிப்படுத்த முடிந்தது. மாதவியின் குருநாதர் சிவகாமியம்மையார் மட்டும் கண்ணீர் சிந்தி ஆனந்தத்தை வெளியிட்டார்.

மன்னர் வாய்திறந்து பேசுவார் என்று அவளும் சரி, கூடிய பார்வையாளர்களும் சரி, பொறுமையுடன் இருந்தனர். உகந்த வார்த்தை கூற இயலாமல் தவிக்கிறார் என்றே எல்லோரும் நினைத்தனர்.

புரியாத நினைவைக் கிளறிய அவள் நிருத்தத்தைப்பற்றிக் கவலைகொண்ட மன்னர் நரசிம்மர் தன்னைத் தானே கோபித்துக் கொண்டார். எழுந்து நின்ற சக்கரவர்த்தி, சபையோரை ஒரு தடவை சுற்றி வளைத்துப் பார்த்தார்.

கரகோஷத்தின் இரைச்சலை அடக்க சபையோர் முயற்சித்தும் முடியவில்லை. அரசர் எழுந்து நின்று மாதவியைப் பாராட்ட முயன்றும் அவர் பேசினால் தானே கேட்க முடியாத நிலை

உருவானது. பின் தன் கையை அவர் உயர்த்தவே அரசவை மௌனத்தில் மூழ்கியது.

'போர்க்கலையில் கவனம் செலுத்தவேண்டிய காலத்தை எல்லாம் ஆடலிலும் பாடலிலும் சிற்பத்திலும் சித்திரத்திலும் கழித்து விட்டேன்' என்று என் தந்தை கூறியது காதில் ஒலிக்கிறது. அவரைச் சொல்லியும் குற்றமில்லை. கலைகளில்தான் எத்தனை எத்தனை இன்பம்! என் வருத்தம் என்ன தெரியுமா? மாதவியின் நடனத்தைப் பார்க்க அவருக்குக் கொடுத்து வைக்கவில்லையே. ஆஹா! பிரமாதம்! என்னவென்று சொல்வது? எண்திசையும் காணாத நர்த்தகி இவள் என்று எதிர்காலம் சொல்லும். இந்த பல்லவ சாம்ராஜ்ஜியத்தை விஸ்தரிக்கும் பொறுப்பைப்போல இந்த மக்களின் கலை கலாச்சாரத்தையும் விஸ்தரிக்கும்படி என்னிடம் சொல்லாமலே சொல்லிச் சென்றார் மகேந்திரர். அது என்று நிறைவேறுமோ என்று காலகாலமாக காத்திருந்த எனக்கு, இன்று தந்தைக்கு கடமையை பூரணமாக நிகழ்த்திய நெகிழ்வு வருகிறது. அதனால்தான் ஏதோ கோயிலில் நடக்கவேண்டிய ஒரு நர்த்தகியின் நாட்டிய அரங்கேற்றம், இன்று பல்லவ இராஜசபையில் நடந்து முடிந்திருந்தது' என்று பெருமிதத்துடன் பேசினார் மாமல்லர்.

பல்லவ சிம்மாசனத்தில் வீற்றிருப்பவன் வாளை மட்டும் ஏந்தியவனாயிருக்க முடியாது. கலைக்கும் கலாச்சாரத்துக்கும் அவன் காவலன் என்று எல்லோரும் மீண்டும் நினைவு கூறினர்.

'நான் ஏதாவது பரிசளிப்பேன் என்று எதிர்பார்த்தவருக்கு என் வருத்தத்தைத் தெரிவித்துக்கொள்கிறேன். இவளாடிய நடனத்துக்கு எந்தப் பரிசைக்கொடுத்தாலும் அவளை அவமானப்படுத்துவதே ஆகும்.'

தன் கண்கள் கலங்கியிருந்தன என்று மக்கள் அறியக்கூடாது என்பதற்காக பல்லவன் சட்டென சபையைவிட்டு வெளியேறினான்.

தன் சந்தோஷத்தைக் கட்டுப்படுத்த முடியாமல் தத்தளித்துக் கொண்டிருந்த சிவகாமியம்மையார் ஓடிவந்து மாதவியைக் கட்டி அணைத்து உச்சிமுகர முனைந்தாள். ஆனால் அவள் பிடியிலிருந்து விலகி மாதவி தன்னைத் தாயைப்போல வளர்த்த குருவை தெய்வமெனக் கருதி காலில் விழுந்து பாதங்களைக் கண்ணீரால் நனைத்தாள். அவளை உடனே எழுப்பி, சிவகாமி அம்மையார் தன் சிஷ்யையின் கரங்களை இறுகப் பிடித்துக்கொண்டு, உச்சி முகர்ந்து நெற்றியில் முத்தமிட்டாள்.

சிவகாமியின் உள்ளத்தில் குதூகலம் பொங்கியது. அவள் கட்டிக் காத்த உயிரினும் மேலான கலை, இன்று புதிய உருவம் கொண்டது. இப்படிப்பட்ட தெய்வீகமான கலையை எவரும் கற்றுக்கொள்ளலாம் என்று நினைப்பவர் உண்டு. ஆனால் அது உடலிலும் மனதிலும் பிறவியிலிருந்தே ஊறிப்போயிருக்கவேண்டும். அதை வெளிக் கொணர்வதே குருவின் கடமை என்று சிவகாமி அறிவாள்.

கூடியிருந்த அரச குடும்பத்தாரை வணங்கிவிட்டு, சிவகாமியும் மாதவியும் சபா மண்டபத்தின் வாசலை அடைந்துஅங்கு ஆயத்தமாய் நின்ற தேரின்மீது ஏறினார்கள்.

அரசரின் தேரோட்டி கண்ணபிரானின் மகன். அவனும் சாட்டையைச் சுளீர் என்று சொடுக்கவே, குதிரைகள் பிய்த்துக்கொண்டு கிளம்பின. காஞ்சிமாநகரின் விசாலமான இராஜ வீதியில் இருவரும் பயணித்தனர். வீதியின் இருபுறமும் காணப்பட்ட ஜனக்கூட்டம் நடனத்தைப்பற்றிக் கேள்விப்பட்டு காத்திருந்தது. காஞ்சி மக்கள் தங்கள் ஒருமுகமான அபிப்பிராயத்தை மாதவிக்கு எடுத்துக்காட்ட வழி நெடுகிலும் காத்திருந்தனர்.

ஊர்வலம் நடந்தது. மாளிகை மேல்மாடங்களிலிருந்து பெண்கள் அவர்களைப் பார்த்தனர். காஞ்சிநகர் மாடவீதியில் பூரண சந்திரனும் பொன்னிறத் தாமரையும் ஒருங்கே சென்ற காட்சி என்று பார்த்தவர் பலரும் பின்னால் வர்ணிப்பார்கள்.

காஞ்சிநகரில் குட்டை வீடுகளும், குபேர சம்பத்து வாய்த்தவர்கள் கட்டியிருந்த மாடமாளிகைகளும் அடுத்தடுத்து இருக்கும். எல்லா வற்றிற்கும் நடுவில் கோபுரம் ஒன்று தலைதூக்கி நின்றது. ஏகாம்பரநாதரின் திருச்சந்நிதியில் அப்போது தீபாராதனைக்குரிய ஆலாட்சிமணி ‘ஓம்… ஓம்’ என்று ஒலித்தது. ஏகாம்பரர் ஆலயம் இருந்த திக்குநோக்கிக் கைகூப்பி வணங்கினார்கள்.

‘அந்த ஏகாம்பரர் சந்நிதியில் நான் எத்தனையோ தடவை ஆடியிருக்கிறேன். ஆனால் இன்று என்னவோ கடவுளும் என்னுடன் அமர்ந்து உன் ஆட்டத்தைப் பார்த்தது போலொரு எண்ணம்’ என்றாள் சிவகாமி.

கண் கலங்க, ‘அம்மா, நீர் இல்லை என்றால் என்னால் என்ன சாதித்திருக்க முடியும்? நான் நூலில் ஆடும் பாவை. நீரே என்னை ஆட்டுவிக்கும் வித்தகர்’ என்றாள் மாதவி.

சிவகாமி இந்தப் பேச்சை ஒரு காரணத்துக்காக வளர்க்க விரும்பவில்லை. ‘ஆமாம், நாம் இருவரும் பாக்கியசாலிகள்தாம்’

என்று சொல்லி பேச்சை முடித்தாள். தாயற்றவளுக்கும் தாய்மை அடையாத ஒருவருக்கும் ஏற்பட்ட பிணைப்பு, விசித்திரமானதுதான்.

நாட்டியம் மட்டுமே சிவகாமியின் உயிர் என்று மாதவிக்குத் தெரியும். நாட்டியப் பள்ளியை நடத்தி வந்த சிவகாமியை கலைமகளின் பூலோக வடிவம் என்றே மாணவிகள் கருதி வந்தனர். ஆனால் இரவு வேளைகளில் உறக்கம் வராதபோது, மாடியில் நிலவொளியில் பலரும் குருநாதரின் முகத்தில் ஓடும் சோக ரேகைக்கு என்ன காரணம் என்று விவாதிப்பார்கள்... அவளுக்கு அப்படி என்னதான் சோகம் என்பது புதிர்.

‘உனக்குத் தெரியாதடி. அவள் இந்தக் காஞ்சிக்கே அரசியாயிருக்க வேண்டியவள்’ என்றார்கள் சூட்சுமமாக. அது ஒரு பழைய கதை.

காஞ்சியை இதற்கு முன் ஆட்சி செய்த மகேந்திர பல்லவருக்கு இல்லாத பட்டங்கள் இல்லை. சிற்பத் துறையில் தேரியவர் என்பதால் அவருக்கு ‘விசித்திர சித்தர்’ என்ற பட்டமும், சித்திரக்கலை வல்லவர்களிடம் ‘சித்திரக்காரப் புலி’ என்னும் பட்டமும். ‘மத்தவிலாஸப்பிரகசனம்’ என்னும் ஹாஸ்ய நாடகத்தை வடமொழியில் இயற்றி ‘மத்தவிலாஸர்’ என்னும் பட்டமும் கொண்டார். ஏழு நரம்புகள் உடைய ‘பரிவாதினி’ எனும் வீணையையும் ‘ஸங்கீர்ண ஜாதி’ தாளத்தை அதிசயமாகக் கையாளும் வல்லமை காரணமாக ‘ஸங்கீர்ண ஜாதிப் பிரகரணர்’ என்ற பட்டம் இருந்தது.

போரிலும், ஒற்றர் வேலை பார்ப்பதிலும், எதிரியை சூழ்ச்சியால் தடுத்து நிறுத்தும் கலையிலும் கைதேர்ந்தவர். ஆனால் அவரது கலைகளில் காஞ்சி நாட்டுக்கு ஏதாவது உதவியாயிருந்தது என்றால் அது காதலர்களைப் பிரிக்கும் கலையே. ஆனால் யாரும் அதற்குப் பட்டம் கொடுக்கவில்லை. கொடுத்தால் சிவகாமிதான் கொடுத்திருக்க வேண்டும்.

பூமண்டலாதிபதி குணபரரான மகேந்திர பல்லவ சக்கரவர்த்தியின் லீலைகளால், முறிந்த காதல் சிவகாமிக்கும், மகேந்திரரின் மகனான தற்போதைய பல்லவ வேந்தனாம் நரசிம்மனின் காதல். பளிங்கு போல பிளந்தவுடன் அந்தக் காதல் ஒன்று சேரவேயில்லை. ஆனால் பல்லவ நாடு பிழைத்து தழைத்தது.

இல்வாழ்க்கையை மேற்கொண்டு குழந்தை குட்டிகளைப்பெற்று வளர்ப்பதற்கு எத்தனையோ லட்சம்பேர் இருக்கிறார்கள். இந்த அபூர்வமான தெய்வக்கலையை பயின்று வளர்ப்பதற்கு அதிகம் பேர்

இல்லை என்று சாக்கு போக்கு சொல்லியே சிவகாமியைத் தன் மகனிடம் நெருங்கவிடாமல் தடுக்க முயன்றார் மகேந்திரர்.

தேர் நாட்டியப் பள்ளியை நெருங்கியபோது அங்கே ஆயத்தமாக இருந்த தாதிப் பெண்களும் இதர மாணவிகளும் கையில் ஆரத்தித் தட்டுடன் மாதவிக்கு திருஷ்டி கழிக்கக் காத்திருந்தார்கள்.

அது பிரசித்தி பெற்ற பள்ளி. ருத்ர கன்னிகை சிவகாமி கலைக்காக நடத்தி வந்த கோயிலென பொதுமக்கள் வர்ணித்தனர். 'ஜல்...ஜல்' என்று சலங்கை ஒலியும், தாளமும், வாய்ப்பாட்டும் நான்கு சுவர்களுக்குள் எங்களைக் கட்டுப்படுத்தாதீர் என்று புரட்சி செய்து வீதியெங்கும் வெள்ளமெனப் பரவின.

இன்று அந்தப் பள்ளியின் மாடியே அல்லோலகல்லோலப்பட்டது. எல்லோருக்கும் அரசவைக்குச் சென்று வந்ததே ஒருவித போதையைக்கொடுத்தது. தங்களுள் ஒருத்திக்கு இன்று பல்லவ சாம்ராஜ்ஜியமே ஒன்று கூடிப் புகழாரம் சூட்டுகிறதென்றால் அந்தப் பெண்களுக்கு எக்களிப்புக்குக் கேட்பானேன்? உற்சாகம் கரை புரண்டு ஓடியது. தோழியருக்குள்ளே சிரிப்பும், விளையாட்டும் கலகலப்புமாக இருந்தது. நடுவில் அமர்ந்திருந்தவள் நிகரில்லாச் சௌந்தரியவதியாம் பொன் வர்ணமேனியாள் மாதவி. அவளைச் சுற்றி எல்லோருமாய் சூழ்ந்திருந்தனர். எல்லோரும் நளினமானவர்கள்.

பொதுமக்கள் நாட்டியப்பெண்களைப் பார்த்தால் நாட்டியக்கூடத்தில் சர்வ சுகபோகங்களில் மூழ்கி வளர்ந்தவர்கள் என்று நினைக்கத் தோன்றும். உப்பரிகையில் பஞ்சணை மெத்தையில் படுத்து உறங்கும் தொழிலல்ல. அவர்களது நளினமானது பயிற்சியிலும் கட்டுப் பாட்டிலும் மட்டுமே வரும் என்று பலருக்குத் தெரியாது. எல்லோரும் சராசரியாய் உண்ணும் உணவை ஏறிட்டுகூடப் பார்க்க இயலாது. காலையில் காஞ்சியின் மக்களுக்கு முன் எழுவது அவர்களாய்தான் இருக்கும். பயிற்சி, பயிற்சி... சாமானியருக்கு முதுகெலும்பே ஓடியும் அளவுக்கு தினம்தினம் பயிற்சி.

கல்லாலான தூண்களின்மேல் விசாலமான அகல்களில் தூங்கா விளக்குகள் சுடர்விட்டுப் பிரகாசித்துக்கொண்டிருந்தன. வானில் வேறுசந்திரன் அவன் அமுத ஒளியைப் பரப்பிக்கொண்டிருந்தான்.

தங்களுள் ஒருவரின் வெற்றியைப் பற்றிப் பேசும்போது இவர்களுடைய உற்சாகம் எப்படிப் பொங்குகிறது! சிரிப்பும், விளையாட்டும், பரிகாசப் பேச்சுக்களும் ஏக குதூகலமாயிருந்தன.

பெண்கள் வம்பு பேசிக்கொண்டே இரவெல்லாம் விழித்திருக்கலாம் என்ற திட்டத்தில் இருந்தனர்.

‘உன் புகழ் புவனமெல்லாம் பரவிய பின் எங்களையெல்லாம் நினைவில் கொள்வாயா?’ என்று கேட்டார்கள்.

‘சீ! அப்படியெல்லாம் இல்லையடி’ என்றாள் மாதவி.

பேசுவது என்பது அந்தப் பெண்களுக்கும் சர்க்கரையும் பாலுமாக இருந்தது. விட்டால் இரவெல்லாம் பெண்கள் பேச ஆயத்தமாய் இருந்தனர். ஆனால் பேசும்போதே மாதவிக்கு இமைகள் கல்லைக் கட்டிவிட்டாற்போல் அவ்வப்போது சாய்ந்தன. ஆனால் சிறகடித்துக் கொண்டு எழுந்தும் விட்டன.

இவ்விதம் மகிழ்ச்சியில் ஆழ்ந்திருக்கையில் அதற்கிடங்கொடாமல் உரக்க நடந்த சம்பாஷணைகளைக் கேட்டு திடீரென சிவகாமி அம்மையார் தோன்றினாள். சற்றுக் கடுமையான குரலில் மாதவியை நோக்கி ‘சரி, நீ சென்று படுத்துறங்கு. களைத்துப்போயிருப்பாய்.’ என்றாள்.

வேண்டா வெறுப்பாய் கீழே இறங்கிச் சென்றாள் மாதவி.

படுக்கையில் படுத்தாள். ஆனால் அவள் உள்ளம் ஆனந்த ஆகாய வெளியிலே அனாயாசமாக மிதந்து கொண்டிருந்தது. இந்தநாள் காலமுள்ளவரை தொடரக்கூடாதா என்ற எண்ணம் மாதவிக்கு.

ஆனால் நித்ராதேவி அவளை விடுவதாக இல்லை. தூங்கினாள். தூங்கியதுதான் தாமதம். வேறொரு உலகுக்குச் சென்றாள். இல்லை, இல்லை, பிடித்துத் தள்ளப்பட்டாள்.

•••

அத்தியாயம் - 07

# நித்திரலோகம்

**ந**ர்த்தகி பஞ்சணையில் சாய்ந்ததுதான் தாமதம். களைத்துப் போயிருந்த அவளுடைய தேகத்தின்மீது நித்திராதேவி உறக்கம் எனும் மிருதுவான மந்திரவலையை வீசி இளைப்பாற்றினாள்.

உடல் களைத்துப் படுத்தவளுக்கு நித்திரலோகம் மட்டுமல்ல, ஸ்வப்னலோகமும் அனுமதி அளித்தது. உணர்விழந்த தன்னைச் சூழ்ந்து ஒரு புதிய உலகமே உருவெடுத்தது என்று ஆச்சரியப்பட்டாள் மாதவி.

அர்த்தராத்திரியாகிவிட்டது. ஒரு நகரின் அகண்ட சாலையில் தான் மட்டும் தன்னந்தனியாக அலைவதை உணர்ந்தாள். சில வீதிகள் விசாலமாக இருந்தாலும் ஜன சூனியமாகக் காணப்பட்டது. ஓர் ஈ காக்கை அங்கே கிடையாது.

நகரின் அளவைப் பார்த்தால் லட்சக்கணக்கான ஜனங்கள் வாழ்ந்ததாகத் தோன்றியது. ஆனால் பூரண அமைதி குடி கொண்டிருப்பதைக் கண்டு ஓர் அச்சமே வந்தது. எங்கே எல்லோரும்?

எந்த ஊர் இதுவென்று திட்டமாய் தெரியவில்லை. யாரையேனும் கேட்கலாமென்றால் கண்ணுக்கு யாரும் தென்படவில்லை. ஆனால் சுற்றும் முற்றும் பார்த்தவளுக்கு ஒன்று தெளிவாயப் புரிந்தது. இது காஞ்சியல்ல. 'திக்குத்திசை புரியாத இந்தப் பெரிய நகரத்தில் தன்னந் தனியாக எப்படிப் பிரவேசித்தோம்!' என்று வியந்தவள் கவனத்தைக் கவர அவ்வளவு நிகழ்வுகள் நடந்துகொண்டிருந்தன. அவை என்றுமில்லாத பீதியை உண்டாக்கி உடம்பெல்லாம் நடுங்கும்படிச் செய்தது.

சற்றுமுன் நிசப்தம் குடிகொண்டிருந்த இடத்தில் ஏகக் கூச்சலும் குழப்பமும் நிகழ்ந்தன.

‘ஓடுங்கள்! ஓடுங்கள்!’ என்ற கூக்குரலோடு சேர்ந்து பல சம்பவங்கள் நடந்தன.

எங்கிருந்துதான் வந்தார்களோ? நகரவாசிகள் நாலாபக்கமும் சிதறி ஓடினார்கள். அவ்வளவு நேரம் ஏதாவது ஒளிவிடத்தில் பதுங்கி இருந்தவர்களுக்கு அவ்விடங்கள் இனி பாதுகாப்பில்லை என்று தெரிந்திருக்கவேண்டும். ஒருகணம் ‘தானும் ஓடவேண்டுமா?’ என்று சிந்தித்தாள் மாதவி

நகரெங்கும் ஜுவாலைவிட்டுப் பரவிய பெருந்தீயிலே வீடுகள் பற்றி எரியும் ‘சடசட’ சத்தமும், காற்றின் ‘விர்’ ரென்ற சத்தமும், குழந்தைகளின் வீறிடும் சத்தமும், ஸ்திரீகளின் ஓலமும் வானைப் பிளந்தன. அதுமட்டுமா? ஜெயகோஷமும், ஹாஹாகாரமும் கூட அவளுடைய செவிகளைத் துளைத்துவிடும் போலிருந்தது.

மாதவிக்கு மனக்கலக்கம் அதிகமாயிற்று. எனினும் ஊருக்குள் சென்றால் தனக்கு ஒரு திக்கைக் காட்ட யாரேனும் இருப்பார்கள் என்று தோன்றியது. போகும் வழியெல்லாம் மாநகரின் படுநாசத்தைக் கண்டாள். எங்கும் அழிவு... எதிலும் ஒரு நாசம். பாதாள லோகத்தில் இருக்கும் துர்தேவதைகள் எல்லாம் ஒன்று கூடி இந்த நகரை வாட்டுவது போலொரு எண்ணம்.

அளவில்லா வியப்புடன்மேற்கூறிய வீதிக் காட்சிகளைப் பார்த்துக் கொண்டு போனாள். புகையும், மரண ஓலமும் நிலை கொண்டிருந்தன. துக்கம் அவள் தொண்டையை அடைத்தது. கஷ்டத்தில் இருப்பவர்களெல்லாம் தன் பந்து மித்திரர்கள் என்றே தோன்றியது.

நகரின் நிலை மிகவும் தர்ம சங்கடமாய் போயிருந்தது. அவலட்சணமான நிலையில் ஆயிரமாயிரம் பெண்கள் தலை கலைந்து, ஆடை கிழிந்து, பிணங்களைச் சுற்றி அமர்ந்தபடி தலையில் அடித்தபடி ஓலமிட்டார்கள். அவளுக்கு ஒத்தாசை செய்ய யாரும் தயாராக இல்லை. ஏன்? யாரும் இவளைப் பார்த்ததாகக்கூட தெரியவில்லை.

ஒரு படையெடுப்பின்போது இந்த நகரில் மாட்டிக்கொண்டோம் என்று அவளுக்குப் புரிந்தது. ஆனால் முற்றுகையிட்ட படைகளையும் வானுயர வளர்ந்த கோட்டைச் சுவர்களையும் தாண்டி இந்த நகருக்குள் எப்படி வந்தாள் என்பதுதான் புரியாத புதிராய் இருந்தது.

காட்சிகளைக் காண சகிக்காமல் கண்களைத் திருப்பிக்கொண்டாள் மாதவி. சாலையின் ஓரம் இருள் மண்டிக்கிடந்தது. எரியும் வீடுகளின் ஒளி அங்கு பரவவில்லை. உற்றுப் பார்த்தால் சாலையோரத்தில் தேங்கியிருந்த அடர்ந்த நிழலிருட்டில் அசைவுகள் தெரிந்தன. மக்கள்தான் பதுங்கியிருக்கிறார்கள் என்று கவனித்தால் ஓநாய்களும், கழுகுகளும் காத்திருந்தன. பசியில் தவித்த நாட்டில் அவர்களுக்கு மட்டும் நிச்சயம் விருந்துண்டு.

அப்போது அந்த இருளிலிருந்து ஓர் ஓநாயின் நெருப்பு ஜுவாலை போல கண்கள் அவளையே உற்றுப் பார்த்தன. அதன் கண்களிலிருந்து தன் பார்வையை அகற்றமுடியவில்லை. நாலாபுறமும் ஓட இடமிருந்தாலும் அவளது கால்கள் கல்லாய் சமைந்தன.

அதன் வாயில் ஏற்கெனவே ரத்தம் எச்சிலில் கலந்து வடிந்து கொண்டிருந்தது. அதன் கோரப்பல்லில் துர்நாற்றத்தை உணர முடிந்தவுடன்தான் மாதவிக்குத் தன் நிலைமை பூரணமாகப் புரிந்தது.

சாலையில் ஓடிய உதிரப் பிரவாகம் அதன் தாகத்தைத் தீர்க்கவில்லை. சிதறிக்கிடந்த சதையும், எலும்பும் அதன் பசியைப் போக்க முடிய வில்லை. முற்றுகையில் வற்றி வறண்டிருந்த நகர மக்களைவிட அவள் ருசியாய் இருப்பாள் என்று அதற்குத் தோன்றியது. இருளிலிருந்து பாய்ந்தது ஓநாய். அதன் முன்னங்கால்களில் ரத்தம் தோய்ந்த நகங்கள் தூரத்து நெருப்பின் வெளிச்சத்தில் மின்னின. அந்த நகங்கள் அவள் முகத்தைக் கிழிக்க வந்தன. பின் தன்னை அறியாமல் அடித்தொண்டையிலிருந்து எழுந்த அலறல் அவளைத் துயிலெழுப்பி விட்டது.

தான் விழித்துவிட்டதை உணர்ந்தவளுக்கு திடீரென ஒரு பாதுகாப்பு உணர்வு ஏற்பட்டது. எனினும் தூக்கிவாரிப்போட்டுக்கொண்டு கண் விழித்தவளுக்கு அறைக்குள் அந்த ஓநாய் பதுங்கியிருக்குமோ என்ற அச்சம் இருந்தது. சுற்றும் முற்றும் பார்த்து ஆராய்ந்தாள். உடம் பெல்லாம் வியர்வையினால் சொட்டச் சொட்ட நனைந்து போயிருந்தது. எழுந்தவள் கன்னங்களில் தானாக கண்ணீர் வழிந்தது. உத்திரத்தில் தொங்கிய விளக்கின் ஒளி மங்கலாய் பிரதிபலித்தது. இது நிஜம். பாதுகாப்புடன் செயல்படும் சிவகாமியின் ஆடல் கலைப் பள்ளி. அழிவைச் சந்தித்த நகரம் அல்ல என்று தெரிந்தது.

சேதம் சிறிதுமில்லாத இந்த நகரைத் தன் கனவில் வந்த ஊருடன் ஒப்பிட்டுப் பார்க்கும்போது எவ்வளவு மாறுதல். ஆம், அது கனவுதான். இப்படி நரகம் போலொரு நகரம் நிஜத்தில் இருக்காது என்று ஆறுதல் சொல்லிக்கொண்டாள்.

கனவில் பயந்ததைவிட அது திரும்பத் திரும்ப வருவது ஏன் என்ற புதிரே அவளை மிரளச் செய்தது. மூச்சுவிட முடியாமலும் வியர்த்தும் எழுந்த சந்தர்ப்பங்கள் ஏராளம். ஆம், இந்தக் கனவு பலமுறை வந்து அவளை ஆக்கிரமித்து இருந்தது.

நினைவு தெரிந்த நாளாய் தலை சாய்ந்தவுடன் தன்னை நெருங்கி வரும் இந்தக் கனவு. கடைசியாக ஓநாய் வந்து எழுப்பும். 'அதே கனவு எப்படி திரும்பத் திரும்ப வரும்?' என்று முணுமுணுத்தாள்.

அது என் பூர்வ ஜென்ம ஞாபகமா? உள்ளத்தின் அடிவாரத்தில் வேறொரு நினைவு இருக்கிறது என்று தெரிந்துகொண்டாள். அர்த்தமற்ற கனவென்றால் திரும்பத் திரும்ப வராது என்று தெரியும். உண்மை நிலையென்ன என்று உணரத்துடித்தாள். திக்கற்ற பறவை போல் தன் நிலை தோன்றியது. தன் வாழ்நாட்களில் மிகச் சிறந்த நாளன்று மன நிம்மதியைக் காணவில்லை என்று தவியாகத் தவித்துக்கொண்டிருந்த விந்தை. எல்லாப் புகழும் கிடைத்தபின் வெறுமையாயிருந்தது வாழ்க்கை. தேம்பி அழுதால் மனதில் பாரம் குறையும் என்று தோன்றியது. முகத்தைக் கையால் மூடிக்கொண்டு விம்மினாள்.

திடீரென அவள் அறையின் கதவு திறந்தது. அழுகை சப்தம்கேட்டு தாதிப்பெண் ஓடி வந்தாள். அவளுக்கு எப்போதும் இல்லாததுபோல இப்படி மாதவி முகம் வாடி இருப்பது ஏன் என்று புரியவில்லை. மானின் மருட்சி அவள் சிவந்த கண்களில் தெரிந்தது. கசங்கிய மெத்தையுறையும் அதற்கு சான்று சொன்னது.

ஒன்றும் விளங்காமல் தாதிப்பெண் அவள் முகத்தை ஏறிட்டுப் பார்க்க மாதவி வினவினாள். 'அக்கா, இந்தக் கனவு எனக்கு ஏன் வருகிறது?'

'என்ன கனவு?'

'ஓர் எரியும் நகரம்...ஓலமிடும் மக்கள்...ஒரு நெடுந்தூரப் பயணம்' என்று அடிக்கடி வரும் கனவை விவரித்தாள் மாதவி. பலமுறை அந்த கோரக் காட்சிகளைப் பார்த்ததால் தத்ரூபமாக விளக்கினாள். மாபெரும் சேனையின் பிடியில் ஒரு நகரம் நசுங்கி நரகமான காட்சி அது. ஒரு சமுதாயமே வாளுக்கும் நெருப்புக்கும் மனிதன் மனதுக்குள் புதைந்து கிடக்கும் ராட்சஸ குணத்துக்கும் இரையானதை விளக்கினாள்.

தாதிப் பெண்ணுக்கு ஆச்சரியம். மாதவி கனவில் கண்டது நிஜம்தான் என்று அவளுக்குத் தெரியும். தாதிப்பெண்ணுக்குக் கண்களில் கண்ணீர். மாதவி கனவில் கண்ட காட்சியை தாதிப்பெண் பார்க்க

மட்டும் இல்லை. பூரணமாக அனுபவித்திருந்தாள். தன் கணவனையும், வீட்டையும், குழந்தைகளையும் இப்படித்தான் இழந்திருந்தாள்.

ஏறக்குறைய பதினாறு வருஷத்துக்கு முன்னால் பரதவர்ஷத்தில் மூன்றில் ஒரு பங்கிருந்து பிரசித்தி பெற்று விளங்கிய சாளுக்கிய வம்சம் அழிந்தது. நீடித்த முற்றுகையைச் சமாளிக்கக்கூடிய பெரிய கோட்டைக் கொத்தளங்கள் இருந்தன என்று நிம்மதியாய் தூங்கியவருக்கு அதிர்ச்சி. அவற்றால் எதிரியின் தாக்குதலுக்கு ஈடு கொடுக்க முடியவில்லை.

தாதிப்பெண் சுலோச்சனாவுக்கு மனதில் தொடர்படமாக ஓடின அந்த கோரக் காட்சிகள். ஏறக்குறைய இதே மாதிரி நிகழ்வுகளைப் பல லட்சம் மக்கள் பார்த்து இருந்திருந்தார்கள். ஆனால் மாதவி பார்த்திருக்க வாய்ப்பில்லை. ஏன் என்றால் அது நிகழ்ந்தபோது அவள் பிறக்கவேயில்லை.

'அப்படியிருக்குமோ? மாதவி அவள் அன்னையின் வயிற்றில் சிசுவாய் இருந்தபோது அவள் அன்னை பார்த்ததெல்லாம் இவள் உள்மனதில் பதிந்திருக்குமோ?' என்ற சந்தேகம் தோன்றியது.

வாதாபியின் வரலாறு முழுவதும் அதிசயமாக கர்ப்பத்தில் இருந்த குழந்தைக்குக் கனவாய் வந்ததற்குக் காரணம் இருக்கவேண்டும். மனிதன் தோன்றியதிலிருந்து கனவு உலகைக் கண்டு சற்று அச்சம் கொள்ளுவான். சில கனவுகள் பலித்துப் போகும். சில நேர்மாறாக நிகழும். ஆனால் வெயில் காலத்தில் விழுந்த ஆலங்கட்டிபோல் ஞாபகத்திலிருந்து பெரும்பாலானவை கரைவது உறுதி. ஆனால் இந்தக் கனவு கரையக்கூடாது. நிச்சயமாக மாதவியின் மனதிலிருந்து மறையக் கூடாது என்று தீர்மானித்தாள்.

தன் கண்களைத் துடைத்துக்கொண்டு ஆரம்பித்தாள். 'ஆம், நீ யார் என்று அந்தக் கனவு சொல்கிறது. ஆனால் புரியாத மொழியில் சொல்கிறது. நீ கண்ட கனா முன்னொரு காலத்தில் உண்மையில் நடந்தது. எனது இரு விழிகளுமே அதற்கு சாட்சி.'

'என்ன சொல்கிறாய்? இப்படிப்பட்ட ஒரு கோர நிகழ்வு நிஜமாக நடந்ததா?'

'ஆம். அந்தக் கனவுக்கு அர்த்தமுண்டு. அதைத் தெரிந்து கொள்ளும் சமயமும் வந்துவிட்டது...' என்று சொல்லி வந்தவள் சட்டென்று நிறுத்தினாள். அவள் பேச்சை நிறுத்திய விதம் இனி தொடரமாட்டாள் என்று தெளிவாய் வெளிக்காட்டியது.

இருகரங்களையும் பிடித்துக்கொண்டு கண்களில் நீர் ததும்ப, குரல் தழுதழுக்க, 'சுலோச்சனா! இந்தப் பேதையைத் தண்டித்தது போதும்...விஷயத்தை முழுதாகச் சொல்' என்று மன்றாடினாள் மாதவி.

'மாதவி, தினந்தினம் உன்னைப் பார்க்கும்போது நீ யாரென்று தெரிந்தும் உன்னிடம் சொல்லாமலிருந்தது பெரிய குற்றந்தான். என்னை மன்னித்துவிடு! ஆனால் நீ நினைக்கும் அளவுக்கு அது சுலபம் அல்ல. எனக்கும் பல கட்டுப்பாடுகள் இருக்கின்றனவே...'

'சொல், என்னிடம் சொல். நான் யார்? என்ன தயக்கம்? இந்தக் கனவு ஏன் திரும்பத் திரும்ப வருகிறது?' அவள் குரலிலிருந்த ஏக்கம் கெஞ்சலாய் மாறியது.

சோகமாகத் தலையசைத்தாள் தாதி சுலோச்சனா. 'மாதவி அந்த ஆசையை விட்டுவிடு! நான் அந்த உண்மையைச் சொல்லக் கூடாது.'

மாதவி முகத்தில் சொல்ல முடியாத ஏமாற்றத்தின் அறிகுறி காணப் பட்டது.

சுலோச்சனாவுக்கு மனம் இளகியது. 'ஒன்று மட்டும் சொல்லுகிறேன்...' என்றவுடன் மாதவியின் முகம் மலர்ந்தது. 'இந்தக் கனவின் அர்த்தம்... மாதவி, நீ... நீயல்ல என்பதுதான்.'

•••

அத்தியாயம் - 08

# கானகப் பிரவேசம்

**‘நா**ன்...நான் இல்லையா!’ வியப்பின் உச்சகட்டத்தில் இருந்தாள் மாதவி. இதுவும் கனவின் தொடர்ச்சியா என்று சந்தேகம் எழுந்தது.

‘ஆம்! நீ சாதாரணப் பெண் அல்ல...’ என்று தொடங்கிய தாதிப்பெண் தன் நாவைக் கட்டுப்படுத்திக்கொண்டாள். ‘என் வாயால் உன்னிடம் அதைச் சொல்ல உத்தரவில்லை’ என்று சற்று பயத்துடன் தாதிப்பெண் சொன்னாள்.

‘பரவாயில்லை. என் பொறுமையை சோதிக்காதே. நீயே சொல்லிவிடு’ என்று மாதவி கண்ணீர் ததும்பிய கண்களுடன் மன்றாடினாள்.

அவளைப் பரிதாபமாகப் பார்த்து, ‘நீ யார் என்று உனக்குத் தெரிய வேண்டுமென்றால் அவர் மட்டும்தான் சொல்லலாம். உன் பெயர் தாய் தந்தை யார் என்பது மட்டுமல்ல இன்னும் ஓர் அதிசயத்தையும் உனக்குத் தெரிவிக்க நேரம் வந்துவிட்டது. ஆனால் சொல்லும் கடமை எனதல்ல.’

கடைசியாக குரலைத் தாழ்த்தி ‘மாதவி இந்தச் செய்தி மிக முக்கியமானது. மற்றவர் காதில் பட்டால் மிக அபாயகரமானது.’

மாதவியின் உள்ளம் குமுறியது. வாயு வேகம், மனோ வேகமாய் உண்மையைத் தெரிந்துகொள்ள ஆசை. ‘எப்போது அவரை பார்க்கலாம்...?’

‘நேற்றுவரை இதே கேள்வியை நீ கேட்டிருந்தால் என்ன மறுமொழி சொல்வதென்றே தெரிந்திருக்காது. ஆனால் அதன் அர்த்தத்தை விளக்க இன்று தக்க தருணம் வந்துவிட்டது. கொஞ்சம்

பொறுமையாயிரு! இந்த ரகசியத்தை உனக்கு சொல்லக் கூடியவரிடமிருந்து உன்னையும் அழைத்து வருவதற்கு உத்தரவு வந்துவிட்டது. நாளை மறுதினம் என்னுடன் நீ சற்று தூரம் பயணிக்கவேண்டும்!'

'சரி, எங்கிருக்கிறார் இந்த ரகசியத்துக்கு விடை தரும் மனிதர்?' என்றாள் மாதவி.

'அருகில்தான். உன்னை நான் அழைத்துப் போகும் இடம் மிகப் பத்திரமானதுதான். என்னை நம்பி வரவேண்டும்.'

'உன்னுடன் வரச் சித்தமாயிருக்கிறேன்!' என்றாள் மாதவி.

புரியாத புதிருக்கு விடைதேட தெரியாத இடத்துக்குச் செல்வதெல்லாம் உசிதமான காரியமா என்று நினைக்கத் தோன்றவில்லை. தான் யார் என்று தெரிந்துகொண்டால் அந்தக் கனவு நின்றுபோகும் என்று அவள் உள்மனது சொன்னது. பயணத்தின் குறிக்கோள் தன் ரிஷிமூலத்தைக் கண்டுபிடிப்பதுதான்.

அடுத்த இரு நாட்கள் நாட்டியப் பள்ளியில் மாதவியை சீராட்டிப் பாராட்டியது கொஞ்ச நஞ்சம் இல்லை. ஆனால்... பின்னொரு நாளில் அந்த இரு தினங்களில் என்னவெல்லாம் நடந்தது என்று எவரேனும் கேட்டால் ஒன்றுகூட அவள் ஞாபகத்துக்கு வராது. பகட்டுப் புன்னகை புரிந்து பாராட்டையெல்லாம் ஏற்றுக்கொண்டாள்.

தனியாய் நேரம் கிட்டும் போதெல்லாம் தான் யாராய் இருப்போம் என்பதைப்பற்றிச் சிந்திப்பதில் இருநாள் காலத்தைக் கடத்தி வந்தாள். அந்த உண்மை எல்லையற்ற இன்பத்தைக் கொடுக்கும் என்று ஆனந்தம்! இல்லையென்றால் இவ்வளவு தாமதமாய் அது தெரியாது அல்லவா?

நாட்டியப் பள்ளியிலிருந்து வெளியேற திட்டம் தீட்ட வேண்டியிருந்தது. அந்த பொறுப்பை சுலோச்சனாவே ஏற்றுக் கொண்டாள். ஊரைவிட்டு வெளியேறுவதும் கஷ்டம்தான் என்று அவளுக்குத் தெரியும். போன வாரம் என்றால் நிலைமையே வேறு. ஆனால் சமீபத்தில் நடந்த அரங்கேற்றத்துக்குப் பின் காஞ்சியில் மாதவியின் திவ்யமோகன ரூபம் தெரியாதவரே இல்லை. அதனால் மாலைநேரமாகச் செல்லலாம் என்று முடிவானது.

மேற்கு வான முகட்டில் சூரியன் அஸ்தமித்துக்கொண்டிருந்தான். எதை எதிர்கொள்ளப் போகிறோம் என்று தெரியாமல் தயாரானாள் மாதவி. மனோரம்யமான அந்திப் பொழுது ஆமை வேகத்தில் சென்றது.

இரவில் மாடி மீண்டும் கலகலப்பானது. கூடிக் குலாவும் நேரம் வந்தது என்று சக மாணவிகள் மாதவியை அழைக்க வந்தனர். சாத்திய வாசலில் இருந்த சுலோச்சனா மற்ற பெண்களிடம் உடல்நலம் குன்றி மாதவி உறங்குவதாகக் கூறி விரட்டினாள்.

முணுமுணுத்துக்கொண்டே பெண்களும் அகன்றார்கள். சுலோச்சனா கணக்கு போட்டுவிட்டாள். மாதவிக்கு தேகம் சீராய் இல்லை என்று சிவகாமி அம்மையாருக்குச் செய்தி தெரிவதற்கு நாளைக் காலையாகும். அதற்குள் திரும்பிவிடலாம்.

சாத்திய கதவின் பின் மாதவி தூங்கவில்லை. எப்போது இந்த சூரிய பகவானுக்கு சலிப்பு தட்டும்? எப்போது மேற்கத்திய அடிவானத்தில் மறையுமென்று கவலையுடன் எதிர்பார்த்தபடி அமர்ந்திருந்தாள்.

அஸ்தமித்து ஓரிரு நாழிகையில் தலையில் முக்காடு போட்டுக் கொண்டு நாட்டியப் பள்ளியின் பின் கதவிலிருந்து இருவருமாய் வெளியேறினார்கள். உடனே விரைந்தார்கள். காலை சூர்யோதயத்திற்குள் திரும்பிவிடவேண்டும். உதய ஞாயிறின் ஒளியில் சாலையில் இருந்தால் வம்பாய் போய்விடும்.

ஜனசஞ்சாரமில்லாத நேரத்தில் ஊரைவிட்டு வெளியேறவேண்டும் என்ற சுலோச்சனாவின் திட்டம் நடந்தது. யாரும் அவர்களை அடையாளம் கண்டதாகத் தெரியவில்லை. நாட்டியப் பேரொளிதான் இப்படி முக்காடு போட்டுக்கொண்டு நாட்டைவிட்டு வெளியேறு கிறாள் என்று பல்லவ நாட்டுப் பிரஜைகள் சற்றும் எதிர்பார்த்திருக்க மாட்டார்கள். தேவேந்திரனும் விருத்திராசுரனும் சேர்ந்து படையெடுத்து வந்தாலும்கூடக் காஞ்சிக் கோட்டைக்குள்ளே புக முடியாது என்று தற்புகழ்ச்சியில் மிதந்தனர் பல்லவ சேனாதிபதிகள். ஆனால் நாட்டியப் பேரொளி வெளியேறுவதற்குத் தடையேதும் இல்லை.

கோட்டை காவலுக்காக இருந்தவனுக்குப் புதிதாய் ஒன்றும் தோன்ற வில்லை. கோட்டைக் கதவில் பொருத்தப்பட்ட சிறிய கதவு வழியாகப் பலரும் வெளியேறிக்கொண்டிருந்தனர். கோட்டைக்குள் இருந்த மேட்டுக்குடி மக்களுக்கு சேவை செய்து ஜனனம் நடத்தும் மக்கள் ஏராளமானவர் கோட்டைக்கு வெளியே வீட்டினை வைத்திருப்பார்கள். அவர்களுடன் இரு பெண்களும் கோட்டை கொத்தளங்களுக்கு வெளியே சென்றனர்.

வெளியேறியவுடன் மாதவி திரும்பிப் பார்த்தாள். இருட்டில்கூட கோட்டை கொத்தளத்தின் உச்சியில் ரிஷபக்கொடியைப் பறக்க

விட்டிருந்தார்கள். தான் பாதுகாப்பான இடத்தைவிட்டு அகன்று செல்வதை அது அவளுக்கு நினைவுறுத்தியது. மாதவி இன்னும் ஒரு நொடி நின்றாள். கோட்டைச் சுவர்களை உற்று நோக்கினாள். என்றோ இதே உருவத்தை இதே இருட்டில் கண்டதுபோல ஞாபகம். அர்த்தமற்றதாயிருந்தது அந்த நினைவு. மாதவிக்கு இதுதான் கோட்டையைவிட்டு வெளியே வந்த முதல் சந்தர்ப்பம். அதனால் அதுவும் ஒரு கனவாய் இருக்கும் என்றுவிட்டுத் தள்ளினாள்.

இருவரும் நடந்தார்கள். முடிவில்லாத வழியில் செல்வது போலிருந்தது. ஊரைத் தாண்டிய பின் கோட்டையிலிருந்து வெளியேறியவர்கள் யாரும் உடன் வரவில்லை. அவ்வப்போது ராஜபாட்டையில் விரைவாக குதிரை பாய்ந்துவரும் சத்தம் கேட்டபோதெல்லாம் இரு பெண்களும் ஒதுங்கினார்கள்.

திடீரென விளைநிலங்கள் முடிந்து காடு ஆரம்பித்தது. அதில் குறுகிய காட்டுப் பாதை ஒன்று தென்பட்டது. அதன் வழியே சிறிது தூரம் சென்றதும் ஒரு நொடி மாதவி தயங்கினாள். ‘காட்டுக்குள் போவது உசிதமல்ல; வீண் குழப்பம் ஏற்படும். கனவு கனவாய் போகட்டும்’ என்றது ஒரு மனது. ‘ஒரு பெண்ணின் வார்த்தையின் பொருட்டு இப்படியெல்லாம் அபாயத்துக்கு உட்படுத்திக்கொள்ளலாமா?’ என்று யோசித்தாள்.

ஆனால் சந்தேகங்கள் எல்லாம் ஒரு கணங்கூட நிலைத்து நிற்க முடியவில்லை. ‘முழு மனதுடன்தானே இந்த பிரயாணத்துக்கு ஆயத்தமாக இருந்தாய்?’ என்று உள்ளம் அவளை ஞாபகப்படுத்தியது. காட்டுவழிகளில் தேடிச்சென்று தன்னைக் கண்டுபிடிக்கும் விசித்திரம்கூட ஒருவிதத்தில் சுவாரசியமாகத்தான் இருந்தது.

கானகத்தின் கன்னங்கரிய இருள்சூழ்ந்த இரவு. கானக மரங்கள் பட்டினத்தில் வீதியோரம் இருக்கும் விருட்சங்களுக்கு வேறு பட்டவை. பூதாகரமாய் வளர்ந்த மரம் தன் பல்லாயிரம் கைகள் போன்ற கிளைகளை விரித்து வானத்தை மூடும். காலையில் திக்கு தெரியாமல் செய்யும். இரவிலோ இருட்டைப் பன்மடங்காக்கி திக்கு முக்காடச் செய்யும்.

தலைக்குமேல் இருந்த தாவரங்களில் ஆங்காங்கே துவாரங்கள்போல் வெட்டவெளி. அதில் வானம் தெரிந்தது. நிர்மலமான வானில் சந்திரன் இருந்தான். தரையில் வெளிச்சமோ சொற்பமாயிருந்தது. அந்த மங்கலான வெளிச்சத்தில் விஸ்தாரமான கானக அம்ஸங்கள் கண்ணுக்குப் புலனாகின.

மாதவியின் மனதுக்குள் உள்ளப் பரபரப்பு நிமிஷத்துக்கு நிமிஷம் அதிகமாகிக்கொண்டிருந்தது. அவள் நடந்த வேகமும்தான். செல்லும் வேகத்தைவிட பன்மடங்கு வேகமாக துரிதப் பயணம் செய்ய ஆசைதான். ஆனால் சுலோச்சனாவால் அதிவேகமாக நடக்க முடியவில்லை. மாதவிக்கு நாட்டியமாடிப் பழகிய கால்கள் வலிக்கவில்லை. ஆனால் தாதிப்பெண்ணுக்கு வலித்தது. வெகு வேகமாக நடந்து ஓரிடத்தில் மாதவி நிற்க சுலோச்சனா மெல்ல வந்து சேர்ந்து கொள்ளுவாள்.

ஓரளவு இருளுக்குக் கண்கள் பழக்கப்பட்ட பிறகு ஒருவர் முகம் மற்றவருக்குத் தெளிவாய் தெரிந்தது. மாதவியின் முகத்தில் சலனப் பார்வையைக் கண்டாள் சுலோச்சனா. வழி நெடுகிலும் அவள் மனதில் தன் வாழ்க்கை ரகசியம் பற்றியே ஓடிக்கொண்டிருந்தது. மீண்டும் ஒருமுறை சுலோச்சனாவைக் கேட்கலாம் என்று தோன்றியது. ஆனால் என்னதான் கேட்டாலும் இனி அவள் வாய் திறக்கமாட்டாள் என்று மாதவிக்குத் தெரியும்.

இரண்டு நாட்களுக்கு முன் நாடே ஒன்று திரண்டு அவளை சூழ்ந்து வாழ்த்தியதும் இன்று தன்னந்தனியாக நள்ளிரவு வேளையில் இந்தக் கானகத்துக்குள் நடந்துகொண்டிருந்ததும் வியப்பைத் தந்தது. இரு வேறு உலகங்கள் இருந்ததுபோலவும் இதிலொரு நாள் அதிலொரு நாள் தங்க கடமைப்பட்டிருந்தாள் என்று நினைத்தாள்.

ஆனால் இந்தப் பயணம் அவசியம்தான். தன் வாழ்க்கை ரகசியம் அடர்ந்த காட்டினிடையே ஒளிந்து கிடக்கின்றது என்று நினைக்க நினைக்க தாமதிக்காமல் சென்றுவிடவேண்டும் என்று தோன்றியது. உண்மையானது வரவர தன்னை நெருங்கி நெருங்கி வந்ததை யூகித்தாள். என்னதான் ரகசியத்தின் அம்சங்களோ என்று நினைக்க நினைக்க அவளுடைய இதயம் 'படபட' வென்று அடித்துக்கொண்டது.

இப்படி மனதுடன் உரையாடல் நடத்தியபடியே மாதவி காட்டுப் பாதையில் நடக்க திடீரென ஆரண்ய மத்தியில் பேச்சு சப்தம் செவியில் விழுந்தது. சுற்றுப்புறமெங்கும் மனித சஞ்சாரமே கிடையாதே? பின் எப்படி?

நாற்புறமும் நோக்கினாள். குரல்கள் வந்த திசையைக் கண்டுபிடித்து அதை நோக்கி நடக்கலானாள். பாதையிலிருந்து சற்று அகன்று வனப்பிரதேசத்தின் மத்தியில் அழகான மண்டபம் பராமரிப்பு இன்றி காணப்பட்டது. ஒரு காலத்தில் வணிகர்களோ பக்தர்களோ சென்றிருக்கும் பாதை போலிருந்தது. அதற்காக தர்மவான்கள் யாரோ எழுப்பிய மண்டபம் இது.

அப்போது சேருமிடம் சேர்ந்தாயிற்று என்று தோன்றியது மாதவிக்கு. மனதில் படபடப்பு. வருடக் கணக்கில் பதுங்கிக் கிடந்த பரம ரகசியம் வெளிவரப்போகிறதா? அதுவும் இந்தப் பாழும் மண்டபத்தில்தானா? என்ற சந்தேகங்கள் எழுந்தன.

அவள் பாத சப்தத்தைக் கேட்டு அங்கு அமர்ந்திருந்த நபர் எழுந்தான். அவளைத் திரும்பிப் பார்த்தான். அந்த இருளிலும் அவன் முகமும் பழக்கப்பட்டதாக விழிகளுக்குத் தோன்றின. அவளுக்காகக் காத்திருந்த மனிதனைக் கண்டவுடன் ஒருகணத்தில் முகம் மாறி முகச் சுணக்கம் ஏற்பட்டது.

ஆனால் அவனா அவளை அழைத்தது? சொல்ல முடியாத கோபம் வந்தது. இந்த ஆடவர் நடத்தும் சூழ்ச்சியில் இதுவும் ஒன்றா?

ஆனால் அவன் முகத்திலும் அளவிடமுடியாத வியப்பு. தன்னை அழைத்தது இந்தப் பெண்ணா? ஒருகணம் அதிசயக் கடலில் மூழ்கிப் பேசும் சக்தியை இழந்தான்.

அப்போது சற்று மௌனமாய் நின்றுவிட்டுகோபமான குரலில் அவள், ‘நீயா என்னை அழைத்தது?’ என்று அதட்டியதைக் கேட்டதும் ஆனந்தன் பிரமித்துப்போய் நின்றான்.

•••

அத்தியாயம் - 09

# காபாலிகர் தரிசனம்

**ஆ**னந்தன் அவளைச் சற்றும் எதிர்பார்க்கவில்லை என்பது அவன் முகக் குறியில் தெளிவாய் தெரியவந்தது. வெகு நேரமாக 'ஏன் இந்தப் பாழும் மண்டபத்தில் காத்து நிற்கிறோம்?' என்று குள்ளனை துளைத்து எடுத்துவிட்டான் மல்லை நகர சிற்பி ஆனந்தன். 'போகும் திசையில் நடையைக் கட்டுவோம்' என்று ஆனந்தன் ஆன மட்டும் வற்புறுத்தினாலும் குள்ளன் எழுந்திருப்பதாக இல்லை. ஆனந்தன் ஆத்திரமான குரலில் 'திரும்பி மல்லைக்கே போவேன்...' என்று மிரட்டியபோது மட்டும் 'இன்னும் ஒருவர் வரவேண்டும்' என்று குள்ளன் தெரிவித்தான். அந்தச் செய்தி ஆனந்தனை அமைதிப் படுத்தியது.

'யார் வருவார்? ஒருவேளை ரகசியத்தைச் சுமந்தவர் வருவாரா?' என்றெல்லாம் கற்பனையில் மிதந்தது அவன் மனம்.

'இன்னும் எவ்வளவு தூரம்?' என்று கேட்டபடியே ஆனந்தன் மல்லையிலிருந்து குள்ளனுடன் நடந்து வந்தான். பதில் சரியாக வரவில்லை. இரு நாட்களாக பயணித்த பின் கண்களுக்குக் கானகம் நடுவே பாழும் மண்டபம் தெரிந்தது. சட்டென்று அதில் ஒரு திண்ணையைத் தேர்ந்தெடுத்து அமர்ந்தான்ஆனந்தன்.

'உண்மையைச் சொல்லாவிட்டால் நான் இனி நடக்கமாட்டேன்' என்றான். பதில் சொல்லவில்லை குள்ளன். அவன் ஆனந்தனின் கோபத்தைப் பொருட்படுத்தவேயில்லை. அவன் பாடு ஓர் ஓரமாகச் சென்று சிற்பங்கள் நிறைந்த தூணின்மேல் சாய்ந்துகொண்டான்.

இரண்டு நாள் பயணமாய் கால் கடுக்க நடந்து வந்திருந்த ஆனந்தனுக்கு இன்னமும் கோபம். எழுந்து போய்விடலாம் என்று

தோன்றியது. ஆனால் அதை முன்பே செய்திருக்கவேண்டும். தாமதித்ததால் இந்த இருள் நிறைந்த கானகத்திலிருந்து வெளியேற முடியுமா என்று தெரியவில்லை. காலைவரை காத்திருப்பது, பின் வழியைக் கண்டுபிடித்துச் சென்றுவிடுவது என்று மனதைத் தேற்றிக்கொண்டான்.

இந்த மண்டபத்தின் சிலைகளை ஆராயலாம் என்றால் வெளிச்சம் போதவில்லை. தூங்குவோம் என்று கைகளை மடித்து தலையணை போல் வைத்து கற்தரையில் சாய்ந்தான். ஆனால் நித்திரை மண்டபத்துக்குள் பிரவேசிக்கவேயில்லை.

அப்போது காட்டில் யாரோ வருவதை அறிய முடிந்தது. பட்சிகள் கிளம்பின. சலசலப்பு ஏற்பட்டது. இப்படி ஒரு மனிதரின் வருகையை மறைமுகமாகத் தெரிந்துகொள்வது கானகத்தில் புதிதாய் இருந்தது. அவன் வளர்ந்த கடற்கரையிலோ அரை காத தூரம் வரும் ஆளைத் தெளிவாய் காணமுடியும்.

பின் திடீரென பெண்கள் பேசிக்கொள்ளும் குரல் கேட்டது. கானகத்தின் இதர சப்தங்களில் அந்த ஓசை வித்தியாசமாய் செவிகளில் விழுந்தது. முதலில் ஆனந்தன் அதை மனப்பிரமை என்று நினைத்துக் கொண்டான். குள்ளனை திரும்பிப் பார்த்தான். குள்ளனுக்கும் குரல்கள் கேட்டன என்று தெளிவாய் தெரிந்தது. சுவரில் சாய்ந்திருந்தவன் எழுந்து நின்றான். அதனால் வரவேண்டியவர்கள் வந்துவிட்டார்கள் என்று ஆனந்தன் யூகித்தான்.

மாதவியை அந்தச் சூழலில் பார்த்தவுடன் 'ஆகா! இந்த அதிசய இரவில்தான் இன்னும் எத்தனை எத்தனை ஆச்சரியங்கள் காத்திருக் கின்றனவோ?' என்று நினைக்கத் தோன்றியது.

ஆனந்தனும் மாதவியும் பேசாமல் ஒருவரை ஒருவர் பார்த்தபடி நிற்கையில் குள்ளன், 'வாருங்கள் நேரமாச்சு. காத்திருப்பார் அவர். நடப்போம்' என்றான்.

எல்லோரும் ஒருவர்பின் ஒருவராக நடந்தார்கள். குள்ளன், பணிப்பெண் சுலோச்சனாவிடம் ஏதோ பேசியபடியே நடந்தான். அவளும் பதில் சொன்னாள். இருவருக்கும் ஏற்கெனவே பரிச்சயம் இருந்தது என்று தெரிந்தது. பேசாமல் பின் தொடர்ந்தார்கள் ஆனந்தனும் மாதவியும். மீண்டும் அடர்ந்த காட்டுக்குள்ளே பிரவேசித்தார்கள்.

தான் யார் என்ற கேள்வியை மட்டும் பிரதானமாக வைத்திருந்த மாதவியின் மனம் இப்போது புதுக் கேள்வியை ஆராய்ந்தது. அது தன்

பின் நடந்து வந்த ஆனந்தனைப் பற்றியதுதான். ‘அவனுக்கும் தனக்கும் என்ன பந்தம்? போன வாரம்வரை அவன் யாரோ...நான் யாரோ. ஆனால் இன்று ஏதோ காட்டுக்குள் புதைந்த ரகசியம் எங்கள் இருவரையும் இணைக்கப் போகிறது. போன வாரம் இருவரையும் இணைத்த விதி அப்படியே மல்லை நகரிலேயே வெட்டிவிடும் என்று நினைத்தோமே? இன்றுவிட்ட குறை தொட்ட குறையாக வளர்கிறதே?’

அவனும் பேசவேண்டும் என்ற ஆவலை பலவந்தமாக அடக்கிக் கொண்டு நடந்தான். மல்லை கடற்கரையில் பிரிந்தபோது இரவு அர்த்தஜாமத்தில் நடுக்காட்டில் மீண்டும் சந்திப்போம் என்று நினைக்க வில்லை. இந்தச் சந்திப்பின் பொருள் என்னவென்பது அச்சமயம் விளங்கவில்லை. முன்னால் நடந்த மாதவி ஓரிருமுறை திரும்பி அவன் முகத்தைப் பார்த்தாள். அவன் மனதிலும் ஏகப்பட்ட சந்தேகங்கள் ஓடுகின்றன என்று முகத்தின் குறியில் தெரிந்தது. அவன் ஆழ்ந்த யோசனையில் இருந்தபோது கடுவன் பூனை போன்ற முகம். தன்னையும் மீறி சிரிப்பு வந்தது மாதவிக்கு.

சற்று நேரம் நடந்தவுடன் பாதை முடிந்த இடத்தில் புதராய் மண்டிக் கிடந்த காட்டுக்கு நடுவே ஒரு வெற்றிடம். அதை நெருங்கியவுடன் சுலோச்சனாவுக்கும் சரி, சித்திரக் குள்ளனுக்கும் சரி, மூச்சின் சப்தமே கேட்கவில்லை. அதனால் தேடிவந்தவரை நெருங்கியாயிற்று என்று மற்ற இருவருக்கும் தோன்றியது.

நால்வருமாய் அந்த வெற்றிடத்துக்குள் சென்றனர். தங்களுக்காகக் காத்திருந்தவர் எப்படியிருப்பார் என்று கற்பனை செய்தே வந்தார்கள் புதியவர்கள் இருவரும். சிற்பிக்கும் நர்த்தகிக்கும் கற்பனைக்கு என்ன குறைச்சலா? ஆனால் அவர்களுடைய கற்பனைகளையெல்லாம் அந்தக் காட்சி விஞ்சியதாயிருந்தது.

மரங்களடர்ந்த வனப்பிரதேசத்தின் மத்தியில் தன்னந்தனியே சிங்காசனத்தில் உட்காரும் தோரணையில் காத்துக்கொண்டிருந்தது ஒற்றைக்கை காபாலிகன். கோர பயங்கர உருவம் கொண்டவன். திடதேகியாய் இருந்தான் காபாலிகன். ஒரு தவயோகியின் சாந்தம் அவன் முகத்தில் இல்லை. அதை நிரூபணம் செய்ய அவன் கழுத்தில் மண்டையோட்டு மாலை. எல்லாம் கையளவு சின்னதாய் இருந்ததால் சிறுவர்களின் மண்டையோடாய்த்தான் இருக்கவேண்டும். அத்தனை பேரைக்கொன்றானோ... இல்லை புதை காட்டில் திருடினானோ?

காலடி சப்தம் அவன் தியானத்தைக் கலைத்தது. சுயபிரக்ஞை அடைந்ததுபோல கண் விழித்தான் காபாலிகன். எல்லோரையும் ஒரு

தடவை சுற்றி வளைத்துப் பார்த்தான். உடனே குள்ளனும் சுலோச்சனாவும் தலைசாய்த்து வணக்கம் செலுத்தினர். ஆனால் அவர்களை அவன் ஏறெடுத்தும் பார்க்கவில்லை. கண்களைத் திறந்தவன் புதிதாய் வந்த மாதவியையும் ஆனந்தனையும் பார்த்தான். அவனது தீப்பிழம்பு போன்ற கண்கள் அந்தக் கானக இருட்டிலும் ஜொலித்தன.

அசிங்க உருவம், அவலட்சணக் கோலம், பயங்கரத் தோற்றம்... இருந்தும் ஊனமாய் இருந்தாலும் மாதவிக்கு அதிசயமாக அவனை அணுக பயம் வரவில்லை. அதுமட்டுமா? திடீரென்று ஸ்வயரூபம் தெரியாத ஒரு நிம்மதி ஏற்பட்டது. தன் தேடல் முடிந்தது என்ற அமைதி ஏற்பட்டது. அந்த ஒற்றைக்கை மனிதனைக் கண்டவுடன் சட்டென அவள் நினைவுக்கு வந்தது. பனி திட்டுத் திட்டாய் இருந்தபோது இவருடன்தான் காஞ்சிக்கு வந்தாள்.

காபாலிகன் முகத்தில் வெற்றி புன்னகை. இருவரும் அவனுக்குப் புதிதானவர்கள் அல்ல. குழந்தைகளாகக் கொண்டுவந்து பல்லவ நாட்டில் சேர்த்த பின் புதரின் மறைவில் நின்றும் பாறையின் மறைவில் பதுங்கியபடியும் அவர்கள் வளர்வதைப் பார்த்து ஆனந்தித்திருந்தான். இன்று வளர்ந்து தன் கனவை நினைவாக்கத் தகுந்தபடி வந்திருந்தனர்.

முகத்தில் குரோதம் பொங்க கண்களில் தீப்பொறி பறக்க பல்லவனை வீறுகொண்டு தாக்கிட ஆசைதான் அவனுக்கு. ஆனால் தனியொருவன்... தனியொரு கையைக்கொண்டு என்ன செய்யமுடியும்? அதனால் தாய்நாட்டின்மேல் அபார விசுவாசம் கொண்டவனென்றாலும் காபாலிகனாக காட்டில் வாழ்க்கை நடத்தி வந்தான். காத்திருந்ததற்கு ஒரு கைதான் இருந்தாலும் அதன் மேல் பலன் கிட்டியது. இந்த இருவரை வைத்து சரித்திரத்தில் சாளுக்கியரின் சரிவைச் சரிக்கட்டி விடலாமென்ற நம்பிக்கை அவனுக்கு இருந்தது.

கரடுமுரடான உருவத்துக்கு ஏற்ப இடிமுழக்கக் குரலை எதிர்பார்த்த இருவருக்கும் ஏமாற்றம்தான். உருவத்துக்கு ஏற்றமில்லா ஒரு கனிவான குரலில் பேசினான்.

‘நீர் இருவரும் நாளை சூர்யோதயத்துக்குள்ளே காஞ்சிக்குத் திரும்ப வேண்டும். காலம் சொற்பமாயிருக்கிறது. வந்த வேலையை முடிப்போம்’ என்றான்.

‘ஆனந்தா, நீ சற்று தூரம் சென்று நில்.’ அப்படியே கண்களால் குள்ளனுக்கு ஒரு செய்தி சொன்னான்.

மாதவியைத் தனியாய் விட்டுச்செல்ல மனம் இல்லாதவனை வலுக்கட்டாயமாகக் குள்ளன் தள்ளாத குறையாக அழைத்தபடி வெளியேறினான். சுலோச்சனாவும் வெளியேறினாள்.

மாதவியும் அவர் செல்வதை உற்று நோக்கிவிட்டு நடப்பது எதுவுமே புரியாமல் மனக்குழப்பத்துடன், 'ஏதோ செய்தி இருப்பதாகச் சொன்னீரே! அது என்ன?' என்று கேட்டாள்.

அவள் அவசரத்தைப் புரிந்துகொண்டான் காபாலிகன். ஒரு கையால் மண்டை ஓடுகளைத் தடவிக்கொடுத்தான். மாதவியின் புருவங்கள் அப்போது நெறிந்தன.

'அருவருப்பாய் இருக்கிறதா மாதவி? ஆம், அதுதானே உன் பெயர். ஆனால் உனக்கு வேறொரு உலகில் வேறொரு பெயர் இருந்தது. அதை உன்னிடம் சொல்லவே உன்னை அழைத்தேன்.'

மேலும் தொடர்ந்தான் 'இந்தப் பல்லவ சாம்ராஜ்யத்தில் இதுகாறும் யாரும் கண்டும் கேட்டுமறியாத ரகசியமிது. வெளியில் தெரிந்தால் எல்லோருக்கும் ஆபத்து' என்று பீடிகை போட்டே பேசினான். ரகசியத்தைவிட அவன் போடும் பீடிகையே அதிகமாயிருந்தது.

தான் யாரென்ற ரகசியத்தை அறிந்துகொள்ளும் ஆவல் ஒன்றுக்குப் பத்து மடங்காகப் பெருகினாலும் கடைசியில் 'சீ... இவ்வளவுதானா என்று கேட்கப்போகிறாய் பார்...' என்று தனக்குத்தானே சொல்லிக் கொண்டாள்.

'சற்று முன்னால் நீதானே கேட்டாய் நான் யாரென்று? அது தெரிந்த ஒரே ஜீவன் நான்தான். இரண்டாவது ஜீவனாக உனக்கு வாய்ப்பு தருகிறேன். நீ யார் மகள் என்று நினைத்தாய்? அனாதையாய் தெருவில் கிடந்த குழந்தை என்று நினைத்தாயா? உன் உடலில் ஓடும் ரத்தம் எப்பேர்ப்பட்டது என்று உனக்குத் தெரியுமா?' என்று வினவினான் காபாலிகன்.

புதிர் போட்டுக்கொண்டே சென்றான் காபாலிகன். பலநாள் ரகசியத்தைத் தனக்குள்ளே பூட்டி வைத்துவிட்டு அதை உடனடியாக வெளியிட மனம் வரவில்லை போலும்.

பொறுமை இழந்தாள் மாதவி. 'சரி அய்யனே! சொல்லுங்கள். நான் நினைத்ததுபோல் நானில்லை. ஆனால் நான் யார்? உமக்குத் தெரியுமே? அப்படியே நீரும் யாரென்று சொல்லுங்கள்.'

அவள் கேள்வியை எதிர்பார்க்காதவனாய் காபாலிகன் ஒரு நொடி மௌனம் சாதித்தான். 'ஆமாம் நான் தாமதிக்கக் கூடாதுதான்... நீ யாரென்று தெரிய உன் தந்தையின் பெயர் தெரியவேண்டுமல்லவா?'

மாதவிக்கு ஒரு நொடி இதயம் அடிக்க மறுத்தது. எப்பேர்ப்பட்ட சொல்லம்புகளினால் காபாலிகன் துன்புறுத்தப் போகிறானோ என்று எண்ணிப் பயந்தாள். 'இந்த காபாலிகன்தான் தன் தந்தையோ? கடவுளே... இது என்ன கொடுமை?'

உச்சகட்ட ஆர்வத்தில் தத்தளித்துக்கொண்டிருந்தவளை நோக்கி காபாலிகன் சொன்னான்: 'வாதாபி நகரத்தின் பிரதான நாலு வீதிச் சந்திப்பிலே ஒரு நெடிதுயர்ந்த ஜெயஸ்தம்பம் நாட்டியிருந்தது. அந்த ஜெயஸ்தம்பத்திலே பிராகிருத மொழியில் உன் அப்பாவின் பெயர் எழுதியிருந்தது. 'மகா ராஜாதிராஜ ராஜமார்த்தாண்ட ரணதுங்க சூர சாளுக்கிய குலதிலக சப்தலோக தேவேந்திர புலிகேசி சக்கரவர்த்தி' என்று.'

ஒரு நொடி புரியாமல் நின்ற மாதவியிடம் எடுத்துரைத்தான். 'ஆம், பரதகண்டத்தில் மூன்றில் ஒரு பங்குக்கு இறைவிதித்து சாளுக்கிய சாம்ராஜ்யத்தைக் கட்டியாண்ட புலிகேசியின் மகள் நீ. இந்தப் பூமண்டலத்தை ஏக சக்ராதிபதியாக ஆள வல்லமை படைத்தவன் உன் தந்தை.'

இது பொய்யாய் இருக்குமோ என்று வியந்தவளுக்கு தெரிந்தது. இந்த இருள், இந்தக் கானகச் சூழல், அந்த ஒற்றைக் கை காபலிகரைக் கண்டு வாராத பயம் எல்லாம் இது உண்மை என்று சாட்சி சொன்னது.

•••

அத்தியாயம் - 10

# ‘புலிகேசியின் மகள் நீ’

**ப**த்தாண்டுகளாய் இந்த நேரம் வரும் வரும் என்று காத்திருந்த காபாலிகனுக்கு அவள் செய்தியைக் கேட்டவுடன் நடந்துகொண்ட விதம் ஆச்சரியத்தைத்தான் தந்தது. வேறுவிதமான நிகழ்வுக்கு ஆயத்தமாயிருந்தான். அரசகுலத்தைச் சேர்ந்தவள்தான் என்றவுடன் முகத்தில் ஒரு கர்வம் வரும் என்று நினைத்தவனுக்கு அது காணக் கொடுத்து வைக்கவில்லை.

மாதவிக்குத்தான் யாரென்று தெரிந்துகொள்ளும் ஆர்வ அலை உச்சிக்குச் சென்றுபின் பாதாளத்தில் கீழே தள்ளியது. தன் செவிகள் கேட்ட செய்தியை ஜீரணிக்க முடியவில்லை. ‘இது உண்மையல்ல உண்மையல்ல’ என்று கூச்சலிட்டுக்கொண்டே மனிதர் இல்லாத கானகத்துக்குள் ஓடிச்சென்று ஒளிந்துகொள்ளவேண்டும் போல் இருந்தது.

‘தன்னுடன் காபாலிகன் விளையாடுகிறானா?’ என்ற எண்ணம் உதித்தது. நாக்கு மேலண்ணத்தில் ஒட்டிக்கொண்டது. ‘நீர் சொல்வது உண்மையா?’ என்று கேட்கக்கூட முடியவில்லை. கேட்டும் பிரயோசனம் இல்லை. இந்தச் சூழலில் எவனாவது பொய் சொல்லி விளையாடுவானா?

நெடுநாள் கேள்விக்குக் கிட்டிய பதில் இன்னமும் ஆயிரம் கேள்விகளுக்கு ஜனனம் கொடுத்தது. இதுவரை உலகில் யார் கொடுமைக் கிராதகன் என்று எண்ணியிருந்தாளோ அவனது மகள் தான் என்று தெரிந்தவுடன் வானமே வெடித்துவிடும் போலிருந்தது. அவளுக்கிருந்த கோப உணர்ச்சி பன்மடங்கு பெருக ஒரு கரத்தை மற்றொன்றால் பற்றி அக்கரத்தில் ரத்த ஓட்டமே நின்றது.

கலையரசியாம் சிவகாமியைக் கடத்திச் சென்றது, சிற்பிகளின் கைகளை வெட்டியது என்று பெயரெடுத்த புலிகேசியா அவள் தந்தை? இதுவரை தான் தன் பாரம்பரியம் என்று நினைத்து சந்தோஷித்ததெல்லாம் பொய்யா? அப்போது மெய் என்ன? எதிரியின் நாட்டில் இருப்பதுதானா?

காடு, விருட்சங்கள், காபாலிகன், கானகத்தின் புல் படர்ந்த தரை என்று எல்லாம் சுழல ஆரம்பித்தன. தான் வளர்ந்த பல்லவ நாட்டின் பரம வைரியாக இருந்தவன் மகளா அவள்? அதையெல்லாம்விட தன் சொந்த மகளைப்போல் பாதுகாத்து வந்த சிவகாமியம்மையை இனி எப்படி ஜென்ம விரோதியாய் துவேஷிப்பது? இப்படியெல்லாம் இருக்கக் கூடாது என்று மனம் கெஞ்சியது.

அந்தக் கனவின் அர்த்தத்தைத் தேடி கானகம் வந்தது தவறு என்று மனம் இப்போது சொன்னது. காபாலிகன் சொல்வது முற்றிலும் உண்மைதான். அதில் சந்தேகம் இல்லை. தனக்கு வரும் கனவுகளில் அந்த மாபெரும் நகர் எரியும் காட்சிகள் தெரிகின்றனவே? பேச சக்தியற்றவளாக பிரமித்து நின்றாள்.

காபாலிகன் தொடர்ந்தான். 'உன் தந்தை இருந்தால் உன்னை இப்படி நிர்க்கதியாக விட்டிருப்பானா? இல்லை நர்த்தகியாய் விட்டிருப் பானா? வாதாபி நகரிலுள்ள மாடமாளிகைக்குள்ளே வளர்ந்திருப்பாய். பல்லாயிரக்கணக்கான மக்களின் ஆரவாரத்தின் நடுவே வாதாபியின் சாலைகளில் தினந்தினம் தேரில் சென்றிருப்பாய்.'

இந்த வார்த்தைகளை புத்திசாதுர்யத்துடன் காபாலிகன் முன் மொழிந்தான். மாதவியின் கவனம் திசை திரும்பியது. இன்று தனது நிலையை ஒப்பிட்டுப் பார்த்தவுடன் நெஞ்சம் விம்மி வெடித்து விடுவதுபோன்ற உணர்ச்சி உண்டாகியது.

'இளவரசியா நான்...! அதிலும் பரதவர்ஷத்தில் மூன்றில் ஒரு பங்குக்கா? இன்று சபையோர் முன் ஆடும் நிலைக்கு வந்து விட்டேனே?' என்ற ஏக்கத்தின் நடுவே இன்னும் சில உண்மைகள் தெரியவேண்டும் என்ற ஆசை வந்தது. 'அதெல்லாம் இருக்கட்டும்...' என்றாள் ஏக்கம் நிறைந்த குரலில். 'என் தந்தை தாய்க்கு என்னவானது?'

தன் வலையில் முழுதாய் வீழ்ந்துவிட்டாள் மாதவி என்று அறிந்த காபாலிகன் மனதில் சந்தோஷம். ஆனால் அதை அவன் முகம் வெளிக்காட்டாமல் பார்த்துக்கொண்டான். மாறாக முகத்தை இன்னமும் சோகமாய் வைத்துக்கொண்டு. 'உன் தந்தை போரில் வீரமரணம் எய்தினார். மாளிகை எரிந்ததில் தீக்காயம் பட்டு உன் தாய்

கர்ப்பவதி உன்னை வயிற்றில் சுமந்து ஓடினாள். அவள் அழகெல்லாம் அக்கினியின் கோரப்பசியில் கருகியது. ஆனால் உனக்காக தன் உயிரைத் தக்க வைத்திருந்தவள் மலைக்குகையில் உன்னை ஈன்றெடுத்து என் கையில் ஒப்படைத்தாள்.'

சொல்லும்போதே காபாலிகனுக்கு அவன் பல ஆண்டுகளுக்கு முன் விட்டுவந்த சூழல் நினைவுக்கு வந்தது. மொட்டை மொட்டையாக நின்ற பாறைகள் கொண்ட மலைப் பிரதேசம். சமீபத்தில் காபாலிகரின் பலி பீடமொன்றும் இருந்தது. அங்கு பலியிடப் பட்டவரின் பேய்களின் நடுவே பீதிகரமான சூழல். மலையடி வாரத்தில்கூட பல்லவரின் வெற்றி முரசுகள் முழங்க, சங்கங்கள் ஆர்ப்பரித்து ஒலிக்க, ஜெயகோஷங்கள் வானளாவ புலிகேசியின் மனைவி பிரசவம் நேர்ந்தது. அதையெல்லாம் அவளிடம் கதை போலச் சொன்னான். அவன் சொல்லச் சொல்ல மாதவியின் மனக்கண் முன்னால் தன் ஜனன காட்சிகள் தோன்றிக்கொண்டேவந்தன.

சொல்லச் சொல்ல காபாலிகன் நினைவுகள் அந்த கொடிய நாட்களுக்குச் சென்றன. பல்லவர் படைகளுக்கு அஞ்சி சாளுக்கிய அரசகுலப் பெண்கள் வனவாசத்தை நாடினார்கள். அப்போது அவர்கள் அனுபவித்த துன்பங்களுக்கு எல்லையேயில்லை. மாளிகை சுகத்தில் திளைத்திருந்தவர்கள் யாரும் அந்தக் குளிரையோ பசியையோ அனுபவித்திருக்க முடியாது. உணவு தட்டுப்பாடு வேறு. ஆயினும் கிடைத்த உணவில் பெரும்பங்கை புலிகேசியின் மனைவிக்கே கொடுத்தனர். சாளுக்கிய வம்சத்துக்கு வாரிசை அவள் சுமந்தாள் என்பதற்காக. அதுமட்டுமா? எல்லோருடைய நம்பிக்கையையும் தான். ஆனால் பிறந்தது பெண்ணாய் போனது சற்று அதிர்ச்சிதான்.

பெண் குழந்தை என்றவுடன் நாகநந்தி தீட்டிய திட்டமெல்லாம் நொறுங்கியது. உடனே அஜந்தா குகைகளுக்கு ஓடோடினான். அங்கு புலிகேசியின் ஆதரவாளர்கள் மீண்டும் காட்டில் ஒன்று கூடி பல்லவனை அழிக்கத் திட்டம் தீட்டினார்கள். அவர்களிடம் புலிகேசியின் மகன் விக்ரமாதித்தன் இருந்தான். அவனைத் தன்னிடம் ஒப்படைக்கவேண்டும் என்று நாகநந்தி மன்றாடினான். ஆனால் எல்லோருமாய் ஒரு மனதாய் மறுத்தனர். நாகநந்தியை இன்னமும் குலத் துரோகியாகவே பாவித்தனர். பல்லவன் வருவது தெரிந்தும் அஜந்தாவில் இருந்த புலிகேசிக்கு விஷயத்தைச் சொல்லாமல் இந்த மாபெரும் சாளுக்கிய சாம்ராஜ்ஜியம் அழிவதற்கு அவனே காரணம் என்றனர். அவர்கள் சொல்வதில் உண்மையிருந்தது. அவன் அரசனின் அண்ணன் என்ற பயமில்லை. 'அரசனே அனாதைப் பிணமாய் கிடக்கும்போது ஏன் பயப்படவேண்டும்?'

நாகநந்திக்கு மனது குமுறி அழுகை வந்தது. வீர வசனம் பேசும் இவர்கள் தன் உதவி இல்லாமல் சாளுக்கிய வம்சத்தைக் காப்பாற்றிக் கொள்ளக் கூடியவராயிருந்தால் பரவாயில்லை. இவர்கள் மூடர்கள். போர் பலத்தால் பல்லவனை வீழ்த்தலாம் என்று எண்ணுகிறார்கள். அரசியல் சாதுர்யம் வேண்டுமே? அவர்களிடம் அகப்பட்ட விக்ரமாதித்தன் பல்லவரிடம் அகப்படுவதே மேல். அவனைப் பரம சிக்கலில் இவர்கள் மாட்டிவிடுவார்கள் என்பது உறுதி. ஆனால் அவனைத் தன் கண்களில்கூட காட்டாமல் விரட்டி விட்டார்களே என்ற கோபம்.

நாகநந்திக்கு இயலாமையில் கோபம் வந்தது. அத்துடன் ஒரு மனவுறுதியும் பிறந்தது.

அஜந்தா குகைகளுக்கு முன் நின்று அன்று சபதம் செய்தார். 'உங்கள் உதவியில்லாமல் என் சகோதரன் சாவுக்குப் பழி வாங்குகிறேன்' என்று. அவன் உரத்த குரலில் சபதம் செய்தது அஜந்தா மலைகளில் எதிரொலித்தது.

புலிகேசியின் மனைவி பெற்றெடுத்த பெண்குழந்தையை வைத்துத் தான் பல்லவனைப் பழிவாங்கவேண்டும் என்றறிந்ததும் முதலில் நாகநந்தி மலைத்தார். பின் அவளை அவள் தாயுடன் காவலாய் இருந்து சில ஆண்டுகள் வளர்த்தார்.

அஜந்தாவிலிருந்து அவ்வப்போது ஒற்றன் செய்தி கொண்டு வருவான். புலிகேசியின் வாரிசுகளில் பிழைத்திருந்த விக்ரமாதித்யனுக்கு சகல போர் கலைகளும் கற்றுத் தரப்படுகின்றன என்று கேள்விப் பட்டவுடன் நாகநந்திக்கு கோபம். இது ஒரு பந்தயம்... யார் பல்லவன்மீது முதலில் பழி தீர்க்கிறார்கள் என்று.

உலக அனுபவம் இல்லாத ஒரு சிறு பெண்ணை தனியாகக் காட்டில் வளரவிட்டு திடீரென 'சென்று பல்லவனை வீழ்த்து' என்றால் எப்படி முடியும்? சாளுக்கிய நாட்டில் அவளை வளர்ப்பது அபாயம் மட்டுமல்ல, தன் சபதத்தை நிறைவேற்ற எந்த உதவியாகவும் இருக்காது என்று உணர்ந்தவர் நேரடியாக எதிரி நாட்டுக்கே அவளை அழைத்துச் செல்ல முடிவெடுத்தார். எதிரிகளுடன் அவள் வளர்ந்தால்தான் அவர் தீட்டிய திட்டம் நிறைவேறும் என்று தோன்றியது. அதற்கேற்ப ஆட்சேபம் சொல்லும் ஒரே நபரான மாதவியின் தாயும் உயிரைவிட குழந்தையைக் கூட்டிக்கொண்டு தெற்கே நடை கட்டினார்.

நாகநந்தி பல்லவ நாட்டுக்குத் திரும்ப மற்றும் ஒரு காரணம் இருந்தது. அது தனிப்பட்ட காரணம்.

காஞ்சிக்கு வந்ததும்கூட புலிகேசியின் மகள் காட்டுப்பகுதியில் வளரக்கூடாது என்று முடிவெடுத்தார். ஆனால் நாட்டில் விடவும் ஓர் அபாயம் இருந்தது. அவள் முகத்தில் தாண்டவமாடிய ராஜகளை என்பது எல்லோர் கண்களையும் உறுத்தும். அதனால்தான் சிவகாமியிடம் கொண்டுசென்று விட்டார். மற்ற அழகிகளுக்கு நடுவே அப்படி ஒன்றும் தனியாகத் தெரியமாட்டாள்.

மனதில் இதையெல்லாம் மீண்டும் கண்ட நாகநந்தி மௌனமாய் இருந்தார். வார்த்தைகள் பேசி மாதவியின் எண்ணங்களைக் கலைக்க காபாலிகன் எண்ணவில்லை. அவள் மனதுக்குள் ஓர் உறுதி உருவாகிக்கொண்டிருந்தது என்று அவருக்குத் தெரியும். குயவன் சக்கரத்தில் சுழற்றும் களிமண்பாண்டமாய் உருவெடுக்கும் முன் அதைக் கலைக்க விரும்பவில்லை.

உண்மைதான். அதுவரை அமைதியாய் இருந்த மாதவியின் உள்ளத்தில் தன் விதியை நொந்து கோபம் எழுந்தது. அந்த அமைதியான சூழலில் மாதவியின் மனதில் பெரும் மாற்றம் ஏற்பட்டது. காபாலிகன்மேல் ஒரு மரியாதையே வந்தது. 'சதா சர்வகாலமும் பழியைப் பற்றியே நினைத்திருந்தவர் எங்கே... நாம் எங்கே? சாளுக்கியர்கள் எத்தனை கொடூரமானவர்கள்? என்று நினைத்தோமே. நாமே சாளுக்கிய இளவரசியா?' சிவகாமியின் சபதத்தால் ஓர் ராஜ்ஜியமே அழிந்தது என்று பெருமை கொண்டது இப்போது வேதனை தந்தது. அழிந்தது தன் பிரதேசம் அல்லவா?

தனக்கு உரிய நாட்டைத் தீக்கு இரையாக்கியது இந்தப் பல்லவர்தான் என்று கோபம் வந்தது. பல்லவன் புத்திபோன போக்கைப் பார்! பல்லவர் நாகரீகம் கொண்டவர்கள், இப்படியெல்லாம் கொடூரமாக செயல்படுவதில்லை என்று நினைத்தோமே? மன்னர்களின் பேராசையும், பொருள் வேட்கையும், குருதிக்கு அவர்கள் கொண்ட தணியாத தாகமும் சூழ்ந்த இந்தப் பொல்லாத உலகத்தில் அமைதியும் மனநிறைவும் எப்போது கிட்டும்...எப்படிக் கிட்டும் என்று ஆதங்கப்பட்டாள்.

'பழி தீர்த்தால்தான் அமைதி கிட்டும். தன் தந்தைக்கு, தன் தாய்க்கு, தன் பிரதேசத்துக்கு, அங்கு அகால மரணம் அடைந்த லட்சோப லட்ச குடிமக்களுக்கு. அப்போதுதான் அலைபட்ட தன் உள்ளம் அமைதி பெறும். காபாலிகனின் வார்த்தைகளினால் நொந்த உள்ளத்தின் வேதனை தீரும்.'

அவள் முகம் மாறியதைக் கண்டு அவள் மனதில் எண்ண ஓட்டம் எத்தகையது என்று காபாலிகன் யூகித்தான். தனது வேலை பாதி

முடிந்தது என்று முடிவு செய்தவனுக்கு மற்றும் ஒரு வேலை இருந்தது நினைவுக்கு வந்தது.

திடீரென காபாலிகன் எழுந்தான். மறுநாள் உதயமாவதற்குள் இருவரும் காஞ்சி நகரில் மட்டுமல்ல சிவகாமியின் நாட்டியப் பள்ளியில் சேர்ந்துவிடவேண்டும். இல்லையென்றால் தேவையற்ற கேள்விகள் எழும்.

எழுந்தவன் அவளைத் தனியாகவிட்டுச் செல்லப் போகிறார் என்று புரிந்தது. கானகத் தரையில் அமர்ந்த அவளைப் பார்த்து, ‘சரி, நீ இங்கேயே இரு. நான் சிற்பியிடம் சென்று அவனைப்பற்றிய உண்மையைச் சொல்லி வருகிறேன்’ என்றான். சொல்லும்போது புன்னகை அவர் முகத்தை விகாரமாக ஆக்கியது. இந்த நாளுக்காக பலநாள் காத்திருந்தது இன்றைய தினத்தை அவனுக்கு ருசிகரமாக்கியிருந்தது.

மாதவியின் மனம் சட்டெனக் குலுங்கியது. அந்தச் சில நொடி நேரத்துக்குள் அவளுடைய உள்ளத்தில் என்னவெல்லாமோ எண்ணங்கள் கொந்தளித்தன. ‘இவன் யாராயிருக்கும்? ஒருவேளை சாளுக்கிய சக்கரவர்த்தியின் மகனாகவே இருக்குமோ? ஐயோ! அவ்விதம் இருந்துவிட்டால்...!’ மனதில் வீசிக்கொண்டிருந்த புயலுக்கு நடுவிலும் அப்படியிருக்கக்கூடாது என்ற ஏக்கம் துளிர்த்ததில் மாதவிக்கே அதிசயம்.

•••

அத்தியாயம் - 11

# காபாலிகர் கட்டளை

**உ**ண்மையைச் சொல்லிவிட்டுஅவளைத் தனிமையில் விடுவதும் காபாலிகன் கையாண்ட யுக்திதான்.

உண்மையெனும் வில்லிலிருந்து புறப்பட்ட சொல்லம்பினாலேயே தாக்குதலுக்கு உட்பட்டு கல்லாய் சமைந்த மாதவி அப்படியே தரையில் அமர்ந்தாள். கற்பனைக்கு எட்டாத சுகம் துக்கம் இரண்டும் ஒரே சமயத்தில் அவளைத் தாக்கியதன் அடையாளமாக கண் இமையில் தீட்டிய மை கரைந்து கன்னத்தைக் கறைபடுத்தியிருந்தது. ஆனந்தனுடன் காட்டுக்குள் காபாலிகன் மறைந்த பின் மாதவி சுற்றுமுற்றும் பார்த்தாள். ஜனசஞ்சாரமில்லா காட்டில் தனித்து இருந்தாள். தன்னைத் தானே நன்கு ஆராய அந்த அமைதியும் தனிமையும் உதவின. அவள் உள்ளத்தில் சகிக்க முடியாத துன்பத்துக்கும் மத்தியில் இன்பமும் ஏன்... பெருமையும் வெறியும் கூட உதித்தன. இத்தனை காலமும் ஏதோ ஓர் ஆனந்த உலகில் சஞ்சரித்துக்கொண்டிருந்தவள் திடீரென்று சொர்க்கத்துக்கும் நரகத்துக்கும் நடுவே திரிசங்கு லோகத்தில் தள்ளப்பட்டாள்.

'நீ பயிற்சி கொள்கிறாயே... அந்த ஸ்திரீதான் உன் தாய்நாட்டின் அழிவுக்குக் காரணம் என்று உனக்குத் தெரியுமா? உன் தந்தையின் மரணத்துக்கும் உனக்கே வந்து சேரவேண்டிய குபேர சம்பத்துக்கள் கொள்ளையடிக்கப்பட்டதற்கும் அவளே காரணம் தெரியுமா? எல்லாவற்றிற்கும் காரணம் அந்தப் பாதகிதான்' என்று சொல்லாமல் சொல்லிச் சென்றிருந்தான் காபாலிகன்.

மேற்படி வார்த்தைகள் கற்பனையென்றாலும் காதில் உருக்கிய ஈயத் துளிகள் விழுவதுபோல் விழுந்தன. எவ்வளவு கர்ண கடூரமான

அனுபவங்கள் அவளுக்கென உருவாகியிருந்தன. கொடுமையான வார்த்தைகள் பெருந்துன்பத்தை உண்டாக்கின.

'நான் குழந்தை வயதில் என்னைப் பெற்ற தாயை இழந்தேன். எனக்கு அன்னையின் அன்பை அளித்தவள் சிவகாமிதான். அவள் என் குரு மட்டுமல்ல. என் தெய்வம்' என்று அதுவரை அறிவுறுத்திய மனம் காபாலிகன் எதிர்பார்த்ததுபோல தனிமையில் சில நிமிடங்களில் மாதவி இருந்தவுடன் முற்றிலுமாக மாறிவிட்டது. சிவகாமியின் மேலிருந்த பற்று குறைந்தது. நாம் யாரென்று தெரிந்தால் சிவகாமி என்ன செய்வார் என்ற ஐயம் ஏற்பட்டது.

சிவகாமியை அவமானப்படுத்திய சாளுக்கியர், அதுவரை நிர்மாணித்த எல்லாவற்றையும் கொளுத்தி பஸ்மீகரம் செய்து பல்லவர் திரும்பினார் என்று ஒரு காலத்தில் பெருமைப்பட்டோமே? அதில் நம் உறவினரும், நம் முன்னோர்களும் உயிருடன் எரிந்தார்கள் அல்லவா? பதில் சொல்ல முயற்சித்துக்கொண்டிருந்தாள்.

சிவகாமி அம்மையின் சபதமே ஈனத்தனம் என்ற நினைப்பு அவளுக்கு வந்தது. அவளது தெய்வீக சௌந்தர்யத்துக்கும் கலைத்திறனுக்கும் அடிமையாயிருந்தோமே. இன்று அவளே அரக்கியாய் தெரிகிறாளே. இந்த ஓர் இரவு தன் வாழ்வின் எண்ணங்களையெல்லாம் மாற்றி விட்டதே என்ற ஆச்சரியமும் எழுந்தது. அதுமட்டுமா கோபமும் தான். எல்லோர் மேலேயும்தான்.

இந்தக் காபாலிகன் செய்தது நானா திசைகளிலும் எங்கும் கண்டும் கேட்டுமிராத கொடுமையல்லவா? எதிரியின் மடியில் வளரவிட்டு வேடிக்கை பார்ப்பது நியாயமா?

உடனே மனதின் ஒரு பாகம் விழித்தெழுந்ததுபோல் வினவியது.'பின் வேறென்ன செய்வது? காட்டில் வளர்த்துவிட்டு வயதானபின் பல்லவ நாட்டுக்குள் சென்று புலிகேசி மன்னனின் மரணத்துக்குப் பழி தீர்த்து விடு என்று சொன்னால் சாத்தியமா?'

அப்போதுதான் ஓர் உண்மை அவளுக்குப் புரிந்தது. தன்னை ஏன் இந்தக் காட்டுக்கு இந்த நள்ளிரவில் அழைத்தான் காபாலிகன் என்று. என்னை வைத்து புலிகேசியின் மரணத்துக்குப் பழி தேடப்போகிறான். உடனே கற்பனை வெள்ளமெனப் பரவியது. 'தன் குருவைக் கொல்லச் சொல்லுவானோ? இல்லை வேறேதும் கொடுஞ்செயல் புரியச் சொல்லுவானோ?' குழம்பினாள்.

அந்த நேரம் பார்த்து மூஞ்சியைத் தொங்கப்போட்டுக்கொண்டு பின் தொடர்ந்த ஆனந்தனுடன் திரும்பினான் காபாலிகன். அவர்களுடன்

சித்திரக்குள்ளனும் சுலோச்சனாவும் வந்தார்கள். தரையில் இடிந்து போயிருந்த மாதவியை அவர்கள் வருகையின் சப்தம் கனவுலகில் இருந்து எழுப்பியது.

இப்போது எழுந்து நின்றாள். இந்த இரவில் தன் வாழ்க்கை இன்னும் எப்படியெல்லாம் மாறப்போகிறதோ என்ற பயம் மீண்டும் ஆட்கொண்டது.

அவளும் ஆனந்தனும்அருகருகே நிற்க, மற்ற இருவரும் சற்றுப் பின்னால் நின்றனர். ஒரு பாறையின்மேல் அமர்ந்தான் காபாலிகன். இருவரையும் பார்வையிட்டான்.

அமைதி சூழ்ந்த அந்த நேரத்தில் இருவர் மனதிலும் ஒரு பிரதான கேள்வி எழுந்தது. இவ்வளவு நாள் புதைந்து கிடந்த ரகசியத்தை இப்போது காபாலிகன் உடைக்கக் காரணம் என்னவாக இருக்கும்?

அவர்கள் மனதைப் படித்தாற்போல் காபாலிகன் சொன்னான். 'உங்களுக்கு இவ்வளவு நாள் கழித்துஇந்தச் சந்தேகத்தினை நிவர்த்தி செய்யக் காரணம் என்னவென்று நீங்கள் கேட்கலாம். நான் பொறுத்ததற்கும் ஒரு காரணம் உண்டு. இன்று பொறுமை இழந்ததற்கும் ஒரு காரணம் உண்டு...' என்று பீடிகை போட்டான்.

ஆனால் காபாலிகனுக்கும் இன்றைய தினம் முழு திருப்தி இல்லை. தன் வாழ்க்கை லட்சியத்தை அடைய உழைக்க ஆயத்தமானவன் முகத்தில் இந்த இருவரையும் கண்ட பின் சிறு வருத்தங்கள் எழுந்தன. விக்ரமாதித்தனை வைத்து படை திரட்டுகிறார்களாம் சாளுக்கியர்கள். மூடர்கள். வைராக்கிய சீலர்களைப் போர்க்களங்கள் விட்டுவைத்த தில்லை. பலிவாங்கிவிடும். ஆனால் விக்ரமாதித்தன் தன்னுடன் இருந்திருந்தால் ஜெயம் நிச்சயம். சாளுக்கிய சிம்மாசனத்துக்கு உரிமை பூண்ட குமார சக்கரவர்த்தியை வைத்துப் பழி வாங்கும் காரியத்தை சாதிப்பது எளிது. இவர்களை வைத்து சாதிப்பது சற்று கஷ்டம்தான். ஆனால் முடியாத காரியம் இல்லை. மதியுள்ளவனே ஜெயம் கொள்ளுவான். சந்தேகம் இல்லை. மாதவியைக் கொண்டு அவர் தீட்டிய திட்டம் தோற்க வழியில்லை.

அவளுடைய ஒத்துழைப்பு முழுதாகக் கிடைக்கும் என்பதில் ஐயமுமில்லை. அவளது இருதயத்தின் அடிவாரத்திலே சொல்ல முடியாத வேதனையொன்று பதுங்கிக் கிடந்து தற்போது வெளி வந்திருந்தது. அவள் பிறப்பின் இந்த அந்தரங்கத்தை வெகுகாலம் கழித்தே அறிந்தாள். 'நீ சாம்ராஜ்ய சக்கரவர்த்தினியாய் வாதாபி சிம்மாசனத்தில் வீற்றிருக்கவேண்டியவள்; அதற்கு மாறாக நடனக்காரியாக வாழ்க்கையைக் கழிக்கிறாயே' என்று கேட்காமல்

கேட்டாயிற்று. அவள் தலையில் இடி விழுந்தபோது எப்படி இருக்குமோ அப்படியிருந்தது.

திடீரென காபாலிகன் முகம் கருத்தது. இல்லை பெண்களின் சபல சித்தம் இவளை நமக்கு உதவியில்லாமல் ஆக்கிவிடுமா? என்றும் தோன்றியது. பின் இந்தச் சந்தேகங்களையெல்லாம் நிவர்த்தி செய்ய காலம் ஏராளமாக உள்ளது. தற்போது விடிவதற்குள் மாதவி காஞ்சி சென்றடையவேண்டும் என்ற கட்டாயம் இருந்தது.

உடனே ஆரம்பித்தான். 'உங்களிடம் உண்மையைத் தெரியப் படுத்தியதுமே என்னுடைய மனதிலிருந்த பாரம் நீங்கிவிட்டது! ஆனால் அந்தப் பாரம் உமக்கு சுமையாய் இருக்காது. நம் பிறப்புக்கு ஓர் அர்த்தம் தரும். எதற்காக நாம் பிறந்த ஊரையும் வீட்டையும் விட்டுக் கிளம்பினோம் என்று புரிந்துகொள்ள வேண்டும். உங்கள் இழப்புகள் ஏராளம். எனக்கும்தான்...' என்று உணர்ச்சி ததும்பிய குரலில் ஆரம்பித்த காபாலிகன் மனதில் ஒரு நினைவு. பதினையாயிரம் யானைப்படையையும் ஐந்து இலட்சம் காலாட்படையையும் உடைய வாதாபி புலிகேசி மன்னர் அனாதைப் பிணமாகக் கிடந்த காட்சி அவன் மனதை மீண்டும் ஆட்கொண்டது.

'உங்கள் உயிர், உடல், ஆவி அனைத்தும் இனி நம் நாட்டைப்பற்றியே நினைக்கவேண்டும். இளம்பிராயத்திலே இழந்து போனதற்குப் பழி தீர்க்காவிட்டால் என்னைப்போல் முதிர்ந்த வயதிலா முடியும்?'

இருவருக்கும் புரிந்தது. நம்மை இவ்வளவு நாள் காபாலிகன் மறந்துவிடவில்லை. நாம் ஏற்ற வயதுக்கு வந்தவுடன், பல்லவ சமுதாயத்தில் தகுந்த இடத்துக்கு வந்தவுடன் நம் கடமையை நினைவுபடுத்தி நாட்டுப்பற்றை வெளிப்படுத்தச் சொல்லுகிறான். அவனுக்கு வாதாபி எப்படி மீண்டும் உயிர்த்தெழ வேண்டும் என்பது எவ்வளவு உறுதியோ பல்லவ குலத்துக்குக் குழி தோண்டவேண்டும் என்பதும் இரு மடங்கு உறுதி.

காபாலிகன் தொடர்ந்தான். 'பரத வர்ஷத்தில் மூன்றில் ஒரு பங்கை ஆண்ட புலிகேசி நாடு பசியறியாது. சாளுக்கிய நாடு தரித்திரம் என்பதே சற்றும் அறியாது. விந்திய மலைக்கு அப்பாலிருந்து முரட்டுப் பல்லவன் வந்து சாளுக்கிய நாட்டைச் சின்னாபின்னம் செய்வான் என்று நினைக்காத புலிகேசி வீரமரணம் அடைந்தார். பின் வாதாபியை கிரகணம் பிடித்தது. நரியும் கோட்டானும் வாசம் செய்யத் தொடங்கின. ஆனால் யானைக்கு ஒரு காலம் வந்தால் பூனைக்கு ஒரு காலம் வரும். நாங்கள் அழ, நீர் சிரித்தபடி வாழ முடியுமா? மகா ஞானிகளும், பண்டித உத்தமர்களும், பக்த

சிரோமணிகளும் காஞ்சியில் இருக்கிறார்கள் என்ற செருக்கு உனக்கு. என் திட்டம் நிறைவேறட்டும் நரசிம்மா. உன் நாட்டில் நரிகள்கூட இருக்காது.' காட்டுக்கு விஜயம் செய்யாத நரசிம்மனுக்கு சவால் விட்டான் காபாலிகன். அவன் உரத்த சவாலை உற்று நோக்கிய இருவரையும் பார்த்தான் காபாலிகன்.

'இத்தனை நாள் ஏன் முடியவில்லை?' என்று நீர் வினவலாம். நான் ஏன் போராடவில்லை? புலிகேசியின் பேரரசுக்கு இத்தகைய பெருந்தீங்கு இழைத்த பல்லவ நரியை ஏன் பழிவாங்கவில்லை? ஏன் யுகம்போல சென்ற காலத்தை கானகத்தில் கழித்தேன் என்று வினவலாம். அந்த அவமானத்தைச் சகித்துக்கொண்டு உயிரோடு இருப்பது எவ்வளவு கஷ்டம் என்று என்னைக் கேளுங்கள்... நான் சொல்கிறேன். எரிந்து சாம்பலாகி புகைவிட்டுக்கொண்டிருந்த வாதாபி நகரின் அழிவுக்கு என்னால் பழி வாங்க முடியவில்லை. என் கையில் புண்ணும் ஆறவில்லை. ஒரு கையுடன் வாழ நான் பழக ஆரம்பிக்கவில்லை. அழிந்துபோன வாதாபி நகரில் அங்குமிங்கும் சித்தப்பிரமை கொண்டவன்போல் சுற்றிக்கொண்டிருந்தேன். சில நாட்களில் வாய்திறந்து பேசும் சக்தியற்ற ஊமைபோல ாகிவிடுவேன் என்ற பயம். பின்தான் நீங்கள் இருவரும் என் கட்டுப்பாட்டில் வந்தீர்கள். பல்லவன் என்னைத் தேடி வருவான் என்று பரவலாகப் பேச்சிருந்தது. என் உயிர் பற்றி எனக்குக் கவலையில்லை. ஆனால் உங்களைப் பாதுகாப்பதே முக்கியமானது. அவன் தேடாத இடம் என்று முடிவெடுத்து அவன் நாட்டுக்கே வந்தேன்.'

ஒற்றைக் கையால் கண்ணை துடைத்துக்கொண்டான். 'ஆனால் இந்த ஒற்றைக்கை மனிதன் என்ன செய்ய முடியும்? நான் யார் என்று தெரிந்தால் கயிற்றால் கட்டி வீதியில் பல்லவன் குதிரை வீரர்கள் இழுத்துக்கொண்டு சென்று யானையின் காலடிகளில் சமர்ப்பிப் பார்கள். யானைக் கால்களா அவை? யமதர்மனின் அரவணைக்கும் கைகள். மீண்டும் வாதாபி விழித்து எழவேண்டும்... அதைப் பார்த்து ஆனந்திக்க ஆயிரமாயிரம் பேர் காத்திருக்கிறார்கள். அதை நீர் சரி செய்ய முடியாவிட்டால் அபகீர்த்தி.'

அவன் சொல்வதில் நியாயம் இருந்தது. ஆனால், 'எங்களால் எப்படி முடியும்?' என்று கேட்க இருவருக்கும் ஆசை. ஆனால் அந்தச் சூழலுக்கு காபாலிகனின் ஆவேசப் பேச்சைத் தவிர வேறெந்த மனித வார்த்தையும் ஒத்து வராது என்றறிந்து மௌனம் காத்தனர். அடங்கா வியப்புடன்இருவரும் காபாலிகனையே பார்த்தனர்.

'இப்போது உங்கள் வீடுகளுக்குத் திரும்புங்கள். ஆனால் எனக்கு ஒரு வாக்குறுதி தரவேண்டும்!'

‘என்ன கேட்கப்போகிறாரோ?’ என்று இருவரும் யோசிக்க அவனோ ‘இன்று நடந்ததைப்பற்றி வெளியே மூச்சுவிட்டால் உங்கள் உயிர் உங்களுடையதல்ல. இவ்வளவு நாள் கட்டிக்காத்த நமது வேட்கையும் கருகிப் போகும். பல்லவன் பொல்லாதவன். இந்த ரகசியத்தை மனதுக்குள் பத்திரமாகப் பாதுகாக்கவேண்டும்.’

அப்படியே வாக்குறுதி தந்தனர். ஆனால், ‘வாக்குறுதியெல்லாம் எதற்கு? இந்தச் செய்தியை முச்சந்தியில் நின்று தம்பட்டமா அடிக்க முடியும்?’ என்று ஆனந்தன் நினைத்தான்.

‘இத்தனை காலமும் இருந்ததுபோலவே உங்கள் வேலைகளைத் தொடரவேண்டும். உங்கள் அடுத்தகட்ட நடவடிக்கைகளைப்பற்றி நான் தூதனுப்புகிறேன். நம் தோழர்கள் ஏராளமாக பல்லவ நாட்டில் இருக்கிறார்கள். எல்லோரும் கஷ்டங்களை மறந்து கண்ணீரை மறைத்து வாழ்ந்தது, நீங்கள் வளரத்தான். நிச்சயமாக சரித்திரம் திரும்பும். பல்லவன் அதோகதி அடைவான் என்ற நிலை வரும். வந்தவுடன் நாம் எல்லோருமே வாதாபி திரும்புவோம். இன்று உங்கள் இடங்களுக்குத் திரும்புங்கள்’ என்றான்.

நால்வரும் நடையைக் கட்டினார்கள். அன்றிரவு இரண்டாவது ஜாமத்திலே ஆரம்பித்த சந்திப்பு முடிந்தது.

இருவரின் வாழ்வே தலை கீழாக மாறியது.

•••

அத்தியாயம் -12

# மீண்டும் மண்டபம்

**கா**பாலிகன் விடைகொடுத்த பின் வந்தவழி திரும்பினர் நால்வரும். திடீரென காடே ஒரே புழுக்கமாயிருந்தது. மரங்களில் இலை அசைய வில்லை. மரக்கிளைகளின் இடைவெளியில் நிலவையும் காண முடிந்தன. சந்திரனைச் சுற்றி சாம்பல் நிறவட்டம் தெளிவாய் தெரிந்ததும் ஆனந்தனுக்கு அச்சம். அது பெருமழை விழப்போகிறது என்பதற்கு அறிகுறி ஆயிற்றே.

சற்று நேரத்துக்கெல்லாம் நிலவு இருந்த இடம் தெரியாமல் இருள் நாலாபக்கமும் பரவிக்கொண்டிருந்தது. வானத்தில் கன்னங்கரிய மேகங்கள் திரண்டிருந்தன. திடீரென மரங்களின் பேயாட்டத்தில் பெரும் சப்தம் எழுப்பின. காற்றின் வேகம் அதிகமாயிருந்தது. அவ்வப்போது குமுறிக்கொண்டிருந்த வான்முகில்களின் ஓசை கேட்டது. பேரிடி முழக்கத்துடன் கூடிய மின்னல்கள் கண்களைக் கூசச் செய்தன.

மண்டிகிடந்த காட்டுக்குள் வழி பார்த்து நடக்க முடியவில்லை. உடம்பெல்லாம் முட்களால் கீறிக்கொண்டார்கள். குள்ளன் முன்னால் நடந்தான். தம் பின்னால் வரும்படி சமிக்ஞை செய்தான்.

ஆனந்தன் அவ்வப்போது மாதவியின் நலனை அறிய அவளைத் திரும்பிப் பார்ப்பான். பயங்கொள்ளி பலரைப் பார்த்திருந்தான். இவள்போல் வீரம் கொண்டவளை அவன் பார்த்ததேயில்லை. அரசவையில் நடந்து வரும் இளவரசிபோல இந்தக் காட்டிலும் நளினத்துடன் பவனி வந்து கொண்டிருந்தாள்.

காட்டில் சாதாரணமாகவே திக்குதிசை தெரியாமலிருக்கும். இப்போதோ கேட்கவேவேண்டாம். மழை பெருகுவதற்கு முன்பே

ஒரு பத்திரமான இடத்தை அடைந்துவிடவேண்டுமென்று தீர்மானித்து விரைவாகச் சென்றனர். அதிர்ஷ்டவசமாக அவர்கள் சென்ற பாதையில் எல்லோரும் முன்பு சந்தித்த பாழடைந்த மண்டபத்தின் சுவரில் வந்து முடிந்தது.

மண்டபம் வாசலில் தயங்கி நின்றாள் மாதவி. அவள் தயக்கத்தை உணர்ந்த ஆனந்தன் 'ஏன் நிற்கிறாய்? சீக்கிரம் மண்டபத்துக்குள் வா. வீட்டுக்கு உடனே போகவேண்டும் என்றால் முடியாது.'

அவன் சொல்லைத் தட்ட மனமில்லை. தனக்கு நல்லதே இவன் செய்வான் என்று எண்ணம் தோன்றியிருந்தது. காபாலிகன் ஏதோ மாயச் சங்கிலியால் இருவரையும் பிணைத்திருந்தார் போலும். தலையசைத்துவிட்டு உள்ளே காலெடுத்து வைத்தாள். அவள் உள்ளே நுழைந்ததுதான் தாமதம்.

வானமே கரைந்து கீழே கொட்டுகிறதோ என்ற எண்ணம் வந்தது. அப்படியொரு மழை. 'விர்'ரென்று அடித்துக்கொண்டிருந்த ஈரக் காற்றின் குளிரில் தேகமெல்லாம் சிலிர்க்கிறது. காற்று திசை மாறும்போது சாரல் அலைபோல வந்து மண்டபத்தின் பரப்பளவில் பாதியை நனைத்தது. குள்ளனும் சுலோச்சனாவும் மண்டபத்தின்பின் மூலைகளை ஆளுக்கொன்று என்று ஆக்கிரமித்துக்கொண்டனர். அங்கே சாய்ந்தபடி தாதிப்பெண் தூங்கிவிட்டாள். இடி சப்தத்துக்கு மேல் அவள் குறட்டை கேட்டது.

அந்தப் பாழடைந்த மண்டபத்தில் மாதவியும் ஆனந்தனும் ஒருவருக்கு ஒருவர் அருகில் அமர்ந்திருந்தனர். மாதவியோ மழையைப் பார்த்துக் கொண்டு அமைதியாய் அமர்ந்திருந்தாள். அவளது எண்ணங்கள் கசப்பானவை. வார்த்தைகளில் வெளிவர மறுத்தன.

ஆனந்தனே முதலில் பேச ஆரம்பித்தான். 'என்ன முடிவு செய்திருக்கிறாய்?'

'இந்த விஷயம் தெரியும்வரை நான் மாதவி. இப்போது இல்லை.'

'அது உண்மையாக இல்லாமல் இருக்கலாம் அல்லவா?' என்று நம்பிக்கை இல்லாத குரலில் கூறினான்.

'இல்லை ஆனந்தா. எனக்கு வரும் கனவுகளில் உண்மையின் பிம்பங்களை தினந்தினம் காண்கிறேன். ஆனந்தா, உனக்கு அந்த நெடிய பயணம் ஞாபகமில்லையா?' என்றாள்.

'இருக்கிறது. ஆனால் முழுதாய் இல்லை.'

‘அங்கிருந்து காஞ்சிவரை நடக்க எவ்வளவு கஷ்டம். நடந்தோமே?’ வாதாபி என்று சொல்லக்கூட அவள் வாய் அனுமதி கொடுக்க வில்லை.

‘ஆம்’ என்று தலையசைத்து அந்த நெடிய பயணத்தின் நினைவுகளை விவரித்தான். மடை திறந்த வெள்ளம்போல இருவரும் பேச ஆரம்பித்தனர். பேசப் பேச இருவருக்கும் பல நிகழ்வுகள் மனதுக்கு வந்தது. ஏதோ நிழல் போலிருந்த ஞாபகத்தை இருவருமே கிளறிக்கிளறி நினைவு கூர்ந்தனர். குழந்தைகளாய் இருவரும் நடந்துவந்தது, அவ்வப்போது இருவரும் சண்டையிட்டது, பின் ஒற்றுமையானது. குளிரில் நடுங்கியபோது, களைப்பில் தளர்ந்த போது ஆனந்தன் அவளை அரவணைத்து அழைத்து வந்தது. தன் உணவை அவள் பசி கொண்ட முகத்தைக் கண்டு விட்டுக்கொடுத்தது. கடைசியாக காஞ்சிக் கோட்டைச் சுவர்களைக் கண்டு பிரமித்து நின்றது.

அதன் பின் நடந்த எல்லாம் இந்த இனிய நினைவுகளை மங்கச் செய்திருந்தன என்று இருவருக்குமே புரிந்தது.

பல விஷயங்கள் பேசினாலும் முக்கியமான விஷயத்தைப் பேச இருவருக்கும் நா எழவில்லை. கடைசியாக முக்கியமான ஐயத்தை தற்போது நிவர்த்தி செய்துகொள்ளாவிட்டால் பின் வாய்ப்பு கிடைக்காமல் போகும் என்று உணர்ந்தனர் இருவரும். இருவர் மனதையும் கரையான்போல அரித்தது சந்தேகம்.

அவன்தான் ஆரம்பித்தான். ‘உனக்கும் நீ யாரென்று தெரிந்து விட்டதா?’

‘உம்…’ என்றாள்.

‘நான் வாதாபி படைத்தலைவனின் மகனாம். என்ன கொடுமை! மல்லையில் சிற்பங்களை உடைத்து சிற்பிகளின் கைகளை வெட்டியவனின் மகனாம். கண்மூடித் திறக்கும் நேரத்தில் வாழ்க்கையே மாறிப் போனது. சொர்க்கத்திலிருந்து அதல பாதாளத்துக்குள் வீழ்ந்துவிட்டேன். ஏன் இங்கு வந்தோம்? என்ன அறிவீனம்…?’ என்று அவன் புலம்பியபோது அவள் ஒரு பெருமூச்சு விட்டதை கவனிக்கவில்லை. கவனித்திருந்தால் அதில் ஒரு நிம்மதி இழையோடியது புரிந்திருக்கும்.

‘இவனுக்கும் நமக்கும் என்ன உறவு?’ என அவளைச் சலனப்படுத்திய கேள்வி தீர்ந்தது. நாம் அமைத்துக்கொள்ளும் உறவுதான் என்றது மனம்.

‘என்னை யார் என்று சொன்னார் என்று நீ தெரிந்துகொள்ள வேண்டாமா?’ அவன் முகத்தில் வரப்போகும் ஆச்சரியத்தைக் காண ஆசை.

சொல்லத் தயாராக இருக்கிறாள் என்று உணர்ந்த ஆனந்தன், ‘உன்னை யார் என்றார்?’

பதில் சொல்ல வாய் திறந்தாள். அவன் அவசரப்பட்டு அவளைச் சொல்லவிடாமல் தடுத்தான்.

‘இல்லை…இல்லை…சொல்லாதே. நானே கண்டுபிடிக்கிறேன்.’

ஒரு நிமிடம் ஆழ்ந்து யோசித்துவிட்டு, ‘நர்த்தகி நீ. அதனால் வாதாபி அரசவையில் நடனமாடிய நாட்டியப் பேரொளியின் மகளா?’

தலையசைத்தாள்.

‘அப்படியா? புத்திசாலியாய் இருக்கிறாய். சாளுக்கிய பிரதமர் மகளா?’

சிரித்துக்கொண்டே ‘இல்லை’ என்றாள்.

‘நீ நடப்பதில் ஒரு கவிதை தெரிகிறது. வாதாபி அவைப் புலவரின் மகளா?’

‘இல்லை…இல்லை…’ என்றாள். ஆனந்தன் சமர்த்தன் என்று அறிந்தாள். அவள் கவனத்தைக் கவர கேள்விகள் கேட்பதுபோல் புகழ்ந்து தள்ளுகிறான் என்று புரிந்துகொண்டாள். ‘உண்மை தெரிந்தால் ஓடப்போகிறாயடா’ என்று முணுமுணுத்தாள்.

தன் அறிவுக்கு எட்டிய எல்லாவற்றையும் கேட்டு நிவர்த்தி செய்துகொண்டாயிற்று. கடைசியாக அவளிடமே சரணடைந்தான்.

‘சரி, நீ யார் மகள்?’

‘மன்னர் புலிகேசியின் மகள்.’

ஆனந்தன் தன்னையறியாமல் சட்டென நின்றான். மரியாதை நிமித்தமா… இல்லை அதிர்ச்சியா என்று தெரியவில்லை. பின் மெல்ல அமர்ந்தான். சமாளித்தபடி ‘ஆனால் உன்னைப் பார்த்தால் இளவரசிபோல்தான் இருக்கிறது…’ என்று சொன்னான்.

மாதவி சிரித்தாள். ஒரு சோகச் சிரிப்பு.

அவள் யாரென்று தெரிந்தவுடன் காபாலிகன் திட்டம் முழுவதுமாக அவனுக்குப் புரிந்தது.

‘மாத...’ என்று ஆரம்பித்தவன் ‘இளவரசி’ என்று மாற்றி அழைத்தான். அவள் முகம் மாறியது. இருவருக்குள் ஒரு சிறிய விரிசல் ஏற்பட்டது போலொரு உணர்வு.

‘என்னைப் பெயர் சொல்லியே அழைக்கலாம்’ என்றாள்.

‘சரி. நான் சொல்வதை சற்று சிந்திக்கவேண்டும். காபாலிகன் சொல்வதைக் கேட்காதீர். கடந்த காலம் ஒரு நரகம். அதில் நம்மைத் தள்ளப்பார்க்கிறான் காபாலிகன். இந்த இரவை மறந்துவிடு. உன் வேலையைச் செய். அதுதான் நமக்கு நல்லது.’

‘நானும் அப்படித்தான் யோசித்தேன். நான் மாதவிதான். நாட்டியக் காரிதான். எனக்கும் வாதாபிக்கும் எந்த சம்பந்தமும் இல்லை’ என்றவள் ஒரு நொடிக்குப் பின், ‘ஆனால் என் நிலையை நினைத்துப் பார் ஆனந்தா. நான் நேசித்த இந்த காஞ்சி நகரம் எனக்குப் பல கசப்பான நினைவுகளைத் தினம் தினம் கொடுக்கும். போன வாரம்தான் பல்லவ மன்னர் என்னைப் பாராட்டினார். இந்த வாரத்திலிருந்து பல்லவ குலத்துக்கு விரோதியானேன்.’

சரித்திரத்துக்கு பதில் சொல்லவேண்டும் என்ற பொறுப்புணர்ச்சியே இல்லாத அந்த கசடனுடைய காரியங்கள் காஞ்சி நகரை நாசமாக்கின என்று எல்லோரும் சொல்லிக் கேட்டிருப்பாள். கோபத்தில் பொருமியும் இருப்பாள். இப்போது அவனே தன் தந்தை என்று தெரிந்தவுடன் குழம்புகிறாள் என்று புரிந்து கொண்டான்.

‘நான் யாரென்று தெரிந்தால் சிவகாமி அம்மையார் என்னை வெறுத்து விடுவார். என்னிடம் அவருக்கிருந்த நேசமெல்லாம் நஞ்சாகப் போகிறது. அவருடன் இருந்துகொண்டே எப்படி அவருக்கு துரோகம் செய்துவிடமுடியும்?’

ஆனந்தன் அவளுக்கு ஆறுதல் கூற முயன்றான். ஆனால் பேசிக் கொண்டிருக்கும்போதே மாதவி மனதில் பாரம் குறைந்தது.

வெளியில் மழையும் நின்றது. ஆனந்தன் எழுந்தான்.

மழையின் ‘தடதட’ சப்தம் வர வர ஒலி குன்றி வந்தன. மரங்களிலிருந்து சொட்டும் நீர்தான் என்று தெரிந்தது. மழை ஓய்ந்து விட்டது; ஆனால் இப்போது இதுவரை காத்துக்கொண்டிருந்த தவளைகள், கோட்டான்கள், சிறகடிக்கும் பறவைகள் என்று ஆயிரமாயிரம் ஜீவராசிகள் வெளிவந்து தொண்டைத் தண்ணீர் வற்றும்வரை கத்தின. நேரமாகியும் கூட அவற்றின் ஆங்காரம் மட்டும் சிறிதளவும் குன்றவில்லை.

‘பொழுது விடிவதற்குள்ளே ஊருக்குச் சென்றுவிடவேண்டும்’ என்று சுலோச்சனா சொன்னாள்.

அவள் குரலைக் கேட்டவுடன் இருவருக்கும் தூக்கிவாரி போட்டது. சிறிது நேரம் அவள் இருந்ததையே மறந்திருந்தனர். அவள் எப்போது எழுந்தாள்...? இருவரும் பரஸ்பரம் தத்தம் மனதுகளைத் திறந்து பேசியதில் எவ்வளவைக் கேட்டாள்...? என்று சந்தேகம் இருவருக்கும் எழுந்தது.

‘சரி, எல்லோரும் கிளம்புங்கள்’ என்று ஆனந்தன் சொன்னவுடன் மாதவிக்கு மனதே இல்லை. இந்த இருள் படிந்த மண்டபத்தைவிட்டு வெளியேறினால் உண்மையை மீண்டும் சந்திக்கவேண்டும் என்றது மனது. ஆனால் என்ன செய்வது? காலைக்குள் காஞ்சியை அடைய வேண்டுமே?

மழைமீது ஆனந்தனுக்கும் ஏகப்பட்ட கோபம். இந்த மண்டபத்தில் இரவு தங்காமல் போகவேண்டும் போலிருக்கிறதே. ‘போகாதே...’ என்று சொல்ல அவன் மனம் துடித்தது. ஆனால் வார்த்தைகள் எழவில்லை. அந்த எண்ணம் வந்தபோது சரியாக வினவும் தோரணையுடன் மாதவி அவனை நோக்கினாள்.

குள்ளனை மண்டபத்துக்குள் காணவில்லை. காற்றில் மறைந்தவன் போல அங்கிருந்து அகன்றான். இருவரும் ஆழ்ந்து பேசியபோது இருளில் நழுவியிருப்பான். ‘எங்கு போகப் போகிறான்? என்றாவது மல்லையில் ஒரு சிலைக்குப் பின்னாலிலிருந்து குதிப்பான்’ என்று நினைத்துக்கொண்டான் ஆனந்தன்.

மண்டபத்திலிருந்து கிளம்பினர். இருவரும் ஒன்றாய் நடந்தனர். பத்தடி தள்ளி சுலோச்சனா நடந்தாள். இருளில் மரங்களின் பூத்திருந்த பன்னீர் மலர்கள் கண்ணுக்குத் தெரியவில்லை. ஆனால் மழையினால் திடீரென அம்மலர்களின் சுகந்த பரிமளத்தை உணர முடிந்தது.

அந்த நர்த்தகி முகத்திலோ, சிற்பியின் முகத்திலோ முன்னம் நாம் பார்த்த இளமைத் துடிப்போ, கற்பனைத் திறனின் தாண்டவமோ இப்போது எங்கே? ஓர் உண்மை தெரிந்தவுடன் இருவர் குணாதிசயங் களும் மாறிவிட்டனவோ?

அவளுடன் இன்று பேச வருண பகவான் வாய்ப்பேற்படுத்திக் கொடுத்ததை நினைத்து சந்தோஷப்பட்டான். இன்னமும் வானில் அவ்வப்போது ஏற்பட்ட மின்னல் ஒளியில் அவள் முகத்தைக் கண்டவன் பரவசப்பட்டான். கைதேர்ந்த சிற்பி வாழ்நாளெல்லாம் அரும்பாடுபட்டு வேலை செய்த சிலைபோல இருந்தாள். ஆனால்

விதி இருவரையும் இப்படிச் சேர்த்தது விந்தையாக இருந்தது. சிற்பியாகவும் நர்த்தகியாகவும் இணைத்திருந்தால் எவ்வளவு நன்றாய் இருக்கும்!

இயற்கையின் சுவாசம் சூழ்ந்த பாதையில் இருவரும் நடந்தனர். அவளைக் காஞ்சியில் விட்டுவிட்டு மல்லையில் வீடு திரும்ப அவனுக்கு எண்ணம். ஆனால் ஒன்று உறுதி. உடல் மட்டுமே மல்லை திரும்பும். உள்ளம் காஞ்சியில் பின் தங்கிவிடும்.

இருவரும் இன்னும் சற்று நேரத்தில் தத்தம் வழியில் பிரியப் போகிறார்கள். இதையறிந்த விண்மீன்கள் மேகங்களுக்கு பின்னிருந்து எட்டிப்பார்த்தன. இந்தச் சந்திப்பில் ஒரு புதிய காதல் உருவாகுமா என்ற சந்தேகம் அவற்றுக்கும் இருந்தன.

•••

அத்தியாயம் - 13

# நாகநந்தியின் நினைவுகள்

**கா**ட்டில் தனிமையில் இருந்த காபாலிகன் வானிலையில் மாற்றம் ஏற்பட்டதை முதலில் கவனிக்கவேயில்லை. அகத்தில் ஆடும் புயலுக்கு முன் கானகத்தில் பேயாட்டம் ஆடிய காற்று எம்மாத்திரம். இயற்கையெல்லாம் ஒரு பொருட்டே இல்லை. வெய்யிலில் காய்ந்தாலும் மழையில் நனைந்தாலும் ஒன்றுதான்.

நாகநந்திக்குத் தனது உயிரானது வீணாக விரயம் அடைவதில் விருப்பமில்லை. பல்லவ சேனாதிபதி பரஞ்சோதி நாகநந்தியின் கையை சிறிதும் அனுதாபமின்றி வெட்டிய பிறகு உயிர் பிழைப்பதே துர்லாபம் என்று தோன்றியது. ஆனால் நாகநந்தி யமனுடன் போராடினான். தனக்குத் தெரிந்த மணிமந்திர ஔஷதங்களினால் தன்னை குணப்படுத்திக்கொண்டு எழுந்து நின்றான்.

பல்லவனுடன் சண்டை போடுவது எல்லாம் இனிமேல் சாத்திய மில்லை என்று புரிந்தது. புலிகேசிக்கோ பல மகன்கள். அதில் உயிர் தப்பியவனை முன்னின்று பழிவாங்க தயார் செய்கிறேன் என்று பிக்ஷு சொன்ன போது பலரும் அவனை விரட்டி அடித்தனர் மற்றவர்கள்... அவர்கள் பேசிய வார்த்தை ஒவ்வொன்றும் பழுக்கக் காய்ச்சிய ஈயத்துளியைப்போல் அவன் காதில் விழுந்துகொண்டேயிருந்தது. 'ஒற்றைக் கையுடன் போய் காஞ்சியிலேயே பிச்சையெடுத்தால்தான் நீ செய்த பாதக காரியத்துக்கு பிராயச்சித்தம் தெரியும்' என்று சபித்தனர்.

ஒரு மாபெரும் சாம்ராஜ்ஜியம் இன்று சிதைந்து கிடந்தது. எல்லாம் காஞ்சியில் வாழ்ந்த ஒருத்தியின் சபதத்தால். அவளை மீட்க வந்த சாக்கில் பல்லவன் அமராவதியை ஒத்த வாதாபியை இடித்துத் தகர்த்து

அக்கினிக்கு இரையாக்கினான். தன் நகரும் வம்சமும் அழிந்து கிடந்தது வருத்தம்தான். ஆனால் அதைவிடவெல்லாம் தன் காதலை சிவகாமி மறுத்ததன் காரணமாகப் பெரிதும் கோபம் கொண்டிருந்தான். தன்னை ஊனமாக்கியது அந்தக் காதல்தான். வாழ்க்கையெல்லாம் போராடி உருவாக்கிய சாம்ராஜ்ஜியம் கருகி பஸ்பமமானது அந்த காதலால்தான்.

காஞ்சி என்றவுடன் அவனுக்கு ஓர் அருவருப்பு. அந்தப் பக்கம் தலை வைத்துகூடப் படுப்பதில்லை. தன் ஜென்ம விரோதி மாமல்லனின் பட்டத்தரசியாய் சிவகாமி இருப்பாள் என்று நினைத்ததுதான் முக்கிய காரணம். பின் ஒருநாள் தற்செயலாக அஜந்தாவுக்கு வந்த தமிழன் ஒருவன் நாகநந்தி யாரென்று தெரியாமல் கதையைச் சொன்னான். ஆருயிர் காதலர்கள் மாமல்லனும் சிவகாமியும் கல்யாணம் செய்துகொள்ளவில்லை என்றும் சிவகாமி ஏகாம்பரேஸ்வரர் கோயிலில் ருத்ர கன்னிகையாய் சேர்ந்துவிட்டாள் என்றும் சொன்னான். உடனே திட்டங்கள் மாறின. காஞ்சிக்குக் கிளம்பினான்.

வாதாபியிலிருந்து வெளியேறியபோது திரும்பத்திரும்ப அதன் கருகிய இடிபாடுகளைப் பார்க்காதே என்றது மனது. ஆனால் வேண்டுமென்றே திரும்பிப் பார்த்தான். மனதில் பழுக்கக் காய்ச்சிய எழுத்தாணியால் அந்தக் காட்சி உருப்பெறவேண்டும் என்று வேண்டினான்.

நாகநந்தியின் முழு வாழ்வும் எண்ணமும் அந்த ஒரு காரியத்துக் காகவே ஆனது. தினம்தினம் தூங்கும்போது பல்லவ சாம்ராஜ்யத்தின் அழிவுக்காக அன்று என்ன சாதித்தாய் என்று உள்மனது கேட்கும். காலை எழுந்தவுடனும் இன்று அந்த மகா சாம்ராஜ்யத்தைக் கவிழ்ப்பதற்காக என்ன செய்யப் போகிறாய் என்று வினவும்.

தானே தன்னை தேசப் பிரஷ்டம் செய்ததுபோல் வாதாபியைவிட்டுத் தள்ளியே பத்தாண்டு வாழ்ந்தாயிற்று. எப்போதெல்லாம் மனது தன் நோக்கிலிருந்து வழி தவற நினைக்கிறதோ அப்போதெல்லாம் வாதாபி தகனத்தை நொடி நொடியாய் நினைத்துப் பார்ப்பான். அந்தக் கஷ்டங்களை அணு அணுவாய் மீண்டும் அனுபவிப்பான். வெறி உயிர்த்தெழும்.

காவி வஸ்திரம் தரித்த பௌத்த சந்நியாசியாகத் திரிந்த நாகநந்தி எப்படி ஒற்றைக்கை காபாலிகனானான்?

தமிழகம் வந்தவுடன் யாரேனும் ஓரிருவர் தன்னை அடையாளம் கண்டாலும் கஷ்டம் என்றும் மீண்டும் பிக்ஷு வேஷத்தில் எப்படி

உலவுவது என்று தீவிர யோசனையில் இருந்த நாகநந்திக்கு விதியே ஒரு யோசனையை எடுத்துக்கொடுத்தது.

பிக்ஷு காஞ்சிக்கு வந்த சமயம் அவனது முகமே மாறியிருந்தது. தலையில் ரோமமும் அடர்த்தியானது. முகத்தில் தாடியும் கட்டுப்பாடின்றி வளர்ந்தது. காட்டில் செல்லும் காபாலிகன்களும் அவனை வந்து வணங்கினர். ஏன் என்று முதலில் நாகநந்திக்குப் புரியவில்லை. காபாலிகர்களுக்குத் தலையைக்கொய்து தீயிலிடுவதே உச்சகட்ட தியாகம். அதற்கு அடுத்தபடியாக தன் கையைக் கொய்து அக்னியில் போடுவதும் உண்டு. அவனுடைய ஒற்றைக்கை தோற்றத்தைக் கண்டவுடன் அப்பேர்ப்பட்ட பக்தன் நாகநந்தி என்று நினைத்துவிட்டனர். செய்தி பரவியது. மண்டை ஓட்டு மாலை அணிந்த காபாலிகர்கள் வந்து சாஷ்டாங்கமாகக் காலில் விழுந்தனர்.

அப்படியே சந்தர்ப்பத்துக்கேற்ப தாம் செயல்பட்டால் பாதுகாப்பு என்று முடிவெடுத்தான் பிக்ஷு. ரணபத்திர காளிக்கு பலி கொடுத்து, மாட்டுக்கொம்பிலே மதுபானத்தை ஏந்திக் குடித்து, தங்களுடைய மிக பயங்கரமான செயலாகிய மயான ருத்திரனுக்குப் பிரீதியாக உயிரோடு அகப்பட்ட பாவியைக் கொளுத்தி, அவர்களுடைய எலும்பு சாம்பலைத் தங்கள் உடம்பெல்லாம் பூசி வாழ்ந்தனர். ஓரக்கண்ணால் அவர்கள் செய்யும் அனுஷ்டானங்களைக் கவனித்தான். பின் அவற்றையே அவனும் கடைப்பிடித்தான். யாருக்கும் சந்தேகம் வரவில்லை.

ஒவ்வொரு முறையும் குளத்தின் தெளிந்த நீரில் தாகம் தணிக்க முயலும்போது தெரியும் முகத்தின் பிம்பத்தினால் நினைவு ஒன்று வரும். தன் மேல் சிறிதளவும் பச்சாதாபம் காட்டாத சிவகாமிக்காக ரஞ்சனி என்ற காபாலிகையைத் தான் கொன்றது நினைவுக்கு வரும்.

புத்த பிக்ஷுவாக இருந்ததைவிட காபாலிகன் ஆனதும் வெறி பன்மடங்கானது. தனக்கு உதவ ஒரு சித்திரக் குள்ளனை தேர்ந்தெடுத்துக்கொண்டான். குள்ளனாய் பிறந்தது என்ன அவன் குற்றமா? அவன் எங்கு சென்றாலும் அவனைச் சுற்றிக் கூட்டம் கூடி கோரணி காட்டியும், ஏளனம் செய்தும் மனதைப் புண்படுத்தினர்... பிக்ஷுவோ தந்திர மந்திரத்தால் அவனை சராசரி உயரத்துக்கு ஆக்குவேன் என்று சொல்லியிருந்தான். கேட்கவேண்டுமா? யோசிக்கவே தெரியாத மந்தன் அந்தக் குள்ளன். அதனால் நாகநந்தியுடன் ஒட்டிக்கொண்டு அன்றிலிருந்து அவன் சொல்படி கேட்டு நடந்தான். அதுபோல பல்லவ நாட்டுக்குள் மனதுக்குள் குமுறிக்கொண்டிருந்த சாளுக்கிய நாட்டு அடிமைகளைத் தன் வசப்படுத்த நாளாகவில்லை.

ஆனால் யார் இருந்து யார் இல்லாவிட்டால் என்ன. அவன் இயற்றிக்கொண்டிருக்கும் நாடகத்தில் முக்கியமானவர்களுக்கு இப்போதுதான் விஷயத்தை முதலில் சொல்லியிருந்தான். காஞ்சிக்கு வந்து சேர்ந்த பல வருடங்கள் கழித்து இன்றுதான் அவனுடைய மனோரதம் ஈடேற நேரம் வந்தது.

மழையில் நனைந்து இன்னமும் விகாரமாய் இருந்த குள்ளன் ஓடி வந்தது காபாலிகனின் நினைவுகளைக் கலைத்தன. அவர் கேட்கக் காத்திராமல் அவனே செய்தியைத் தெரிவித்தான்.

'குருநாதா, அவர்கள் மண்டபத்தில் மழைக்கு ஒதுங்கிவிட்டுப் பின் காஞ்சி நோக்கிச் சென்றுவிட்டார்கள்' என்றான்.

'மழைக்கு ஒதுங்கினார்களா?' என்ற காபாலிகனுக்கு பரபரப்பு. பழியெனும் சக்கரம் சுழல ஆரம்பித்துவிட்டது என்று சந்தோஷப் பட்டவனுக்கு இச்செய்தியைக் கேட்டவுடன் முதலில் வந்தது சந்தேகம்தான். 'வெறும் மழைக்கு பயம் கொள்ளும் இந்த இருவரைக் கொண்டு பல்லவனை வீழ்த்தப்போகிறாயா?' என்று சந்தேகம் எழுப்பியது மனம்.

ஆனால் மனதைத் தேற்றிக்கொண்டான். கையில் கிடைத்த ஆயுதத்தை வைத்துத்தானேபோராட முடியும். இல்லாததுக்கும் பொல்லாதத்துக்கும் ஆசைப்பட்டால் நடக்குமா? காபாலிகனுக்கு கொஞ்சம்கூடக் காலத்தை வீண்போக்குவதற்கு மனமில்லைதான். ஆனால் பழி வாங்க எண்ணுபவனுக்குப் பொறுமைவேண்டும். அதை இழந்தால் ஏகப்பட்ட குருட்டு யோசனைகளே மனதில் வரும். பின் அழிவும் வரும்.

திட்டம் என்னவோ பிரமாதமானதுதான். அதைத் தீட்டிய நாகநந்தி மதிநுட்பத்தில் சிறந்தவன். அவன் தனது திட்டம்தனைச் செயல் படுத்த புகைந்துகொண்டிருந்த வாதாபியிலேயே முடிவெடுத்து விட்டான். அன்றிலிருந்தே முகத்தில் இலேசாகக் கவலைக் குறியும் தோன்றியது. எதிர்பார்த்தபடி சில காரியங்கள் நடக்காது. எதிர்பாராத காரியங்கள் பலவும் நடந்துவிடும். அதனால் எந்த ஒரு திட்டத்தையும் தீட்டிய வடிவத்தில் நடத்த முடியாது.

வாதாபியிலிருந்து நடந்து வரும்போதே பல முடிவுகளை எடுத்தான் நாகநந்தி. தன்னால் இந்த இரு குழந்தைகளையும் வளர்க்க முடியாதென்று புரிந்துகொண்டு அவர்களைச் சரியான இடங்களில் விட்டுவிட முடிவெடுத்தான். அவர்களின் பிரதம எதிரிகள் இவர்கள் என்று பல்லவர்களுக்கு அணு அளவுக்கும் தெரியக்கூடாது. அவர்கள் பல்லவ நாட்டு மக்களுடன் இணையவேண்டும். அதனால் நடந்து

வந்த நூறு காத தூரமும் தமிழிலேயே பேசினான். அந்தக் குழந்தைகள் காஞ்சிக் கோட்டை கொத்தளங்களுக்கு முன் நிற்கும்போதே தாய்மொழி மறந்து போயிருந்தது. தமிழில் சரளமாகப் பேசிக் கொண்டிருந்தனர்.

இருவரும் தனித் தனியாய்த்தான் வளரவேண்டும் என்று அங்கொன்றும் இங்கொன்றுமாக இரு குழந்தைகளையும்விட்டு அவர்கள் வளரும்வரை காத்திருந்து கண்காணித்தாயிற்று.

தனது மனது நிர்ணயித்த இரண்டு வேலைகளையும் தொடர்ந்து செய்ய முடியாது என்று உணர்ந்த நாகநந்தி இந்த இருவரையும் உபயோகிக்க எண்ணினான். பழி என்றால் நாட்டுக்கு ஒன்று, தனக்கு ஒன்று. ஆம், இந்தத் திட்டத்தில் தனக்காக தன் மனம் குளிர்வதற்காக ஒருவனைப் பழி தீர்க்க முடிவு செய்திருந்தான். மாதவியால் அரசகுடும்பத்தைப் பழி தீர்க்க முடியும். வஞ்சம் தீர்ந்தது என்றவுடன் சாளுக்கிய நாட்டு மக்கள் தங்கள் மகோன்னதமடைய வழி வகுக்கும் சாளுக்கியக்கொடியை வானளாவப் பறக்கவிட முடியும்.

ஆனந்தனுக்கோ வேறு வேலை. தன் இயலாமைக்குப் பொறுப் பானவனை தண்டிக்கவேண்டும். அப்பேர்ப்பட்ட தண்டனையைத் தனக்குப் கொடுத்த பல்லவ தளபதி பரஞ்சோதியைப் பழி வாங்க வேண்டும்.

மாதவியை வளர்க்கத் தகுதியானவள் சிவகாமிதான் என்று முடிவெடுத்தான் நாகநந்தி. காஞ்சி மாநகரின் உள் அழைத்துச் சென்று அவளை சிவகாமியின் கலைக்கூடத்துக்கு வெளியே திண்ணையில் விட்டார். 'இங்கேயே இரு' என்றார். அதுவரை அவர் சொல்லி எதையும் தட்டாத சிறுமி இரவெல்லாம் பசியிலும் குளிரிலும் அமர்ந்திருந்தாள். அவள் சிறந்த நர்த்தகியாவது அவர் திட்டத்தில் முக்கிய அச்சாணி போன்றது. பல்லவன் கண்ணில் மண்ணைத் தூவுவதற்காக இவளை அங்குதான் சேர்க்கவேண்டும். மகேந்திரனின் குலத்துக்கே அழகிய பெண்களின்மேல் ஒரு கண் என்று அவர் உள்ளத்தில் வேரூன்றியிருந்தபடியால் அவளை அவர்கள் காணும்படி அங்குதான் விடவேண்டும் என்று முடிவெடுத்தார்.

பின் வளர வளர சிவகாமியையும் மிஞ்சிவிடுவாள் என்று கேள்விப்பட்டு சந்தோஷப்பட்டார். ஜென்ம விரோதியின் மகளைக் கலையரசியாக உருவாக்கிக்கொண்டிருந்தாள் சிவகாமி. அவளுடைய மாளிகையை ஒத்த நர்த்தக கல்விச்சாலையின் வாசலில் அடிக்கடி ஒதுங்கி நின்று மாதவியின் வளர்ச்சியைக் கவனித்தான்.

மாதவியைக் காண காஞ்சி செல்வதில் ஓர் ஆனந்தம். நாகநந்திக்கோ முன் இருந்த பயமில்லை. யாரும் அடையாளம் கண்டுகொண்டால் கல்லால் அடித்துக்கொல்லுவார்களா என்றெல்லாம் எண்ணமிட்ட காலம் போனது. காஞ்சிக்குள் முன்போல காபாலிகன்களுக்குத் தடையில்லை. எப்போதுவேண்டுமானாலும் சென்று வரலாம். பலரும் அவன் நடந்தபோது குனிந்து வணக்கம் தெரிவித்தனர்.

ஆனால் அழியா மதில் கொண்ட காஞ்சி கம்பீரமாகத் தலைதூக்கி நின்றது. அதன் வாசல் வழியாகச் செல்லும்போது கூனிக் குறுகிப் போய்விடுவான். மதயானைகள் அழித்த பசுஞ்சோலைகளைப்போல இருந்த வாதாபி நகர் நினைவுக்கு வரும். அழுகுரலும் புலம்பல் ஒலியும் தத்ரூபமாகக் கேட்கும். வாதாபியை எரித்து விழுங்கிய தீயின் வெப்பத்தை உணரமுடியும். பருந்துகளும் கழுகுகளும் விருந்துண்டன. நரிகள் நடமாடிக்கொண்டிருந்தன. பிணம் அழுகும் துர்நாற்றம் அவரால் மட்டும் உணர முடியும். பல்லவன் தன் நாட்டை அலங்கோலப்படுத்தியது நினைவுக்கு வரும். அந்த கர்வ பங்கத்தினால் கூனிக் குறுகிப் போனான்.

மாதவியை காஞ்சியில் விட்டுவிட்டு ஆனந்தனை நேரே கடல் மல்லைக்கு அழைத்துச் சென்று ஆயனச் சிற்பியின் சிற்பக்கூடத்தில் விட்டுவிட்டான். ஆனந்தனும் இப்போது ஆயனச் சிற்பியின் பிரதம சிஷ்யனாய் ஆனான் என்று பெருமைகொண்டான்.

மறைவில் நின்று இருவரின் வளர்ச்சியைக் கவனித்தான். இரு குழந்தைகளிடமும் கண்ணுக்குத் தெரியாத தொப்புள் கொடியை வைப்பதுபோல சாளுக்கிய அடிமைகளை அவர்கள் அருகே இருக்க வைத்தான். தன் குறிக்கோளை நிறைவேற்ற அவர்களுக்கு ஒரு காலம் வரும் என்று காத்திருந்தான். வந்தும் விட்டது. அதனால் ‘பழிக்கு நிகர் பழி... இடிபாட்டுக்கு நிகர் இடிபாடு... தகனத்துக்கு நிகர் தகனம்... சாம்பலுக்கு நிகர் சாம்பல்... வாதாபியின் நிலைதான் காஞ்சிக்கும் நேரவேண்டும்.’

•••

அத்தியாயம் - 14

# அகழியில் அல்லோலகல்லோலம்

**மூ**வரும் காட்டுவழியைக் கடந்து காஞ்சிக் கோட்டைக்கு இட்டுச் சென்ற ராஜபாட்டையில் நடந்தனர். வழிநெடுகிலும் ஈரமாய் இருந்தது. காஞ்சியைச் சுற்றிய பகுதிகள் எல்லாவற்றிலும் அடை மழை கொட்டியிருக்கவேண்டும். மேகங்கள் அகன்றாலும் இருள் மேலும் மேலும் கரியதாகிக் கொண்டுவந்தது. இருட்டைவிடக் கரியதாக என்ன இருக்கும்? எதிர்காலம்தான் என்று தோன்றியது மாதவிக்கு.

பெரும்பாலும் மௌனம் தழுவிய பயணத்தில் அவ்வப்போது பெருமூச்சுக்களும் விம்மலும் கேட்கும். மாதவியின் மனம் துடிக்கின்றது என்று அறிந்த ஆனந்தனுக்கு அவளைக் கட்டித் தழுவி கன்னத்தை நனைத்த கண்ணீரைத் துடைத்து ஆறுதல் சொல்ல வேண்டும் என்று கொள்ளையாசை. ஆனால் அவனிருந்த குழப்பமே பெரிதாக இருக்க இதிலென்ன மற்றவருக்கு ஆறுதல் சொல்ல முடியுமென பேசாமலிருந்தான்.

வரும்போது பறவைகளின் இனிய கானத்தைக் கேட்டுக்கொண்டு நடந்தாள். இப்போது அவை இருந்தனவா... இல்லை செத்து மடிந்தனவா என்றுகூட கவலை இல்லை. ஆனால் எதை மறந்தாலும் ஆனந்தன் அவளருகில் இருப்பது ஓர் ஆறுதலாய் இருந்தது. ஆனால் ஆனந்தனுக்கு அப்படியல்ல. இருவரும் குளிரின் காரணமாய் அண்டியே நடந்தபோதும் இருவருக்கும் இடையே மல்லையில் சந்தித்தபோதே தெளிவாய் தெரிந்த இடைவெளி இப்போது இன்னமும் அதிகரித்திருந்தது என்று தோன்றியது.

எப்படியாவது சூர்யோதயத்துக்குள் காஞ்சியின் அருகாமைக்கு வந்துவிடவேண்டும் என்று மூவரும் வேகத்தைத் தளர்த்தவே

இல்லை. ரகசியத்தை நாடி விரைந்து வந்த மாதவி இப்போது அதைவிட வேகமாக நடந்தாள். காலையில் கோட்டைக்கு வெளியில் நின்றிருந்தால் தேவையில்லாத கேள்விகள் பலவும் எழும் என்று மூவருக்குமே தெரியும்.

பயணத்தின் முடிவில் கோட்டையைப் பார்த்தவுடன்ஆனந்தனுக்கும் சரி, மாதவிக்கும் சரி, மனதின் அடியில் புதைந்து கிடந்த நினைவுகள் எழுந்தன. வாதாபியிலிருந்து இருவரும் சேர்ந்து வந்து பனிமூட்டத்துக்கு நடுவே இதே மதில்களைக் கண்டது மனதில் மீண்டும் வந்தது. ஏதோ அன்று நூறு காத தூரம் இடைவிடாமல் நடந்துவந்த குழந்தைகளுக்கு கால்களுக்கு அளவில்லாத சக்தியைக் கொடுத்திருக்கவேண்டும். பழைய எண்ணங்கள் மாதவியின் மனதில் ஒரு வித்தியாசமான உணர்வைத் தோற்றுவித்தது. ஆனந்தனுடன் இன்னமும் அவளை நெருங்கச் செய்தது. ஆனால் அப்போதுதான் பிரியும் நேரமும் வந்தது.

சுலோச்சனாதான் முதலில் பேசினாள். இருவருக்கும் வெகு நேரம் கழித்து மனிதக் குரலைக் கேட்பதே வித்தியாசமாயிருந்தது.

‘தம்பி, நீ கிளம்பு’ என்றாள் ஆனந்தனைப் பார்த்து.

‘ஒரு நிமிடம் நான் அவளுடன் பேசவேண்டுமே...’ என்றான்.

சுலோச்சனாவுக்கு ஆச்சரியம். ஆனால் தள்ளி நின்றாள்.

இருவரும் சற்றுத் தள்ளி நடந்தனர். ஓர் இருபது காலடிகள் எடுத்து வைத்தபின் அவன், ‘மாதவி, நான் சொல்வதை நன்றாகக் கேள்’ என்றான்.

‘பல்லவன் கோட்டைக்கு இட்டிருந்த காவலை ஏமாற்றி வருகிறேன் என்று எண்ணி வந்தாயே? காவலை மீறி நீ வந்திருக்கக்கூடாது...’

‘காபாலிகன் சொல்வதெல்லாம் பொய் என்கிறாயா?’ என்றாள். அவள் குரலில் ஒரு கோபம் தெரிந்தது.

‘இல்லை. முற்றிலும் உண்மையாய்தானிருக்கவேண்டும்... இப்போது அந்தக் கோட்டைச் சுவர்களைப் பார்க்கும்போது உனக்கு பழையதெல்லாம் நினைவில் வந்திருக்குமே? எனக்கும் வந்தது. அதுபோல காபாலிகனை பார்த்தவுடனே பயம் வரவில்லையே. ஓர் அருவருப்பு வரவில்லையே. மாறாக அவர்மேல் ஓர் ஈர்ப்பு ஏற்பட்டுவிட்டதே. நமக்கு ஏதோ ஒருவகையில் நன்மை செய்தவர் என்று தோன்றுகிறதே. அதையெல்லாம் நான் சொல்லவில்லை. நான் சொல்ல வந்தது வேறு. இது ராமன் துரத்திய மாயமான்போல

வாழ்வையே மாற்றிவிடும். இன்றைக்கு நீ கோட்டைச் சுவர்களின் காவலை மீறி வந்தாயென்பதையே மறந்துவிடு. இது நம்மால் முடியாத காரியம். வாதாபியையெல்லாம் கனவாய் மனதிலிருந்து கலைத்துவிடு. வாழ்வோ தாழ்வோ நம் வாழ்க்கை நம் கட்டுப் பாட்டில் இருந்தது. இப்போது காபாலிகரின் கைப்பாவைகளாக வாழ்வது மிகவும் கடினம்.'

'சரி, நீ சொல்வதை நினைவில் கொள்கிறேன்' என்று உறுதி அளித்தாளே தவிர எல்லாம் உதட்டளவில்தான் என்று உணர்ந்தான். காபாலிகன் ரகசியத்தைச் சொல்லி முடித்த க்ஷணமே அவள் வேறு மனுஷியானாள். உண்மை அவளை உடும்புப் பிடியாகப் பிடித்துக் கொண்டிருந்தது என்று உணர்ந்தான்.

ஒரு சோகச் சிரிப்பு அவன் இதழ்களில் தவழ்ந்தது. மாதவியால் என்றுமே அவள் நோக்கத்திலிருந்து விலகிப் போய்விட எண்ண முடியாது. காபாலிகன் மிகவும் சமர்த்தர். அவள் எங்கு சென்றாலும் பின் தொடரும் உணர்வு அவளிடம் இருக்கும். உண்மையில் ஒரு மாயக்கயிறு. போகும்போது பார்த்ததிலிருந்து இப்போதைக்கு மாதவி முகத்தில் வேறொரு களை படர்ந்தது. 'இன்றைக்கு உன்னைச் சிலை வடித்தால் வேறுவிதமாய் இருக்கும்' என்று நினைத்தான்.

எந்த நேரத்திலும் கிழக்கு வான முகட்டில் வெளிச்சம் வெடிக்கும் என்று அறிந்தவர்கள் பிரியும் நேரமும் வந்துவிட்டது என்று உணர்ந்தார்கள். சற்று யோசித்துவிட்டு 'மீண்டும் சந்திப்போம் என்றுதான் நினைக்கிறேன்... சென்று வா' என்றாள்.

அடுத்தது எப்படி எங்கே எந்த நிலையில் சந்திப்போமோ என்று அவனுக்குச் சந்தேகம். தலை அசைத்து 'சரி' என்றான். நின்ற இடத்திலேயே நின்றான். சுலோச்சனாவும் மாதவியும் திரும்பி கோட்டைச் சுவரின் அருகாமைக்கு நடந்தனர்.

அவள் சென்ற பின்னும் விட்டுச் சென்ற சுகந்தம் அவனைச் சூழ்ந்திருந்தது.பின் மெல்லத் திரும்பி மல்லைக்குச் செல்லும் ராஜபாட்டையைப் பிடித்தான். நடந்தால் ஒரு நாளாகும். ஏதாவது வர்த்தகர் வண்டியில் ஏறிச் சென்றால் அரை நாளுக்குள் சென்று விடலாம்.

அகழியைச் சுற்றிய பகுதியில் விஸ்தாரமான வெட்டவெளிப் பிரதேசத்தில் கூட்டம் கூட்டமாய் மக்கள் இருந்தனர். கோட்டைக் கதவு மூடியவுடன் நள்ளிரவில் வந்தவர்கள் ஏற்றிய நெருப்புக்களின் கருகிய சுவடுகள் பாதை நெடுகிலும் காணப்பட்டன. பல கரிய வட்டங்கள் இன்னமும் புகைந்துகொண்டிருந்தன. குளிரில்

காத்திருந்த குதிரைகளின் கனைப்பு அவ்வப்போது கேட்டது. அமர்ந்திருந்தவர்களுக்கு சற்றுத் தள்ளியே இருவரும் நின்றனர். கதவு திறந்தவுடன் கூட்டமாய் உள்ளே செல்லலாம் என்று சுலோச்சனா முடிவெடுத்தாள்.

குளிருக்காக முக்காடு இட்டிருந்த ஸ்திரீபுருஷர்களை மாதவி நோக்கினாள். சிரமப் பரிகாரம் செய்து கொண்டு இருந்த மக்கள் சிற்ப வடிவங்களைப்போல் அசையாமல் இருந்தார்கள். அவர்களது அசைவற்ற நிலையைக் கண்டு அவளுக்கு ஆனந்தன் நினைவுக்கு வந்தான். பின் அவன் சொன்னதும் மனதில் மீண்டும் தோன்றியது. ஆனால் அதில் அவளுக்கு உடன்பாடில்லை. எது எப்படியாவது போகட்டும் என்று போக முடியவில்லை. கொட்டாத கண்களுடனும் துடிதுடித்த நெஞ்சுடனும் இரவெல்லாம் தூக்கமின்றி துடித்துக் கொண்டிருந்ததன் அர்த்தம் தெரிந்தது. அவள் கனவு புதிய பொருளில் விளங்க ஆரம்பித்தது. ஆனால் எப்படியொரு தர்ம சங்கடமான நிலை?

'இந்த நாட்டியக்கூடம் வெறும் அடைக்கல ஸ்தானம்தானா? எனக்கு வாழ்வு கொடுத்த கலைக்கோயில் இல்லையா?' என்று தோன்றியது. அங்கு இருப்பவர்கள் எல்லோரும் எதிரிகளாய் தோன்றினர். யாரிடமும் தமது கோபத்தையும் ஆத்திரத்தையும் வெளியிட்டு நாலு வார்த்தை பேசுவதற்குக்கூட முடியாமல் போய்விட்டது. முக்கியமாகத் தன் தாய் போலிருந்த சிவகாமியைப் பார்க்கும்போதெல்லாம் வெறுப்பும் அச்சமும் வராதா என்ற ஐயமும் எழுந்தது.

என்ன உத்தேசத்தோடு இப்போது இந்தக் காட்டுக்குள் வந்தோமோ அது நிறைவேறிவிட்டது. ஆனால் ஒரு கேள்விக்கு பதிலளிக்காமல் இன்னும் பல கேள்விகளைக் கிளப்பிவிட்டது.

சுலோச்சனாவிடம் திரும்பினாள். 'உனக்கு வெகுநாளாய் இந்த ரகசியம் தெரியுமா?'

'முன்பே தெரியும். உன்னை எல்லாவிதக் கஷ்டங்களிலிருந்தும் பாதுகாக்கவே காபாலிகன் என்னை இங்கு அமர்த்தினார்.'

'சரி, அவர் எனக்கு என்ன உறவு முறை?' ஒரு வேளை புலிகேசிதான் மாறுவேடத்தில் இருக்கிறாரோ என்ற ஐயம் எழுந்தது.

'மன்னரின் சகோதரர்.'

'அது சரி, திடீரென ஏன் இன்று உண்மையைச் சொல்லவேண்டும்?'

'எல்லாவற்றிற்கும் ஒரு வயதுவேண்டாமா?'

‘அவர் கேட்பது எளிய காரியமில்லை. ஒரு சின்னஞ்சிறு பெண்ணினால் என்ன செய்ய முடியும்?’

‘முடியும். உன்னால் முடியும். நீ எங்களைப்போல் எளியவர்களுக்காக இதைச் செய்யவேண்டும். சாம்ராஜ்யம் சிம்மாசனம் எல்லாம் அவர்கள் கஷ்டம். பொதுமக்களுக்கு என்னத்திற்கு? ஆனால் எல்லாவற்றையும் இழந்தது நாங்கள்தானே. காலம் காலமாக வாழ்ந்த நாட்டிலிருந்து உறவை இழந்து உடைமைகளை இழந்து அடிமைகளாய் எதிரி நாட்டுக்கு அழைத்து வரப்பட்டோம். பத்தாண்டுகளாய் அடிமையாய் இருக்கிறேன். உமக்கு சேவை செய்வதால் அந்த கஷ்டம் தெரியவில்லை.’ - பேசும்போதே விம்மினாள் சுலோச்சனா. ‘என் குழந்தைகளோ குடும்பத்தாரோ மீண்டும் எனக்குக் கிடைக்கப் போவதில்லை. ஆனால் வாதாபியை மீண்டும் தன் வளமையில் இந்தக் கண்கள் பார்க்கும்படி கருணை செய்!’ என்று சொல்லி சுலோச்சனாஅழத்தொடங்கினாள். உடல் குலுங்கக் குலுங்க அழுதாள்.

சுலோச்சனாவை சுயநினைவுக்குக் கொண்டுவர பிரயத்தனப்பட்டாள் மாதவி. சுலோச்சனாவின் கதையைக் கேட்டவுடன் அவளுக்கு காபாலிகன் கட்டளையை மீறும் எண்ணமே உதிக்கவில்லை.

ரதத்தில் காஞ்சியின் இராஜ வீதிகளின் வழியாக பவனி வந்தபோது எப்படி ஒரு மமதையை ஏற்படுத்தியது... தினந்தினம் அப்படி ஒரு சந்தோஷத்தை அனுபவிக்கவேண்டியவள் அல்லவா நான்? பல்லவ இராஜகுலத்தைப் பார்க்கும்போது மனதுக்குள் ஓர் ஏக்கம் ஓரத்தில் நிற்கும். நானும் அரச குலத்தில் பிறந்திருக்கக் கூடாதா என்று. இன்று ஊர்ஜிதமாயிற்று. இந்தப் பல்லவர்களைவிட பெரிய சாம்ராஜ்ஜியத்துக்குத் தானே இளவரசி. கண்ணில் துளிர்த்த கண்ணீரைத் துடைத்துக்கொண்டாள். கலையரசியாக வேண்டும் என்ற ஆசை துகள் துகளானது. அவள் அதுவரை சாதித்ததெல்லாம் மிக மிகச் சிறியதாய் தோன்றியது.

உணர்வற்ற நிலையில் இருந்தவள் திடீரென துயிலெழுந்தவள்போல ஆனாள். காஞ்சிக் கோட்டை சுவர்களைத் திரும்பிப் பார்த்தாள். திடீரென ஒரு வெறி அவளை ஆட்கொண்டது. விஸ்தாரமான பல்லவப் பிரதேசத்தையெல்லாம் அதைக் கட்டியாளும் காஞ்சிக் கோட்டை கொத்தளங்களையெல்லாம் முட்டி மோதி இடித்துத் தகர்க்கவேண்டும் போலிருந்தது.

புதியதோர் எதிரி உருவானதை அறியாமல் மாளிகையில் பஞ்சு மெத்தையில் படுத்துறங்கிய மன்னர் குலத்தை நோக்கி, ‘இத்தனை

மதில் சுவர்களும்அதற்குப் பின்னால் வானம்வரை உயர்ந்து கொண்டுபோன உப்பரிகை மாடங்களும் உம்மை என் பழியிலிருந்து காக்காது’ என்று சபதமிட்டாள்.

அந்த எண்ணம் வந்ததுதான் தாமதம். அவ்விடத்தில் ஓர் அதிசயம் நடந்தது. கோட்டை மதிலைச் சுற்றியிருந்த அகழியில் ஆயிரமாயிரம் முதலைகள் இருக்கும். உணவு பரிமாறும் நேரம் தவிர மரக்கட்டைகள் போல அசைவின்றி மிதக்கும். ஆனால் திடீரென எல்லாம் உயிர்பெற்றெழுந்தன. அங்கும் இங்குமாய் தடித்த வால்களை அடித்தன. ஒன்றை ஒன்று கூரிய பற்களாலும் நகங்களாலும் தாக்கிக் கொண்டன. ஒரே அல்லோலகல்லோலம் செய்தன. அவை ஒன்றுக்கொன்று அடித்துக்கொண்டதில் அகழி நீர் வெளியே தெளித்தது. தங்கள் எஜமானருக்கு கெடுதி செய்யும் நோக்கத்துடனே யாரோ கோட்டைக்குள் நுழைகிறார்கள் என்று அந்த ஐந்தறிவு ஜீவன்களுக்குப் புரிந்துவிட்டதுபோல, அகழிக்குள் ரகளை செய்தன.

அகழிக்கு அருகே அமர்ந்திருந்தவர்கள் பயந்து சற்று தூரம் சென்று அமர்ந்தனர். கோட்டைச் சுவர்களுக்குமேல் காவலுக்கு நின்ற வீரர்கள்கூட அதிசயத்தில் கீழே எட்டிப் பார்த்தார்கள்.

திடீரென அவள் பல்லவருக்குத் தீயதை எண்ணி முடித்தபின்பு அவள் எண்ணங்களைப் புரிந்து கொண்டுவிட்டன முதலைகள் என்று அவளுக்குத் தெரிந்தது. இனி ஜாக்கிரதையாக இருக்கவேண்டும் என்று முடிவெடுத்தாள்.

திடீரென அவள் நினைவுகளைக் கலைத்ததுபோல கோட்டைக் கதவுகள் திறப்பதற்குரிய சூர்யோதய பேரிகை முழக்கம் பெருஞ் சப்தமாக எழுந்தது. பேரிகை பறை கேட்டவுடன் பலரும் எழுந்தனர்.

சற்று நேரத்துக்கெல்லாம் கோட்டைக் கதவு திறந்தது. அதன் சப்தமோ யானையின் பிளிறல்போலக் கேட்டது.

மாதவி கூட்டத்துடன் கதவை நோக்கிச் சென்றாள். எல்லோரும் கோட்டைக்குள் செல்லும்போது அவர்களோடு போய்விடுவதே நல்லது. ஆனால் மற்றவருக்கும் அவளுக்கும் ஒரு வேற்றுமை. எதிரியின் பிரதேசத்துக்குள் காலெடுத்து வைத்தாள் மாதவி.

•••

அத்தியாயம் - 15

# இளவரசியின் குழப்பம்

**கா**ஞ்சி மாளிகையின் உப்பரிகையில் கவலை தோய்ந்த முகத்துடன் அமர்ந்திருந்தாள் பல்லவேந்திரனின் மகள் குந்தவி. மனதில் இருந்த நெருடல் அவளைத் தனிமையை நாடச் செய்தது. ஆனால் இரவில் அரண்மனையோ அந்தப்புரமோ ஏன் காஞ்சி நகரோ அமைதியை நாடுவதில்லை. இரவிலும் இவ்வளவு வாழ்க்கையா என்று வியக்க வைக்கும் நகரம் காஞ்சி.பின் இருக்காதா 'புஷ்பேஷு ஜாதி; புருஷேஷு விஷ்ணு; நாரீஷுரம்பா; நகரேஷுகாஞ்சி' என்று வடமொழிப் புலவர்களால் போற்றப்பட்ட நகரம் அல்லவா. வாழ்ந்தால் இப்பேர்ப்பட்ட நகரில் வாழவேண்டும் என்பார்களே.

ஆதவன் மேற்கில் மறைந்து அஷ்டதிக்கிலும் இருள் சூழ்ந்ததைக்கூட முதலில் கவனிக்கவில்லை. கவனித்த போது கோட்டை கொத்தளங்களின் பல நூறு தீவர்த்திகள் ஏற்றிவிட்டார்கள். இருளிலும் காஞ்சியே ஜகஜோதியாய் இருந்தது.

காஞ்சி நகர் இருட்டியதுதான் தாமதம். காஞ்சியின் கலை விழாக்கள் உயிர் பெற்றன. ஆங்காங்கு நடைபெற்றுக்கொண்டிருந்த இசை, நாட்டியம், கூத்து ஆகியவற்றின் சப்தங்கள் வீசிய தென்றலில் மிதந்து வந்தன. தன்னைத் தவிர நாடே கொண்டாடியது போலொரு எண்ணம் குந்தவிக்கு

அப்பேர்ப்பட்ட நகரை ஆளும் அரசர் ஏன் இப்படி நடந்துகொண்டார் என்று ஆழ்ந்த சிந்தனையில்தான் இருந்தாள் இளவரசி. ஒரு புரியாத புதிரைப்பற்றியே எண்ணியபடி அமைதியாக பளிங்குக்கல் மேடையில் உட்கார்ந்துகொண்டிருந்த குந்தவி சுற்றியிருந்த அரண்மனைப் பூந்தோட்டத்திலிருந்து மலர்களின் திவ்யபரிமள

வாசனை மேலே தென்றலால் இழுக்கப்பட்டு அவளைச் சூழ்கிறது. தன் முகத்துக்கருகிலே சுற்றிய சுகந்த தென்றலை அவள் இன்று கவனிக்கவேயில்லை. நாசியிலிருந்து எழுந்த சூடான அவள் மூச்சு அந்தத் தென்றலைத் திணறடித்திருக்கவேண்டும்.

ஆழ்ந்த யோசனையில் இருந்த குந்தவியை சற்று உற்றுக் கவனிப்போம். எழிலுக்குப் பெயர்போன பல்லவ குலத்தின் சாயலும் தாயாம் தென்னவன் மகளின் சாயலும் ஒருங்கிணைந்து இராஜ்ய லக்ஷ்மியின் கடாட்சம் வழியஅழகே வடிவாய் இருந்தது அவள் முகம்.

இரவில் கருத்த ஆகாயத்தைப் பார்த்து ஏதோ யோசனையில் ஆழ்ந்திருந்தாள். சந்திரன் வானவெளியில் வெள்ளித்தேரைப்போல பிரயாணம் செய்து, போகும் பாதையெல்லாம் அமுத ஒளியைப் பொழிந்து கொண்டிருந்தான். தினந்தினம் தன்னுடன் போட்டியிட்ட இளவரசியின் பொன்னொளிர் முகம் ஏன் இப்படி வாடியிருந்தது என்று அந்தச் சந்திரனே இன்று வியந்திருக்கலாம். மாதுளை மொட்டைப்போன்ற அவள் செவ்விதழ்கள் புன்னகையில் விரிந்து நான்கு நாட்களாயின. வண்டுகள்போல விரிந்த கருங் கண்களில் கோபாவேசமும் புரியாத குழப்பமும் எப்போதும் கலந்திருந்தன. அவளது நினைவுகள் நாலைந்து நாளாய் சஞ்சரித்துக்கொண்டிருந்த அதே விஷயத்தை நோக்கியே சென்றன.

இளவரசி குந்தவி நர்த்தகி மாதவி ஆடிய நாட்டியத்தைப் பெரிதும் ரசித்தாள். மாதவி அவள் கையைப் பிடித்து பிருந்தாவனத்துக்கும், கோகுலத்துக்கும், பரந்தாமன் வாழும் பாற்கடலுக்கும் இழுத்துச் சென்று காட்டியதுபோலவே ஒரு பிரமை. பெற்றெடுத்த தேவகிக்கோ, எடுத்து வளர்த்த யசோதைக்கோ, ஒட்டி உறவாடிய ராதைக்கோ பாலகோபாலன் செய்த அற்புத லீலைகளில் எல்லாக் காட்சிகளையுமே தரிசித்திருக்கும் வாய்ப்பு கிட்டியிராது. பூதனை சம்ஹாரத்திலிருந்து, காளிங்க நர்த்தனம், கம்சவதம், பாரதப் போர் என்று எல்லாவற்றையும் எல்லாம் அருகிலிருந்து தரிசித்தது போலிருந்தது குந்தவிக்கு.

ஆச்சரியக் கடலில் மூழ்கியபடி நடனத்தை ரசித்தாள். ஒரு மனது நாட்டியம் எப்போதாவது முடிந்துவிடுமே என்று பயம்கொள்ள மற்றொரு மனது சீக்கிரம் முடிந்தால் ஓடிச் சென்று அந்த நர்த்தகியைக் கட்டித் தழுவவேண்டுமே என்று தவித்தது.

நாட்டியம் முடிந்தவுடன் அந்த ஜனக்கூட்டத்தில் முதலில் மௌனம். பின் ஏற்பட்ட ஆரவாரத்தையும் முழக்கத்தையும் வர்ணித்தல்

அசாத்தியமான காரியம். பார்வையாளரின் ஆரவாரத்துக்குப் போட்டியிட்டு மன்னர் பெருமானும் நர்த்தகியை வாழ்த்துவார் என்றுகாத்திருந்தனர். குந்தவியும் அதில் ஒருத்தி.

முதலில் ஓர் எண்ணம் வந்து குந்தவியின் இதழ்களை புன்னகைக்க வைத்தது. இன்றைய நடனத்துக்கு ஈடாக தன் நாட்டில் ஒரு பிராந்தியத்தைக்கொடுத்தாலும் தகும் என்று மன்னர் எண்ணினால் அண்ணன் மகேந்திரன் எப்படி நடந்துகொள்வான் என்று கற்பனை தோன்றியது.

உடனே மகேந்திரனை நோக்கினாள். ஆனால் அவன் முகம் வித்தியாசமாய் இருந்தது. அவனுக்கு அந்த பயம் ஏற்கெனவே வந்துவிட்டதா என்று சந்தேகித்தாள்.

இப்போது மன்னர் என்ன கூறுகிறார் என்று கேட்கலாம் என்று தந்தையின் பால் முகத்தைத் திருப்பினாள். ஆனால் என்னவொரு ஆச்சரியம்! ஓரிரு வார்த்தைகள் கூறி மன்னர் சபையைவிட்டு வெளியேறியவுடன் ஒரு பெரும் குழப்பம் அவளைப் பிடித்துக் கொண்டது. அவரது அளவிட்ட சம்பாஷணையும் அவசரமான வெளியேற்றமும் குந்தவியின் மனதில் இன்னும் ஆறாத வடுவாய் தொடர்ந்து இருந்தது.

குந்தவியின் குழந்தைப் பருவத்திலிருந்தே நரசிம்மச் சக்கரவர்த்தியே அவளுக்குத் தாயும், தகப்பனும், ஆச்சாரியனும் உற்ற சிநேகிதனுமாயிருந்தவர். அவளுக்கு ஏதாவது மனக்கிலேசம் ஏற்பட்டால் அப்பாவிடம் சொல்லித்தான் ஆறுதல் பெறுவாள். ஆனால் அதெல்லாம் மற்றவர்கள் ஏற்படுத்திய கஷ்டங்களாய் இருக்கும். இப்போது தந்தையின் செயலே தவறு என்று எண்ணியபோது யாரிடம் சொல்வது?

நாட்டியப் பள்ளிக்கு மாதவி திரும்பிச் சென்றவுடன் தோழிகள் கேட்டிருப்பார்களே ‘அரசர் என்ன கொடுத்தார்?’ என்று. ‘பாராளும் பல்லவேந்திரன் நாட்டியத்தை வேடிக்கை மட்டும் பார்த்து வெறுங்கையுடன் அனுப்பிவிட்டார்’ என்று சொல்லுவாளல்லவா? என்ன ஓர் அவமானம்?

நடனம் முடிந்தவுடனே அப்பா ஏன் இப்படிச் செய்தார்? அற்புத நடனமாடிய மாதவிக்கு ஒரு பரிசைக்கூட அளிக்கவில்லையே என்று ஸ்தம்பித்து நின்றாள் குந்தவி. காரியங்கள் வெகு துரிதமாக நடந்தன. அதற்குள்ளாக அரச குடும்பம் அமர்ந்திருந்த இடத்தை நோக்கி வணங்கிவிட்டு சிவகாமியம்மையார் தன் சிஷ்யையை அழைத்துச்

சென்றுவிட்டாள். நடனம் முடிந்தவுடன் மந்திர சக்தியினால் கட்டுண்டவளைப்போல் பேசும் சக்தியை இழந்திருந்தாள் குந்தவி. இல்லையென்றால் நிச்சயம் அவளாவது ஓடிச்சென்று தன் கழுத்தில் இருந்த மாணிக்கமாலை எதையாவது கழற்றி மாதவிக்கு அணிவித்திருப்பாள்.

வித்வான்கள், புலவர்கள், சிற்பிகள், சித்திரக்காரர்கள், நாட்டியம் புரிவோர், கிராமியக் கலைஞர்கள் யாரும் மன்னர் கையால் பரிசு வாங்காமல் இங்கிருந்து சென்றதில்லை இதுவரை. அப்படிச் சென்றவள் பல்லவர் ஆண்ட பிரதேசங்களில் தலைசிறந்த நர்த்தகி மட்டும்தான்.

இளவரசி, அப்பாவிடம் முறையிடலாம் என்று முடிவு செய்தாள். நீதி வழங்குவதில் கண்ணுங்கருத்துமாய் இருக்கும் மன்னரிடமே கேட்க வேண்டும் போலிருந்தது. 'இது என்ன நியாயத்தில் சேர்ந்தது?'

ஆனால் அப்பாவிடமும் மாற்றம் இருந்தது. காஞ்சி சக்கரவர்த்தி நடனம் நடந்து முடிந்த பின் மற்றவரைப்போல் மிக்க உற்சாகம் அடைந்தவராகக் காணப்படவில்லை. எதிரி வாசலில் நிற்கிறான் என்றாலும் முகத்தில் தினையளவேனும் மாறுதல் காணப்படாது. ஆனால் அவர் முகமும் நான்கு நாட்களாய் இறுக்கமாய்த்தான் இருந்தது. அவர் சட்டென எழுந்து சென்றது சாதாரணச் செயல் அல்ல. அதற்குப் பின்தான் மர்மம் ஏதோ இருக்கிறது என்று குந்தவிக்குத் தோன்றியது. அதுவும் அவள் குழப்பத்தை அதிகரித்தது. அப்பாவிடம் கேள்வி கேட்டு சங்கடப்படுத்திவிடக் கூடாது என்றும் தோன்றியது.

'கலைஞர்களுக்கு இவ்வளவு இடங்கொடுத்துத் தலையில் தூக்கி வைத்துக்கொண்டு கூத்தாடியதால்தான் அவர் மட்டுமல்ல, நாடே கஷ்டம்தனைச் சந்தித்தது' என்று தாத்தா மகேந்திர மகாராஜாவைப் பற்றி அப்படிக் கேவலமாய் பேசியவர்களை நினைத்துச் சென்றிருப்பாரோ?

மாடியில் அமர்ந்திருந்தாலும் பதில் கிட்டாது என்று தோன்றியது. படுக்கச் செல்லலாம் என்று தோன்றியது. இந்தக் கேள்விக்கு அவளுக்குப் பூரண திருப்தி உண்டாகும் என்ற நம்பிக்கையே போனது. வாழ்நாளெல்லாம் மனதை உறுத்திக்கொண்டேயிருக்கும்.

படுக்கை விரிப்பு கசங்கியதுதான் மிச்சம். வெகுநேரம் கழித்துதான் நித்ரா தேவியும் அறைக்குள் காலடி எடுத்து வைத்தாள். குந்தவியின் கண்கள் மூடுகின்றன... நினைவு தவறுகிறது.

காலையில் பல்லவப் பேரரசின் இளவரசி குந்தவி துயில் எழுந்தாள். வெளிச்சமும் வரவர கூடத் தொடங்கியது. எழுந்திருக்கலாமா என்று ஒருகணம் நினைத்து சோம்பல் முறித்த பின் அந்த எண்ணத்தை உடனே மாற்றிக்கொண்டாள். சீக்கிரம் எழுந்து வெளியே போவதில் என்ன பயன் என்று எண்ணினாள்.

'வெளியில் நின்ற சேடிப் பெண்களைக் கூப்பிடவேண்டாம். அப்படியே கலையும் தூக்கத்தை மீண்டும் பிடிக்கப் பார்ப்போம்' என்று ஆசையுடன் இருந்தாள். அப்போது அவ்விருசேடிமாரும் கதை பேசியது குந்தவி காதுகளில் விழுந்தது.

எப்போதும் இப்படி நடந்ததில்லை. பள்ளியறை வாசலில் நிசப்தம் குடிகொண்டிருக்கவேண்டும் என்பது எழுதாத சட்டம். வீண் பேச்சினால் துயிலும் இளவரசியை எழுப்பிவிடக் கூடாது என்று காத்திருந்த பெண்கள் வாய்மூடி நிற்பார்கள். எழுந்தவுடன் தேவியின் ஆக்ஞையை நிறைவேற்றிடவே அந்தச் சேடிப் பெண்கள் நின்றனர். தலைவியின் குரலைக் கேட்டவுடன் உள்ளே செல்லவேண்டும். இட்ட கட்டளையை நொடியும் தாமதியாமல் நிறைவேற்றுவதே நோக்கம்.

எப்போதும் பேசாமல் நிற்பார்கள். ஆனால் இன்றோ ஏழரை சனியாயிருக்கும் என்று நினைக்கத் தோன்றியது. சும்மா இருந்தவரின் வாயைக் கிளறியது.

அந்தக் குரல்களை உற்றுக் கேட்டாள் குந்தவி. ஆனால் பேச்சின் சாராம்சம் குந்தவிக்கு பல நூறு தேனிகள் ஏக காலத்தில் கொட்டுவது போலிருந்தது.

வெளியில் காத்திருந்த அந்தப்புரத்துச் சேடி ஒருத்தி அருகில் நின்றவளிடம் மெதுவான குரலில் கூறினாள்... 'சிவகாமியின் குழந்தைக்கு சேவை செய்ய நமக்குக் கொடுத்து வைக்கவில்லையே? பாண்டியருக்கு அடித்தது யோகமடி.'

'ஆமாம்' என்றாள் மற்றவளும். 'விஸ்தாரமாகப் பரந்த சாளுக்கிய சாம்ராஜ்யம் எரிந்து சாம்பலானது ஒரு பெண்ணின் காதலுக்கா என்று நினைக்கும் அளவுக்கு உயர்ந்த காதல் அல்லவா? ஞாபகம் இருக்கிறதா? சிவகாமியை மீட்க நாட்டில் இருந்த ஆண்களில் முக்கால்வாசி பேர் சென்றனர். நொண்டி, குருடு, சப்பாணி, ஒரு தாய்க்கு ஒரு பிள்ளை தவிர மற்றவர்களெல்லாம் வரவேண்டும் என்று மன்னர் ஆணை பிறப்பித்தாரே... எல்லாம் எதற்காகச் சென்றார்கள்... அந்தக் காதல் நிறைவேறத்தானே?'

பதிலுக்கு ஒரு பெருமூச்சுவிட்டு மற்றவள், 'விதியின் விளையாட்டடி. ஆயிரம் காதம் சென்று எதிரியின் கோட்டையைத் தரையோடு ஒன்றிடும்படி தகனம் செய்த அரசனுக்கு உள்ளே இப்படி ஒரு மென்மையான காதலா என்று நினைத்தோமே. கடைசியில் எரிந்தது வாதாபி மட்டுமல்லவே? போர்வெறியில் அரசரின் காதலும் கருகியதே.'

இந்த சம்பாஷணையைக் கேட்ட குந்தவியின் கண்கள் கோவைப் பழம்போல் சிவந்தன. போகப் போக... சேடிப் பெண்களின் பேச்சைக் கேட்கக்கேட்க... அவளுடைய கண்களில் அக்னி ஜ்வாலை ஒன்று வீசிற்று.

'திரிலோகாதிபதியான காஞ்சி நரசிம்ம சக்கரவர்த்தியின் அந்தரங்க வாழ்க்கையைப்பற்றிப் விமரிசிக்கிறார்கள். என்ன ஆணவம்? அரசரை விமரிசிக்க மக்களுக்கு உரிமை உண்டு என்று அப்பா அடிக்கடி சொல்வாரே. அந்த தைரியத்தில்தான் துளிர்விட்டுப் போயிருக்கிறது. இந்தத் திமிர்பிடித்த பணிப்பெண்களுக்குப் பாடம் கற்பிக்க வேண்டும்' என்று முறப்பட்டாள். ஆனால் அப்பாவின் அறிவுரை ஒன்று அவளைத் தடுத்தது.

'சதியாலோசனை செய்து வருவது தெரிந்தால் பேசாமல் நின்று ஒற்றுக் கேட்கவேண்டும் என்று அப்பா சொல்வாரே. இதைவிட வேறு வாய்ப்பு கிடைக்காது' என்று நெஞ்சில் தோன்றியது. இந்த மாளிகையின் மர்மமே இதுதான் போலும்! கோபாவேசத்தை சமாளித்துக்கொண்டு மூச்சு சப்தத்தைக்கூட அடக்கினாள்.

தனக்குத் தெரியாத அந்த ஒரு விஷயம் அவர்களுக்குத் தெரிகிறது என்பதே அவர்களுக்குக் கேலி செய்யும் சக்தியைக்கொடுக்கிறது. அதை அறிந்துகொண்டால் போதும். அந்தச் சக்தியை அவர்களிடம் இருந்து பிடுங்கிவிடலாம் என்ற உறுதி பிறந்தது.

பெண்கள் பேச்சை நிறுத்திவிட்டால் அப்புறம் அவர்களை விசாரிப்பதில் பயனில்லை. மூடிமறைக்க வாய்ப்புண்டு. அதனால் குந்தவி மனத்தை திடப்படுத்திக்கொண்டுகாலடியோசைகூட கேட்காமல் சென்று திடீரென அறையின் கதவைத் திறந்தாள்.

•••

அத்தியாயம் - 16

# கதை கேட்டாள் குந்தவி

**பே**சிக்கொண்டிருக்கும்போதே திடீரென கதவு ‘படார்’ என்று திறந்தவுடன் சேடிப் பெண்களுக்குத் தூக்கிவாரிப்போட்டது. சப்த நாடியும் ஒடுங்கியவர்களாய் நின்றார்கள். பிறகு இருவரும் உடனே சுதாரித்துக்கொண்டு இளவரசியை நமஸ்கரித்தனர்.

அரசகுலம் விஷயத்தில் மட்டும் கொஞ்சம் ஜாக்கிரதையாயிருங்கள் என்று எவ்வளவுமுறை பிறர் எச்சரித்திருந்தனர். மீறிவிட்டோமே என்ற வருத்தம்.

‘அறைக்குள் வா. கதவை சாத்து...’ என்று கடுமையான குரலில் ஆணை பிறப்பித்தாள் இளவரசி. சொன்னதைச் செய்தவுடன் கேள்விக் கணைகளை விட்டாள். ‘என்ன பேசினீர்கள்...அதைச் சொல்லுங்கள்?’

‘அம்மா, பேச்சுவாக்காக வார்த்தைகள் வெளிவந்துவிட்டன. மற்றபடி எங்களுக்குக் காவல் தெய்வமாயிருக்கும் பல்லவ அரச குடும்பத்தைப் பரிகசிக்கும் எண்ணம் கொஞ்சமும் இல்லை...’ என்றாள் ஒருத்தி.

அவர்கள் மூடிமறைப்பதை கவனித்தால் நடந்த சம்பாஷணையில் அவள் நான்கு நாள் கேள்விக்கு பதில் இருந்தது என்று உள் உணர்வு சொன்னது. ‘என் கட்டளையை உதாசீனம் செய்வோர் கதி என்னாகும் என்று தெரியுமா?’ - சும்மா மிரட்டிப் பார்த்தாள் குந்தவி. தண்டனை கொடுக்கவெல்லாம் பல்லவ சாம்ராஜ்ஜியத்தில் இளவரசிக்கு உரிமை இல்லை.

பயப்பிராந்தியடைந்திருந்த ஒரு சேடிப் பெண்ணைப் பார்த்தாள். ‘பெண்ணே! ஏன் மௌனம் சாதிக்கிறாய்? உண்மையைச் சொல்.

பயப்படாமல் சொல். நீ சொல்ல எண்ணவில்லை என்றால்தான் பயம்.'

'தேவி! அதை... எப்படி...' என்று சொல்லி மேலே பேசத் திணறினார்கள்.

'உண்மையென்றால் ஏற்றுக்கொள்வதில் எனக்கு பாதகமில்லை' என்றாள் குந்தவி.

சக்கரவர்த்தித் திருக்குமாரியின் இஷ்டத்துக்கு விரோதமாய் மௌனம் காக்க முடியுமா? அவளிடம் ஒளிப்பதில் பயனில்லை என்று அறிந்திருந்தார்கள்.

சேடிப் பெண்களிடம் மிரட்டி அந்தக் கதையைக் கேட்கும் முன் தெரியாத பிரதேசத்துக்குள் நுழையாதே என்று எச்சரித்தது உள்மனம். குந்தவி தாயில்லாப் பெண். அவளுடைய அன்னையும் பாண்டிய ராஜகுமாரியும் நரசிம்மவர்மரின் பட்டமகிஷியுமான வானமாதேவி, குந்தவி ஏழு வயதுக் குழந்தையாயிருந்தபோதே சுவர்க்கமடைந்தாள். இந்தத் துக்கத்தை அவள் அதிகமாக அறியாத வண்ணம் தாயும் தகப்பனுமாயிருந்து அவளை வளர்த்தது தந்தை. தந்தையைப்பற்றி அணுவளவேனும் தவறான செய்தியைக் கேட்கக் கூடாது என்றே மனம் துடித்தது.

'இல்லை... இல்லை...' என்றது மனம். 'இது தெய்வத்தின் சங்கல்பம்... இன்று முழுதாய் செய்தியைக் கேட்டுத் தெரிந்துகொள்ளவேண்டும்.'

சேடிப்பெண்கள் துயர சாகரத்தில் மிதக்கலாயினர். கதை முடிந்தபின் ஏற்படப்போகும் விபரீதத்தை நினைத்தா? இல்லை கதையின் சோகத்தினாலா?

தனக்குப் பூரணமாய் தெரியும் என்றிருந்த தந்தை நரசிம்ம சக்கரவர்த்தியின் இளம் பிராயத்துக் காதற் கதையை, தன்னைத் தவிர பல்லவ சாம்ராஜ்ஜியம் முழுதும் பிரசித்தி பெற்ற கதையை, தன் குடும்பத்தின் வரலாற்றை, இன்னொருத்தி சொல்லும் விந்தையான வேதனையைக் குந்தவி அனுபவித்துக் கொண்டிருந்தாள்.

'சாளுக்கியரோடு யுத்தம் நிச்சயமாக வரப்போகிறது என்றறிந்த மகேந்திரர் பாண்டிய மகாராஜ்யத்தின் துணையை உறுதி செய்து கொள்ள மகாராஜா மகாராணி இருவருக்கும் மணம் முடித்து வைத்தார் என்று கேள்விப்பட்டிருக்கிறோம்' என்றாள் ஒரு சேடிப்பெண்.

குந்தவிக்குத் தெரிந்த விஷயம்தான். இராஜரீக திருமணங்கள் என்பவை அரசகுலங்களில் புதிதல்லவே. அரசியல் நிர்ணயித்த

தாம்பத்தியம் என்றால் என்ன? அதன்பின் நேசம் கொண்ட வாழ்க்கை. பாசம் கொண்ட பிள்ளைகள். தேசம் போற்றிய தம்பதியாய் இருந்தார்கள் அல்லவா? அதற்கு அத்தாட்சி தாய் மாண்டபின்னும் தந்தை வேறொரு பெண்ணை மனதாலும் நினைக்கவில்லை என்பதுதான்.

ஆனால் தெரிந்த விஷயத்தைச் சொல்லி பேச்சை மாற்றுகிறார்கள் இந்தப் பெண்கள் என்று அவளுக்குப் புரிந்தது. குரலில் கோபத்தைப் புகுத்தி, 'அதெல்லாம் எனக்கும் தெரியும். வேறேதோ சொன்னாயே... அது என்ன?' என்று அதட்டினாள்.

எதையும் மறைப்பதில் பயனில்லை என்று பெண்கள் மனதில் இருந்த கதையையெல்லாம் கொட்டினார்கள்.

அரசியல் சதுரங்கத்தில் இரு காய்கள்போல அவர்களை மகேந்திர சக்கரவர்த்தி பயன்படுத்திவிட்டார் என்றனர். மன்னர் உண்மையில் காதலித்தது நர்த்தகி சிவகாமியம்மையாரைத்தானாம். அவர்கள் இருவரையும் பிரித்து வேடிக்கை பார்த்ததாம் அரசகுலம். பல்லவ நாட்டு நிலைமை அவ்வளவு அபாயகரமாயிருப்பதால் தற்சமயம் இளவரசர் பாண்டிய குமாரியைக் கல்யாணம் செய்துகொள்வதே நல்லது என்று வற்புறுத்தி அவர் கூறியதைச் சொன்னார்கள்.

அதற்கு நடுவில் வாதாபியிலிருந்து வந்த சாளுக்கியப் படைகள் பல்லவ நாட்டைச் சீரழித்து அதன் பிரதான செல்வமான சிவகாமி அம்மையாரையும் கடத்திச் சென்றதாம். தான் இஷ்டப்பட்டது விதிவசமே நடந்ததைக் கண்டு மகிழ்ச்சியுறாமல் மனமுடைந்து மாண்டாராம் மகேந்திரர்.

பல்லவ சிம்மாசனத்தில் அமர்ந்து முடிசூட்டிக்கொண்டு சாளுக்கியரோடு போருக்கு ஆயத்தமானார் மாமல்லன். இந்த அம்மையின் சபதம் நிறைவேறவே நூறு காத தூரம் சென்று வாதாபியைத் தீக்கிரையாக்கினாராம்.

நடுவில் ஒருமுறை வாதாபிக்குச் சென்று சிவகாமி அம்மையை மாறுவேடத்தில் தன்னுடன் ரகசியமாக வரும்படிக் கோரினார். ஆனால் அம்மையாரோ வர மறுத்துவிட்டார். தன்னை வந்து போர் புரிந்து மீட்டு தன் கலையை அவமானப்படுத்திய வாதாபியை தகனம் செய்தால்தான் வருவேன் என்று அடம் பிடித்தாராம்.

'வந்திருந்தால்...' என்று இழுத்தாள் சேடிப் பெண்.

சிரித்தாள் குந்தவி. 'நான் இங்கு இருக்கமாட்டேன் என்று சொல்லுகிறாயா? மேலே சொல்லு' என்றாள் குந்தவி.

‘இல்லை இளவரசி. நான் அதைச் சொல்ல வரவில்லை. நமக்கெல்லாம் சிவகாமியின் சபதம்பற்றித் தெரிந்திருக்காது. ஒரு சாமானியப் பெண்ணின் சபதம் ஒரு சாம்ராஜ்ஜியத்தை அழிக்கக் கூடும் என்று சரித்திரம் எழுதாது’ என்றாள். சொல்லும்போது அவள் குரலில் ஒரு பெருமித்த ரேகை ஓடியது.

சிவகாமியின் காதலுக்காக தந்தை போர்க்கோலம் பூண்டு வாள் வீசிய காட்சி அவள் மனக்கண் முன்னால் பிரத்யட்சமாகத்தோன்றியது.

‘பல்லவ நாட்டில் அட்டூழியம் செய்த வாதாபிக்காரர்களையெல்லாம் வதம் செய்து ஒழித்துவிட்டுத் திரும்பினார். எல்லாம் காதலுக்காக’ என்று கதையைத் தொடர்ந்தனர். ‘ஆனால் அதற்குள்ளாக அவருக்குக் கல்யாணம் ஆகி குழந்தைகளும் பிறந்திருந்தன. மனதில் காதல் மறையவில்லை. ஆனால் ஆட்கள் மாறிவிடுகிறார்கள் அல்லவா. தான் காதலித்த பெண் இவளல்ல என்று அரசருக்குத் தோன்றி இருக்கலாம். சிவகாமி அம்மையை நிராகரித்தார்... சிவகாமி அம்மையாருக்கோ சிதைந்து கிடந்த கனவுகளில் சிக்கியிருந்த வாழ்க்கையைச் சீரமைக்க ஒரே வழிதானிருந்தது. தன்னை ருத்ர கன்னிகையாய் ஆக்கிக்கொண்டார்.’ தட்டுத்தடுமாறி கதையைச் சொல்லி முடித்தனர் பெண்கள்.

குந்தவிக்கு பளிச்சென்று பல உண்மைகள் புலனாயிற்று. தந்தை சபையிலிருந்து எழுந்து சென்றதற்குப் காரணம் தெளிவானது. தன் வாழ்வின் மிக இன்பகமரமான நிகழ்வு இன்று துயரம் தரும் நினைவாய் இருந்ததால்தான் அப்பா சென்றிருந்தார். இதற்கு முன் நடந்த அரங்கேற்ற நினைவுகள் அவரை மூழ்கடிக்க எண்ணின என்பதால் எண்ணில்லாப் போர் வீரர்களைக் களத்தில் புறம் காட்ட வைத்த மாமல்லன் பின்னேறினார்.

மனம் பிரயாணிக்க சரியான பாதை கிடைத்தது என்றே குந்தவி தீர்மானித்தாள். தன்முன் இவ்வளவு உண்மைகள் தெள்ளத் தெளிவாய் இருந்தபோதிலும் அதைப் பார்க்காத குருடியாய் இருந்திருக்கிறோமே என்று நொந்துகொண்டாள்.

கண்மூடி சற்றுச் சிந்தனையில் ஆழ்ந்தவளுக்குத் தோன்றியது, ராஜ்யத்தின் பேரில் உள்ள ஆசையினால் இந்த நாட்டில் என்னென்ன பயங்கரமான பாவங்கள் நடந்திருக்கின்றன? இதெல்லாம் கோரக் கனவாய் இருக்கக்கூடாதா? கடவுளே!

கனவல்ல... கண்மூடித் திறந்தவுடன் சேடிப்பெண்கள் மாயமாய் மறைந்துவிடவில்லை. அழுதுகொண்டே அங்கு நின்றார்கள்.

அவர்களுக்கு பயம். இளவரசி தண்டிப்பார். இல்லை இந்த விஷயம் மன்னர் பெருமானுக்குத் தெரியும்போது தண்டனை நிச்சயம்.

குந்தவியின் கண்களும் குளங்களாயின. தனக்குத் தெரியாத உண்மையினாலா... இல்லை தன்னைப்போல ஒரு பெண்ணுக்கு ஏற்பட்ட அநீதியினாலா?

அப்போது குந்தவிக்கு ஒரு விசித்திர எண்ணம் தோன்றியது. தன் அரண்மனையில் தானே ஓர் அன்னியர்போல. வேறொருவர் இடத்தை அநியாயமாக அபகரித்தவள்போல மனதை உறுத்தியது.

ஒப்புக்கொண்ட காரியத்தை முடிக்காமல் சென்றது தந்தைதான். காதலித்த ஒரு பெண்ணைக் கைவிடுவது அநாகரிகம் என்று அவள் எண்ணினாள். ஆனால் அபாயத்துக்குள்ளான ராஜ்ஜியத்துக்காக, அதன் ஆயிரமாயிரம் பிரஜைகளின் நன்மைக்காக காதலைத் தியாகம் செய்யலாமா? திருமேனியில் புண் சுமப்பதைப் பெருமை என்று கருதிய ஆயிரமாயிரம் பேர் கொண்ட படை இன்று பல்லவப் பிரதேசங்களைக் காத்தது தந்தையின் தியாகத்தால்தானே. பல்லவர் உலகாளப் போகிறார்கள் என்றாலும் அதனால்தானே!

இப்போது அவள் செவிகளில் பட்ட செய்தி நாடே முழுதாய் அறிந்த செய்தி என்று அவளுக்குத் தெரியும். ‘இந்தப் பல்லவப் பிரதேசத்தில் இந்தக் கதை கடைசியாகத் தெரிவது எனக்காகத்தான் இருக்க வேண்டும்’ என்று சொல்லிப் பெருமூச்சுவிட்டாள். ஆனால் இந்தக் கதை அவள் தந்தையைப்பற்றியது. சோகச் சாயை படர்ந்த முகத்துடன் அவர் எப்போதும் இருப்பது ஏன்? அதுபோல சோக ரேகை சிவகாமியின் முகத்திலும் நிரந்தரமாக இருப்பது ஏன் என்று புரிந்தது.

சேடிப்பெண்கள் மனதில் இருந்ததையெல்லாம் கொட்டிவிட்டு வெளியேறினார்கள். போகும் முன் மன்னிப்பு கோரிச் சென்றார்கள்.

அடுத்த நாள் முழுவதும் சுவரில் மாட்டப்பெற்ற தாயின் ஓவியத்தை வெறித்து நோக்கிய வண்ணம் அமர்ந்திருந்தாள் குந்தவி. முதலில் தன் தாய்க்கு போட்டியாய் இருந்த சிவகாமியை வெறுத்தாள். ஆனால் ஒரு நொடிக்குக்கூட தாங்கவில்லை அந்த வெறுப்பு. ‘அம்மா எனக்குப் புரியவில்லையே?’ என்று முணுமுணுத்தாள். ஓவியம் ஓவியம் தானே. பேசாமலிருந்தது.

கேட்டால் தெய்வத்தின் சித்தமோ என்னவோ என்பார்கள். ஆனால் ஓர் அளவுக்குத்தான் தெய்வத்திற்கு நம் வாழ்க்கையை நிர்ணயிக்கும் அதிகாரத்தைக்கொடுக்கவேண்டும் என்று எண்ணிய வயது

குந்தவிக்கு. உடனே அப்பாவைப் பார்க்க முடியாது. எங்கோ ராஜரீக காரியமாய் சென்றுவிட்டார். ஆனால் சிவகாமியம்மையைப் போய்ப் பார்த்தால் மனதில் இருந்த வடு ஆறும் என்று தோன்றியது.

ரகசியமாக வேரூன்றியது ஓர் ஆசை.

நடனப் பெண்களைப் பார்த்து சிறிது காலம் முன்புவரையில் குந்தவி அலட்சியமாகவே இருந்தாள். தன்னைவிட நளினமாகவும் அழகாகவும் பல்லவ சாம்ராஜ்ஜியத்தில் இருக்கும் எல்லாப் பெண்களையும் விரட்டியடிக்கவேண்டும் வனவாசத்துக்கு என்று அவளுக்குத் தோன்றியதுகூட உண்டு. ஆனால் இன்று ஒரு பரிவு. இப்பேர்ப்பட்ட பெண் ஒருத்தியைத்தான் தன் தந்தை உயிருக்கு உயிராய் நேசித்திருந்தார்.

அண்ணன் மகேந்திரனிடம், ‘அரண்மனைக்குள் ஒரு காரியமுமின்றி அடைந்து கிடப்பது கஷ்டம்தான். திடீர் திடீர் என்று தந்தை காணாமல் போய்விடுகிறார். பொழுது போவது மிகவும் சிரமமான காரியமாயிருந்தது. நான் இன்று சிவகாமியம்மையார் நாட்டியப் பள்ளிக்கு செல்லப் போகிறேன்' என்றாள் குந்தவி.

விசித்திரமான ஒளியொன்று அவன் கண்களை ஆக்கிரமித்தது. ‘நானும் வருகிறேன்' என்றான் மகேந்திரன்.

அவன் கண்களில் தோன்றிய வித்தியாசமான ஒளியைக் கண்ட குந்தவிக்கு தனக்குக் காவலுக்காக அவன் வரவில்லை என்று தோன்றியது. மாதவியின் நாட்டியத்தைத் தரிசித்த பின் அவனாகவே அவன் இல்லை. நாட்டியத்தின் போதே வைத்த கண் வாங்காமல் மாதவியைப் பார்த்துக்கொண்டிருந்தான்.

இதை நினைவுகூர்ந்த குந்தவி சிந்தனையில் ஆழ்ந்தாள். உடனே அவள் திட்டத்தில் ஒரு மாற்றம். எப்படியாவது சிவகாமியின் வாழ்வில் ஒரு மாற்றத்தை ஏற்படுத்தவேண்டும் என்றிருந்தவளுக்கு பல்லவ நாடு அவளுக்குச் செய்த குற்றங்களுக்கு நிகராக நல்லது செய்யவேண்டும் என்று தோன்றியது.

அவள் மனதில் ஒரு திட்டம் உருவானது. ஒரு தலைமுறை செய்த பாவத்துக்கு அடுத்து வந்த தலைமுறை பிராயச்சித்தம் தேடலாம் அல்லவா? அதில் ஒன்றும் தவறு இல்லையே? உண்மையில் பார்த்தால் அதுதானே நியாயம்.

•••

அத்தியாயம் - 17

# ‘பராக்... பராக்’

**கா**ஞ்சி மாநகரின் பிரதான சாலைகளில் கட்டியக்காரன் கூவும் குரல் கணீர் என்று கேட்டது:

‘வாதாபி போரில் எதிரியைப் புறங்கண்ட மாமல்லரின் புதல்வி வருகிறார். பராக்... பராக்...’

வீதியோடு போய்க்கொண்டிருக்கையில் திடீரென்று எதிர்பாராத விதமாக அதைக்கேட்ட நூற்றுக்கணக்கான பல்லவப் பிரஜைகள் தத்தம் வேலைகளை மறந்து இளவரசியைத் தரிசிக்கும் வாய்ப்பைப் பயன்படுத்திக்கொள்ள முடிவு செய்தனர். மக்கள் ஒதுங்கி சாலையின் அருகே ஆவலுடன் நின்றனர்.

சேடிகளும் பரிவாரங்களும் தொடர்ந்துவர, குதிரை வீரர்கள் முன்னும் பின்னும் காவல் புரிந்துவர ஊர்வலம் வந்தது. குதிரை வீரர்களைத் தொடர்ந்து அழகான தேர் வந்தது. சிம்மக்கொடி பறக்கும் தேரில் பிரயாணம் செய்கிறாள் சந்திரவதனம் கொண்ட இளவரசி.

குந்தவிக்கு அலுப்பு. இப்போது அவள் இருந்த மனநிலையில் முரசின் சத்தத்துடன் ஊர் அதிரும்படியாகப் போவது...ஊர்வலமாய் போவது அவளுக்கு பிடிக்கவில்லைதான். ஆனால் இதெல்லாம் இளவரசியாய் பிறந்ததின் சாபக்கேடு.

அழகாக அலங்கரிக்கப்பட்ட ஒரு தந்தப் பல்லக்கு அரண்மனையில் இருந்தது. திடகாத்திர தேகிகளான நாலுபேர் பல்லக்கைச் சுமந்து கொண்டு செல்ல எப்போதும் தயார்நிலையில் இருப்பார்கள். அதில் வந்திருக்கலாம் என்று தோன்றியது. இப்போதோ நகரவாசிகள் தேரைச் சூழ்ந்துகொண்டு அளவில்லா ஆரவாரங்களைச் செய்தபோது

தன் நாட்டுப் பிரஜைகளுக்கு பெயருக்குத்தான் முகமன் சொல்லி கையையும் அசைத்தாள். வாயளவில்தான் புன்னகைத்தாள். மனதுக்குள் ஓடிக்கொண்டிருந்ததே வேறு சமாச்சாரம்.

வள்ளுவர் பெருமான் ‘முயற்சி திருவினையாக்கும்’ என்று சொல்லி இருக்கிறார். மனதிருந்தால் மார்க்கமுண்டு. பொறுமையாயிருந்தால் பிராயச்சித்தமும் உண்டு என்ற எண்ணம் அவள் மனதில் மேலோங்கியது. தன் கட்டளையை நிறைவேற்றச் சித்தமாயிருப்பவர் ஆயிரம் பேர். ஆனால் இது அன்பால் முடிக்கவேண்டிய காரியம். பணிவெனும் பண்பால் மட்டுமே சாதிக்க முடிந்த காரியம் என்றும் தெரியும்.

சக்கரவர்த்தியின் திருக்குமாரி விஜயம் செய்திருப்பதால்அவர்களுக்கு வரவேற்பு உபசாரங்கள் சிவகாமியின் நாட்டியப் பள்ளியில் பலமாக இருந்தன என்று தூரத்திலேயே தெரிந்தது. நிருத்தப் பள்ளி ஜகஜோதியாய் இளவரசியை வரவேற்க ஆயத்தமாய் இருந்தது.

நாட்டியப் பள்ளிக்கு மிகவும் சமீபத்தில் நெருங்கி வந்தபோது குந்தவிக்கு ஒரு நடுக்கம். பலமுறை சிவகாமியம்மையாரைப் பார்த்தாயிற்று. ஆனால் தன் தாய்க்கு அவள் ஒரு போட்டியானவள் என்று தெரிந்த பின்பு பார்ப்பது இதுவே முதல் தடவை. ‘இல்லை... இல்லை...’ என்றது மனம். ‘உன் தாய்க்கு இவள் போட்டியல்ல. தாயே இவளுக்குப் போட்டியாய் வந்து ஜெயிக்கவும் செய்தாள்.’ இதற்கு முன் அவள் மனதில் சிவகாமியிடம் தோன்றாத பக்தியும் மரியாதையும் அவளிடம் இப்போது உண்டாயிற்று. தன் காதல் தோற்ற நாட்டில், தன்னையே தூற்றிய நாட்டில் இருந்து கலைக்குச் சேவை செய்ய எவ்வளவு தயாள மனம்வேண்டும்?

ஏக ஆரவாரங்களுக்கிடையில் நாட்டியப் பள்ளியை வந்தடைந்தாள் குந்தவி. சாரதி சின்னக் கண்ணன் குதிரைகளின் தலைக்கயிற்றை இழுத்ததும் ரதமும் சரியாக நாட்டியக் கூடத்தின் முன் நின்றது.

இளவரசி வரப்போகிறார் என்று அதிகாரபூர்வமான செய்தி வந்தவுடன் சிவகாமி அம்மையாரே நர்த்தகிகளை அழைத்துத் தக்க ஏற்பாடுகள் செய்யச்சொன்னார். ‘அரசகுல வரவின்போது எந்த விதமான குந்தகமும் ஏற்பட்டுவிடக் கூடாது. கவனமாய் இருக்க வேண்டும்’ என்றாள். வரவேற்பு வைபவங்களை கவனிக்கச் சொன்னார்.

பிராந்தியத்தின் இளவரசி மட்டுமல்ல. நாட்டியக்கலை வளர்ச்சியில் சிரத்தை எடுத்துக்கொள்ளும் அரசரின் மகள். அன்றைய நிலையில் கலைக்கூடங்களுக்கும் வித்யாசாலைகளுக்கும் அரசாங்கம் கொடுத்த

மானியத்தில் அடுத்த நாளைப்பற்றிய கவலையே இல்லாமல் கலையைப்பற்றி மட்டும் கவலை கொண்டால் போதுமென்ற நிலை.

சூரிய பகவான் உதயமாகும் முன் நாடகச்சாலையில் அலங்கார வேலைகள் தொடங்கிவிட்டன. நாடகச்சாலையின் தோற்றமே இன்று ஒரு தனி மாதிரியாகத்தான் இருந்தது. அமருவதற்குப் பீடங்கள் சித்தமாயிருந்தன. அங்குமிங்கும் குத்துவிளக்கு எரிந்தது. வாசலில் தொடங்கி தரையெங்கும் கோலங்கள் பொலிந்தன. அவசரமாய் பின் தோட்டத்திலிருந்து கொண்டுவரப்பட்ட வாழை மரங்களாலும் தென்னங்குருத்து தோரணங்களாலும் அலங்கரிக்கப்பட்ட வாசலைக் கண்டு சிவகாமி திருப்தி அடைந்தாள்.

இளவரசியின் வரவைப் பெண்கள் வெகு ஆவலுடன் எதிர் பார்க்கலானார்கள். ஆனால் வாசலில் சிவகாமி மட்டும் நின்றாள். இளவரசியின் தேர் வந்து நின்றதும் அதில் தேரோட்டி சின்னக் கண்ணன் அமர்ந்திருந்தான். சிவகாமியின் கவனம் ரதத்தை ஓட்டிக் கொண்டுவந்த கண்ணபிரானின் மகன்மீது சென்றது. ரதத்தின் முகப்புத் தட்டில் அமர்ந்திருந்தவனின் தந்தை தனக்காகத் தன் உயிரைக்கொடுத்தவன். அதுவும் தன் கண் முன் உயிர் நீத்தவன்.

சிவகாமியம்மையைக் கண்டபின் அவசரமாய் தேரிலிருந்து இறங்கினாள் குந்தவி. அவள்முன் நமஸ்கரிக்க ஆயத்தமானவளைத் தடுத்தாள் சிவகாமி. இளவரசியைத் தழுவிய சிவகாமியம்மை ‘கடவுள் அருளால் உனக்குச் சகல மங்களங்களும் உண்டாகட்டும்.’

எப்போதும் சிவகாமி அம்மையாரைக் கண்டதும் முகமலர்ந்து கைகூப்பி வணங்குவது வழக்கம். இன்றோ இறுகக் கட்டி அணைத்துக் கண்ணீர்விட்டாள். எப்போதும் வரும் விளையாட்டுப்பிள்ளை குந்தவி இதுவல்ல என்று சிவகாமி அம்மையார் உள்ள உள்ளுணர்வால் புரிந்துகொண்டார்.

வாசற்புறமிருந்த தாதிகள் நின்ற இடத்தில் மீண்டும் பெரும் கூச்சலும் குழப்பமுமாய் இருந்தது. மிக்க பரபரப்பு கொண்டு இருந்தனர் நர்த்தகிகள். என்னவென்று பார்த்தால் இன்று விஜயம் செய்வது ரதத்தில் வந்த இளவரசி மட்டும் அல்ல என்று கண்டதும் ஆச்சரியம். குமார சக்கரவர்த்தியும் வெண் புரவியில் தங்கையின் தேரைத் தொடர்ந்தவர்களில் ஒருவர்.

எதிர்கால சக்கரவர்த்தியை வரவேற்க ஆரத்தித் தட்டை அவசரம் அவசரமாய் எடுத்து வந்தனர். வாசலின் இருபுறமும் இருந்த பெண்கள் பூவிதழ்களைத் தூவினர்.

இளவரசரைக் கண்டு சிவகாமி, 'பல்லவ குமாரா! வரவேண்டும்...' 'சிவகாமி அம்மை என்னைப் பெயர் சொல்லி அழைக்கலாமே?' என்று மகேந்திரன் வினவ, அதே சமயத்தில், 'என்னையும் இளவரசி என்று கூப்பிட்டு தள்ளி வைக்கப்பார்க்கிறீர். என்னைப் பெயர் சொல்லிக் கூப்பிடுங்கள்' என்று வாதிட்டாள் குந்தவி.

மீண்டும் இளநகை புரிந்துவிட்டு, 'தள்ளியெல்லாம் வைக்கவில்லை. மகேந்திரனை உரிமையோடு பெயர் சொல்லி அழைக்கலாம். ஆனால் உனக்கு அப்படியல்ல. உன்னைப் பெயர் சொல்லி அழைக்க மாட்டேன். நீ பல்லவ நாட்டின் இளவரசி. சீக்கிரம் ஏதாவது சாம்ராஜ்யத்துக்கு சக்கரவர்த்தினியாகப் போகப்போகிறாய். உன் நாட்டுக்கு அன்று வந்து நான் குந்தவி என்று பெயர் சொல்லிக் கூப்பிட்டால் அந்த நாட்டுப் பிரஜைகளுக்கு நன்றாகவா இருக்கும்?' என்றாள் சிவகாமி. குந்தவி முகத்தில் நாணம் கலந்த சிரிப்பு.

நாட்டியப் பள்ளியின் நடுமுற்றத்துக்கு எல்லோருமாய் வந்தனர். நடந்து போகும் வழியில் எதையோ நினைத்ததுபோல் நின்றாள் சிவகாமி. அருகில் இருந்த வீணையைக் குந்தவியிடம் சுட்டிக்காட்டி, 'இது உன் தாத்தா மறைந்த அரசர் மகேந்திரரால் கண்டுபிடிக்கப் பட்டது. ஏழு நரம்புகள் உடைய 'பரிவாதினி' என்னும் வீணை இதுதான்' என்று விளக்கினாள் சிவகாமி. குந்தவிக்குத் தெரியும் அரண்மனையில் கூட அது இல்லை. இந்த நடனக்கூடத்தில் பத்திரப் படுத்தி வைத்து தினம் பூஜை கூட செய்தார்கள்.

அவள் மணவாழ்க்கையை முற்றிலுமாக பலியிட்டவர் தாத்தா. ஆனால் அவர்மேல் இன்னமும் எவ்வளவு மரியாதை சிவகாமிக்கு என்று தோன்றியது மாதவிக்கு.

நாட்டியப் பள்ளியின் மாணவிகள் இளவரசிக்கு வரிசையாய் நின்று முகமன் செலுத்தினார்கள். குந்தவியின் கண்களும் அந்தப் பெண்களை நோட்டம் விட்டன. அங்குமிங்கும் உலாவுகிற அழகிய பெண்களுக்குள் அடக்க ஒடுக்கத்துடனும் நாணம் அச்சத்துடனும் இருந்த பெண்களுக்குள் அவள் தேடியவள் இல்லை. ஏன்? முகத்தில் மிகுந்த ஏமாற்றம் தொனித்தது.

குந்தவியின் மனக்கண்ணில் அந்த நர்த்தகியுடன் ஸ்நேகிதியாய் ஆகி நட்பு பாராட்டுவதெல்லாம் ஏற்கெனவே ஓடிவிட்டது. 'எப்படியும் அவளைப் பார்க்காமல் காஞ்சி அரண்மனைக்குத் திரும்புவதில்லை' என்ற தீர்மானம் ஏற்பட்டது.

இளவரசி வருகிறாள் என்றவுடன் அது மாதவியின் அரங்கேற்றத்தை முன்னிட்டுத்தான் என்று தெரிந்து கொண்டு அவளைத் தயாராக

இருக்கச் சொன்னார் சிவகாமியம்மையார். ஏனோ தெரியவில்லை. அரங்கேற்றதிலிருந்து அவள் களையான முகம் வாடிப்போயிருந்தது. தேக அசௌக்கியம் காரணமாக இருக்கும் என்று யோசித்தாள். 'யார் கண் பட்டதோ? இளம் ரூபவதிகளைப் பிடிப்பதற்கெனவே காத்து கருப்பெல்லாம் சுற்றி வருமென்று கிழவிகள் சொல்வது உண்மையாக இருக்குமோ? ஆளே மாறிவிட்டாளே!' என்று வியந்தாள். இப்போது இளவரசியை வரவேற்கவும் மாடியிலிருந்து வரவில்லையே...

இளவரசியைப் பார்த்தாள் சிவகாமி. தன்னுடைய கரிய பெரிய கண்களைச் சுழற்றி நாலாபுறமும் தேடிக்கொண்டிருந்தாள். மாதவியின் வரவைத்தான் ஆவலுடன் எதிர்பார்த்தவளாய் தோன்றியது. சேடிப் பெண் ஒருத்தியிடம் திரும்பி, 'மாதவியை வரச்சொல்' என்றாள் சிவகாமி.

மாடியிலிருந்த மாதவிக்குத் தன்னை அழைக்காமல் விட்டுவிட்டால் போதுமென்று தோன்றியது. அவளுடைய மனது என்னமோ பரபரவென்று அலைந்துகொண்டிருந்தது. இந்த ஊரில் கண்ணுக் கெட்டிய தூரம் நட்பு என்கிற நாமதேயமே கிடையாது. நட்பெல்லாம் மாதவிக்கு. ப்ரியம்வதாவுக்கு அல்ல. மாதவி என்பது வேஷம். அதற்கு இருந்த புகழும் மக்களின் நேசமும் அவளுக்கு அல்ல என்று உணர்ந்தாள்.

'என் வாழ்க்கை இன்று வேண்டுமானால் நாட்டியக்காரியாய் இருக்கலாம். ஆனால் இந்த பாழாய்ப்போன பல்லவ தேசத்தைவிட பன்மடங்கு பெரிய பிரதேசத்தின் இளவரசிதானே நான்? ஆனால் அப்படிப்பட்ட மகத்தான பிறவி லேசில் கிடைத்துவிடாது. அதற்குத் தகுந்த காணிக்கை அவ்வப்போது விதி கேட்கும்? தடையின்றி சமர்ப்பிக்கவேண்டும் அல்லவா? ஆனால் போனதைப்பற்றியெல்லாம் அழுதுகொண்டு நிற்பதற்கு இதுவா தருணம்?' என்று கண்களைத் துடைத்துக்கொண்டாள்.

ஒரு பெண் மாடிப்படியில் விழாத குறையாக ஓடிச் சென்று, 'மாதவி! மாதவி! உன்னைக் காண இளவரசி குந்தவி வந்திருக்கிறார். உடனே வா' என்று மூச்சிறைக்க கதவுக்கு வெளியிலிருந்து ரகசியக் குரலில் சொன்னாள்.

மாடியறையில் சிவகாமி அனுப்பிய தூது வந்து கதவைத் தட்டியது. இனி தள்ளிப்போடமுடியாது என்று புரிந்துகொண்டாள். தன் வம்சத்தின் பரம வைரியான இவர்களை வரவேற்கும் துர்பாக்கியம் ஏன் ஏற்பட்டது என்று விதியை நொந்தாள் மாதவி.

இளவரசியின் வரவு திகைப்பையும் பயத்தையும் உண்டாக்கின. ‘என்றுமில்லாமல் இன்று ஏன் வரவேண்டும்? பல்லவர் ஒற்றர் படையைப் பற்றித் தெரியாதவர் இல்லை. தர்ம இராஜாதி இராஜ மாமல்ல நரசிம்ம பல்லவ சக்கரவர்த்தியின் திருக்குமாரி குந்தவி தேவி இப்போது ஒற்றர் வேலை பார்க்க வருகிறாளோ...’ என்ற பயம் இருந்தது. ஒவ்வொரு நிமிஷமும் அவளுக்கு ஒரு யுகமாயிருந்தது.

ஒருவேளை பேச்சின் நடுவே ‘அந்த அர்த்த ராத்திரியில் என்னத்துக்காக இங்கிருந்து திருட்டுத்தனமாகக் காட்டுக்குக் கிளம்பினாய்...?’ என்று எதிர்பாராதபோது இளவரசி கேட்டால் என்ன செய்வது என்ற பயமும் இருந்தது. தக்க பதில் சொல்லாவிடில் காவலர் புடைசூழ தன்னைக் கட்டி இழுத்துச் செல்வாளோ?

‘அது மகா மர்மம் - யாரும் அறிய முடியாத ரகசியம்... இதோ அடிக்கும் இந்தக் காற்றின் காதிலேகூட விழக் கூடாது என்று இருந்தோமே? எப்படியோ மோப்பம் பிடித்துவிட்டானோ பல்லவன்? ஏதாவது சொல்லி சமாளித்துக்கொள்ளலாம்’ என்று நினைத்தபடி எழுந்தாள். அருகில் இருந்த கண்ணாடியில் முகத்தையும் சிகை அலங்காரத்தையும் சரி செய்துகொண்டாள்.

பள்ளியின் நடுமுற்றத்தில் பலரும் அமைதியாய் இருந்தனர். குந்தவியோ பெருமுயற்சி செய்து ஆவலை அடக்கிக்கொண்டு மாடிப்படிகளையே நோக்கினாள். இளவரசனும் நோக்கினான். அவனுடைய உள்ளத்தில் சமீபத்தில் குடிகொண்டிருந்த தேஜோமயமான முகத்துக்குரியவள் வருகிறாளா என்று தேடின அவன் கண்கள்.

வியர்க்க விறுவிறுக்க மூச்சுவாங்கிக்கொண்டு ஓடி வந்திருப்பார்கள் வேறு யாராவது என்றால். பாராளும் பல்லவேந்திரன் மகளை யாரேனும் காக்க வைப்பார்களா? ஆனால் சாவகாசமாக படி இறங்கி வந்தாள் மாதவி.

•••

அத்தியாயம் - 18

# புதுத் திட்டம்

**ப**டிகளில் இறங்கி வந்த மாதவியைக்கண்ட எல்லோருக்கும் சந்திர அஸ்தமனத்தின்போது இருண்ட வானத்தில் கீழிறங்கும் முழு நிலவு போலிருந்தது.

குழுமியிருந்த எல்லோரையும் பார்க்காமல் முதலில் குந்தவியைக் கவனித்தாள் மாதவி. ஒரு பெண்ணை மற்றொரு பெண் பார்க்கும் அதே தோரணையில் தன்னையே ஓர் அளவுகோலாக வைத்து அதற்கு நிகராக எதிரி இருக்கிறாளா என்று பார்க்கும் பெண் மனம்.

எப்போதும் போலில்லை மாதவி. நடன அரங்கேற்றம் முடிந்த பின்பே மாதவியிடம் மாற்றங்கள் பல இருந்தன. மனதுக்குள் ஒன்றை வைத்துக்கொண்டு வெளியில் வேறுவிதமாய் நடந்து கொண்டிருந்தாள். இன்று அந்த மாற்றத்தின் உச்சகட்டம் என்றே நாம் முடிவு செய்துகொள்ளலாம்... இளவரசியைத் தலைதாழ்த்தி வணங்க வில்லை. கையிரண்டையும் கூப்பி சமூகத்தில் சரி நிகர் நபரை வரவேற்கும் தோரணையில், 'வரவேண்டும் இளவரசி!' என்றாள்.

அப்படி மரியாதை குறைச்சல் ஏதேனும் நிகழ்ந்திருந்தால்கூட யாரும் அதைக் கவனிக்கவில்லை. கோமகள் குந்தவி தேவி கலைமகள் மாதவியிடம் சிரித்து முகமன் சொல்லியபோது அங்கேற்பட்ட அழகின் சங்கமம் பார்ப்பவர்களின் கண்களைக் கூசச் செய்தன.

தனக்குப் பிடித்தமான இருவரை ஒருங்கே பார்த்தபோது சிவகாமிக்கு குதூகலத்தை அளித்தது. சிவகாமியம்மை நினைத்துக்கொண்டார், 'அவர்களுக்கு திருஷ்டி சுத்திப் போடவேண்டும்' என்று.

ஆமாம். இரண்டு மாபெரும் அழகிகள் அடுத்தாற்போல் நின்றதை ஏக காலத்தில் பார்த்தவர்கள் உதய ஞாயிற்றையும் பௌர்ணமி நிலவையும் மிகசமீபத்தில் பார்த்தவர்களைப்போல் திணறித் திண்டாடிப் போனார்கள். மரியாதை நிமித்தமாக கண்ணைக் கசக்கிக்கொண்டு பார்க்கவில்லை. அவ்வளவுதான்.

காஞ்சியிலும் ஏன் பல்லவ நாட்டிலும் பரதவர்ஷத்தின் ஒவ்வொரு மூலையிலிருந்தும் வந்த பேரழகிகள் சங்கமித்தது சிவகாமியின் பள்ளியிலே. தங்கள் அழகுக்கு ஏற்ற ஒரே கலை அவள் சொல்லிக் கொடுக்கும் பரதம்தான் என்று வந்து ஐக்கியமானார்கள். ஆனால் குந்தவி அவர்களையெல்லாம் மிஞ்சிவிடுவாள் போலிருந்தது. அவளுக்கு சரி நிகராய் இருந்தவள் மாதவி மட்டும்தான்.

இளவரசியை உற்றுப் பார்த்தாள் மாதவி. அவளிடம்தான் என்னவொரு களை! அரசர்களுக்கு திருமகள் கடாக்ஷம் வருவது பெரிய விஷயம் இல்லையே. தோற்றத்தை மட்டும் கவனித்தால் அவள் இராஜ குலத்தைச் சேர்ந்தவள் என்று சொல்லும்படியிருந்தது. அது என்னவோ தெரியாது. நூறாண்டு அரசாண்ட குடும்பத்தில் பிறக்கும் குழந்தைகளுக்கு முகத்தில் ஒரு தேஜஸ் தானாக வந்து விடுகிறது. அந்த அபார சக்தி கொண்ட அரியணையைச் சுற்றியிருந்தவர் மேலெல்லாம் அந்த எழிலை வாரி இறைக்குமோ என்னவோ? அதனால்தானோ என்னவோ குந்தவியின் முகம் முழுவதும் கீழ்வானமுகட்டில் உதயமாகும் சூரியன் கொண்ட தேஜோமயமான பொன்னொளி போலிருந்தது.

மாதவி பெருமூச்சுவிட்டாள். இப்படி அரச குடும்பத்தில் பிறப்பவர் நாட்டுக்குப் பத்து பேர்தான். மற்றவரெல்லாம் சாமானியர்தான். பின் திடீரென தன் முகத்திலும் அந்தக் களை இருக்குமே என்று எண்ணினாள். சற்றுப் பயந்தாள்.

அதைப் பலரும் கவனித்துவிட்டனர். இரண்டு பெண்களின் வதனத்திலும் ஒரு தனிப்பெரும் திவ்ய தேஜஸ் ஜொலித்துக் கொண்டிருந்தது. இருவர் முகத்திலும் யௌவனத்தின் சோபை இருந்தாலும் அது தவிர வேறேதோ ஓர் ஒற்றுமை. ஆனால் என்னவென்று யாராலும் யூகிக்க முடியவில்லை.

குந்தவிக்கோ அரசாண்ட குடும்பத்துக்கே உரிய இராஜ்ய லக்ஷ்மியின் களை. மாதவியின் முகத்தில் இருந்தது கலைவாணியின் சாயல் என்று தவறாக நினைத்தனர். ஆயிரமாண்டு ஆண்ட வம்சத்தின் குருதி அவள் நாளத்தில் ஓடியதால்தான் என்று யாரும் யூகிக்கவில்லை.

ஆனால் குந்தவிக்கோ பொறாமையெல்லாம் இல்லை. மாதவியைக் கண்டவுடன் குந்தவிக்கு மனதில் ஒரு பெருமிதம். சிவகாமியின் புகழ் எண் திசையிலும் பரவியிருந்தது. அதுபோலவே அவள் சிஷ்யையின் கீர்த்தியும் பாரத நாடெங்கும் வியாபித்திருந்ததோடு கடல் கடந்து வெளிநாடுகளுக்கும் சென்றுவிடும் என்பதில் ஐயமில்லை என்று மனதில் தீர்மானித்தாள்.

ஆனால் மாதவியைக் கண்ட மகேந்திரனுக்கு முற்றிலும் வேறுபட்ட எண்ணங்கள். அவன் உள்ளத்தைக் கொள்ளைகொண்ட நங்கையின் பசும்பொன் காந்தியுடன் பிரகாசிக்கும் முகத்தைக் கண்டவுடன் உடலிலும் மனதிலும் ஏகப்பட்ட உணர்வுகள். அவன் நெஞ்சு படபடவென்று அடித்துக்கொண்டது.

யாரைப் பார்க்க வந்தானோ அவளை ஏறிட்டுப் பார்க்க இயலாமல் அவன் வேறு திசையை நோக்கி நின்றான். அவனை அறியாமலே அவனுடைய பார்வை ஒருமுறை அவள்மீது சென்றது. சரியாக அச்சமயத்தில் அவளும் அவன் நின்ற பக்கமாகத் தம்முடைய கண்ணோட்டத்தைச் செலுத்தினாள். புன்னகையும் புரிந்தாள். அவ்வளவுதான்... காட்டுத்தீக்கு காற்று எப்படியோ அப்படி அவன் காதலுக்கு அவளது ஒரு பார்வை போதுமானது. 'திரும்பிச் சிரிக்கலாம்' என்று எண்ணியவனுக்கு மனவுறுதி கலைந்தது.

மகேந்திரன் மாவீரன். ஆனால் மாதவியின் முன் அவனுக்கு நா எழவில்லை. வெகு சீக்கிரத்தில் அவன் கால்கள் அவனைத் தாங்கும் சக்தியை இழந்துவிடும் என்று தெரியும். அதற்குள்ளாக அங்கிருந்து நழுவிச் செல்ல எண்ணினான். அவசரமாக சிவகாமியம்மையாரிடம் வணக்கம் சொல்லிவிட்டு வெளியேறினான். நிருத்தப் பள்ளில் இருந்து குதிரையைச் செலுத்திக்கொண்டு ஏதோ போருக்கு விரைவதுபோல் விரைந்தான். மற்றவருக்கு ஒன்றும் புரியவில்லை. ஆனால் உலகெல்லாம் புகழ் பரப்பிய வம்சத்தில் வந்த வீராதி வீரன் புறமுதுகு காட்டியா ஓடுவது என்று குந்தவிக்கு சிரிப்பு. அவள் அண்ணனின் மனதைப் பூரணமாய் புரிந்து கொண்டுவிட்டாள். உடனே பற்பல மனோராஜ்யங்களிலும்மனம் ஈடுபட்டது.

எல்லோரையும் அமரச்சொன்னாள் இளவரசி. பின் சகஜமாகப் பேசத் தொடங்கினாள் குந்தவி. இளவரசி சொன்ன சின்னச் சின்ன நகைச்சுவைக்கெல்லாம் எல்லோரும் கலீர் கலீரென்று சிரித்தபடியால் நாட்டியப் பள்ளியே கோலாகலமாய் ஆனது.

இளவரசி அமர்ந்து சிவகாமியுடன் பால் அருந்தினாள்.

‘விதவிதமான பட்சணங்களும், பான வகைகளும் அரண்மனை விருந்தாளிக்கு வைக்கப்படவேண்டும். ஆனால் இங்கு அதெல்லாம் வைத்துக்கொள்வதில்லை. இவர்களெல்லாம் அவற்றைக் கண்ணால்கூட பார்க்கக்கூடாது’ என்றாள் சிவகாமி நாட்டியப் பெண்களைச் சுட்டிக்காட்டி.

‘அதற்கென்ன அம்மா? இங்கு என்ன கொடுத்தாலும் தேவாமிர்தம்போல் அருந்துவேன்’ என்றாள் குந்தவி.

‘தேவாமிர்தமாம்... தேவாமிர்தம். நான் மட்டும் சுதாரித்திருந்தால் உமக்கு விஷத்தைக்கொடுத்திருப்பேன்’ என்று நினைத்தாள் மாதவி. பின் தன் கோபத்தை அடக்கி மனதை சாந்தப்படுத்திக்கொண்டாள். தன் உள்மனதின் எண்ணங்கள் வெளிப்படையானால் கைகளைச் சங்கிலியால் பிணைத்து சிறைக்கு அழைத்துச் செல்வார்கள் என்று தெரியும்.

திடீரென மாதவியைத் திரும்பிப் பார்த்து, ‘ஏனம்மா மௌனமாக இருக்கிறாய்! என்ன யோசிக்கிறாய்?’ என்று இளவரசி கேட்டாள்.

ஏதோ மனக்குழப்பத்தில் இருக்கிறாள் மாதவி என்று புரிந்துகொண்ட சிவகாமி உடனே அவளருகில் வந்து அவள் தோளின் மேல் கையைப் போட்டாள். ‘அரசர் முன் ஆடும்போதுகூட அச்சமின்றி ஆடுபவள் இவள். இன்று ஏன் மானைப்போல மிரட்சிகொள்ளுகிறாள்’ என்று நினைத்தாள் சிவகாமி.

சிவகாமி மாதவியின் தோள்களில் கையைப் போட்டு சாந்தப் படுத்தியவுடன் அதைக் கண்ட குந்தவிக்குப் பொறாமையே வந்தது.

மனதில் ஏதும் வைத்துக்கொள்ளத் தெரியாதவள் குந்தவி. ‘மாதவி, உனக்கும் எனக்கும் போட்டி ஏற்பட்டது இப்போது அப்போதல்ல...’ என்றவுடன் மாதவியின் முகத்தில் ஒரு நொடிக்கு பய ரேகை ஓடியது. இளவரசி தொடர்ந்தாள... ‘என் தாயை இழந்தபோது தினந்தினம் சிவகாமி அம்மையார்தான் மாளிகைக்கு வந்து என்னைப் பார்த்துக்கொள்ளுவார். ஆனால் ஒருநாள்கூட என் கெஞ்சலுக்கு செவிசாய்த்து இரவை அங்கு கழித்ததில்லை. உன்னைக் கவனிக்கவே வந்திருக்கிறார் என்று எனக்கு இப்போது புரிகிறது’ என்று சொல்லி முல்லை மலர்வதுபோல் பல்வரிசை தெரியும்படி நகைத்தாள்.

அதன் பிறகு மாதவியிடம் திரும்பி அவள் கரங்களைப் பிடித்தாள். ‘நான் வந்த விஷயத்தை மறந்தேனே... மாதவி, அன்று அரசவையில் நீ நிகழ்த்தியது அதி அற்புத நடனம். அதைக் கண்டதிலிருந்து உன்னைச் சந்திக்க அடங்காத தாகம் கொண்டிருந்தேன். இதெல்லாம்

நிச்சயமாக உண்மை இல்லை; கனவுதான் காண்கிறோம்; அல்லது இந்திரஜாலம்மகேந்திர ஜாலம் என்று சொல்லுகிறார்களே? அப்படி ஏதாவது இருக்கவேண்டும் என்று அடிக்கடி எண்ணிக்கொண்டே உன் நாட்டியத்தைப் பார்த்தோம்.'

மாதவிக்கு உதட்டளவில்தான் சிரிப்பு சந்தோஷம் எல்லாம். 'பாராளப் பிறந்தவளைப் பார்த்து நன்றாய் நடனமாடினாய் என்றால் அது வாழ்த்தா? இல்லை ஏசலா?'

பல்லவ இளவரசி தொடர்ந்தாள். 'அப்பா உன்னை வெறுங்கையுடன் அனுப்பியிருக்கக் கூடாது. அதற்காகத்தான் நான்... யாரங்கே?' அதிகாரக் குரலில் குந்தவி ஆக்ஞாபித்தாள். அரண்மனை சேடிப் பெண் ஒரு தந்தப்பெட்டியை எடுத்து ஓடிவந்தாள்.

பெட்டியைத் திறந்து 'இந்த முத்துமாலையை உனக்கெனக் கொண்டு வந்தேன். தென்பாண்டி நாட்டிலே கொற்கைத் துறைமுகத்தில் உயிரைப் பணயம் வைத்துப் பலர் குளித்து எடுத்த அற்புதமான முத்துமாலைகள். மாமன் தென்னவன் அனுப்பியிருந்தான். இது உனக்காக.'

மாதவிக்கு வாங்கிக்கொள்ளலாமா என்று பயம். 'ஒருவேளை இதெல்லாம் அந்தப் பல்லவ சக்கரவர்த்தியின் கபட நாடகமாக இருக்குமோ...' பின் தன்னையே கடிந்துகொண்டாள். 'இப்படியே இருந்தால் என் தந்தை குதிருக்குள் இல்லை என்று காட்டிக் கொடுத்ததுபோலாகிவிடும்.'

முத்துமாலையை எடுத்து ஆராய்ந்தாள். பெண்களுக்கே உரிய நகை மோகம் தனக்கும் இருக்கும் என்பதுபோல் உணர்ச்சிகளைக் காட்டினாள். கண்ணனையும் கம்சனையும் அடுத்தடுத்து கண் சிமிட்டும் நேரத்துக்குள் மாறி பாவனை காட்டும் நிருத்தக்காரி அவள். இதைச் செய்ய முடியாதா என்ன?

நன்றியுணர்ச்சியுடன் ஒரு சிரிப்பைச் சிரித்த மாதவி 'இளவரசி, இது உங்கள் மாமன் கொடுத்தது. உங்கள் கழுத்தைத்தான் அலங்கரிக்க வேண்டும்.'

பதிலைத் தயாராக வைத்திருந்தாள் குந்தவி. 'உன் கழுத்தையும் அலங்கரிக்கலாம். பாதகம் ஏற்படாது' என்று சொல்லி ஒரு மர்மச் சிரிப்பு சிரித்தாள்.

பின் கிளம்ப ஆயத்தமானாள் இளவரசி. மாதவியும் சிவகாமியும் ஒருங்கே இணைந்து நின்றதைக்கண்ட அவள், 'நீர் என் அரண்மனைக்கு வந்தாகவேண்டும். கட்டாயம் வருகிறீரா?'

‘கட்டாயம் வருகிறேன்’ என்றாள் மாதவி.

‘அம்மா... தாங்களும்.’

‘இல்லை... நான் வரவில்லை. மாதவியை அனுப்பி வைக்கிறேன்’ என்றாள் சிவகாமி.

ராஜ பிரயாணிகளும் பரிவாரங்களும் கிளம்பின. வீதியில் போகும் போது திரும்பிப் பார்த்தாள் இளவரசி. மாதவி கையை அசைத்த வண்ணம் நின்றாள்.

‘அரண்மனையில் புகுந்து பரிசு பெறாமல் மாதவி வரவில்லை. கள்ளி எதையோ ஒன்றைத் திருடிக்கொண்டுதான் வந்திருந்தாள். கொண்டு வந்ததை எங்கேயோ ஒளித்து வைத்திருக்கிறாள். அவளை அப்படியே கொண்டுபோய் பல்லவ இளவரசனின் மனமெனும் காராக்கிரகத்தில் அடைத்துவிடவேண்டியதுதான்’ என்று தீர்மானம் செய்தாள்.

‘அண்ணன் மகேந்திரனோ வீரன், சுகுமாரன்... குணபரன். அவன் கணவனாய் கிடைக்க எவளும் தவம் செய்திருக்கவேண்டும். மாதவியோ கலையரசி... பேரழகி. இனிமை பேச்சு கொண்ட குணவதி. இந்த இருவரையும் இணைப்பதே நம் வாழ்வின் கடமை. இது மாதவிக்கு அரசர் கொடுக்க மறந்த பரிசு மட்டுமல்ல. இது பல்லவ வம்சத்துக்கே நான் தரும் பரிசு’ என்று நினைத்தாள். கொந்தளித்துக்கொண்டிருந்த உள்ளத்துடன் அரண்மனையைவிட்டுக் கிளம்பிய குந்தவி தேவியாரின் மனம் மறுபடியும் குதூகலம் கொண்டது.

இளவரசி போகும் திசையையே உற்றுப் பார்த்துக்கொண்டிருந்தாள் மாதவி. வீதியின் முடிவிலிருந்த திருப்பத்தில் மறைந்ததும் சட்டென்று திரும்பித் தம் கண்களில் ததும்பிய கண்ணீரைத் துடைத்துக்கொண்டாள். வறண்டு உலர்ந்துபோன அவள் உள்ளத்தில் ஓர் ஈரம் பாய்ந்தது.

கபால ருத்ர பைரவன் திட்டம் தீட்டுவதெல்லாம் இருக்கட்டும். இப்போது இவளை சினேகம் செய்து கொண்டால் நல்லது என்ற முடிவுடன்தான் வெளியே வந்தாள். ஆனால் மகேந்திரன் தன்னைக் கண்டவுடன் மிரட்சியுற்று வெளியேறியது முதலில் சிரிப்பைத் தந்தாலும் மனதில் மற்றுமொரு திட்டம் தீட்ட வழி வகுத்தது.

•••

அத்தியாயம் - 19

# காலபைரவன் அழைத்தான்

**வா**னையும் பூமியையும் நடுநடுங்கச் செய்த இடியைக்கேட்டு மற்ற சிற்பிகள் மூட்டையைக் கட்டினார்கள். பின் மல்லை நகரை நோக்கி நடையைக் கட்டினார்கள்.

அவர்களைச் சொல்லியும் குற்றமில்லை. கடலிலிருந்து கரைக்கு வரும் மேகங்கள் புத்துயிர் கொண்டு வருவதனால் வானத்திலிருந்து 'பொலபொல' வென்று கற்கள்போல மழைத் துளிகள் விழும். நனையாமல் ஒதுங்க வேறு இடமிராது.

மற்றவர் அழைத்தபோது ஆனந்தன் வரமறுத்துவிட்டான். தனியே, நனைந்த மணலில் அமர்ந்திருந்தான்.

வானத்தில் உருண்டு வந்து வட்டவட்ட கார்மேகங்களுக்குப் போட்டியாக படுவேகமாக புரண்டு அலை எறிந்து வந்தது கடல். வானமும் கடலும் மட்டும்தானா? அவன் மனதைப் படித்து அதன்படி இரண்டும் நடந்தது என்று நினைக்கத் தோன்றியது.

வானத்தில் பளீரென்று ஒரு மின்னல்... ஆயிரம் ஆயிரம் ஒளிக் கிரணங்கள் ஒருங்கிணைந்த ஒரு வாள்போல் இருண்ட வானத்தை இரண்டாய் வெட்டியது. ஆனந்தனுக்கு உடம்பெல்லாம் ஒரு தடவை பதறிற்று. கொஞ்ச நாட்களாகவே அப்படித்தான். என்னவொரு திடீர் சப்தம் கேட்டாலும் அது அந்த சித்திரக் குள்ளன்தான் என்று தோன்றும்.

விடுதலைப் பறவையாய் மல்லை கடற்கரையில் பறந்தவனுக்கு முன்போல நிர்ப்பயமாக எந்த நேரமும் கடற்கரையில் உலாவ முடியவில்லை. சதா திரும்பித் திரும்பிப் பார்க்கவேண்டியிருந்தது.

முன்னறிவிப்பு இல்லாமல் எதிர்பாராத நேரத்தில் குள்ளன் வருவான் என்று எதிர்பார்த்தே முதலில் அழைப்பு வராத காரணத்தால் காலபைரவர் தன்னை மறந்துவிட்டார் என்றே எண்ணினான். பின் 'உன்னை சும்மா விட்டுவிடவா வாதாபியிலிருந்து அழைத்து வந்திருக்கிறார்?' என்று மனம் வினவியது.

சில நாட்களாக ஆனந்தன் ஆளே மாறிவிட்டான் என்று மற்ற சிற்பிகள் நினைத்தால் தவறில்லை. அகத்துக்குள் ரகசியம் என்பது மற்றவர் களுடன் பழக ஓர் அரணிட்டது. மற்ற சிற்பிகளெல்லாம் ஒன்றாய் உட்கார்ந்து தைத்த ஆலம் இலையிலே சுடச்சுட மல்லையிலிருந்து வந்த கம்பு அடைகளை ஆவிபறக்கும் சோள மாவுக் குழம்புடன் சாப்பிடப் பார்த்தும் அவனுக்குப் பசியில்லை.

தொழிலைப் பற்றியோ கேட்கவேவேண்டாம். காலபைரவனைக் கண்டு வந்தபோதில் புதிய சிலையொன்று ஆரம்பித்தான். உளியை வைத்துப் போட்ட முதல் போடில் கல் இரண்டாகவே பிளந்தது.

உடனே சுதாரித்துக்கொண்டு, 'அடடா! கல், சிற்பமாக சரியானதல்ல' என்று அதை சோதித்து பார்த்தவன்போல் பாசாங்கு செய்து பார்வையாளரிடம் சொல்லிச் சமாளித்தான். அதன் பின் புதிய வேலை எதையும் அவன் எடுக்கவேயில்லை. ஆனால் இன்னும் எத்தனை நாளைக்கு சாக்கு போக்கு சொல்லி ஓட்டுவது.

'முதலில் மாதவி. பின் இப்போது இந்த வாதாபி பழிவாங்கல். போகிற போக்கில் இந்தத் தொழிலுக்கு முழுக்குப் போட்டுவிட வேண்டியதுதான்' என்று எண்ணினான்.

இன்றோ கார்கால கடற்கரையில் அமர்ந்தவன் கடலை உற்று நோக்கினான். சாரல் மழை மாறி புயலாய் வலுக்கும் போலிருந்தது. ஆனந்தனோ முற்றிலுமாக நனைந்திருந்தான். ஆனால் மெல்ல மெல்ல மனதில் ஓர் அமைதி ஏற்பட்டது. இந்த மழையில் எங்கு குள்ளன் வரப்போகிறான் என்று எண்ணி மனம் அமைதி கொண்டது.

சரியாக அப்போதுதான் அந்த நள்ளிரவில் யாரோ சிரித்த கெக்கெலி சிரிப்பொலி பயங்கரமாகத் தொனித்தது. கர்ண கொடூரமான குரல். குள்ளனுடைய பயங்கரக் கூவல்தான் என்று அறிந்தான். இதர சிற்பிகள் மல்லை புறப்படும்வரை சத்தம் செய்யாமல் பாறைகளின் மறைவில் நின்றான் போலும்.

ஆனந்தன் திரும்பிப் பார்த்தான். குள்ளன் பாறையின் மறைவிலிருந்து வெளியே நடந்து வந்து கொண்டிருந்தான். ஆனந்தனின் மனம் அருகிலிருந்த கடல்போல அலைபாயத் தொடங்கியது. இம்முறை

சொல்லவேண்டியதைச் சொல்லிவிட்டு குள்ளன் மறுகணம் மாயமாய் மறையமாட்டான் என்று ஆனந்தனுக்குத் தெரியும்.

காபாலிகனைவிட்டுவந்த போது ஆனந்தனுக்கு ஒரு நப்பாசை. அவனையும்முக்கியமாக மாதவியையும் கண்டு காபாலிகன் 'இந்தப் பொடியர்களால் என்ன செய்ய முடியும்?' என்று விரக்தி அடைந்து திட்டத்தையே மாற்றிக்கொண்டிருப்பான் என்று. ஆனால் குள்ளனின் வரவால் சந்தேகத்துக்கு இடமில்லாமல் போயிற்று. அவர்களை என்றென்றும் விடமாட்டான் காலபைரவன் என்று புரிந்தது.

'டேய் குள்ளா...' என்று அதட்டினான்.

'சித்திர குப்தாஎன்று அழை' என்றான் குள்ளன்.

அதிகாரத் தோரணையில் வினவினான். 'உனக்கு என்னவேண்டும்? எங்கு வந்தாய்?'

'காலபைரவர் உன்னை அழைக்கிறார்.'

'எதற்காக?' என்றான்.

'அதெல்லாம் எனக்குத் தெரியாது. என்னுடன் புறப்படு. இப்போது புறப்பட்டால்தான் நாளை இரவு கானகம் செல்லலாம். உடனே புறப்படு.'

ஆனந்தன் மனதில் ஒரு யோசனை தோன்றியது. அதுவும் குள்ளனைக் கண்டவுடன். 'இந்தச் சிறிய உருவம் கொண்டவனுக்கா பயம்கொள்ளவேண்டும்?' என்று மனதின் ஒரு புறம் அவனை ஏசியது. 'போடா... என்று குள்ளனை எட்டி உதைத்தால் காரியம் முடிந்தது.' காபாலிகன் தன்னைத் துரத்தி வரமாட்டார் என்று தெரியும் ஆனந்தனுக்கு. துரத்தி வந்தாலும் ஒளிய இடமா இல்லை?

ஆனால் அமைதி காத்தான். அவன் வாழ்க்கையின் கதி மாறியதற்குக் காரணம்நர்த்தகியின் நலனைப் பற்றிய கவலைதான். மாதவியின் கள்ளங் கபடமில்லாத நெஞ்சத்துக்கு வஞ்சகம் போதிக்கத் தீர்மானித்திருக்கிறார் காபாலிகன். ஓர் உலக அனுபவமில்லாத பெண் அதைக் கேட்டு ஏதாவது புரியாத காரியத்தில் ஈடுபட்டு கஷ்டத்தில் மாட்டிக்கொள்ளப் போகிறாளோ? என்று பயம்.

'உன் பிராணனுக்கு மேலாகக் கருதும் மாதவி பழி தீர்க்கும் படலத்தில் இறங்கிவிட்டாளே. அவளுக்கு எந்த துர்நிகழ்வும் ஏற்பட்டுவிடாமல் பார்த்துக்கொள்ள நீ அருகில் இருக்கவேண்டாமா?' என்று அடிக்கடி வற்புறுத்தியது அவன் மனம்.

தான் எடுத்த காரியத்தில் அணுவளவேனும் சந்தேகம் இருப்பதாக மாதவிக்குத் தோன்றவில்லை. இது என்ன சாமானிய வேலையா? அஜாக்கிரதையாய்கூட இருக்கவேண்டாம். எல்லாவித அபாயங் களும் தங்களைத் தேடியே வரும் என்பது நிச்சயம். 'பல்லவனுக்குப் படை பலத்தைவிட ஒற்றர்படையின் பலமே பெரிதாமே? மாதவி அவர்கள் கவனத்தைக் கவர்ந்து சட்டத்தின் கையில் சிக்கிவிடுவாளா? சிக்கிவிட்டால் ஆயுள் முழுவதும் காராக்கிரஹம்தானா? தன்னையும் பிடித்துக்கொண்டுபோய் பாதாளச் சிறையில் போட்டுவிட்டால்...?' மனம் குழம்பியதில் நடை இடறியது.

'அதற்கு மாறாக என்னால் ஒன்றும் செய்ய முடியவில்லையே?' என்ற இயலாமை ஆனந்தனை வாட்டி எடுத்தது. அவள்மேல் அவனுக்கு இருந்த ஒப்பில்லாத பிரியத்தோடு இப்போது அக்கறையும் சேர்ந்து கொண்டது.

குள்ளனும் ஆனந்தனும் காஞ்சிக்குச் செல்லும் இராஜபாட்டையில் நடக்கலானார்கள். ஆனந்தன் யாரிடமும் மல்லையில் சொல்லிக் கொள்ளவில்லை. பலநாள் சென்றாலும் தன்னை யாரும் தேட மாட்டார்கள் என்று அவனுக்குத் தெரியும்.

'ஒருவேளை மாதவியும் கானகத்தில் இருப்பாளோ?' என்ற எண்ணம் வந்தவுடன் ஆனந்தனுக்கு இந்தத் துயரிலும் ஓர் ஆனந்தம். அவளை நினைத்ததும் ஆனந்தன் நெஞ்சத் துடிப்பை அடக்கமுடியவில்லை. 'எனக்கும் மாதவிக்கும் ஒன்றுசேரப் பணியாற்றும் வேலையொன்றைக் காபாலிகன் கொடுப்பாரோ?' என்று மனம் துள்ளியது. பின் அறிவு தன் நிலையை திடமாய் பிடித்துக்கொண்டது.

'மனிதனின் காலடியோசையும் குதிரையின் குளம்புச் சப்தமும் எப்போது பின்னால் கேட்குமோ என்ற அச்சத்துடனே நடந்தான். குள்ளன் எதற்கும் கவலைகொள்ளாமல் முன் நகர்ந்தான். அவனுக்கென்ன? அந்தச் சிறிய உருவம் அவனுக்கு சாதகமாகவே அமைந்தது. சட்டென ஏதாவது வழியோரப் புதருக்குள் பாய்ந்து விடுவான்.

மறுநாள் மாலைவரை இருவரும் காஞ்சியை நோக்கி நடந்தனர். பாதையில் போகப்போக இருபுறங்களிலும் காடு அடர்த்தியாகிக் கொண்டே வந்தது. முன்னிருட்டுக் காலமாதலால் நாலா புறத்தில் இருந்தும் இருள் சூழ்ந்துகொண்டு வந்தது. கனாந்தகாரத்தில் அந்த வனாந்தரப் பிரதேசத்தில் ஒரே அந்தகாரமயமாயிருந்தது. இப்போது ஆனந்தனுக்கோ அந்த இருட்டெல்லாம் ஒரு பொருட்டாகவே இல்லை. அவன் மனம் வேறு திசையில் சிந்திக்கத் தொடங்கியது. ஓர்

ஏக்கத்துடன்தான் சென்றான். 'நிச்சயமாக மாதவி வந்திருப்பாள். அவளைச் சந்திக்க இப்பேர்ப்பட்ட நல்ல சந்தர்ப்பம் மறுபடி எங்கே கிடைக்கப்போகிறது?'

ஆனால் என்ன ஏமாற்றம்? அவன் ஏக்கத்துக்கெல்லாம் பதில் நிஷ்பலனே. பாழடைந்த மண்டபத்தை நெருங்கியபோது ஆனந்தனின் பரபரப்பை வர்ணிக்க முடியாது. எனினும் பாழும் மண்டபம் ஆளின்றி வெறுமையாய் இருந்தது...

குள்ளனோ பாழும் மண்டபத்தின் பக்கம் திரும்பக்கூட இல்லை. ஆனால் இடிந்த மனதுடன் ஆனந்தன் பாழும் மண்டபம் அருகே நின்று உள்ளே ஏக்கப் பார்வையைச் செலுத்தியதைப் பார்த்துவிட்டான்... ஆளில்லா மண்டபத்தைக் கண்ட பின் ஆனந்தனின் மனத்தில் குழப்பமான எண்ணங்கள் குமுறின என்று புரிந்துகொண்டு பரிகாசத்துடன் கலகலவென்று நகைத்த குள்ளனை முறைத்தான் ஆனந்தன். மேலே பறந்த கோட்டானுக்கு ஒப்பான குள்ளனை மிதித்தே கொல்லவேண்டும் போலிருந்தது அவனுக்கு.

மாதவியின் அருகே இருந்துஅவளைப் பாதுகாக்க இதுவே சிறந்த வழி என்றுதானே வந்தான். அவள் இல்லையென்றால்? இப்போது நிலைமையே மாறிவிட்டது. அவள் இனி வருவாள் என்ற நம்பிக்கை சிறிது சிறிதாகக் குறைந்துகொண்டிருந்தது.

கொடி வழியாக மாறிய கரடுமுரடான காட்டுப் பாதை இன்னும் குறுகியது. நெருக்கமான செடிகொடிகள் பாதையை ஆக்கிரமித்தன. குள்ளனும் ஆனந்தனும் காட்டின் மத்தியை அடைந்தார்கள்.

காட்டின் நடுவே ஒரு காலியான இடம் இருந்தது. நடுவில் இடுப்பளவுக்கு ஒரு பாறை. வரிப்புலியின் தோல் போர்த்திய பாறையின் மேல் மகாகபால பைரவன் தியானத்தில் இருந்தான். அருகே திரிசூலமொன்று செங்குத்தாக நின்றது. கண்மூடி தியானத்தில் இருந்த காலபைரவனின் யோக நிலையை ஆனந்தன் கலைத்துவிடாமல் கையில் சமிக்ஞையினால் 'பேசாமல் நில்லு!' என்று ஆக்ஞையிட்டான் குள்ளன்.

பயபக்தியுடன் அகன்று சற்றுத் தள்ளியே நின்றார்கள். உலகை மறந்து ஆனந்தப் பரவச நிலையில் இருந்த காபாலிகனை உற்றுக் கவனித்தான் ஆனந்தன். அவருடைய நெற்றியில் அப்பியிருந்த குங்குமமும் காயத்திலிருந்து கொப்பளித்துக்கொண்டு வரும் குருதியை நினைவுபடுத்தியது. தன்னையறியாமல் அவருடைய கழுத்தில் தொங்கிய கபால மாலைக்குச் சென்றன கண்கள். மாலையில் இருந்த ஒன்றொன்றும் குழந்தையின் மண்டையோடு.

‘தர்ம சாஸ்திரங்களுக்கு அடிபணிபவன் ஒருவன் செய்யும் செய்கையா அது?’ பயமும் அருவருப்பும் பார்த்தவன் கண்களில் கூத்தாடியது.

மாலையில் அணிவகுத்த சிறு மண்டையோடுகளைக் கண்ட ஆனந்தனுக்கு விபரீதமான எண்ணம் வந்தது. ‘காபாலிகனே ஒவ்வொரு குழந்தையின் கழுத்தையும் நெரித்துபின் மாலையில் சொருகிக்கொண்டானோ?’ என்று தோன்றியது.

இப்படி பயங்கரமானவன் எதற்காகத் தன்னை அழைத்தான் என்று கேள்வி கேட்டு மனம் தவித்தது. அவனுடைய முழு திட்டம் எப்போது விளங்குமோ? எண்ணில் அடங்காத யோசனைகள் தோன்றின. ‘வாழையடி வாழையாக வந்த பல்லவ குலத்தினை கருவறுக்கவேண்டும்.’ என்று கட்டளையிடுவானோ?

ஆனால் தன்னால் பல்லவ நாடே அரசாள நாதியற்ற ராஜ்யமாக ஆகவேண்டுமென்றால் தன்னை வீரனாக அல்லவா வளர்த்திருக்க வேண்டும். சிற்பியாக வளர்த்து இப்போது எதற்காக இம்மாதிரி சங்கடங்களை எல்லாம் உண்டாக்கிக்கொண்டிருக்கிறான் என்றுதான் அவனுக்குத் தெரியவில்லை.

தன்னையும் முக்கியமாக அந்த அப்பாவி நர்த்தகியையும் கொண்டு என்ன செய்யப் போகிறார்? மழலைக்காலத்தில் மாண்டுபோக வேண்டிய இருவரையும் அபாயத்திலிருந்து தப்ப வைத்தார் என்று நினைத்திருந்தான். அதற்காக எதிர்பார்த்த நன்றி உணர்ச்சிக்கு ஓர் எல்லையில்லையா?

மாதவியை நினைத்தால்தான் மனச்சோர்வு தந்தது. அவள் கழுத்தைச் சுற்றிப் பாசக்கயிற்றை வீசிவிட்டான் காபாலிகன். அவளோ ஆனந்தன் கழுத்தில் காதலெனும் பாசக்கயிற்றை வீசிவிட்டாள்.

இருளில் நின்ற ஆனந்தன் பொழுதைப் போக்கவேண்டுமே என்று அவன் கழுத்தில் இருந்த மண்டையோடுகளை எண்ணிப் பார்க்க நினைத்தான். பத்து பன்னிரண்டு ஓடுகளை எண்ணியிருப்பான். எஞ்சியிருந்த மீதியை என்னும் முன் திடும் என்று கண் விழித்தான் காபாலிகன். ஆனந்தனுக்குத் தூக்கி வாரிப்போட்டது. கண் விழித்தவன் முகத்தில் புன்னகையின் சாயல் தோன்றியது.

‘வா ஆனந்தா’ என்றான் காலபைரவன்.

•••

## அத்தியாயம் - 20

# காலபைரவன் கட்டளை

மற்றவருக்கெல்லாம் காலத்தின் ஓட்டத்தில் கோபவெறி தணிந்தது; ஆனால் காலபைரவனுக்கோ தினந்தினம் வெட்டுண்ட கையைக் கண்டபோது உள்ளத் தீயை மேலும் கொழுந்து விட்டெரியச் செய்ய நெய்யாக உதவிற்று.

திடீரென முகம் மாறியது காபாலிகனுக்கு. 'நீ தேசப்பற்று கெட்ட பாதகனாகமாட்டாய் என்று எனக்குத் தெரியும். குலத்தின் குணம் எங்கே போகும்? அதனால்...' என்று சொல்லி இழுத்தான். பின் ஒற்றைக் கையைத் தூக்கி கையில்லா தோள்பட்டையை சுட்டிக் காட்டி, 'நீதான் இந்தக் கை போனதற்கு பதில் கேட்கவேண்டும்' என்று கட்டளையிட்டான்.

ஒரு நொடி புரியாமல் நின்ற ஆனந்தனிடம் 'கொன்றிருந்தால்கூடப் பரவாயில்லை. அந்தப் பரஞ்சோதி கையை வெட்டி என்னை உலகம் பரிகசிப்பதற்கு வழி செய்துவிட்டான். திருசெங்காட்டங்குடி சென்று அவன் கையைத் துண்டாக வெட்டவேண்டும்' என்று உறுமினார். கோபாவேசத்தினால் அதற்குமேல் பேச முடியாது தத்தளித்தான். அவன் முகம் அடைந்த கோர சொரூபம் அந்த இருட்டிலும் தெளிவாய் தெரிந்தது.

காபாலிகன் கூற்றை முதலில் ஆனந்தன் சிறிதும் நம்பவில்லை. ஒரு சிவனடியாரை ஹிம்சிக்க நினைப்பது என்றவுடன் நெஞ்சு துடியாகத் துடித்தது. 'மதியை வைத்து விதியை வெல்லலாம் என்று எண்ணுபவனுக்கு ஒரு கை போனதென்ன பெரிதா?' என்று நினைத்தான் ஆனந்தன்.

‘நாட்டின் நலன் கருதி காபாலிகன் இந்தக் கொடுஞ்செயலை செய்யச் சொல்லவில்லையோ? தன் சொந்த பழியைத் தீர்க்கத்தான் அவனை ஏவிவிடுகிறானோ?’ என்று நினைத்தவனுக்கு அதுவே நிஜமெனவும் தோன்றியது.

முகத்தை மீண்டும் சுழித்தான் ஆனந்தன்.

‘ஆகா! இதை எனக்குப் பரோபகாரம் செய்வதாய் நினைக்கிறாயா? இல்லையடா இல்லை. அவன் உன் நாட்டை தீக்கு இரையாக்கியவன். உன் மன்னனைக் கொன்றவன். அவன் கொடுஞ்செயலினால் எரியும் நகரில் நீ அனாதையாய் கிடந்திருப்பாய். ஓநாய்களுக்கும் கழுகு களுக்கும் பலியாகியிருப்பாய். உன் உயிர் போகும் முன்னே அவை உன் கண்களைக்கொத்தி தசைகளைக் கடித்துக் கிழித்திருக்கும். நான் உன்னைக் காப்பாற்றாவிட்டால் உன் கதி அதோகதிதான். அதனால் சாளுக்கியனின் வஞ்சத்தை நிரூபிக்கவேண்டும். விடுதலையே உன் வாழ்க்கையின் நோக்கமாயிருக்கவேண்டும். பழியே அல்லும் பகலும் உன்னுடைய நினைவாயிருக்கவேண்டும்’ என்று கர்ஜித்தான்.

அவன் குரலில் இருந்த வெறுப்புணர்ச்சியை உணர்ந்த ஆனந்தனுக்கு மயிர்க் கூச்சல் ஏற்பட்டது. ஆனால் நிம்மதியும். ‘நல்லவேளை ‘மாமல்ல சக்கரவர்த்தியைப்போய் கொல்’ என்று சொல்லாமல் விட்டானே காலபைரவன். சாதிக்கக்கூடிய காரியமா அது? போனவர்கள் உயிருடன் திரும்பிவரப் போவதில்லை... ‘அப்பா! நான் தப்பித்தேன்’ என்று ஒரு நொடிதான் ஆறுதல் அடைந்திருப்பான். திடீரென மற்றும் ஒரு பயங்கர நினைவு வந்து தூக்கிவாரிப் போட்டது. ‘அப்படியொரு வேலையை மாதவிக்குக் கொடுத்திருப்பாரோ?’ என்ற பயம் வந்தது.

‘அய்யகோ... என்னவொரு கொடுமை? ஆனால் அப்படியொரு சேவையைக் காபாலிகன் அவளிடம் எதிர்பார்த்தால் நிச்சயம் தன்னால் முடியும் என்று நினைக்கக்கூடிய பெண்தான் அவள். இது எந்த விபரீதத்தில் முடியுமோ?’ என்று பதறினான்.

ஆனந்தன் மனம் அதிவேகமாகச் செயல்பட்டது. என்னதான் எடுத்துச் சொன்னாலும் காபாலிகன் செவிசாய்க்கமாட்டான்! இந்த காரியத்தைச் செய்தால்தான் இனி காபாலிகனை நெருங்கமுடியும். பின்தான் மாதவிக்கு உறுதுணையாக இருக்க முடியும். காதலின் விலை இது.

உடனே மனதில் ஓர் உறுதி ஏற்பட்டது. தன் உள்மனதின் உடன்பாடு இல்லாமலே அவன் இந்தக் கொடும் பணியில் ஈடுபட முடிவெடுத்தான். காபாலிகன் கொடுத்த கடமையை ஏற்பதுபோல்

நடித்து வாயு வேகமாக காஞ்சி திரும்பவேண்டும். தப்பிக்க மாதவிக்கு தன் உதவி நிச்சயம் தேவைப்படும்.

சிவனடியாரை ஹிம்சிப்பதால் அடுத்த ஜென்மத்தில் நடக்கப் போவதை எண்ணியிருக்க நேரமில்லை. இந்த ஜென்மத்திலேயே பல்லவன் கையில் சிக்கினால் இரண்டு துண்டுகளாக வெட்டி அகழியில் இருந்த முதலைகளுக்குப் போட்டாலும் போடுவார்கள் என்ற எண்ணம் ஆனந்தனுக்கு வந்தது.

'முன் வைத்த காலைப் பின் வைத்துதோல்வி அடைந்துவிடலாமா?' என்றுதான் காலபைரவன் நினைப்பான். ஆனால் சூழ்நிலைகள் முற்றிலுமாக மாறிவிட்டனவே. அவன் நினைப்பதுபோல் 'காட்டில் வாழும் காலபைரவனால் ராஜ குடும்பத்துக்கு என்ன நேருமோ? ராஜ்யம் என்ன கதியடையுமோ?' என்றெல்லாம் பயம்கொள்ளும் நிலையில் பல்லவரில்லை. வாதாபி தகனம்தான் பல்லவருக்கு ஆரம்பம். அதற்குப்பின் எண்ணற்ற வெற்றிகளைக் குவித்துவிட்டான் பல்லவன். இந்தத் தரணி எங்கும் பெயர் சொல்லும் அளவுக்கு பல்லவர் படைகள் செருக்கோடு இன்று நடைபோட்டன.

வேறு வழியில்லையென்று இதற்குச் சம்மதித்து,'தங்கள் சித்தப்படி நடக்கிறேன்' என்றான்.

காபாலிகன் முகத்தில் சிறிது சிறிதாக மலர்ச்சி ஏற்பட்டது. உற்சாகம் தோன்றியது. ஆனந்தன் ஏதோ நாட்டுப்பற்று போலொரு காரணத்தினால் சம்மதித்துவிட்டான் என்று அவனுக்குப் புரிந்தது.

'சிவனடியார்தான் என்று நீ மெத்தனம் காட்டிவிடக்கூடாது. ஒரு மாதத்துக்குள் அவனை நெருங்கி உனக்கிட்ட காரியத்தை செய்து முடிக்கவேண்டும். பின் நேரே இங்கு வரவேண்டும்...' காபாலிகன் பேசிக்கொண்டே இருந்தான். 'அதற்காக அவசர புத்தி கொண்டு எதையும் செய்யாதே. என் கனவை நிறைவேற்றுவதற்காக நீ உயிர் வாழவேண்டும். சாளுக்கிய நாட்டின் உன்னதமே நம் செயல் பாட்டில்தான் இருக்கிறது. நீ சிறுத்தொண்டன் கரம் வெட்டிவிட்டு இவ்விடம் திரும்பப் போகும் நன்னாளை எதிர்பார்த்து வழிமீது விழி வைத்திருப்பேன்' என்று காலபைரவன் வழி அனுப்பியபோது அவன் குரலில் கடுமைக்கு பதிலாக வேறொரு உணர்வு தொனித்தது. ஏக்கமாயிருக்கும் என்று எண்ணிக்கொண்டான். 'சரி, நீ கிளம்பு. உனக்கு மாகாளி வெற்றியைத் தருவாள்' என்று சொல்லி ஆனந்தன் கிளம்பும் முன் இடிச் சிரிப்பு சிரித்தான் காபாலிகன்.

அந்த விஷமக்காரனின் சகவாசம் எங்கு கொண்டு போய்விடப் போகிறதோ என்ற பயமிருக்க ஓர் உறுதி மட்டும் இருந்தது.

‘காபாலிகன் சொன்ன காரியத்தை முடிக்காமல் எந்த முகத்தோடு நான் மீண்டும் அவனைப் பார்ப்பது? எப்படி மாதவிக்கு என்னவெல்லாம் நேருகிறது என்றறிந்து அவள் அருகிலேயே இருப்பது? அதற்காக இந்தக் கொடுஞ்செயலை செய்துதான் ஆகவேண்டும். தாய் நாட்டுக்காக மட்டுமல்ல. மாதவியின் அருகே நிரந்தரமாக இருந்து கண்காணிக்க. அவளுக்கு ஆபத்தென்றால் உடனே உதவிக்கரம் நீட்ட.’

ஆனால் இதுதான் கடைசி என்று ஆறுதல் கூறிக்கொண்டாலும் இது முடிவல்ல. ஆரம்பம். பல்லவ அரசகுலத்தை ஹதாஹதம் செய்ய வேண்டும் என்று வேலைகளை ஒன்றன்பின் ஒன்றாக காபாலிகன் அடுக்குவது உறுதி. ஆனால் இந்தக் கொடூர வேலையை முடித்த பின் மீதி வாழ்க்கை நிம்மதியாக இருக்க முடியுமா? பிடிபட்டால் பந்தமற்ற கைகளுடன் மீதி வாழ்க்கையா? நடக்காது.

சிந்தனையில் ஆழ்ந்தபடியே கானகத்தைவிட்டு வெளியேறினான் ஆனந்தன். தீராத குழப்பத்துடன் நடந்தவனுக்கு அக்கம் பக்கம் என்னவிருக்கிறது என்பதுகூட மனதில் பதியவில்லை.

ஏதோ விசேஷ சம்பவங்கள் நடக்கப்போகின்றன என்று மட்டும் புரிந்தது. அதை நடத்தப்போவது தானும் மாதவியும் என்பதுதான் பிடிக்கவில்லை. ஓர் அளவு மன முதிர்ச்சியுடன் செயல்பட்டான் ஆனந்தன். போனது போனதுதான். பாலாற்றில் ஓடிய நீர் ஓடியதுதான். திரும்பிக்கொண்டு வரமுடியுமா? தாத்தாவின் சொத்து பாட்டனின் பிரதேசம் என்றெல்லாம் நினைத்து மீட்க முயலமுடியுமா? இதுதான் விதி என்று ஏற்றுக்கொண்டு வாழ்க்கையைத் தொடரவேண்டும். ஆனால் அவனுக்குத் தெரியும் மாதவியின் மனது அப்படியல்ல என்று.

பெண்பிள்ளைதானே. அவள் காலபைரவன் திட்டத்துக்கு முழு ஒத்துழைப்பு கொடுப்பாள் என்று தெரியும். எவ்வளவு சொல்லியும் கேட்கமாட்டாள். வாதாபி சிம்மாசனத்தில் அவளை அமர்த்துவதாக அளித்த வாக்குறுதியை நம்பியிருப்பாள்.

அதற்கான சாமர்த்தியம் அவளுக்குப் போதுமா என்று தெரிய வில்லை. மேடையில் ஆயிரம் பேர் முன் ஆடுவது ஒரு சாமர்த்தியம்தான். எனினும்அவ்வகை சாமர்த்தியம் கொண்டு மகாசாம்ராஜ்ஜியத்தை வீழ்த்த முடியும் என்று எண்ணினால் அது பேதமையல்லவா? காட்டில் தனியாய் பலவாண்டுகள் வாழ்ந்த காலபைரவனின் மனம் குழம்பிப் போயிருக்கிறது என்று நினைப்பது தவறு. அவனுடைய புத்திக் கூர்மையே கூர்மை. மாதவிக்கு தேசப்பற்றுதான் தூண்டில். தனக்கோ மாதவி தூண்டில்.

ஆனந்தன் கானகத்தைவிட்டு வெளியேறினான். மேல் வானத்தில் இருள் நிலவின் ஆக்கிரமிப்பிற்கு ஈடு கொடுக்க முடியாமல் திணறியது. திடீர் வெளிச்சத்தில் சுயநினைவுக்கு வந்தான் ஆனந்தன். எண்ணவோட்டத்தை நிறுத்தி தான் எங்கு இருக்கிறோம் என்று ஆராய்ந்தான். அடையாளம் தெரிந்தது. காஞ்சி நகரத்தின் எல்லையில் இருந்த இடமது. மாஞ்சோலைகளுக்கிடையே அமைந்திருந்த அழகிய வீடு. அவனுக்குத் தெரியும் அது குருநாதர் ஆயனாரின் பூர்வீக வீடென்று. ஆயனாரின் தங்கை இப்போது சிவகாமியுடன் தங்கியிருந்ததால் வீடு ஆளின்றி இருந்தது. ஆயன சிற்பியின் மாபெரும் படைப்புகள் காஞ்சியில் இல்லை. மல்லையில் இல்லை. இங்குதானிருந்தன.

தந்தத்தினால் வடிவமைக்கப்பட்ட பந்துபோல வானத்தில் சந்திரன் இருந்தான். அவன் ஒளி அந்த வனப்பகுதியில் பிரதிபலித்தபோது சிற்பியின் வீடும் அதன் சுற்று வட்டாரமும் தங்கத்தால் ஆனது போலிருந்தது. இந்த ஒளியானது வீட்டின் முற்றம் வழியாக அந்தச் சிலைகளையும் பொன்மயமாக ஆக்கியிருக்குமே? ஒரு முறை பார்த்துவிட்டுச் செல்லலாமா என்று ஏங்கியது மனம். அந்தக் கானகக் குடிலை அவன் அணுகினான். சரியாக அப்போது பேச்சுக் குரல் கேட்டது. ஒரு பெண் குரலும் தெளிவாய் கேட்டது.

தயங்கி நின்றான். பேசாமல் இருப்பதே உசிதம் என்றும் எண்ணினான்.

தடாகத்தின் அருகே தாவரங்கள் அடர்த்தியாய் இருந்தன. அதன் மறைவிலிருந்து எட்டிப்பார்த்தான். தடாகக் கரையில் இருவர் உற்சாகமாகப் பேசிக்கொண்டிருந்தார்கள்.

பொற்காசுகள் விழும் ‘சலசல’ சத்தத்தைப்போலவும் சிரிப்பின் ஒலி அவனுக்குக் கேட்டது. அந்த ஒலி செவியில் விழுந்ததும் ‘அந்தச் சிரிப்பை ஏற்கெனவே கேட்டிருக்கிறோமே?’ எனத் தோன்றியது.

பெண்ணின் முகத்தை ஏறிட்டு உற்றுப் பார்த்தான். ஆச்சரியம் எல்லை மீறியது.

அந்தத் திவ்யமான தடாகத்தின் கரையில் இருவர் - ஒரு யுவனும் யுவதியும் அமர்ந்திருந்தார்கள். உற்றுப் பார்த்தவனுக்கு அந்தப் பெண் யாரென்று தெரிந்துவிட்டது. ஆனால் அவளுடன் இருந்தவன் யாரென்று ஆனந்தனுக்குக் கவலையில்லை.

பூஞ்சோலையில் காதலியை மற்றும் ஒருவனுடன் கண்ட பிறகு கோபம் ஒருபுறம்... வியப்பு மறுபுறம். ஆனந்தனுக்கு சூறாவளியொன்று தன்னைச் சுற்றி வீசியது போலிருந்தது!

அவள் கரம்பற்றி மீதி வாழ்வை நடத்தலாம் என்று ஆசை கொண்டவனுக்கு இவையெல்லாம் கனவிலே நடக்கும் நிகழ்ச்சியா? உண்மையில் நடக்கும் சம்பவமா... என்பதை நிர்ணயிக்க முடியவில்லை.

உண்மையில் இன்னொருவன் அருகில் அவள் இருந்தபோது பன்மடங்கு வனப்பும் சோபையும் பெற்று விளங்கியது அவள் முகம் என்று தோன்றியது. மங்கிய நிலவொளி அவளுடைய முகத்திற்கு எல்லையற்ற வனப்பை அளித்ததா இல்லை காதலா?

வயிறு பற்றிக்கொண்டு எரிந்தது.

அந்த ஆண்மகன் பேசும்போது அவளது விசாலமான நயனங்களை இன்னும் அகலமாக விரியச் செய்து கொண்டு கேட்டாள். ஓடிச் சென்று அப்படி அவளை வியக்கச் செய்தவனை எட்டி உதைக்கவேண்டும் போலிருந்தது. பெண்கள் நெஞ்சு எப்படிப்பட்ட கல் நெஞ்சு. அவள் சிலையை மல்லை நகரில் வடிக்க அவள் வந்தபோதே வாழ்வானது முடிந்திருக்கக்கூடாதா என்றுகூட தோன்றியது.

ஆனால் இப்போது இவ்விடத்தைவிட்டு வெளியேறவேண்டும். அதுமட்டுமல்ல, அவள் வாசம் செய்த பல்லவ தேசத்திலிருந்து வெகுதூரம் சென்றுவிடவேண்டுமென்ற ஆவல் அவனுக்கு.

இதே காட்சியை தடாகத்தின் எதிர்க்கரையிலிருந்து கண்ட இன்னும் ஒருவர் குழம்பினார். அவர் எதையெல்லாம் மறந்துவிட விரும்பினாரோ அதைக் கிளறிவிட்டது அந்த காதலர்களின் காட்சி. வெந்த புண்ணில் வேலைப் பாய்ச்சியது.

அதைவிட எதிர்க்கரையில் ஒரு வாலிபன் களையின்றி சோகம் நிறைந்த முகத்துடன் இந்தக் காட்சியைக் கண்டது ஏன் என்று குழம்பினார்.

•••

அத்தியாயம் - 21

# சந்திப்பு

**கா**பாலிகன் சொன்னபோது தொலை தூரத்துக்கெல்லாம் போவதற்கு ஆனந்தனுக்கு முதலில் மனமில்லை. ஆனால் இப்போது பூமியின் எல்லைக்கே செல்லச் சொன்னால்கூட சந்தோஷமாய் போயிருப்பான்.

கால்கள் சளைக்கும் மட்டும் நடக்க அவனுக்கு ஆசைதான். ஆனால் அவனைக் கால்கள் தாங்க மறுத்தன என்று வர்ணித்தால் அது மிகவும் குறைத்து சொன்னதேயாகும். நின்றால் சோகமானது ஒரு மிருகம் போல் துரத்திவந்து அவனைப் பிடித்துவிடும் போலிருந்தது. அதனால் தன் மனதைத் திடப்படுத்திக்கொண்டு நடந்தான். சோகம் அவன் வலியை மறக்கச் செய்தது. சோழ தேசத்துக்கு வழியைத் தேடச் செய்தது. அத்திசையில் உந்தித் தள்ளியது.

தடாகக் கரையிலிருந்து ஆனந்தன் கிளம்பி வந்து இரண்டு நாழிகைக்குள்ளே எதிர்க்கரையில் இருந்த தாடிக்காரரும் பின் தொடர்ந்து அவனை எட்டிவிட்டார். காரணம் - அப்படியெல்லாம் ஆனந்தன் அதிவேகமாகப் போய்க்கொண்டிருக்கவில்லை. திக்பிரமை அடைந்தவன்போல்தான் நடந்தான். தொங்கிய தோள்களுடன், தளர்ந்த நடையுடன் நடந்தவனை விரட்டிப் பிடிக்க திடகாத்திரமான அவருக்கு நேரமாகவில்லை.

தடாகத்தின் எதிர் எதிர்க்கரையில் நின்றபடி அதே காட்சியைக் கண்டவர்கள் வெகு சீக்கிரத்தில் சாலையிலும் சந்திக்கப் போகிறார்கள் என்பது உறுதியானது.

ராஜரீக விவரங்களை மட்டும் கவனித்தால் போதாது. மக்களிடையே என்ன நடக்கிறது என்பதையும் கவனிக்கவேண்டும் என்று அவர்

தந்தை கூறியிருந்தார். தந்தையும் காலையில் இராஜ சபையில் வீற்றிருந்து விட்டு இரவில் சாலைகளில் மாறுவேஷத்தில் திரிந்தவர்தானே? சத்துருமல்லரான மகேந்திரர் நாட்டின் நிர்மாணம் சரிவர நடக்கிறதா என்பது நள்ளிரவில்தான் புரியும் என்று நம்பியவர்.

ஆனந்தனைப் பின் தொடர்ந்தவர் யார் என்று யூகிக்க அதிக நேரம் செலவிடவேண்டியதில்லை. வீரப் பிரதாபங்களையும் மேதா விலாசத்தையும் பற்றிய கீர்த்தி கொண்டு கவிதை புனைந்து காலையில் அரசவையில் கவிபாடும் புலவர்கூட மாமன்னரின் இந்த நள்ளிரவு நடவடிக்கையைக் கனவிலும் அறிந்திருக்கமாட்டார்கள்.

மாமன்னர்களுக்கு ஆசைதான், தாங்கள் அறியாமல் நாட்டில் ஒரு துரும்புகூட அசைவதில்லை என்று நினைக்க. அதற்கு பல்லவர்களும் மாறல்ல. ஆனால் அதைச் சாதிக்க மகேந்திரரும் சரி, மாமல்லரும் சரி, இரவுகளில் உறக்கத்தைப் புறக்கணித்தார்கள்.

காதலுக்காக என்றாலும் மகன் மகேந்திரனும்அவ்வழியையே கடைபிடிக்கிறான் என்று ஒருவித ஆறுதலாய் இருந்தது மன்னருக்கு. ஆம், நர்த்தகி மாதவியுடன் தடாகக் கரையில் அமர்ந்திருந்தது மன்னரின் மகன் குமார சக்கரவர்த்தி மகேந்திரன்தான்.

தடாகக் கரையில் அமர்ந்திருந்த இளவரசன் மகேந்திரனின் முகத்தைக் கண்டால் போதும். அவன் எண்ணம் என்னவென்று யாருக்கும் தெரியும். இதற்கு அரசவை அறிவாளிகளையெல்லாம் கூட்டி ஆலோசனைக் கூட்டம் வேறு வைக்கவேண்டுமா? குமார சக்கரவர்த்தியையும், நர்த்தகி மாதவியையும் தடாகக் கரையில் அவ்வளவு அன்னியோன்னியமாகப் பேசியிருந்ததைக் கண்டதில் அவருக்கும் பெரும் அதிர்ச்சிதான். ஆனால் இந்தக் காட்சியைக் கண்ட இன்னொருவன் இப்படி அதிர்ச்சி - சொல்லப்போனால் அவரைவிட அதிர்ச்சி அடைந்தது ஏன் என்று கண்டுபிடிக்கவே அவனைப் பின் தொடர்ந்தார்.

நடக்கும்போது தன் நிலையையும் ஆராய்ந்தார் மன்னர். ஆடல் பாடல் விநோதங்களைக் கண்டுகேட்டுக் களித்துக்கொண்டிருக்கும் அரச குலம் அவ்வப்போது அதைப் புரிவோரிடம் அதிக அன்பு செலுத்துவது ஒன்றும் புதிதில்லையே?

ஒற்றர் படையிடமிருந்து ஆயனார் வீட்டுத் தடாகத்தின் அருகே நடப்பதைக் கேள்வியுற்றவுடன் முதலில் ஆச்சரியம் கொண்டார். அதனால் கரங்களைப் பிசைந்தபடி நிற்கவேண்டிய சந்தர்ப்பம் இதுவல்ல. நாளைக்கு முடிசூடிக்கொண்டு ஆளப் போகிறவன்,

மற்றொரு சாம்ராஜ்யத்தின் இளவரசியை மணந்துதான் வாழ வேண்டும் என்றெல்லாம் இப்போது கட்டாயம் இல்லை.

தானும் அதே பாதையில் பயணித்தவன்தானே. ஆனால் என்ன வித்தியாசம்? தன் காலத்தில் நாட்டுக்கு அபாயம் இருந்ததால் தந்தை தன்னைத் தடுத்தார். எதிரி சைனியங்களுடன் வாசலில் காத்திருந்ததால் தான் இதுபோலவே ஓர் அழகிய நங்கையுடன் தன் காதல் கெட்டது. பல்லவ மக்களின் மனத்திண்மையும் கடின உழைப்பும் ஒருங்கிணைந்து அமைத்த வியூகத்தில் இன்று எதிரிக்கு அவர்கள் நாட்டின் மேல் படையெடுக்கும் எண்ணம்கூட கனவில் வாராது. சம்பவங்கள் ஒத்திருந்தாலும் தன் தந்தையும் தானும் வெவ்வேறு நிலைகளில் இருந்தனர். நாட்டின் பாதுகாப்பும் அப்படித்தான்.

சில நேரத்துக்கெல்லாம் சாலையில் தான் தேடிவந்தவனைக் கண்டார் மாறுவேஷத்திலிருந்த மன்னர். சற்று தூரம் முன் நடந்தவன் உருவம் இருளில் சரியாய் தெரியாவிட்டாலும் எங்கோ பார்த்தது போலிருந்தது. அவனது தொங்கிய தோள்களும், தோல்வியுற்ற பாவனையும் அவன் எதைப்பற்றியோ எண்ணமிட்டுக்கொண்டே நடந்தான் என்று தெரிந்தது.

ஆம், அந்த தடாகக் கரைக் காட்சியைக் கண்ட ஆனந்தன், அடியற்ற மரம்போல் தரைமேல் சாய்ந்திருப்பான். ஆனால் ஏதோ ஒரு சக்தி அவனை சாலைக்கு இழுத்துச் சென்றது.

அவனை எட்டிப் பிடித்துப் பேச்சுக் கொடுத்து விவரத்தைச் சேகரிக்க வேண்டும் என்று எண்ணினார் பின் தொடர்ந்த பல்லவேந்திரர். ஆனால், மாமல்லருக்கு விரைவில் ஒரு விருந்தினர் சத்திரம் வருமென்று தெரியும். அங்கு தற்செயலாக ஆனந்தனை சந்தித்ததாக இருக்கட்டும் என்றுவிட்டு மெல்லப் பின் தொடர்ந்தார்.

இருள் கவிழ்ந்து சூழ்ந்திருந்த நிலையில் நெடிதோங்கி நின்ற விருட்சங்கள் அந்த நிலவையும் அவ்வப்போது மறைத்தன. ராஜபாட்டையில் சிலந்தி வலைபோல அவற்றின் நிழல்கள் விழுந்தன. நிலா வெளிச்சத்தில் அவன் நடையைப் பார்த்தார். ஏனோ தெரியவில்லை அவன்மேல் அவருக்கு மிகவும் பரிதாபம் உண்டாகி விட்டது. இன்னும் கொஞ்ச நேரம் தடாகக் கரையில் நின்று நடப்பதைக் கவனிக்கவேண்டும் என்று அவருக்கு எண்ணம். ஆனால் அது தினந்தோறும் நிகழும் நிகழ்வு என்று புரிந்துகொண்டார். நாளைகூட கவனிக்கலாம். ஆனால் இவனை இன்று விட்டால் பின் பிடிக்க முடியாது.

ஒற்றர் படைத்தலைவன் இளவரசனைப்பற்றி ஏதேதோ சொன்னார். சபையில் ஆடிய நாட்டியப் பெண் மாதவியைக் காதலிக்கிறான் என்று. அடிக்கடி சந்திக்கிறான் என்று. தன் கண்களால் அதைக் கண்டு ஊர்ஜிதப்படுத்திவிடலாம் என்று வந்தால் இந்த இளைஞன் இங்கு என்ன செய்துகொண்டிருக்கிறான்... ஏதோ சந்தேகம் ஜனித்து விட்டது. பல்லவ தேசத்திற்கு அபாயம் உண்டாக்கக் கூடியவன் இவனில்லை என்று தோன்றினாலும் தன் மகனின் காதலைக் கண்டு ஏன் இவன் அதிர்ச்சியுற்றான் என்ற கேள்வியே மனதில் மேலோங்கியது.

சத்திரத்திற்கு இன்னமும் எவ்வளவு தூரம் என்று கணக்கிட்டார் மாமன்னர். இவனை எவ்வளவு தூரம் தொடரலாம் என்றும் மனதால் அளவெடுத்தார். சத்திரத்தைக் கண்டு இவன் நிறுத்தாவிட்டால் பின் தொடர்வதில்லை என்றும் அவன் சத்திரத்துக்கு உள்ளே சென்றால் இரவை அங்கேயே கழிப்பது என்றும் முடிவெடுத்தார்.

ஆனால் தான் ஆட்சி செய்த மாந்தரின் போக்கை நன்றாய்ப் புரிந்துவைத்திருந்தார் மாமல்லர் என்றே சொல்லவேண்டும். அவர் நினைத்ததுபோலவே பயணிகள் சத்திரத்தைக் கண்டவுடன்ஆனந்தன் நடையை நிறுத்தி யோசித்தான்.

நடு இரவு சமீபித்துக்கொண்டிருந்தபடியால் தேவையெனில் யாரிடமும் வழிகூட கேட்க முடியாது. இங்கு தங்கிவிட்டு செங்காட்டங்குடிக்கு மறுநாள் அதிகாலையில் புறப்பட ஆயத்த மாகலாம் என்று உத்தேசித்தான்.

பரந்து கிடந்த பல்லவ நாட்டில் பயணிகளுக்கு வசதிகள் ஏராளம். சாலைகளை விசாலப்படுத்தி, அருகில் மரங்களை நட்டு, சுமைதாங்கிகளை உருவாக்கி, தண்ணீர் ததும்பி நின்ற ஏரிகள் வெட்டினார்கள் பல்லவர்கள். சாலைகளில் தர்ம புத்தியுள்ள தனவான்கள் கட்டிய சத்திரங்கள் பல இருந்தன. அங்கு சிரமப் பரிகாரம் செய்துகொள்ள வசதிகளும் ஏற்பாடு செய்யப்பட்டிருந்தன.

சத்திரத்தில் கண்காணிப்பாளர் யாரும் இல்லை. தீவர்த்தி ஒன்றை ஏற்றி வைத்துவிட்டுச் சென்றுவிட்டனர் போலும். திண்ணையில் குளிர்ந்த வாடை வீசிற்று. உடல் குளிரால் ஏற்பட்ட நடுக்கம் இருந்தாலும்அங்கேயே தன் கையை மடித்து தலையணையாய் வைத்துப் படுத்தான்.

அவன் வேறேதோ யோசனையில் இருந்ததனால் சப்தமின்றி கற்மண்டபத்துக்குள்ளே சென்று எங்கும் பரவியிருந்த நிழல்களில் மறைந்து ஏற்கெனவே அங்கிருந்த பயணிபோல நடந்துகொண்டார்

மாமல்லர். குளிரினால் அவனும் சற்று நேரத்தில் உள்ளே வருவான் என்று தெரியும்.

மாமல்லருக்கு பொறுமையின் அருமை புரியும். ஆனால் இருப்புக்கொள்ளவில்லை. இருவரும் வெவ்வேறு இடங்களில் படுத்திருந்தனர். காற்றடித்தபோது திண்ணையிலிருந்து அவ்வப் போது தீவர்த்தி வெளிச்சம் உள்ளே வந்து சென்றது. ஆனால்ஆனந்தன் வருவதாய் தெரியவில்லை.

ஆனந்தன் இரவைத் தூக்கமின்றி கழித்தான். சந்தேகங்கள் அவனைச் சூழ்ந்தன. மாதவியின் வதனத்தில் ஜொலித்தது காதல்தானா? கூட இருந்தது யாராக இருக்கும்? அந்த எண்ணமே அவன் மனதில் முள்ளாகக் குத்தியது.

அவனுக்குத் தன் வாழ்க்கையின் கதி மாறியதில் மிகவும் வருத்தம். போன வருடம்வரை தனக்கென ஒரு தேசம் இல்லை... ஒரு காதல் இல்லை. தானுண்டு தன் வேலையுண்டு. இப்போது சிற்பத்தில் ஆசையில்லை... காதலியைக் காணவோ பிரியம் இல்லை... வாழ்வில் ஒரு பிடிப்பில்லை. எஞ்சி நின்றது காபாலிகன் இட்ட கடமை மட்டுமே. ஆச்சரியம்தான்... ஆனால் தன் காதலியை மற்றவனுடன் கண்டதும் தன் தேசப்பற்று புத்துயிர் பெற்றது.

என்னதான் புரண்டு படுத்தாலும் ஆனந்தனுக்கு உறக்கம் வரவில்லை. கண்ணை மூடினால் மாதவி தனது மென்மையான பொற்கரங்களால் அந்த வாலிபனைக் கட்டி அணைத்தது போலொரு பிரமை.

'அவளை அப்படி விழிகளால் விழுங்கிக்கொண்டே அமர்ந்திருந்தானே... அவனைக் கழுத்தை நெறித்து கொன்று விட்டல்லவா சிறுத்தொண்டனைத் தேடி வந்திருக்கவேண்டும்?' என்றது உள்மனது. தன் ஆற்றாமையை நினைத்த பின் நித்ராதேவி அந்தத் திசையில்கூட எட்டிப்பார்க்கவில்லை.

'இந்த இரவில் இனி சிறிதளவும் தூக்கம் கிடையாது' என்று தோன்றியது. 'குறைந்த பட்சம் கால்களாவது ஓய்வெடுக்கும்' என்று ஆறுதல் சொல்லிக்கொண்டான்.

அப்போது திடீரென சப்தம் வந்தது. சத்திரத்தின் காவலாளி, இருட்டிலிருந்து ஓடோடி வந்தான். வாசலிலிருந்த தீவர்த்தி எடுத்து வந்து உள்ளே ஒரு சுவரின் மேலே சொருகினான். ஆனந்தன் காவலாளியைத் தொடர்ந்து மண்டபத்துக்குள் சென்றான். குளிருக்கு இதமாய் இருந்தது. ஆனந்தனுக்காக பாயொன்றை விரித்துவிட்டு மூலையில் இருந்த பானையை அவன் திறந்து பார்த்தான். அதில் நீரை

நிரப்ப வெளியே செல்ல நினைத்தவன் அறையின் ஓரத்தில் திகைப்புற்றுப் பார்த்தான்.

அவன் செயலைக் கவனித்த ஆனந்தனின் பார்வையும் அதுவரை இருளில் மூழ்கியிருந்த அறையின் மூலைக்குச் சென்றது. அறையில் வேறு யாரோ ஒரு மனிதர் இருந்தார். தாடி வைத்து சற்றுப் பருமனாக இருந்தார்.

'இவ்வளவு நேரம் அறைக்குள் இன்னொரு பயணி இருந்தாரா?' என்று ஆனந்தன் யோசித்திருக்கையில் சேவகனின் செயலைக் கவனிக்கவில்லை.

விரைப்பானது காவலாளியின் உடல். கையெடுத்துக் கும்பிட்டான். அங்கு அமர்ந்திருந்தவர் கண்களால் எச்சரிக்காவிட்டால் சாஷ்டாங்கமாகக் காலில் விழுந்திருப்பான்.

அர்த்தராத்திரியில் காலி மண்டபத்தில் திடீரென்று இன்னும் ஒருவரைக் கண்டதும் திகிலடைந்தவனாய் நின்றான். தீவர்த்தியின் ஒளியில் இருவரும் எதிரே இருந்தவர் முகத்தை ஒரு தடவை கண்ணோட்டம் செலுத்திப் பார்த்து அளவிட்டனர்.

மாமல்லர் அவனைப்பார்த்துச் சிரித்துவிட்டு 'வெளியே பனி அதிகமாக இருக்கிறது' என்றார் கனிவான குரலில்.

தலையசைத்தான் ஆனந்தன். அவருடைய கனிவான குரலைக் கேட்டவுடன் அவன் முகத்தில் குழப்பம் மறைந்து சாந்தம் பிறந்தது. வந்தவனும் வழிப்போக்கன்தான். பின் தரையில் சாய்ந்தான். படுத்தபடி ஆழ்ந்த சிந்தனையிலிருந்தான்.

இருவருக்கும் ஒன்று தோன்றியது. எதிரே தீவர்த்தி ஒளியில் இருந்தது எப்போதோ பார்த்த முகம்.

•••

அத்தியாயம் - 22

# இரவில் உரையாடல்

நடுச்சாமத்தில் சத்திரத்தில் இருந்த இருவருமே எப்படிப் பேச்சைத் தொடங்குவது என்று அறியாமல் யோசித்தனர். சிறிது நேரம் சென்றது. காவலாளி போகும் முன் சுவரிலிருந்த மாடத்தில் நந்தா விளக்கு ஏற்றிவிட்டுச் சென்றான். அதன் உபயோகம் கொண்டு அறையில் இருந்த மற்றவரை இன்னும் நன்றாய் கவனிக்க முடிந்தது. ஆனந்தனுக்கு எதிரே இருந்தவரை எங்கோ பார்த்தது போலிருந்தாலும் சரியாகப் புலப்படவில்லை. வாட்ட சாட்டமாக இருந்தார். பெரியதொரு மீசை முகத்தையே மறைத்தது.

சந்தேகக் கண்ணுடன் ஒருவரை ஒருவர் அளவெடுத்தனர். 'போகும் வழியில் தெரியாதவருடன் நட்புறவு கொள்ளவேண்டாம்' என்று காபாலிகன் சொன்னதை நினைவுபடுத்திக்கொண்டான் ஆனந்தன்.

ஆனால் ஆனந்தன் மாறுவேஷம் அணியவில்லையே? பெரியவர் உற்று அவனைப் பார்த்தார். அவன் முகம் வாட்டமாயிருக்கிறது. சமீபத்தில் கண்கள் கலங்கியதற்கான அடையாளம் தெரிந்தது. நிச்சயமாக இவனும் அந்த தடாகக்கரைப் பெண்ணைக் காதலிக்கிறான். மற்றவனுடன் அவளைப் பார்த்து மனமுடைந்தான் போலும். நாடாளப் பிறந்த இளவரசனுடன் காதலில் போட்டியா என்று எண்ணியவர் மனம் பாகாய் உருகிவிட்டது. நீண்ட பெருமூச்சு விட்டார். 'இந்தக் காதலையும் அழகையும் படைத்த கடவுளுக்கு ஏது தண்டனை?'

கடவுள் படைப்பு என்று அவர் எண்ணங்கள் ஒருங்கிணைந்தவுடன் திடீரென்று இவன் யாரென்று புரிந்தது. இதற்கு முன் இவனை

மல்லையில் பார்த்திருந்தார் என்று நினைவுக்கு வந்தது. 'மல்லைக்கு... இவன்ஆயன சிற்பியின் முக்கிய சிஷ்யன் அல்லவா?'

பல்லவ மன்னர் மல்லைக்குச் சென்று நடந்து வரும் சிற்ப வேலைகளைக் கவனித்தபோது கண்ணில் ஒரு விசித்திர சிலை தென்பட்டது. இவ்வையகத்தைப் படைத்த ஆண்டவர்களையும் தேவலோக சம்பவங்களையும் சித்தரிக்கும்படி ஆயன சிற்பியிடம் சொல்லியிருந்தாலும் எலிகள் சூழ்ந்தபடி ஒரு பூனை நின்றபடி தவம் செய்த சிலையைக்கண்டு அரசர் ரசிக்காமல் இல்லை. 'யார் அதற்குக் காரணம்?' என்று வினவியபோது பெரியதொரு பாறை மேல் அமர்ந்திருந்தவனைச் சுட்டிக்காட்டி ஆயன சிற்பி, 'இவன்தான் என் வாரிசு மன்னா' என்றாரே.

அவர் மனத்தில் பசுமரத்தாணிபோல் பதிந்தது இன்னும் ஒன்று. அவன் மாமன்னர் வந்திருக்கிறார் என்று அந்தப் பாறையின் மேலிருந்து கீழேகூட இறங்கி வரவில்லை. கலை அபிமானம் கொண்ட அரசருக்கு அது பெரியதொரு இழுக்காய் தெரியவில்லை.

'சந்தேகம் இல்லை. அவன்தான் இவன். ஆனால் இவன் மல்லையை விட்டு எங்கே பயணிக்கிறான்?' நிலவிய மௌனத்தைக் கலைத்துக் கொண்டு, 'தம்பி, எங்கு செல்கிறாய்?' என்றார்.

திடீரெனக் கேட்டவுடன் ஆனந்தன் மாற்றிச் சொல்ல எண்ண வில்லை. உண்மையைச் சொல்லிவிட்டான். 'திருசெங்காட்டங் குடிக்கு.'

அவ்வூரின் பெயர் அவரது முகம் சுருங்கும்படிச் செய்தது. செதுக்கக் கல்லில்லாத பிரதேசமான சோழர் தேசத்துக்கு ஏன் செல்கிறான்? 'அப்படியா? சிறுத்தொண்டரை தரிசிக்கவா?'

ஆனந்தனுக்கு மனதில் சுருக்கென்று தைத்தது. பின் சற்று சுதாரித்துக் கொண்டு அழுத்தந்தோய்ந்த குரலில் சமாளித்தான். 'இல்லையே... யாரவர்? உடல் நலம் குன்றிய என் மாமாவைப் பார்க்கவல்லவா செல்கிறேன்...'

'யாரவரா? இந்த பல்லவ சாம்ராஜ்ஜியத்தில் சிறுத்தொண்டரைப் பற்றிக் கேள்விப்படாதவர் நீ மட்டும்தான் தம்பி. செங்காட்டங் குடிக்குப் போய் பார். அதிசயிப்பாய்.'

'எதற்கு... அவ்வளவு வித்தியாசமான ஊரா?'

'இல்லை...இல்லை... செங்காட்டங்குடி சோழநாட்டில் உள்ள ஆயிரக்கணக்கான கிராமங்கள்போல ஒரு சிறிய கிராமம்தான்.

ஆனால் பரதவர்ஷத்தில் மூன்றில் ஒரு பங்கைக் கட்டியாண்ட சாளுக்கிய சாம்ராஜ்ஜியத்தை சுவடில்லாமல் அழித்தவன் இந்தக் குக்கிராமத்திலா பிறந்தான் என்று வியப்பாய்.'

ஆனந்தன் அவர் முகத்தை உற்றுக் கவனித்தான். வேண்டுமென்றே தன் தாய் நாட்டின் பெயரைச் சொல்கிறானா இந்த பொல்லாதவன்?

அப்படித் தோன்றவில்லை. பேசிக்கொண்டே இருந்தார் பெரியவர். 'சாளுக்கியரின் படை பலமும் அதிகம். படையெடுத்துச் செல்லும் தொலைவும் அதிகம். ஒப்பும் உவமையுமில்லாத வெற்றி அவரது. ஆனால் அந்தப் பெருமையைவிட பெரியதொரு பெருமையை நாடினார்.'

'என்ன? பல்லவ மன்னர் பதவிக்கு ஆசைப்பட்டாரா?'

இதைக் கேட்ட மீசைக்காரர் 'கலகல'வென்று சிரித்தார். 'வீரர் வாழ்க்கை வேப்பங்காயாகிவிட்டது தம்பி. சரித்திரமே அதுவரையில் கண்டிராத போரில் பங்கேற்றவன். அதன்பின் ஒப்பற்ற வெற்றி தேடுவதற்காக முக்கண்ணனை நாடினான். தம்பி, இந்தப் பல்லவ சாம்ராஜ்ஜியத்துக்கு வீரத்தொண்டுகள் புரிந்த பின் அதைவிடப் பெரிய சாம்ராஜ்ஜியத்துக்கு சேவை செய்ய எண்ணினார். தேடினால் கிடைக்கவில்லை. அதனால் சிவனின் சாம்ராஜ்ஜியத்தின் சேவகனானார்.'

'அய்யா! சிவனுடன் உம் பல்லவனை ஒப்பிடுவது எவ்வளவு தவறு?'

'பல்லவன்மேல் ஏதோ கோபமாய் இருக்கிறாய்போல. நான் அந்த அர்த்தத்தில் சொல்லவில்லை. சிவனின் சாம்ராஜ்ஜியம் முன் பல்லவன் சாம்ராஜ்ஜியம் எம்மாத்திரம் என்றுதான் சொன்னேன்' என்று சொல்லி அவன் கண்களை உற்றுப் பார்த்தார். அந்தப் பார்வையை சகிக்க முடியாமல் கண்களை அகற்றினான் ஆனந்தன்.

இந்தப் பேச்சை இத்துடன் நிறுத்திக்கொள்வது என்று எண்ணினான். ஏதாவது உளறிக்கொட்டி வாங்கிக் கட்டிக்கொள்ளக் கூடாது என்றே அமைதி காத்தான். 'அய்யா! நான் வெகு தூரம் பயணிக்கவேண்டும்' என்று சொல்லி முகம் தெரியாமல் வேறு பக்கம் திரும்பிக் கொண்டான்.

பெருமூச்சுவிட்டார் மன்னர். 'சரியப்பா, நீ மிஞ்சியுள்ள இரவாவது நன்றாய் தூங்கு. காலையில் ஆயத்தமாக இரு. நானே உன்னைத் திருசெங்காட்டங்குடிக்கு அழைத்துச் செல்கிறேன்' என்று சொல்லி அவரும் திரும்பிப் படுத்தார். காலை எப்படி நடந்துகொள்வான்

இந்தச் சிற்பி என்பதை அறிய அதிக ஆர்வத்துடன் எதிர்பார்த்துக் கொண்டிருந்தார்.

மீசைக்காரன் காலைக்கு வைத்திருந்த திட்டத்தைக் கேட்டவுடன் ஆனந்தன் வெகு நேரம் கண்ணுறங்கவில்லை. புரண்டு புரண்டு படுத்தான். இந்த இரவுக்குள் அவனுடைய மனப்போக்கை எடை போட்டுவிடவேண்டும் என்று எண்ணிய மாமல்லருக்கு அவன் தடுமாறுவது பரிதாபமாக இருந்தது. காலையில் ஆயத்தமாயிருக்கும் படிச் சொன்னதுசிற்பிக்கு அவ்வளவு உற்சாகம் அளிக்கவில்லை போலும்.

'கைதேறியவனுக்கே பொய்யைச் சுமப்பது கஷ்டம். இவனுக்கோ அந்தப் பழக்கமே இல்லை போலும்.'

மாமன்னரது அரண்மனை அந்தப்புரத்தில் பஞ்சணை கலையாமல் இருக்க, குடிமகன் ஒருவனின் ரகசியத்தைக் கண்டறிய பல்லவ சக்கரவர்த்தி சாலையோரச் சத்திரத்தில் கற்தரையில் தூங்கினார்.

ஒருவாறு இரவு கழிந்தது. ஏறக்குறைய அர்த்த இராத்திரியில் பேசிப் படுத்த இருவருமே எழுந்துவிட்டனர். ஆனந்தனோ மற்றவரை எழுப்பிவிட்டால் ஆபத்து என்று பூனைபோல நடந்து வெளியேற ஆயத்தமானான்.

அதிகாலையில் சப்தம் கேட்டது. அந்த ஓசையைக்கொண்டே சிற்பி தன்னிடம் சொல்லாமல்கொள்ளாமல் அவசர அவசரமாகக் கிளம்புகிறான் என்று தோன்றியது பல்லவேந்திரனுக்கு. அவன் செய்த கொஞ்ச நஞ்ச சப்தத்தையும் செவியுறாதவர்போல் படுத்தே இருந்தார். தன்னை எழுப்புகிறானா என்று பார்ப்போம் என்று கண் மூடியே காத்திருந்தார். ஆனால் அவரை எழுப்பிவிடக் கூடாது என்று கவனமாய் இருந்தான் ஆனந்தன். நல்லவர் போலத்தான் இருந்தார். ஆனால் இந்தக் குழப்பம் நிறைந்திருக்கும் சமயத்தில் யாரை நம்புவது? அதுவும் வழித்துணை சேர்த்துச் செல்லும் காரியமா அவன் மேற்கொள்கிறான்?

சரியாக சத்திரத்தின் வாயிலை சிற்பி அணுகியவுடன் 'தம்பி, அதற்குள்ளே அவசரமா?' என்று கேட்க பல்லவேந்திரருக்கு கொள்ளாத ஆசை... தமக்குள் நகைத்துக்கொண்டார் மாமன்னர்.

மாமல்லருக்கு விளையாட்டுக் குணங்கள் அதிகம். எனினும் அவன் செயல் தடைபடும். பயந்துபோய் திரும்ப மல்லைக்குச் சென்று விடுவான். இன்று அவனைத் தொடராவிட்டாலும் என்றாவது இவன் உத்தேசம் தெரியவரும். அதைக் கெடுத்துவிடக்கூடாது...

காலடியோசை கேட்பது குறைந்தவுடன் எழுந்து தன் கண்களைத் துடைத்துக்கொண்டு ஓசையின்றி வாசலருகே வந்து பார்த்தார். இருளுக்குள் அவன் மறையும்வரை வெறித்துப் பார்த்த வண்ணம் நின்றார். இவன் யாரென்று தெரிந்துவிட்டது. ஆனால் அவன் ரகசிய நோக்கம் புரியவில்லை. அதனால் பல்லவேந்திரன் குழம்பினார்.

ஆனந்தன் சென்றவுடன் சத்திரத்தில் சற்று நேரம் குறுக்கு நடை போட்டுக்கொண்டிருந்தார் மாமல்லர். அவன் நோக்கம் அறிந்திராத மன்னருக்கு சிற்பியிடம் ஏதோ ரகசியம் என்று ஓரளவு புரிந்தது; முற்றிலும் புரியவில்லை.

அந்த குக்கிராமத்தில் என்ன வேலை? அதுவும் சிறுத்தொண்டரைப் பற்றிக் கேள்விப்படவில்லை என்று சாதிப்பவனுக்கு. அவன் நடவடிக்கையில் ஏதோ மறைவு இருந்தது என்று தோன்றியது. ஆனால் பெரியதொரு ரகசியமாய் இராது என்றும் தோன்றியது.

'காஞ்சி சுந்தரியே... என்னை வா என அழைக்கிறாள்' என்று எண்ணி மனதைத் திடப்படுத்திக்கொண்டு காஞ்சியின் திசையில் நடக்கத் தொடங்கினார். சிறுத்தொண்டரால் தன்னைக் காத்துக்கொள்ள முடியும். அப்படியே முடியவில்லை என்றாலும் சிற்பிக்குத் தெரியாத செய்தி ஒன்று தனக்குத் தெரியும் என்ற எண்ணம் வந்தவுடன் 'கலகல' வென்று வாய்விட்டுச் சிரித்தார்.

அதிகாலை அஸ்தமனச் சந்திரனும் நட்சத்திர மண்டலங்களும் போக மனமில்லாமல் வான மண்டலத்தில் இன்னும் இருந்தன. அந்தக் கருக்கிருட்டு நேரத்தில் சாலைகள் வெறிச்சோடிக் கிடந்தன. ஆனந்தனுக்கு கோபமென்றால் அப்படியொரு கோபம். சிறிது நேரம் சிரம பரிகாரம் செய்துகொள்வதையும் கெடுத்துவிட்டான் ஒரு பல்லவ நாட்டுக்காரன். அவனுடன் சம்பாஷணை நடத்திக் கொண்டிருந்தபோது எதையாவது உளறி தொலைத்தால் என்ன ஆவது என்றுதான் அவசரமாய் படுத்தான். ஆனால் தூங்கிய பாடில்லை. எழுந்தவுடன் மீண்டும் உரையாடல் தொடர விருப்பமின்றி அவசரமாய் கிளம்பினான்.

தன் தூக்கத்தைக் கலைத்தவனைப்பற்றி நினைவு வந்தவுடன் ஒரு யோசனையும் வந்தது. 'இவரை முன்பே சந்தித்திருக்கிறோமா?' என்ற ஐயம் எழ திடீரென அவன்பின் மூளையிலிருந்து ஒரு மின்னல் வெட்டு தோன்றியது.

தான் அவரை மல்லையில் பார்த்த ஞாபகம் வந்தது. ஆம். அதே கனிந்த கண்கள்... அதே இரும்பையொத்த உடல்... சிற்பியின் மனம்

அவரது முற்புதர் போன்ற முக ரோமங்களை நீக்கிக் கற்பனை செய்தது. ஒரு சிற்பியின் பார்வைக்கு கல்லுக்குள் ஒளிந்திருக்கும் சிற்பமே தெரிகிறது. மாறுவேடத்துக்குப் பின் இருக்கும் மன்னன் தெரியமாட்டானா என்ன?

ஆனந்தன் வெலவெலத்துப் போனான். ஒரு நிமிஷம் மூச்சே நின்றுவிடும் போலிருந்தது. ஒரு விநாடி அவன் தேகம் குலுங்கியது. ஜென்ம பகைவருடன் இருந்துவிட்டு வந்திருந்தான் என்பதை உணர்ந்தான். அப்படியே சாலையில் அமர்ந்தான். அழவேண்டும் போலிருந்தது. இவ்வளவு பெரிய சாம்ராஜ்ஜியத்தின் சர்வாதிகாரி தன்னுடன் கற்தரையில் படுத்திருந்தாரா?

பின்தான் தன் முட்டாள்தனம் புரிந்தது. 'என்ன தவறு செய்தோம்? மாமல்லரைக் கொல்லும் சந்தர்ப்பம் தினமுமா கிடைக்கும்? வெளியில் வந்து ஒரு பாறாங்கல்லை எடுத்து தூக்கிச் சென்று அவர் மண்டையில் போட்டிருந்தால் எத்தனை நன்றாய் இருந்திருக்கும். காபாலிகனும் மாதவியும் என்றென்றும் மெச்சும் ஒரு செயலைச் செய்யத் தவறிவிட்டோமே? ஒருமுறையேனும் தனக்கு உண்மை இரவில் தெரிந்திருக்கக்கூடாதா' என்று ஏங்கினான்.

இரவெல்லாம் இருவர் உயிரையும் விதி ஊசலாடவிட்டு வேடிக்கை பார்த்திருந்தது. ஒருவருக்கு மற்றொருவன் நிஜ உருவம் தெரிந்திருந் தாலும் காலையில் ஒருவர்தான் துயிலெழுந்திருக்க முடியும்.

ஆனால் மனம் வேறு கோணத்திலும் யோசித்தது. பல்லவன் லேசுப்பட்டவன் அல்ல. தனக்கு தோன்றியதுபோல் அவருக்கும் தன் உண்மை நோக்கம் தற்போது தோன்றியிருக்குமோ என்று நினைத்தவனுக்குப் பயம். உடனே தன்னையறியாமல் திரும்பிப் பார்த்தான்.

இரவின் அந்தகாரம்தனை அடித்து விரட்டிய செவ்வானத்தின் காட்சி வந்தபோது சத்திரத்திலிருந்து வெகு தூரம் இருந்தான் ஆனந்தன். வானவெளியில் சூரியன் மேலே வர வர வழியை விசாரித்து ஆனந்தன் சோழ நாட்டை நோக்கிச் சென்றுகொண்டிருந்தான்.

ஆனால் இன்று நடந்ததை காபாலிகனிடம் என்றுமே சொல்லிவிடக் கூடாது என்று மட்டும் உறுதியாய் இருந்தான்.

•••

அத்தியாயம் - 23

# வாதாபி கணேசர்

**ஆ**னந்தன் இடைவிடாமல் இரண்டு நாள் பிரயாணம் செய்து சூரியன் அஸ்தமிக்கும் சமயத்தில் திருசெங்காட்டங்குடியை சென்றடைந்தான். ஆனால் பயம் போகவில்லை. புரவிகளின் வருகையை அறிவித்த குளம்பொலி கேட்டவுடன் பாதையோரம் அடர்ந்திருந்த புதருக்குப்பின் பதுங்கிக்கொள்ளுவான்.

நேற்றைய முன்தினம் நடந்ததுபோல் அவன் வாழ்வில் அவ்வளவு அதிர்ச்சியூட்டும் சம்பவங்கள் அதுவரை நடந்ததில்லை. தடாகக் கரையில் கண்ட காட்சியின் ஞாபகமோ திரும்பத் திரும்ப மல்லை கடல் அலைபோல வந்தது. ஆனால் பல்லவேந்திரனை சந்தித்தது, ஆழி அலைபோல் வந்து சிறிய அலையை ஒன்றுமில்லாமல் ஆக்கியது.

ஆனால் இன்றோ வெகுதூரம் வந்தவுடன் சோகமும் பயமும் தள்ளி நின்று இதர உணர்வுகளுக்கு வழிவிட்டன. முக்கியக் காரணம் அழகே வடிவமாய் அமைந்த சோழவள நாட்டின் இயற்கை வளத்தைக் கண்டு ரசிக்காமல் இருக்க முடியவில்லை. மரகதவயல்கள், அல்லிக் குளங்கள், தென்னந்தோப்புகள் என ஒவ்வொரு கிராமத்திலும் இயற்கை அன்னை தாண்டவமாடினாள்.

ஆனால் அதை விடவெல்லாம் அவனைக் கவர்ந்தது தென்னை மரங்களுக்கு மேல் கோயில் கோபுரங்களின் உச்சியில் உள்ள தங்க ஸ்தூபிகள் கண்களைப் பறித்தன. ஆனால் அவற்றைக் கண்டவுடன் சிற்பியின் மனதில் ஒரு வருத்தம். ஆனால் என்னவிருந்து என்ன? செதுக்க ஒரு கல்லில்லாமல் ஒரு மாநிலமா?

நிச்சயமாக அது ஒரு குறைதான். பொன்னும் மணியும் கொழித்தால் போதுமா? காலமுள்ளவரையில் நம் கலாச்சாரத்தைப் பறைசாற்ற ஒரு கற்கோயில்வேண்டாமா? செங்கற்களால் கட்டினால் காலத்தின் போக்கில் கற்குவியலாகுமல்லவா? இந்த சோழ நாட்டில் என்றுமே கல்லால் ஒரு கோயில் வர வாய்ப்பில்லை என்று தோன்றியது அவனுக்கு.

தூரத்துப் பார்வைக்கு திருசெங்காட்டங்குடியும் சராசரி சோழ கிராமம்போலத்தான் இருந்தது. ஆனால் அருகில் சென்றவுடன் கிராமமோ மிகச் சோபிதமாக விளங்கியது. அதில் வானளாவிய கோயில் கோபுரம் தலை தூக்கி நின்றது.

செங்காட்டங்குடிக்கு பிரயாணிக்கும்போது விநாடிக்கு விநாடி ஆனந்தனுக்கு வேகம் குறைந்துகொண்டே இருந்தது. அதற்கு முக்கியக் காரணம் பல்லவேந்திரன் தன்னைத் தொடரவில்லை என்றவுடன் ஆனந்தனுக்கு சற்று தைரியம் பிறந்தது. போகும் வழியைப்பற்றி விசாரிக்கும்போது எதிரி சிறுத்தொண்டனைப் பற்றியும் விசாரித்தான்.

சிறுத்தொண்டர் புகழைக் கேட்கக் கேட்க ஆனந்தனுக்கு உள்ளம் குளிர்ந்தது என்று எண்ணி அடுக்கிக்கொண்டே போனார்கள். ‘அப்பேர்ப்பட்ட வீரன் பிறந்ததே செங்காட்டங்குடி பெரும் பாக்கியம் செய்திருக்கிறது என்று நினைத்தோம். அவரே சிறுத்தொண்டராய் உருவெடுத்தபோது ஊரே தன்னுடைய மகத்தான பாக்கியத்தை எண்ணி எண்ணி மகிழ்ச்சி அடைந்தது’ என்றார்கள். ‘போர் புரிவது பெருந்தவறு என்று அறிந்து கொண்டு களத்தை இனி கண்ணெடுத்தே பார்க்கமாட்டேன் என்று சபதம் மேற்கொண்ட பரிசுத்தர் அவர்’ என்றும் சொன்னார்கள்.

‘என் வீட்டை எரிக்கும் முன், என் பந்து மித்திரர்களைக் கொல்லும் முன், உனக்கு அந்த ஞானோதயம் வந்திருக்கக்கூடாதா சிறுத் தொண்டா?’ என்று விரக்தியான கோபம் ஆனந்தன் மனதில் ஏற்பட்டது.

ஆனந்தன் மனதால் மென்மையானவன். ‘சினம் எவ்வளவுதான் வந்தாலும் ஒரு வாளையெடுத்து ஒருவர் கையை வெட்டும் அளவுக்கு வெறியை தனக்குள் கொண்டுவர முடியுமா? அந்த ரத்தப் பெருக்கைக் கண்டுஅப்படியே வீரர்கள்போல் நடுங்காமல் நிற்கமுடியுமா?’ என்றெல்லாம் சந்தேகங்கள் எழுந்தன.

ராஜகோபுரத்து வாயிலுக்குள் நுழைந்தவுடன் வாசலில் அமர்ந்திருந்த சிவனடியார் ஒருவர், ‘தம்பி, முதலில் கணபதியை தரிசனம் செய்’ என்றார்.

தன் நினைவு தொடர் கலைக்கப்பட்டவனாக ‘எப்படி வழி?’ என்றான் ஆனந்தன்.

‘அதோ பார் தம்பி’ என அவர் சுட்டிக்காட்டிய திக்கை அவன் உற்றுப் பார்த்தான். ஓலைக் குடிலுக்கு அடியில் கணேசர் சிலை இருந்தது. அவனுடன் நொண்டி நொண்டி குருக்களும் உடன் வந்தார்.

‘தம்பி, அவரைத் தெரிகிறதா? இவர்தான் வாதாபி மாநகரின் கோட்டை கொத்தளங்களை அலங்கரித்த கணேசர்’ என்றார்.

வாதாபி கோட்டை வாசலில் இருந்த கணேசர் கர்ப்பக் கிருஹத்துக்குள்கூட இல்லை. ஓர் ஓலைக் குடிசையில் வாதாபி பிள்ளையார் இருந்தார். நேரே அவர் சன்னதிக்கு நடந்தான். மீண்டும் ஓர் ஆழி அலை வந்து அவனை மூழ்கடித்தது போன்ற உணர்ச்சி உண்டாயிற்று. கற்பனா சக்தி கொண்ட மா சிற்பியானவனுக்கு பிள்ளையாருக்குப் பின் இருந்த ஓலைகள் வாதாபியின் கோட்டை கற்சுவர்களாக மாறின. ஒரு நொடியில் தன் தாய் நாட்டின் மாபெரும் தலைநகரைக் கண்டான்.

‘ஆகா! என்னவொரு கோட்டை? வானுயர்ந்து... தலை நிமிர்ந்து நிற்கிறதே! கோட்டைக் கதவின் அருகே ஒரு சுவரினுள் இருந்த துவாரத்தின் வழியாக நகருக்குள் பிரவேசித்த லட்சோப லட்சம் பேர் இவரைத் தரிசித்தே செல்லவேண்டும் என்ற நிலை.’

கொத்தளத்தைப்பற்றி நினைத்ததுதான் தாமதம். உடனே எங்கிருந்தோ ஆவேசக் கூக்குரல்கள் கேட்டன! சற்று முன் அமைதியே உருவாயிருந்த கோட்டைச் சுவர்கள் இப்போது அல்லோலகல்லோலப்பட்டது. பலரின் மரண ஓலங்கள் தெளிவாய் கேட்டது. ஊரே புகை மண்டலமாகக் காட்சி தந்தது. அவன் கண் முன்னே கோட்டை கொத்தளங்கள் பிளவுபட்டன. பின் நொறுங்கின. தூசிப் படலம் எழும்பி புகை மண்டலத்துடன் கலந்தது. அதற்குப்பின் பார்த்தால் மலை மலையாய் சடலங்கள் குவிந்து கிடந்தன. அப்பப்பா! வாதாபி நொடியில் சுடுகாடாய் ஆனதே. ஒருவர்கூட உயிர் தப்பவில்லை போலும்.

உடல் நடுக்கத்துடன் கண் திறந்தான் ஆனந்தன். ‘இதெல்லாம் நிஜமா? அல்லது கனவா?’ அந்தக் காட்சியில் மிரட்சியுற்றான்.

வாதாபியின் கோட்டை அளித்த கண்கொள்ளாத காட்சிதனை கண்டு ரசிப்பதற்குள் இதுவென்ன? மீண்டும் எதிரே இருப்பது கீற்று குடிசையானது. மெல்ல அவனுக்கு அந்தக் காட்சி மாறியது ஏன் என்று புரிந்தது. மாயாஜால விசித்திரங்களல்ல; மந்திர தந்திரங்களல்ல; தன்

கற்பனை வளத்தின் வெளிப்பாடு. அதனுடன் தனக்குள் மறைந்திருந்த தன் மூதாதையரின் நினைவுகள் என்று புரிந்துகொண்டான்.

ஒரு விநாடி அவன் தேகம் கொடுஞ்சினப் பெருக்கால் குலுங்கியது. அந்த நேரத்தில் தன்னை மறந்தான்... தன் முன் நின்ற நிஜத்தை மறந்தான். இப்படி மனம் சளைத்துத் கடமையிலிருந்து தவறும் தருணத்தில் மனதுக்கு திடம் கொடுத்த கணேசரை தன்னையறியாமல் வணங்கினான்.

வளங்கொழிக்கும் நகரமாய் விளங்கிய வாதாபி சிறந்தோங்கியிருந்த காலத்துக்கு நேர்மாறாக இன்று சுடுகாடாய் இருந்ததாம். அதற்குக் காரணமானவன் காவி உடுத்தியிருந்தால் என்ன? கொலைகள் லட்சம் புரிந்துபின் சிவனின் திருவடி நிழலில் தஞ்சம் புகுந்தால் எல்லா பாவமும் போய்விடுமா? கண் இமைக்கும் நேரத்துக்குள் தோன்றி மறைந்த தன் தாய் நாடு அவனைக் கலங்கச் செய்திருந்தது. உளி பிடிக்கும் கரங்களில் காலன் இப்போது குடிகொண்டுவிட்டான்.

பாய்ந்து சென்று சிறுத்தொண்டனின் கையைத் துண்டிக்கவேண்டும். வெட்டுண்ட கையிலிருந்து 'குபுகுபு'வென்று பீச்சிட்ட அவன் செங்குருதியைக் காணவேண்டும் என்ற வெறி ஏற்பட்டது. அந்த நொடியில் காபாலிகன் மேலிருந்த வெறுப்பெல்லாம் அகன்றது. தன் கஷ்டத்துக்கெல்லாம் காரணம் அந்த சிறுத்தொண்டனும் பல்லவனும்தான் என்று தோன்றியது.

அப்போது அவன் மனவேதனையைக் கோவில் பட்டரின் குரல் கலைத்தது. குருக்கள் அவனருகில் வந்தார். நொடிப்பொழுதில் சுதாரித்துக்கொண்டான். உள்ளத்தில் அலைமோதிக்கொண்டிருந்த பேருணர்ச்சியை கட்டுப்படுத்தி உடல் நடுக்கத்தை சிரமப்பட்டு அடக்கிக்கொண்டான்.

கணேசர் முன் நிற்பதைப் பார்த்தவுடனே 'பல்லவ படைவீரர்கள் வெற்றிகொண்ட சாளுக்கிய தேசத்திலிருந்து ஏராளமான செல்வங்களைக் கொண்டுவந்து பல்லவ நாட்டில் சேர்த்தனர். திக்விஜயம்தனை தலைமை தாங்கிய பரஞ்சோதியோ தனக்கென எடுத்து வந்தது இவரை மட்டும்தான்' என்றார் பிள்ளையாரை சுட்டிக்காட்டி.

பழுக்கக் காய்ச்சிய ஈயத்துளியைப்போல் ஆனந்தன் செவியில் விழுந்த வார்த்தைகளுக்கு பதிலாக, 'அன்று பல்லவ வேலாலும் வாளாலும் வெட்டுண்டு பிரக்ஞை இழந்து கிடந்தவர் ஆயிரம் பேர். அவர்கள் அழும் குரல் உங்களுக்கெல்லாம் கேட்கவில்லையா? ஒரு போர்க்களத்தின் கொடூரத்தைப்பற்றி உங்களுக்கு என்ன தெரியும்?' என்று கேட்கத் தோன்றியது.

யாரிடமோ கேட்பதற்குப் பதிலாக இவரிடம் கேட்கலாம் என்று 'சிறுத்தொண்டரை தரிசிக்க எனக்கு ஆசை' என்றான்

பட்டர் சிரித்தார். 'எனக்கும்தான் தினந்தினம் அவர் முகத்தில் விழிக்கவேண்டும் என்ற ஆசை. ஆனால் முடியவில்லையே. நானும் அவருடன் சென்றால் இந்த வாதாபி கணபதியை யார் கவனிப்பார்?' என்றார் அர்ச்சகர். 'என்னத்தை சொல்லுவது தம்பி? என்னை கோயிலை பார்த்துக்கொள்ளச் சொல்லிவிட்டு அவர் நேற்றுத்தான் பாண்டி நாட்டு மதுரைக்குக் கிளம்பினார்.'

'என்ன? செங்காட்டங்குடியில் சிறுத்தொண்டர் இல்லையா?' நெஞ்சம் ஒருகணம் நின்றுவிட்டுப்பிறகு துடித்தது. 'இவர் என்ன சொல்கிறார்? நமது ஜென்மப் பகைவனை வென்று வெற்றிவாகை சூடி காஞ்சி திரும்பும்வரை திட்டம் தீட்டிவிட்டேனே.

அவநம்பிக்கையும் அதிசயமும் கலந்த குரலில் கேட்டான். 'என்ன? நேற்றுத்தான் கிளம்பினாரா?' அவன் உடல் நடுங்கியது. அது தெளிவாய் அவன் குரலில் பிரதிபலித்தது.

'ஒரு வாரத்துக்கு முன் சைவ குருமார்களும்அவர்களுடைய பரிவாரங்களும் மதுரையை நோக்கிப் போய் கொண்டிருந்தபோது இந்தக் காவேரிக்கரை சாலை பசுமையிலிருந்து காவி நிறம் அடைந்தது என்று நினைத்தோம். அந்த அளவுக்கு சம்பந்தரின் சீடர்கள் மதுரைக்குச் செல்கிறார்கள்.'

ஒரு நொடி பயந்தவன் சாந்தமானான். தன் வரவை எதிர்பார்த்தே பரஞ்சோதி கிளம்பிவிட்டார் என்று நினைத்தவுடன் ஒரு பயம் மனதில் பரவியது. இது வேறு விஷயம்.

'சைவர்களுக்கெல்லாம் ஏன் மதுரை விஜயம்?' என்றான்.

'தம்பி, உனக்கு உலக விஷயமே தெரியாதா? மதுரைக்கு காழியூர்சம்பந்தர் சென்றிருக்கிறார் தெரியாதா? சமணரை விரட்டி அடிக்காமல் விடமாட்டார். இது சைவம் தழைக்க மாபெரும் சந்தர்ப்பம். அதைக் காணவே சிறுத்தொண்டர் சென்றிருக்கிறார்.'

சட்டென ஆனந்தனுக்கு நினைவுக்கு வந்தது. பாண்டிய நாடு ஒன்று நீங்கலாகத் தமிழகத்திலுள்ள மற்ற நாடுகள் எல்லாம் சைவத்தையோ வைணவத்தையோ பின்பற்றிக்கொண்டிருந்தன. சைவர்களுக்கு மதுரை சமண மதத்தை பின்பற்றியது கண்ணை உறுத்தியது. அதுவும் பாண்டிய அரசி மங்கையர்க்கரசி சைவ பக்தை என்பதால் மதுரையைக் கைப்பற்ற முடியும் என்ற நம்பிக்கை.

ஆனந்தனுக்கு மனச்சோர்வில் தரையில் சாயவேண்டும் போலிருந்தது. தீட்டிய திட்டமெல்லாம் மறந்து போனது. பாதையை மறந்து திண்டாடிய பேதையானான்.

காட்டுவழியே வயல்வழியே ஓட்டமும் நடையுமாய் திருசெங்காட்டங்குடிக்கு வந்தது வீணானது. சிறுத்தொண்டர் திரும்பும் நாளை எதிர்பார்த்து வழிமீது விழி வைத்தபடி இங்கே இருந்துவிடுவதா? இல்லை... எதிரியைப் பின்தொடரவேண்டுமா? புரியாமல் விழித்தான். அவனுடைய தவிப்புப் பன்மடங்காயிற்று.

இப்போது காஞ்சி சென்று இச்செய்தியை சொன்னால் பார்த்தோர் பயந்தொளியும்படியான தோற்றம் கொண்ட காபாலிகன் கோபத்தில் எப்படியிருப்பான் என்று நினைத்தான். மதுரைக்கு சென்றுதான் ஆகவேண்டும் என்று முடிவெடுத்தான்.

காபாலிகனிடமிருந்து விடைபெற்று அவன் புறப்பட்டபோது என்னென்ன உத்தேசங்களுடன் கிளம்பினானோ எல்லாம் முரண்பாடாகவே இருந்தது. மாதவியிடம் சொல்லிச் செல்லலாம் என்றால் அதிர்ச்சி. சிறுத்தொண்டனை ஹிம்சிக்கலாம் என்றால் அவன் ஊரில் இல்லை. இடையில், காலையில் நாடறிய செங்கோலை தன்னுடைய கரத்தில் ஏந்திய பல்லவேந்திரன், இரவில் செங்கற்தரையில் தன்னுடன் கரத்தை மடித்து தலையணையாய் வைத்துப் படுத்திருந்தார். விதியின் அம்பாறாத்தூளியில் இன்னும் என்னவெல்லாம் பாணங்கள் மிச்சமிருந்தனவோ தெரியாது. இனி ஆள் தெரியாத மதுரையில் என்னவென்ன திருப்பங்கள் நேரிடுமோ?

பெருமூச்சுவிட்ட ஆனந்தன், 'மதுரைக்கு இங்கிருந்து எவ்வளவு நாள் பிரயாணம்?' என்றான் பட்டரைப் பார்த்து.

•••

அத்தியாயம் - 24

# மதுரை மாநகர்

**ப**கலென்று பாராமல் இரவென்று ஓயாமல் ஆனந்தன் தெற்கே நடந்தான். ஆனால் மதுரைக்கு வழி நீண்டு கொண்டே போனது.

ஆலவாய் நகருக்கு வழி கேட்கக்கூட அவசியம் இல்லை. மதுரைக்கு நேரே இராஜபாட்டை இட்டுச் சென்றது. மதுரையை நோக்கிச் செல்லும் பல்வேறு சாலைகளிலும் மக்கள் கூட்டம் பொங்கிக் கொண்டிருந்தது. நடந்தும் வண்டிகளில் ஏறியும் ஆண் பெண் குழந்தைகளென சாலை நிரம்பி வழிந்தது. செங்காட்டங்குடி பட்டர் சொல்லியிருந்தாலும் மதுரைக்கு இவ்வளவு பேர் யாத்திரை செல்லும் நோக்கம்தான் என்ன என வியப்பாய் இருந்தது.

காஞ்சியிலிருந்து திருசெங்காட்டங்குடிக்கு சென்றபோது பல்லவேந்திரனை சந்தித்த பயம் இருந்த ஆனந்தனுக்கு அப்படி ஓர் உந்துதல் இப்போது இல்லை. அதனால் அவனுடன் சாலையில் பயணித்த அனைவருமே அவனுக்கு முன்னால் சென்றனர்.

கடைசியாக வெள்ளி முளைக்கும் நேரத்தில் ஆனந்தன் மதுரையை எட்டியபோது சாலையில் தனியாகத்தான் பயணித்தான். ஆயிரமாயிரம் பேரின் அடிச்சுவட்டுகளின் மேல் பயணித்தான். திடீரென நாசியில் ஈர வாசனை தென்பட்டது. பின் நூற்றுக்கணக்கான வண்டுகளின் ரீங்காரம் போன்ற ஓசை கேட்டது. பின் வைகையெனும் மாபெரும் ஆறு முழுதாக கண்களுக்கும் புலப்பட்டது. இலக்கை அடைந்துவிட்டான் என்று அவனுக்கு வலியுறுத்தியது.

பொழுது புலர இன்னும் நேரம் இருந்தபோதே வைகை ஆற்றையும் கடந்துவிட்டால் வேலை முடிந்தது என்று எண்ணியவனுக்கு மனம்

ஏளனம் செய்தது. 'வேலை முடிந்ததா? இப்போதுதான் ஆரம்பித்ததா?' அந்த வினாவுக்கு ஆனந்தனுக்கு பதிலளிக்கும் அளவுக்கு நிலைமைகள் புரியவில்லை. இலக்கை அடைந்தாலும் ஆனந்தன் மனங்கசந்து போனான் என்பதே உண்மை. அதற்கு முக்கியக் காரணம் இரவும் பகலும் வழி நடந்து வந்தாயிற்று. இனி காரியத்தை எப்படிச் சாதிப்பது என்ற கவலை. அதுவும் ஒரு குக்கிராமத்தில் தனியாய் திரிந்த சிறுத்தொண்டன் ஆலவாயில் ஆட்பலத்தோடு பவனி வரலாம் அல்லவா?

மதுரையை குறிவைத்துக்கொண்டு ஒரே மூச்சில் வந்தவன் சற்றுக் களைப்பாறலாம் என்று எண்ணினான். கூரான கற்கள் முட்புதர்கள் பதம் பார்த்த பாதங்களை சற்று இளைப்பாறவிடலாம் என்று தோன்றியது. வைகையோர பாறையின்மீது அமர்ந்தபடி நீரில் காலை ஊறவைத்து ஓய்வெடுக்க ஆசையாய் இருந்தது. நெடு நேரம் சுட்ட கடற்கரை மணலில் நின்று சிலையைச் செதுக்கிவிட்டு மல்லைக்குத் திரும்பும் முன் கடலில் காலை நனைப்பது நினைவுக்கு வந்தது. மல்லையின் நினைவு வந்தவுடன் ஆனந்தம் எழுந்தாலும் அதை சோகம் வந்து மூழ்கடித்தது.

சில நாட்களுக்குள் தன் வாழ்வை தனக்கே இன்று அடையாளம் தெரியவில்லை. போன மாதம் தானுண்டு கடற்கரை பாறையுண்டு என்றிருந்தான். பின் வந்தது காதல். பின் காதலியிடம் நல்லவனென்று பெயரெடுப்பதற்காக கொடிய வேட்கையில் இறங்கி, காதலியை மற்றவனுடன் தரிசனம் செய்து, அன்றிரவே ஜென்ம சத்ருவான பல்லவேந்திரனுடன் ஓர் இரவு தெருவோர சத்திரத்தில் படுத்துறங்கி, பின் திடீரென வாதாபி கணபதியைக் கண்டு தன் தேசத்துக்கான தன் கடமையை நினைவு கொண்டு... அப்பப்பா! இப்படி ஆளே தெரியாத நகரில் நடமாட விட்டதே விதி.

ஓய்வெடுக்க எண்ணி ஓர் பாறையைத் தேர்ந்தெடுக்கும் முயற்சியில் இறங்கினான். ஆனால்அதற்கெல்லாம் வாய்ப்பில்லை. படகுத் துறைக்கு அருகே சுற்றிலும் ஜனக்கூட்டம் நெருங்கி நிற்பது தெரிந்தது. ஒரே ஓர் படகிருந்தது. சற்று நேரத்துக்கெல்லாம் அதில் அந்தக் கூட்டமெல்லாம் ஏறி நெருங்கி நின்றது. அப்போதும் படகு கிளம்பவில்லை. ஓடக்காரன் கைதட்டி ஆனந்தனை அழைத்தான்.

'தம்பி, நீயும் வருகிறாயா? இல்லை...' என்று மிரட்டினான். வியாபார நோக்கில் கேட்கிறான் என்று தோன்றியது.

சற்று யோசித்தான் ஆனந்தன். 'அடுத்து எப்போது இந்தக் கரைக்கு வருவீர்?'

‘இனிமேல் மாலைதான்’ என்றான் ஓடக்காரன். படகில் அவனை ஏற்றாமல் விடமாட்டான் என்று தெரிந்தது.

படகில் இருந்த மற்றவரெல்லாம் அவசரமான வேலை கொண்டிருந்தார்கள் போலும். கரையில் இருப்பவனை விட்டுச் செல்லலாம் என்று ஓடக்காரனைக் கெஞ்சினார்கள்.

திடீரென முடிவெடுத்தான் ஆனந்தன். வைகையில் குளித்துவிட்டு ஊருக்குள் செல்லலாம் என்று எண்ணியவனுக்கு படகில் ஏற ஆசையில்லை. ஆனால் நிர்பந்தம். மாலைவரை இக்கரையில் மாட்டி விட்டால் என்ன செய்வது? அதனால் முட்டியளவு நீரில் ஓடி ஓடத்தில் ஏறிக்கொண்டான். படகு புறப்பட்டது. திரும்பிய ஆனந்தனுக்கு இருட்டிலும் கரை காலியாயிருந்தது தெரிந்தது.

படகில் கடைசியாய் ஏறிய பாக்கியத்தால் ஓரத்தில் நிற்க இடம் கிடைத்தது. படகு ஆற்றில் போய்க் கொண்டிருந்தபோது நிமிஷத்துக்கு நிமிஷம் மதுரை நகர் நெருங்கி வந்துகொண்டிருந்தது.

முதல் முறையாக மதுரை நகரில் எரிந்த விளக்குகளைப் பார்த்தான். மனதுக்குள் வீரவசனம் பேசினான். ஆற்றிடம் மறைந்து கிடக்கும் மகா சக்தியை மேலிருந்தவர்கள் அறியவில்லை. அதுபோலத்தான் என்னைப்பற்றியும் உமக்கெல்லாம் தெரியவில்லை என்று ஆறுதல் சொல்லிக்கொண்டான். பின் அதெல்லாம் பிதற்றல் என்று தோன்றியது.

பின் ஆனந்தன் கண்களைச் சுற்றி அலையவிட்டான். முதலில் படகில் இருந்தவரைக் கண்டான். சிற்பியின் கண்களுக்கு ஒவ்வொருவரும் வித்தியாசமாய் தெரிந்தாலும் சிலை வடிக்கும் அளவுக்கு சிறந்த சிந்தனையை ஏற்படுத்தவில்லை. அதற்குள் கீழ்திசையில் ஓடிக்கொண்டிருந்த வைகையின் நடுவே வானமுகட்டில் அருணோதயத்துக்கு அறிகுறி தென்பட்டது. வைகை ஆற்றில் எழும்பிய ஒவ்வொரு அலையும் செம்பொன்னால் முலாம் பூசப்பெற்றது. கதிரொளியைக் கண்ட பட்சிகள் கவிதை கூவியபடி ஆற்று நீரின் மட்டத்துக்கு மேல் குழு குழுவாக பறக்கத் தொடங்கின.

வேறொரு பூமிக்கு பிரயாணிப்பது போலிருந்தது - ஒரு வர்ண ஜால பூமிக்கு. நீல நிற வைகையின் மேல் நீல நிற வானம். ஒன்று கரு நீலம். மற்றும் ஒன்று இள நீலம். அதுமட்டுமா? இரு கரையிலும் இருந்த பசுஞ்சோலைகளின் மரகத நிறம், கோபுரங்களின் வெண்மை, நகரத்துக்குள் இருந்த வீட்டுக் கூரைகளின் ஓடுகள் செக்கர் நிறத்தில் என்று மாயாவி தீட்டிய ஓவியம்போல ஆற்றின் நடுவே இருந்தபோது சுற்றியுள்ளவையெல்லாம் அருமையாய் தெரிந்தன.

சுற்றிச் சுற்றி இயற்கையின் தாண்டவத்தைக் கண்டபோது படகில் இருந்த மற்றவரையும் பார்க்க நேர்ந்தது. என்ன அதிசயம். இப்பேர்ப்பட்ட ஆனந்தக் காட்சியை யாரும் ரசித்ததாகத் தெரிய வில்லை. அவர்கள் பார்வையெல்லாம் எங்கு சென்றன என்று ஆனந்தனும் அதையே தொடர்ந்தான். எல்லாம் வைகை பிரவாகத்தின் மறுபக்கம் இருந்த எதிர்க்கரைக்குத்தான்.

உற்றுக் கவனித்தான். மதுரை கோட்டை வாசலுக்கு இருபுறத்திலும் எழுந்த நெடுஞ்சுவர்கள் வைகை நதியை ஒட்டியே வளைந்து சென்றன. சுவர்களையொட்டிய நதித்துறைக்குச் சற்றுத் தூரத்தில் ஏதோ ஜனக்கூட்டம் தெரிந்தது. அவன் பார்த்துக்கொண்டே இருக்கும்போது கரையோரக் கூட்டம் அப்படியே நகர்ந்தது. அதுவும் ஆற்றில் வைத்த கண் வாங்காமல் நகர்ந்தது அதிசயமாக இருந்தது. ஏதோ ஒரு பொம்மலாட்டக்காரன் அனைவரையும் ஒரே திக்கில் நகரவைத்ததுபோல நடந்தனர்.

படகு எதிர்க் கரையை நெருங்கிக்கொண்டிருந்தது. அப்போது ஆனந்தனால் படகில் இருந்த இதர பயணிகள் பரபரப்பானதை உணரமுடிந்தது. பலர் ஓடக்காரனை ஊக்குவித்தனர். சிலர் திரும்பி ஆனந்தனை முறைத்தனர். அவன் ஏறும்போது தாமதித்ததால்தான் தாங்களும் அந்தக் கூட்டத்துடன் இணைந்துகொள்ள முடியவில்லை என்று கோபம்போல.

படகு கரைக்குப் போகும்போது எதிர்க் கரையில் ஆளே இல்லை. மற்றவரெல்லாம் செப்புக் காசுகளை ஓடக்காரன் கையில் திணித்து விட்டு அல்லது படகில் விட்டெறிந்துவிட்டு அந்தக் கூட்டத்துக்குப் பின் ஓடினர். துறையின் வாசற்படிக்குள் அடித்துப் பிடித்துக்கொண்டு எல்லோரும் செல்ல ஓரிருவர் அந்த அமளியில் வழுக்கி விழுந்தது பற்றிக்கூட கவலைப்படாமல் எழுந்துசென்று கூட்டத்தைப் பிடிக்க முயற்சித்தனர்.

படகில் ஆனந்தனும் படகோட்டியும்தான். 'அதற்குள்ளே என்ன அவசரம்?' என்று தோன்றியது ஆனந்தனுக்கு. தான் உண்டு தன் வேலையுண்டு என்று போக எண்ணியவனுக்கு ஆச்சரியம் தாங்கவில்லை. கரையில் சில சமணத் துறவிகள் உட்கார்ந்திருந் தார்கள். அவர்கள் முகத்தைக் கண்டால் அவர்கள் இருந்த சோகத்தில் பதில் ஏதும் தரமாட்டார்கள் என்று தோன்றியது. திருநீறு பூசிய கிழவர்களும் சிலர் இருந்தார்கள். வயோதிகர்கள் என்ற காரணத்தால் கூட்டத்துடன் செல்லவில்லை போலும். அவர்களிடம் சென்று கரையில் சற்று முன் நின்ற கூட்டத்தைப்பற்றி விசாரித்தான்.

அவர்கள் வார்த்தைகளில் பெருமையோ பெருமை. சமணருக்கும் சைவருக்கும் ஆலவாயில் போட்டியாம். யார் மதம் சிறந்ததென்று. இருவரும் தங்கள் கடவுள்களைப்பற்றிய பாடலை எழுதி வைகை ஆற்றில் விடவேண்டும் என்று போட்டியாம். சிறந்த பாட்டு, ஆற்றை எதிர்த்துச் செல்லும் என்று கணக்கு...

முதலில் சமண ஏடுகளை இட்டவுடன் அவற்றை ஆறு அடித்துச் சென்றதாம். ஆற்றின் போக்கில் ஏடுகள் சென்றது தோல்வியை எல்லோருக்கும் எடுத்துக் காட்டுவதாக இருந்ததே தவிர சமணருக்கு வெற்றியளிக்கவில்லை. எனினும் 'இதில் என்ன விந்தை? ஆற்றின் இயல்பு கடலுக்குச் செல்வதுதானே' என்று சமாதானம் சொன்னார்களாம்.

பின் சைவர் சார்பாக சம்பந்தன் என்ற சிறுவனின் ஏடுகள் ஆற்றினில் விடப்பட்டனவாம். கிழவர் சொன்னார்: 'எப்படியிருந்தது தெரியுமா? அவை கேவலம் ஏடுகள் போலவே தோன்றவில்லை. மனோகரமான அதிகாலை நேரத்தில் தங்க நிறப் படகுபோலவே வெளிச்சத்தில் ஜொலித்தன!' வெள்ளத்தோடு வெள்ளமாக கடலை நோக்கிச் சென்றிருக்கவேண்டும் ஏடுகள். ஆனால் என்ன விந்தை! வேக நீரில் அகப்பட்டுக்கொண்டு தடுமாறாமல் வெள்ளத்தில் ஆழ்த்திவிடாமல் ஆற்றின் போக்குக்கு எதிரே சென்றனவாம் ஏடுகள்.

'ஆற்றில் வெள்ளம் வெள்ளமாய் வந்த அலையையும் ஏடுகள் உயிர் பெற்றதுபோல சமாளித்துச் சென்றன. அந்த ஏடுகளைத் தொடர்ந்தே எல்லோரும் செல்கிறார்கள்' என்றார்.

யாரெல்லாம் இருந்தார்கள் என்று விசாரித்தபோது சம்பந்தன் என்ற குழந்தை முனியும், சிறுத்தொண்டரும் அந்தக் கூட்டத்தை இட்டு செல்வதாகச் சொன்னார்கள். தன் ஜென்ம விரோதியை முதல் முறையாக காணாமல் விட்டதை எண்ணி நொந்தான் ஆனந்தன். இவ்வளவு அருகில் வைகை ஆற்றின் அக்கரையில் ஜன்மசத்ரு இருந்திருக்கிறானே?

பின் யாருடனும் பேச்சு கொடுக்காமல் ஊருக்குள் நடந்தான்.

மதுரையை அதாஹதம் செய்ய எண்ணி வரும் எதிரி கூட மயங்கி இங்கேயே வாழ்நாளுக்கு வாசம் செய்யத் தொடங்கிவிடுவான். அவ்வளவு ஒரு எழில் இந்த நகருக்கு. ஆனால் அவனுக்குப் பிடிக்காதது எல்லோரும் உரத்த குரலில் பேசிக்கொண்டேயிருந்தது. தினமும் இப்படித்தான் இருக்குமா என்று எண்ணியவனுக்கு எரிச்சலையூட்டியது.

ஆனால் இந்த பரபரப்பெல்லாம் வைகைக்கரையில் நடந்த சமண சைவ போட்டியைப்பற்றித்தான் என்று யூகித்தான். மதுரை மக்களுக்கு வேறு எந்த விவாதமும் இன்று இல்லை. வேறு எந்தப் பேச்சுமே இல்லை. தெருத் தெருவாக மக்கள் குதூகலத்துடன் சற்றுமுன் நடந்த அந்த மாயச் செயல்களை வர்ணித்தனர்

ஆனந்தன் நடந்த பாதையின் அருகே, பலாச் சுளைகளை பழத்திலிருந்து உரித்து ஒருவன் விற்றுக்கொண்டிருந்தான். அதன் மணம் சாலை முழுவதும் பரவியது. அதைக் கடக்கும்போது ஆனந்தனுக்கு இன்னும் ஓர் உணர்வு தோன்றியது. பசி. மதுரையில் முகமன் கூறி வரவேற்க யாருமில்லை. சுற்றிப்பார்த்தான். ஏதோ தெருவருகே மடத்தில் கமுகு மட்டைகளில் அன்னதானம் நடந்து கொண்டிருந்தது. மதுரைக்கு சம்பந்தன் செயலைக் காண வந்தவர் களுக்காக இருக்கும் என்று எண்ணினான். வரிசையில் சேர்ந்து சாப்பிடலாமா என்று அதை நோக்கி நடந்தான்.

ஆனால் கூட்டத்தில் சேர்வதற்கு அடிமனதில் ஒரு பயம் இருக்கத்தான் செய்தது. ஆலவாய் தெருக்களில் எவ்வளவோ ஜனக்கூட்டத்துக்கு நடுவில் அவன் இருந்தும் தான் தனித்திருப்பதுபோல் பயம் இருந்தது. கொலைவெறியுடன் திரிந்தது அவனைக் காவல் படையினரிடம் சுட்டிக்காட்டிவிடும் என்று பயம் கொடுத்தது

சரியாக பயம் வந்தபோது திடீரென்று அவன் தோளில் ஒரு கை விழுந்தது. ஆனந்தனின் முகம் பயத்தில் வெளுத்தது.

•••

அத்தியாயம் - 25

# ஜீனாதாஸன்

**தோ**ளில் கைவிழுந்தவுடன் கலங்கிய ஆனந்தனுக்கு 'ஆனந்தா...! ஆனந்தா...!' என்ற குரல் கேட்டவுடன் உடலெங்கும் ஒரு நடுக்கம் ஏற்பட்டது. 'இந்த ஊரில் தன்னைத் தெரிந்தவர் யாருமில்லையே? அதனால் வேறு யாரோ என்று எண்ணிக் கூப்பிட்டிருக்கலாம்' என்ற ஐயமும் போனது.

'காஞ்சியிலிருந்து செங்காட்டங்குடிக்கு செல்லும் முன்தான் எத்தனை எத்தனை குழப்பங்கள்? இது அடுத்த குழப்பமா?' என்று பயந்தபடியே மெல்லத் திரும்பினான் ஆனந்தன். தோளில் தட்டியவனை ஏற இறங்கப் பார்த்துவிட்டு ஆனந்தன் விழித்தான்.

'உன்னைப் பார்த்து எத்தனை காலம் ஆகிவிட்டது ஆனந்தா?' என்றான் அவனைப் பெயர் சொல்லி அழைத்த இளைஞன்.

அதிர்ச்சியில் முதலில் யாரென்று தெரியவில்லை. அது எதிரே நின்றவனுக்கும் புரிந்தது. 'என்ன சிற்பியாரே, நீரே என் வற்புறுத்தல் இல்லாமல் வந்திருக்கிறீர்? ஆலவாயில் அலையோசை கேட்க ஆரம்பித்துவிட்டதோ?' என்று ஹாஸ்யமாக கையை காதையொட்டி வைத்து உற்றுக் கேட்பதுபோல் பாவனை செய்தான்.

அந்தச் செயலைக் கண்டு ஆனந்தன் உடனே சிரித்தான். அவன் எதிரே இருந்தவனை அடையாளமும் கண்டுகொண்டான். 'இல்லை ஜீனாதாசா... வேறு வேலையாய் வந்தேன்' என்றான்.

ஜீனாதாசன் மிகவும் செல்வந்தன். தமிழ் பேசப்படும் பிராந்தியங்களில் அவன் வாணிபம் செய்யாத இடமே இல்லை. மேலை நாடுகளுக்கு கப்பலில் சென்று மல்லைக்கு இரண்டாண்டுகளுக்கு முன் வந்தபோது

ஆனந்தனின் சிலைகளை ரசித்தவன். அவற்றை செதுக்கிய சிற்பியையும் தேடிக் கண்டுபிடித்தான். இருவரும் நன்றாய் பழகினார்கள். வாழ்வெல்லாம் கூட இருந்தவருடன்கூட நெருங்கிப் பழகாத ஆனந்தன் புதிதாய் வந்த தென்னவனுடன் அன்னியோன்னிய மானதைக் கண்டு பலரும் வியந்தனர்.

மல்லை நகரில் பலரது அபிமானத்துக்கு பாத்திரமாயிருந்தனர் சிற்பிகள். ஈபோல பிற தேசத்தவர் அவர்களை மொய்த்தனர். அது ஓர் உள்நோக்கத்துடன்தான். தாங்கள் கட்டும் கோயில்களில் இருந்த செங்கற்கள் காலத்தின் தாக்குதலை சமாளிக்காது என்று உணர்ந்தவர்கள்தான் அவர்கள். பாறைகளையும் குன்றுகளையும் குடைந்துகோயில்களையும் விஹாரங்களையும் நிர்மாணிக்கும் ஆசையினால் மல்லையில் பெயர் பெற்ற சிற்பிகளிடம் நான்கு மதத்தினரும் வந்து மன்றாடி அழைத்தார்கள்.

மல்லையில் நடந்துகொண்டிருந்த சிற்ப பணிகளையெல்லாம் பலர் பார்க்க வருவார்கள். அயல் நாட்டவரும் உண்டு. அசலூர்க்காரர்களும் உண்டு. சிலர் சிற்பிகளுடன் சிநேகம் செய்துகொண்டு தங்கள் நாட்டுக்கு அழைத்துச் செல்ல முற்படுவார்கள்...

பல செல்வந்தர்களுக்கும் மனதுக்குள் தாங்கள் ஈட்டிய செல்வத்தைக் கொண்டு தங்கள் கோயில்களை சிற்ப வேலை கொண்டு நிரப்பி அழகுபடுத்தவேண்டும் என்று ஆவல் இருக்கும். ஜீனாதாசனுக்கும் அப்படித்தான். மல்லையில் பல்லவன் கட்டளையில் நடக்கும் சிற்பவேலையைக் கண்ட பின் ஆவல் ஒன்றுக்குப் பத்து மடங்காகப் பெருகியது. தான் மதுரைக்குச் சென்ற பின் அவ்வூரைச் சுற்றியுள்ள ஒவ்வொரு மலையிலும் ஒரு குகையைக் குடைந்தெடுத்து சிற்பங்களால் நிரப்பப்போவதாக சபதம் ஏற்றான்.

அதனால்தான் கீழை நாடுகளிலிருந்து மல்லையில் கப்பலில் வந்து இறங்கியவன் மல்லையின் மகா சிற்பியான ஆனந்தனை குறிவைத்து நட்பு பாராட்டினான். ஆனந்தனுக்கும் அவன் சிநேகம் மிகவும் பிடித்திருந்தது. ஒரு வாரம் பழகியவுடன்தான் தன் விருப்பத்தை மெல்லத் தெரிவித்தான் ஜீனாதாசன்

எல்லோருக்கும் பயம். ஜீனாதாசனுடன் மதுரைக்கு ஆனந்தன் புறப்படுவதற்கு ஆயத்தமாகிவிட்டான் என்று. பல்லவன் ஆணைப்படி அவன் தேசத்து சிற்பிகளைக் கவர எண்ணுவோருக்கு கடும் தண்டனை இருந்தது. ஆனால் ஜீனாதாசனின் வர்த்தக சாம்ராஜ்ஜியத்தைப்பற்றி எல்லோருக்கும் தெரியும். மல்லை துறைமுகத்தில் அவன் கப்பல்கள் நான்கு நின்றன. அவற்றுள்

இரண்டின் பொருள்கள் காஞ்சி அரண்மனைக்குச் சென்றன என்று பரவலாய் பேசப்பட்டது. அதனால் அரசரிடம் அவனுக்கு செல்வாக்கு ஏற்படுத்தி எதையும் சாதிக்க முடியும்.

ஆனந்தனை நோக்கி ஜீனாதாசன் வினவினான், 'நான் ஏன் மல்லைக்கு வந்தேன் தெரியுமா?'

'இங்கிருந்து எதையாவது எடுத்துச் சென்று ஸ்ரீ விஜயத்தில் விற்க.'

அவனைப் பார்த்துப் புன்னகை செய்துவிட்டு 'இங்கு நான் வந்ததே உன்னைப் போலொருவனை ஆலவாய்க்கு அழைத்துச் சென்று அந்நகரை அழகு செய்யத்தான்' என்று உண்மையை ஒப்புக் கொண்டான் ஜீனாதாசன்.

சிரித்துவிட்டு பதிலேதும் சொல்லாமல் தட்டிக் கழித்துவிட்டான் ஆனந்தன்.

'மதுரைக்கு என்னுடன் வா' என்று தினந்தினம் மன்றாடினான் ஜீனாதாசன்.

கடைசியாக ஆனந்தன், 'கடல்களுக்கப்பாலிருந்து பலர் வந்து என்னை அழைத்தனர். புதுமையான அனுபவம் வேண்டுமென்றால் நான் கப்பலேறி கடல் கடந்து சென்றிருப்பேனே. போகவில்லை. உன்னுடன் ஏன் வரவேண்டும்?' என்றான்.

'சமண மதத்துக்கு தலைநகர் மதுரை. பூமியில் ஒரு சுவர்க்கலோகமாக அதை ஆக்கவேண்டும் என்றால் உன்னால்தான் முடியும். என்னுடன் வா' என்றான் ஜீனாதாசன்.

சிரித்துவிட்டு முடியாதென்றான் ஆனந்தன். 'பௌர்ணமி இரவில் அலைகள் வந்து என்னுடைய முழங்கால் வரையில் நனைத்து செல்லும். உம்... மதுரையில் வசதி எப்படி?' என்று வினவி நகைத்தான். 'உம்... ஆலவாயில் அலைகள் சப்தம் கேட்கட்டும். அன்று வருகிறேன்' என்றான்.

இப்போது அதையே சுட்டிக்காட்டினான் ஜீனாதாசன். ஹாஸ்ய பேச்சை வைத்து உடனே கண்டுபிடித்தான் ஆனந்தன்.

'மல்லையின் மகா சிற்பியே... ஆலவாய்க்கு வருக! வருக! எங்களை அடியோடு மறந்துவிட்டாய். மஹாவீரரின் கருணை எல்லையற்றது. உன்னைக் கொண்டுவந்து எம்மிடம் சேர்த்தாரே' என்றான் ஜீனாதாசன்.

இருவரும் மார்புறத் தழுவிக்கொண்டனர்.

மல்லைக் கடலும் பாலாறும் உன்னைப் பத்திரப்படுத்தி வைக்க முடியவில்லையே? அதிசயம்தான். உண்மையைச் சொல்லப் போனால் உம் கலையை சிறைப்படுத்தி வைத்திருக்கும் மல்லையை நான் வெறுத்ததுண்டு' என்றான்.

ஆனந்தன் மனம் வெட்கினான். இவ்வளவு அபிமானம் கொண்ட ஜீனாதாசன் இங்கிருப்பதே அவனுக்கு நினைவுக்கு வரவில்லை.

இருவருமாய் ஊருக்குள் நடந்தனர். மக்கள் ஜீனாதாசனை கண்டவுடன் வழிவிட்டனர். பலர் சிரம் தாழ்த்தி வணங்கினர்.

தென்னகத்தையெல்லாம் ஆளும் பாண்டியரைக் காத்து ரட்சிக்கும் பொறுப்பை சமணர்கள் ஏற்றுக்கொண்டுவிட்டார்கள் என்று ஆனந்தன் கேள்விப்பட்டிருந்தான். பார்த்தால் சமண மதத்தில் பெரியதொரு அந்தஸ்தில் ஜீனாதாசன் இருப்பதாய் தெரிந்தது. அதனால் இன்று அதிகாலை நடந்த வைகை நதி போட்டிக்கும் இவனுக்கும் ஏதாவது பாதிப்பு இருக்கவேண்டுமே என்று எண்ணினான்.

'என்ன ஜீனாதாசா... இங்கே என்ன குழப்பம்?'

அப்படியொரு கேள்வியை எதிர்பார்க்கவில்லை ஜீனாதாசன். எப்படி ஆரம்பிப்பது என்று ஒரு நொடி தடுமாறினான் ஜீனாதாசன். பின், 'அது ஒன்றும் இல்லை. ஒரு பாலகனிடம் மந்திர தந்திரத்தைச் சொல்லி அனுப்பியிருக்கிறது கிழட்டு நரி ஒன்று. தான் வர பயந்து கொண்டு திருமறைக்காட்டில் பதுங்கியிருக்கிறது. பகிரங்கமாக எங்களை எதிர்க்கத் துணியாத கிழவனின் வேலை இது. துரதிர்ஷ்டவசமாக எங்கள் குருமார்கள் அரண்மனை சுகங்களில் மூழ்கி மந்திரங்களை இன்று மறந்துவிட்டனர். அது பரவாயில்லை. பார்த்துக்கொள்ளலாம்.'

பின் உடனே பேச்சை மாற்றினான். 'மதுரைக்கு ஒரே மூச்சில் வந்திருக்கிறாய் ஆனந்தா. களைப்பாக இருக்கிறாய். சில நாள் இங்கேயே தங்கி இளைப்பாறிவிட்டுப் போ. வா என் வீட்டுக்கு.'

மறுப்பு ஏதும் சொல்லவில்லை ஆனந்தன். ஜீனாதாசனைப் பார்த்தது அவனுக்கு அனுகூலமாகப் போயிற்று. அதிர்ஷ்டம் அவன் உருவத்தில் வந்தவுடன் என்ன சொல்வதென்று தெரியாமல் வாயடைத்துப் போனான்.

ஆனால் ஒரு பயம் மட்டும் இருந்தது. தான் ஒரு சட்ட விரோதமான காரியத்தைச் செய்ய மதுரைக்கு வந்திருந்தான். தன்னால் நண்பனின் நற்பெயருக்குக் களங்கம் வராமல் இருக்கவேண்டும். ஆனால் அதைப்

பற்றியெல்லாம் யோசிக்க நேரம் கொடுக்காமல் கையைப் பிடித்தபடி ஜீனாதாசன் நடந்தான்.

சற்று நேரத்தில் ஆலவாய் நகரில் ஒன்றல்ல இரண்டு தேர்கள் அடுத்தடுத்து ஓடும் அளவுக்கு உள்ள வீதியில் நடந்தார்கள்.

கண்கொட்டாமல் வீதியின் இருபுறமும் இருந்த காட்சிகளைக் கண்டு பிரமித்தபடி நடந்தான் ஆனந்தன். ஆனால் அவன் கண்களைக் கவர்ந்தது வீதியில் நடுநாயகமாக இருந்த வீடொன்று. அதை வீடு என்பதா? மாளிகை என்பதா?

அந்த வீட்டைநோக்கி அணுகினான் ஜீனாதாசன். பணிப்பெண்களும் வேலையாட்களும் நிறைந்த வணிகர் வீடு அது. அதுவும் வாய் திறவாமல் சமிக்ஞையால் சாதித்துப் பழகியவன் ஜீனாதாசன் என்று தெரிந்தது. கையை உயர்த்தினால் இருவர். கண்ணை அசைத்தால் நால்வர் என்று ஓடோடி வந்து சேவை செய்யக் காத்திருந்தனர்.

வீட்டுக்குள் நுழைந்ததும் கதவருகே ஆசனத்தில் இருவரும் அமர அவர்கள் காலணிகளை இரு சேடிப்பெண்கள் வந்து கழற்றி விட்டனர். மற்றும் ஒருத்தி தாம்பாளத்தில் குளிர்ந்த நீர் கொண்டுவந்து அவர்கள் கால்களை அதில் நனைத்துப் பின் துடைத்துவிட்டாள்.

இந்த செல்வச் செழிப்பின் முன் அவன் பயணக் களைப்பும் சாதாரண தோற்றமும் சற்றுக் கூச்சத்தைத் தந்தது ஆனந்தனுக்கு. இப்படியொரு எண்ணம் அவன் வாழ்வில் இதுவரை வந்ததேயில்லை.

உள்ளே அறைக்குச் சென்றனர். எங்கு பார்த்தாலும் செல்வத்தின் வெளிப்பாடுதான். இருக்கைகளில் பட்டு மென்மையாய் இருந்தது. மேகத்தின்மேல் அமர்ந்தால் இப்படித்தான் இருக்கும் என்று எண்ணினான் ஆனந்தன். அமர்ந்ததுதான் தாமதம், யானைத் தந்தப் பிடியுள்ள வெண்சாமரம் கொண்டுவந்து இரண்டு பெண்கள் வீசினார்கள். இரு பெண்கள் வந்து ஆனந்தன் மேல் பன்னீர் தெளித்தார்கள். கையில் சந்தனம் தேய்த்துக்கொள்ளும்படி செம்பை நீட்டினார்கள். அவர்கள் உபச்சாரத்தில் களைப்பே மறந்தது. வெகு நாள் நெடுந்தூர பயணம் செய்யும் குலமல்லவா? அதற்காகவே இதையெல்லாம் ஏற்படுத்தி வைத்திருந்தார்கள். ஏழு கடல்களைக் கடந்து வந்தாலும்நொடியில் களைப்பு போகும் உபசரணை.

வீட்டைச் சுற்றிப் பார்த்தான். பூஜாக்கிரஹத்தில் வெண் பளிங்கில் மஹாவீரர் சிலை பிரதிஷ்டை செய்யப்பட்டிருந்தது. கோயில்களை போல அகிற்புகையும் விளக்கும் சதா எரிந்துகொண்டிருந்தன.

திடீரென ஜீனாதாசன், 'சாம்பவி...! சாம்பவி...!' என்று இரைந்தான். ஒரு நொடிக்குப்பின் மிருதுவான காலடிச் சத்தம் கேட்டது.

அதைக் கேட்டு ஆனந்தன் திரும்பினால், அழகிய பெண் ஒருத்தி வெள்ளிக் குவளையில் மோரை எடுத்து வந்தாள்.

அழகென்றால் வார்த்தையில்லை. 'எவ்வளவு அழகான கண்கள்! எத்தகைய செவ்விதழ்கள்! என்ன ஓர் அழகான உடல்! அருகில் மட்டும் கல் இருந்தால்...' என்று தன்னை மறந்து ஆனந்தன் நினைத்தான். என்னதான் மனதில் சோகம் இருந்தாலும் அவளைக் கண்டவுடன் மனதில் சிலையாய் சமைந்தான்.

என்னவொரு அங்க அமைப்பு! என்னவொரு பொலிவு! கைதேர்ந்த சிற்பிகளுக்கும் சவாலாய் இருக்கும் அந்தப் பெண்ணை தொடர்ந்து கண்டுகொண்டே இருந்தான்.

அவன் மட்டுமா உற்றுப்பார்த்தான்? அவளும்தான். ஒரு காலத்தில் ரதத்தின் சப்தம் கேட்டு தமையனை வரவேற்க வாசலில் வந்து நிற்பாள். ஆனால் சில நாட்களாய் செய்வதில்லை. கண்ட கண்ட நண்பர்களுடன் வருகிறான் என்பதால். அண்ணனுடன் வந்தவனை உற்றுப்பார்த்தாள். அவன் இதர நண்பர்கள் போலில்லை. சைவர்களின் பூஜைகள், சைவ ஊர்வலங்களைக் கலைத்து துன்புறுத்துவர் அண்ணனின் நண்பர்கள். ஆனால் இவன் வித்தியாசமாக இருந்தான்.

அண்ணன் சில நாட்களாகவே மாறிவிட்டான். சமீப காலமாக அவன் பேச்சிலும் செயலிலும் மாற்றம். நட்பு பாசம் என்று எல்லாம் போய் மதம் என்ற மதம் அவனைப் பிடித்திருந்தது. இப்போது நெடுநாள் நண்பன் என்று ஒருவனை அழைத்து வந்தால் மீண்டும் பழைய நிலைக்கு மாறுகிறான் என்றுதானே பொருள்.

சாம்பவியின் அஞ்சனம் தீட்டிய அகண்ட விழிகள் ஆச்சரியத்தில் இன்னமும் விரிந்தன. வந்தவன் ஏன் இங்கிதம் தெரியாமல் இப்படி அவளையே உற்றுப்பார்க்கிறான். நல்லவனாய் தெரிந்தான். ஆனால் முதல் முறை காணும் பெண்ணை ஏன் இப்படி உற்றுப்பார்க்கிறான்.

சங்கோஜமாய் இருந்தது. அவள் புரியாமல் கோபம்கொள்ளப் போனாள். முகம் கார்மேகம் சூழ்ந்த வானம்போல மாறியது.

•••

அத்தியாயம் - 26

# சாம்பவி

தங்கச் சூரியனைப்போல் பிரகாசித்துக்கொண்டிருந்த பெண்ணின் முகமானது சினமெனும் மேகங்களால் மூடப்பெற்றதைக்கூட ரசித்தபடி அமர்ந்திருந்தான் ஆனந்தன். அவனது கஷ்டங்களையும் கடமைகளையும் மறக்கடித்த முகம் அவளது. இந்த களை ததும்பிய வதனம் அவன் கலைவண்ணத்தில் கற்சிலையானால் எப்படி இருக்கும் என்று தோன்றியவனுக்கு புதிதாய் அறிமுகமான பெண்ணை இப்படி முறைத்துப் பார்ப்பது தவறென்றே மறந்து போனது.

அதுவும் சாம்பவி போன்ற உயர்குலத்துப் பெண்களுக்கு இப்படி ஓர் அனுபவம் இதுவரை ஏற்பட்டிராது. ஆலவாய் உயர்குடி மாந்தரின் அறைகளை அரண்மனை அந்தப்புரத்துடன் ஒப்பிடலாம். அந்த அளவுக்கு வெளியுலகத்தினருக்குக் கட்டுப்பாடுகள் இருந்தன. அன்னியர் எவரும் உள்ளே பிரவேசிக்க முடியாது.

அவன் ரசிக்க அவள் முறைக்க அந்த அறையில் நடந்ததை மௌனமாக நிகழ்ந்த மகாயுத்தத்துடன் ஒப்பிடலாம். ஆனால் ஜினாதாசன் உடனே நிகழ்வதைப் புரிந்துகொண்டான். அவளை குழந்தைப் பருவத்திலிருந்து பார்த்துப்பார்த்து வளர்த்தவனுக்கு அவள் சினம் புரியாதா? இல்லை ஆனந்தனை ஆலவாய்க்கு அழைத்து வர பிரம்மப்பிரயத்தனப்பட்டவனுக்கு அவன் கலையுணர்வு தெரியாதா?

இருவருக்கும் மத்யஸ்தம் செய்ய எண்ணி, ‘சாம்பவி, தவறாய் நினையாதே. ஆனந்தர் முறைக்கிறார் என்று பாராதே. சிற்ப மனோ

கற்பனை உள்ளவன் அம்மா. உன்னை சிலையாய் வடித்தால் எப்படி இருக்கும் என்று நினைக்கிறான்.'

புரியாமல் அண்ணனை நோக்கினாள் சாம்பவி. ஜீனாதாசன் விளக்கினான். 'நான் அழைத்து வந்த விருந்தினன் வேறு யாரும் மில்லை. மல்லை சென்று வந்து அடிக்கடி உன்னிடம் பேசுவேனே மகா சிற்பி ஆனந்தன்...' என்று, அவன் முடிப்பதற்குள், 'என்னை கல் நெஞ்சக்காரி என்று நினைத்துவிட்டாரா ஆனந்தர்?' என்று பொய் கோபத்துடன் கேட்டுவிட்டு நாணத்தினால் தலைகுனிந்து கொண்டாள்.

எழுந்து சென்று தங்கையை தனது வலிய புஜங்களினால் சேர்த்து அணைத்துக்கொண்ட ஜீனாதாசன், 'தவறாய் நினையாதே ஆனந்தா. இது என் தங்கை சாம்பவி. நல்லவள்தான். ஆனால் இவளுக்கு ஏதாவது சந்தேகம் திடீர் திடீர் என்று வந்துவிடும்! ஜாக்கிரதையாயிரு.'

அதற்குள் வெட்கத்திலிருந்து வெளிவந்திருந்தாள் சாம்பவி. இளம் பிராயத்து பெண்ணிடம் 'உன்னிடம் இருப்பது நிகரற்ற அழகு' என்று சொன்னால் மகிழாதவள் இவ்வையகத்தில் இல்லை. வந்தவன் தவறாய் ஒன்றும் எண்ணவில்லையே? பார்த்தவுடன் சிலை வடிக்கத் தூண்டும் அழகு தனது என்று கண்ணால் சொன்னவனைக் கண்டிப்பதா? பாராட்டவேண்டாமா? என்று மனம் மாறினாள். 'கல்லை கடவுளாக்கும் ஆனந்தரா நம் இல்லம் தேடி வந்திருக்கிறார்? அது நாம் செய்த பாக்கியம். வரவேண்டும். வரவேண்டும். இதிகாச புராணங்களை நம் கண்முன்னே கொண்டு வரும் வல்லவரை மீண்டும் பார்ப்போமா என்று அண்ணன் வருந்தியிருக்கிறார் தெரியுமா? உம்மை இன்று ஆலவாய்க்கு அழைத்து வருவதில் வெற்றிபெற்று விட்டார்' என்றாள் சாம்பவி.

ஜீனாதாசன் உடனே 'தானாக வந்திருக்கிறான் சாம்பவி' என்று ஆனந்தனை மதுரையில் தற்செயலாக கண்டதை விளக்கினான்.

தங்கையிடம் பேசிக்கொண்டிருக்கையில் அந்த சம்பாஷனை ஜீனாதாசனுக்கு ஒன்றை நினைவுபடுத்தியது. ஆனந்தன் காட்டாறு போன்றவன். அணை கட்டாவிட்டால் நாளைக் காலை மீண்டும் கிளம்பிவிடுவான். ஆனந்தன் வந்தவுடன், 'பழம் நழுவிப் பாலில் விழுந்தது போலாயிற்று' என்று எண்ணியவன் பழம் மீண்டும் நழுவிவிட்டால் பாலும் சிந்திவிடும் என்று அறிந்தான்.

ஆனந்தனை நோக்கி, 'வேண்டியவரையில் இங்கேயே நீ தங்கியிருக்கலாமல்லவா?' என்று ஊர்ஜிதம் செய்து கொண்டான்.

அதற்கு ஒன்றும் ஆனந்தன் ஆட்சேபம் தெரிவிக்கவில்லை. தெரியாத ஊரில் தங்குவதற்கு இடம் தேடாமல் ஏற்பட்டதில் சந்தோஷம்தான். ஆனால் கடற்கறையில் வளர்ந்தவனுக்கு இந்த சௌகரியங்களை தினந்தினம் சமாளிப்பது எப்படி என்றுதான் புரியவில்லை. தெரியாமல் கையை உயர்த்தினால்கூட விருப்பத்தைத் தெரிந்து கொள்ள பத்து பணியாட்கள் வந்து நிற்பார்களே. எனினும் வேறு வழியில்லை. தலையசைத்தான்.

ஜீனாதாசன் முகம் பிரகாசமானது. 'சாம்பவி, விருந்தினர் அறையை சீர் செய். கொஞ்ச நாள் சிற்பியார் இங்குதான் தங்கப் போகிறார்' என்றான்.

'சரி அண்ணா!' என்று சொல்லி உள்ளே சென்றவள் போகும் வழியில் திரும்பி ஆனந்தனைக் கண்டாள். அவன் கண்களை உற்றுப் பார்த்தால் ஏதோ ஒன்று அவன் மனதில் இருந்தது. ஓர் இனந்தெரியாத சோகம்தனை கண்கள் வெளிப்படுத்தின. 'அதைக் கண்டறியாமல் விடமாட்டேன்' என்று சபதம் ஏற்றாள் குறும்புக்காரப் பெண்.

சற்று நேரத்துக்கெல்லாம் 'அண்ணா! வரலாம்...' என்ற குரல் உள்ளிருந்து கேட்க ஆனந்தனை உள்ளே அழைத்துச்சென்றான் ஜீனாதாசன்.

அங்கே பணிப்பெண்கள் பலர் இருந்தார்கள். ஒவ்வொருத்தியும் ஜீனாதாசனுக்கு ஒருமுறையும் ஆனந்தனுக்கு ஒருமுறையும் நமஸ்கரித்தனர்.

ஏற்கெனவே ஆசனங்கள் போடப்பட்டிருந்தன. ஆசனங்களுக்கு முன் பெரிய வாழை இலைகள். அருகில் வெள்ளியில் குவளைகள். கிண்ணங்கள். எல்லாவற்றிலும் வெவ்வேறு விதங்களில் உணவுப்பண்டங்கள்.

உணவு பரிமாற பலர் இருந்தனர். எனினும் சாம்பவி பரிமாறினாள். மற்ற பெண்கள் சற்று தூரத்தில் நின்று அடுத்துவந்த பண்டத்தை அவளிடம் கொடுத்தனர்.

'சிற்பியார் மன்னிக்கவேண்டும். நீர் வந்ததில் பரபரப்படைந்து அவசர அவசரமாக செய்த உணவு. அதனால் சரியாக இல்லையென்றால் மன்னிக்கவேண்டும்' என்றாள் சாம்பவி.

நையாண்டியாகப் பேசுகிறாளா என்று உற்றுக் கவனித்தான் ஆனந்தன். சந்தேகம் வந்ததற்குக் காரணம் அவன் முன் அடுக்கப்பட்டிருந்தது இருபதுக்கும் மேலான உணவு வகைகள்.

சாம்பவியை உற்றுக் கவனித்தான் ஆனந்தன். தன்னைத் தானே வினவினான். 'சிலை வடிக்க மட்டும்தான் இந்தப் பெண்ணை ரசித்தாயா?' என்று வினவியது மனம்.

அந்தப் பெண் அவனை மிகவும் கலங்கடித்துவிட்டாள். மாதவியின் மேல் காதல் கொண்டு சில நாட்களில் மற்றும் ஒரு பெண்ணின் மேல் ஈர்ப்பா? மாதவியின் உயர் அந்தஸ்த்தால், அவள் மேற்கொண்ட பணியினால், அவளை மற்றொருவனுடன் கண்டதால், அவள் மேல் காதல்கொள்வதில் பயனில்லை என்று உள்மனது சொல்கிறதா?

மாதவியின் எண்ணம் வந்தவுடன் அவன் மதுரைக்கு வந்த முக்கிய காரணமும் நினைவுக்கு வந்தது. தான் மதுரைக்கு வந்த குறிக்கோளைப்பற்றிய நினைவு வந்தவுடன் ஜீனாதாசனிடம் பேச்சுக் கொடுத்தான்.

'வைகை நதியில் வெள்ளத்துக்கு எதிராக சம்பந்தனின் ஏடுகள் சென்றனவாமே... நீயும் பார்த்தாயா?'

ஜீனாதாசன் சிரித்தான். அவன் சிரித்த சிரிப்பில் விரக்தியின் தொனி தெரிந்தது. 'அது வெறும் சித்து வேலை ஆனந்தா. எங்கள் சமண குருமார்களுக்கு தெரியாத மந்திரமா?'

அவன் சொல்லி முடிக்கவில்லை. ஏளன சிரிப்பை சிரித்தாள் சாம்பவி. 'பின் ஏன் அண்ணா அவர்கள் ஏடுகள் ஆற்றில் விட்டவுடன் வெள்ளத்துடன் சென்றதாம்? இந்நேரம் சாகரத்தை அடைந்திருக்கும். நன்றாய் பொய்சொல்லக் கற்றுக்கொண்டாய் அண்ணா. பதினாயிரம் பேருக்கு மேல் அந்த சைவ ஏடுகளை தொடர்ந்து சென்றிருந்தனர். அவ்வளவு பெயரையும் ஏமாற்ற முடியுமா?'

ஜீனாதாசனுக்கு கோபம் அதிகரித்தது. 'இந்த ஒரு மந்திரத்தால் நம்மை ஆலவாய் நகரைவிட்டு விரட்டுவதா? அதிலும் ஒரு பாலகன்.'

அண்ணனின் செருக்கான சொற்களால் சிறிதுகூட கலங்கவில்லை சாம்பவி. 'ஆலவாயில் எழுந்தருளியிருக்கும் சம்பந்தன் வெறும் முனிவனல்ல. கடவுளின் குழந்தை. உமையின் பாலருந்திய பாலகன்' என்றாள்.

'யார் குழந்தையாய் இருந்தால் என்ன? சமணம் என்ற வேரூன்றிய ஆலமரத்தை தகர்த்தெறியக்கூடிய சக்தி ஒரு பச்சிளம் பாலகனிடமா?'

'அண்ணா, எல்லோரும் உம்மைக் கண்டு ஒதுங்க வலிய வம்புக்கு வரும் ஒருவன் பாலகனாய் இருந்தால் என்ன? கிழவனாய் இருந்தால் என்ன? நம் குருமார்களைப் பார். அரசரே தினந்தினம் இவர்கள்

பேச்சைக் கேட்டு நடக்கிறார் என்று குருமார்கள் தங்களுடைய மகத்தான மரியாதையை எண்ணி இறும்பூது அடைந்தனர். தான் என்ற அகந்தையை ஒளிக்கச் சொன்னார் மஹாவீரர். அதை மறந்தனர். மந்திரமும் அதனால் மறந்து போனது. இப்போது 'அய்யோ... அய்யய்யோ' என்று கூச்சலிட்டால் திரும்பியா வரப்போகிறது? சம்பந்தனைப் பார். அவன் நம் எதிரிதான். எனினும் பரிசுத்தன் என்று அவன் முக தேஜஸ் கூறுகிறது. ஆயிரம் பேருக்கு மத்தியில் தன்னந்தனியாகத் தெரிந்தான். நம் குருமார்களைப் பார்த்தால் கள்ளப் பூனைகள் போலிருக்கிறது' என்று கேலி செய்தாள்.

அவள் பேசியதில் உண்மை இருந்தது என்று நினைத்தானோ என்னவோ ஜீனாதாசன் மௌனம் காத்தான்.

மேலும் தொடர்ந்தாள். 'அவர் பாடலின் மகிமையில் என்னவெல்லாமோ ஆச்சரிய சம்பவங்கள் நடைபெறுகின்றன அண்ணா. தீயில் போட்டால் கருகாத பொருளுண்டா? தேவார ஓலைகள் எரியவில்லையே? நதியின் வேகத்தை வெறும் ஏடுகளால் எதிர்த்துப் போராடமுடியுமா? அண்ணா, நமக்கு ஏன் அரசியல்? இனி சைவரை எதிர்ப்பதெல்லாம் தேவையா என்று பார்த்துக்கொள்' என்றாள்.

'இல்லை தங்காய்... நிச்சயம் நம் மதத்துக்காக ஏதாவது செய்ய வேண்டும். வந்தவன் சாமானியன் அல்ல.'

'முகத்தில் பால் வடிகிறது அண்ணா.'

'அவனைப் பார்த்தால் எனக்கு நம் மதத்தின் மரண ஓலம் கேட்கிறது' என்று மனதுக்குள் நினைத்தான். ஆனால் தைரியமாக,'சொல்லு தங்காய். அல்லும்பகலும் அரும்பாடுபட்டு வளர்த்த சமண மதம் அழிவதா? வெண்ணெய் திரண்டு வரும் சமயத்தில் தாழியை உடைக்க ஒரு பாலகனை அனுப்பியிருக்கிறார்களே?' என்று ஜீனாதாசன் சொன்னவுடன் முழு வீச்சில் இறங்கினாள் சாம்பவி.

'சிற்பியாரே, இதைக் கேளுங்கள். மீனாக்ஷி கோயில் வாசலைச் சுத்தமாக மெழுகிப்பெருக்கித் தரையைக் கண்ணாடிபோல் வைத்திருந்தார்கள் சைவர்கள். அதில் தினந்தினம் காலையிலும் மாலையிலும் கோலமிட்டு மகிழ்ந்தனர். தினந்தினம் கோலமிட்டது தான் தாமதம். உடனே அலட்சியத்துடன் சமணர் தேரொன்று அதன் மேல் ஏறி கோலத்தைக் கலைத்துச் செல்லும். செய்வதெல்லாம் உம் நண்பரின் சகாக்கள்தான். இப்படியே நடப்பதால் கோலம் போடுவதே நிறுத்தப்பட்டது.'

‘பின் எங்கள் அரசியார் மங்கையர்க்கரசி தினந்தினம் அரண்மனையில் இருந்து வந்து தானே மெழுகி கோலமிடுவார் கோயில் வாசலில். அதைக் கலைக்க இவர்கள் யாருக்கும் தைரியம் இன்னும் வரவில்லை’ என்றாள் சாம்பவி அண்ணனைப் பார்த்து.

ஜீனாதாசன் ஒரு நொடி யோசித்துவிட்டு உறுதியாய் சொன்னான். ‘அரசியாரின் மையலுக்கே மசியாத மன்னன் இந்த பாலகன் பேச்சைக் கேட்டா மாறுவார்? தலையணை மந்திரத்துக்கே தலையசைக்க வில்லை நம் மன்னர்’ என்று சொல்லிச் சிரித்தான். ‘ஆனந்தா, எல்லாம் அந்த சோழ நாட்டுக்காரியின் வேலை. முதலில் சம்பந்தனை விரட்ட வேண்டும். பின் அந்த சைவப்பேயை அடித்து விரட்டவேண்டும்.’

சாம்பவியின் முகம் மாறியது. ‘ஜாக்கிரதை அண்ணா! ராஜ்ய லக்ஷ்மியின் கோபம் அளவு கடந்தது. தாங்கமாட்டாய்’ என்று எச்சரித்தாள்.

அவர்கள் பேசிக்கொண்டிருந்தது பாண்டிய நாட்டு அரசியைப்பற்றி. சோழ இளவரசியாம் மங்கையர்க்கரசி சைவ சமயத்தை சேர்ந்தவள். எனினும் திருமணம் நடந்து பத்தாண்டுகள் ஆகியும் நெடுமாறன் சமணக் கொள்கைகளிலிருந்து மாறவில்லை.

கோபம் கொண்டான் ஜீனாதாசன். ‘யார் அரசி? சுண்டைக்காய் பிரதேசத்தின் உரிமையாளன் செம்பியன் வளவனின் மகள். எனது நிலங்களே அவள் பூர்வீக நாட்டைவிட பெரிது.’

இனி அந்த பேச்சைத் தொடர இஷ்டப்படாதவள்போல சாம்பவி, ‘அண்ணா, உனக்கு நேரம் சரியில்லை. கிரகப் ப்ரீதி செய்யவேண்டும’ என்றாள். அவள் முகத்தில் விரக்தி. ‘நீ ஆச்சு உன் கொள்கையாச்சு. இப்போது பேசாமல் ஆனந்தனை சாப்பிட விடு’ என்றவுடன் அமைதி ஏற்பட்டது.

தனியாக வளர்ந்து குடும்ப பந்தங்களைப்பற்றி அறியாத ஆனந்தனுக்கு இந்த சண்டையெல்லாம் பிடித்திருந்தது. விவாதத்தில் ஈடுபட்டவர்கள் அடித்துக்கொள்வதும் பின் சமாதானம் ஆவதும் தினமும் நடப்பது என்று தெரிந்தது.

அதைப் பார்த்தவுடன் ஏனோ தெரியவில்லை தான் அனாதை என்றும் அவன் அனாதையானதற்கு காரணமானவர்களை பழி வாங்க வேண்டும் என்று கிளம்பி வந்ததும் நினைவில் தோன்றியது.

•••

அத்தியாயம் - 27

# அன்பெனும் சிறை

இரவிலும் பகலிலும், கனவிலும் நனவிலும் ஜீனாதாசனுக்கு ஒரே சிந்தனைதான் - சமணத்தின் உயர்வு. அவளுக்கோ அண்ணனைப்பற்றி பேசும்போது முகத்தில் அவ்வளவு கவலை குடிகொண்ட தோற்றம். இருவருக்கும் மத்தியஸ்தம் செய்யும் வகையில் தலையைப் புகுத்தி இருவரிடமும் மிக நெருக்கமாகிவிட்டான் ஆனந்தன்.

தினந்தினம் சம்பந்தனுக்கு இங்கு வரவேற்பு, அங்கு பாதபூஜை என்று செய்திகள் வந்த வண்ணம் இருந்தன. குழந்தை என்றுகூட பாராமல், சாலை என்று மனம் நோகாமல் எல்லோரும் சாஷ்டாங்கமாக அவன் காலில் விழுந்தனராம். மதுரை மக்கள் இவ்விதம் பக்தியில் ஆழ்ந்திருக்கையில் ஜீனாதாசனுக்கு மட்டும் அசூயையின் அளவு அதிகமானது.

அதை ஆனந்தனிடம் விளக்கியது சாம்பவிதான்.

'சம்பந்தன் வந்ததிலிருந்து அண்ணன் இப்படித்தான். அமைதியாக அவன் வீட்டில் தங்கிய நாட்கள் மிகவும் குறைவு. என்னுடன் ஆசையாய் பேசி மகிழ்ந்த நேரம் அதைவிடக் குறைவு.'

பின் மெல்ல நகைத்தாள். 'அதற்காகத்தான் உம்மைக்கொண்டுவந்து இங்குவிட்டார்' என்று நினைக்கிறேன்.

சாம்பவியிடம் மதுரை அரசியலைப்பற்றித் தெரிந்துகொண்டான் ஆனந்தன். தன் வேலையைத் தொடங்க உத்தேசிக்கும் வேளையில் தனது களம் எப்படியிருக்கப்போகிறது என்று யூகிக்க ஆசை. சம்பந்தனின் வருகையானது ஆலவாய் நகரில் பலரையும் கதிகலங்க வைத்திருக்கிறது என்று அறிந்துகொண்டான் ஆனந்தன். நிலவுகின்ற

போட்டியைப்பற்றி நன்றாகப் புரிந்தும்கொண்டான். இரு சாராருக்கும் போட்டி மத உயர்வுக்கு இல்லை. பாண்டிய நாட்டைக் கட்டுப்படுத்தவே போர் நிலவியது. மன்னன் ஒருவனை மயக்கினால் போதும். நம் தலையில் கிரீடம் இல்லாததுதான் குறை. மற்றபடி நம் சொல்படிதான் எல்லாம் நடக்கும் என்று நினைத்தனர் இரு குழுவினரும். சம்பந்தனோ சமண குருமார்களோ இந்தப் போட்டியில் வெளியுலகுக்கு தெரியும் முகங்களே.

இதெல்லாம் ஒரு பக்கம் இருக்க ஆனந்தனுக்கு ஒரு பெரிய குறை. ஏனோ தெரியவில்லை ஆனந்தனை மதுரையைச் சுற்றிப் பார்க்கவே அனுமதிக்கவில்லை ஜீனாதாசன். அதற்காக சிற்பியை நாலு சுவருக்குள் பூட்டிவைக்கவில்லை. ஆலவாயின் அழகை ரசிக்கும்படி ஏற்பாடுகள் ஆகியிருந்தன. அது எப்படி வீட்டுக்குள்ளிருந்து ஒரு சிற்பி வெளியுலகை ரசிக்க முடியும் என்றால் அது ஜீனாதாசனின் நிலவறையில் பூட்டிவைத்திருந்த குபேரனால் முடியாதா?

மதுரையில் முக்கால்வாசி வீடுகளுக்கு ஓட்டுக் கூரைதான். சாய்வாக இருந்த ஓடுகளின்மேல் சேவல்கள் மட்டும் சூர்யோதயத்தின்போது ஏறி கோணலாய் நின்று அதிகாலையை அறிவிக்கும். ஜீனாதாசனின் வீட்டுக்கு மட்டும் சமமான கூரை. ஸ்ரீவிஜயம் சென்றபோது ஒரு கட்டடக்கலை வல்லுனனை வலுக்கட்டாயமாக அழைத்து வந்து வடிவமைத்தான்.

ஸ்ரீவிஜயத்தில் இருந்து வந்தவனும் மகா புத்திசாலிதான். மாடியை உள்ளடக்கிக் கட்டியிருந்தான். தெருவில் நடப்பவர்கள் மாடியை மட்டுமல்ல அதில் நிற்பவர்களையும் பார்க்க முடியாது. ஜீனாதாசனின் வீட்டை விட உயரமான வீடுஅருகாமையில் இல்லாமற்போகவே மாடியில் இருப்பவர்களை தேவாதி தேவர்களைத் தவிர யாரும் தரிசிக்க முடியாத நிலை.

தங்களைத் தவிர உலகில் வேறு யாரும் இல்லாத புதியதோர் புவியை உருவாக்கியிருந்தார்கள். அதனால் அந்தப்புர மாந்தரெல்லாம் அதிக அளவில் மாடியை உபயோகித்தனர்.

‘மச்சு மாடியில் தோட்டமா?’ என்றால் கேட்பவர்கள் நம்ப மாட்டார்கள். ஆனால் மல்லிகையும் முல்லையும் செண்பகமும் மாடியில் நிரந்தரமாக நறுமணத்தை அளித்தன. ஜீனாதாசனின் மாளிகையில் உச்சகட்ட பராமரிப்பில் காடாகப் பூத்துக் கிடந்தது வீட்டின் மாடி.

மாலை சூரியன் மறைந்ததும் மாடித்தரையில் இருந்த சூட்டை தணிக்க அந்தப்புர மாதர் குடம் குடமாய் நீர் தெளித்து வெப்பத்தை மறைந்த

சூரியனைப் பின்தொடருமாறு விரட்டியிருந்தனர். வைகையில் இருந்து புறப்பட்ட தென்றல் வேறு இரவெல்லாம் வீசும்.

வெளியுலகத்துடன் தொடர்பே இந்த மாடி வழியாகத்தான் என்று சாம்பவிக்கு ஆனது. வெளியில் செல்ல முடியாத ஆனந்தனுக்கும் இப்போது அதே நிலை. மதுரையின் கலைவேலைகள் நிறைந்த கட்டடங்களை அவன் கண்கள் மாடியில் நின்றபடி தேடி அலைந்தன. அவளும் சுட்டிக்காட்டினாள்.

மாடியில் நெடு நேரம் இருப்பான் ஆனந்தன். மதுரை சாலைகளில் இருந்து காணமுடியாத வனப்புக்களையெல்லாம் அந்த மாடியில் இருந்து காணமுடியும். மாடியிலிருந்து கயல் கொடி பறக்கும் மன்னரின் மாளிகை தெரிந்தது. சுந்தரேஸ்வரர் ஆலயத்தின் கோபுரம் தெரிந்தது.

மச்சு மாடியிலிருந்து மதுரையைச் சுற்றிப் பார்த்த ஆனந்தனுக்கு ஆர்வம். அப்போதுதான் அவன் கண்களில் பட்டது அந்த மலைகள் எல்லாம். ஆலவாயைச் சுற்றியும் மலைகள். ஆகா! சிற்பிக்கு என்னவொரு ஆனந்தம்! இலேசாகப் பனியினால் மூடுண்டதுபோல இருந்த மலைகள். புது சிலையின் மேலிருந்து துணியை எடுப்பது போல் தினந்தினம் தரிசனம்.

ஆனால் என்ன? மதுரை கோயிலில் எழுந்தருளியிருக்கும் பெருமானே ஒரு சிற்பி என்று சொல்லும் அளவுக்கு சுற்றிச் சுற்றி மலைகளே உருவெடுத்திருந்தன. யானையாக, பசுவாக, ஏன் நாகமாக.

ஆனால் தினந்தினம் ஆலவாயைச் சுற்றியிருந்த மலைகளைக் கண்டால் அவனுக்கு உள்ளங்கை அரிக்கும். ‘மதுரையை ஏன் எனக்குப் பிடித்திருக்கிறது தெரியுமா?’ என்று சாம்பவியைக் கேட்டான்.

ஓர் ஆவலுடன் ‘எதற்கு?’ என்றாள்.

‘சுற்றிலும் இவ்வளவு மலைகள். ஓராயிரம் ஜென்மம் எடுத்தால்கூட எல்லாவற்றையும் செதுக்கி முடிக்க முடியாது.’

சாம்பவிக்கோ மனதுக்குள் கோபம். ‘கள்ள சிற்பியே. உன் மனதெனும் பாறையைவிடவா அவையெல்லாம் பெரியது? காத்திரு. உன்னை ஆலங்கட்டியைப்போல உருக வைக்கிறேன்’ என்று முணுமுணுத்தாள்.

ஆம். தன் மனதை ஆனந்தனிடம் பறிகொடுத்திருந்தாள் சாம்பவி. காதல் என்றால்தான் என்ன ஆனந்தம். வாழ்வின் எல்லா அம்சங்களிலும் புதிய இனிமை தென்பட்டது. இவன் வந்ததிலிருந்து

வானமும் வையமும் அவளுக்கு அழகாக தெரியத் தொடங்கின. சாம்பவியோ தரையிலே நடக்கவேயில்லை. ஆகாயத்தில் மிதந்து கொண்டேயிருந்தாள். புதிய மெருகுடன் பிரகாசித்தாள்.

அண்ணனுக்கு தன் நண்பர்கள் எல்லோரைக் காட்டிலும் அதிகமாகவே ஆனந்தனிடம் அன்பு செலுத்துகிறான். அந்தப்புரத்துக்குள் விட்டிருக்கிறான். அவளுடன் நெருங்கிப் பழகவிட்டிருக்கிறான். அப்படியென்றால் அதற்கு ஓர் அர்த்தம்தான் உண்டு என்று புரிந்தபின் வந்த காதல்.

அவளிடம் அந்த மாற்றத்தை ஜீனாதாசனாலும் உணர முடிந்தது. எனினும் அவன் தடை சொல்லவில்லை. தன் தங்கைக்கு மணாளன் தேட இந்திராதிதேவர்களையெல்லாம் பார்க்கவேண்டும் என்று ஒரு காலத்தில் நினைத்திருந்தான். அப்போதும் சாத்தியமா தெரியாது என்று சொல்லிக்கொள்ளுவான். இப்போதோ சௌந்தர்ய தேவதையான தங்கையுடன் ஆனந்தன் பேசியிருந்தபோது ஜோடிப் பொருத்தம் பிரமாதம் என்று மனதுக்குள் சொல்லிக்கொண்டான்.

உலகில் மிகப் பெரிய செல்வந்தர்களில் அவனும் ஒருவன். அவனுக்கு ஈடாக செல்வம் வைத்திருப்பவனை தங்கைக்கு மணாளனாய் தேடுவது கஷ்டம். அவள் மனதுக்கு பிடித்தவனாய் இருந்தால் போதாதா? என்ற எண்ணம் அவனுக்கு சில காலமாய் ஏற்பட்டது.

சாம்பவிக்கு ஆனந்தனை மிகவும் பிடித்துப் போனது. ஆனால் அவனுக்கு அதே அளவு தன்னை பிடித்ததா என்று சந்தேகம்தான். அவளை அப்படியே விழுங்குவதுபோல் பார்க்கும் ஆண்களுக்கு இடையில் இவன் மட்டும் வித்தியாசமாகப் பார்க்கிறான் என்றவுடன் அவள் ஆரம்பத்தில் ஏமாந்தாள்.

‘ஏன் என்னை இப்படி உற்றுப் பார்க்கிறீர்?’

‘உன்னிடம் ஒன்று கேட்டால் கோபித்துக்கொள்ளமாட்டாயே?’

இதயம் குதித்தது. ஆயிரம் பட்டாம் பூச்சிகள் சிறகடித்தன. தன் மேல் காதலை சொல்லப் போகிறான்.

‘நான் மதுரையைவிட்டுச் செல்லும் முன் உன் சிலையை வடிக்க வேண்டும்’ என்றான்.

சாம்பவிக்குக் கோபம் சிரசுவரை எழுந்தது. ஆனால் அடக்கி ஒரு சிரிப்பு போன்ற முகபாவத்தை ஏற்படுத்தினாள். ‘சிலையெல்லாம் இருக்கட்டும். உம்மை மதுரையைவிட்டுப் போகவிட்டால்தானே!’ என்று முணுமுணுத்தாள்.

அவளும் அவனும் இப்படி நெருங்கி உறவாடும் பொழுதுகூட அவன் அவள் அழகில் மயங்கியதாகத் தெரியவில்லை. அவ்வப்போது உற்றுப் பார்க்கும்போது ஒரு சிலையை வடிக்க ஆசையிருந்தது என்றுதான் தோன்றியது.

அவன் கடந்து வந்த வாழ்க்கையைப்பற்றி மிகவும் ஆர்வமாய் இருந்தாள் சாம்பவி. அவற்றைப்பற்றிக் கேள்விகளைத் தொடுத்தாள். மாதவி பற்றியோ, காபாலிகன் பற்றியோ ஒரு வார்த்தைகூட அவனால் சொல்ல முடியவில்லை. தட்டுத் தடுமாறி உளறிக் கொட்டினான்.

அதனால் அவன் பெரிய விஷயங்களை மறைக்கிறான் என்று தெளிவாய் தெரிந்தது அவளுக்கு. அவன் ரகசியத்தைத் தெரிந்து கொண்டால் மனத்தை மாற்றுவதும் எளிதாயிருக்கும் என்று முடிவெடுத்தாள்.

திடீரென அவன் எதிர்பாராத சமயத்தில், 'காதலைப்பற்றி நீ என்ன நினைக்கிறாய்? என்றாள்.

தட்டுத் தடுமாறி எழுந்து மாடியின் விளிம்புக்குச் சென்றான். பதிலளிக்கவில்லை. அவனுக்கு அந்த எண்ணம் ஏதோ பயங்கர நினைவுகளைத் தூண்டியிருக்கவேண்டும். மற்றுமொரு பெண்ணை எண்ணி உருகிக் கரைந்து கொண்டிருந்தான் என்று தெரிந்தது.

சாம்பவி அதற்கெல்லாம் கலங்குபவள் இல்லை. 'அப்படி இருந்தால்தான் என்ன? பைத்தியக்காரி. இவனை நிராகரித்து விட்டாள். எனக்கு யோகம் அடித்தது. அவன் மனதிலிருந்து அவளை விரட்டி அடிப்பது முடியாத காரியமா என்ன?' என்ற தைரியம் இருந்தது.

ஒருநாள் மாலையில் மாடியில் இருவரும் தனித்து இருக்கும்போது ஊரெங்கும் நிசப்தம் நிலவியது. அப்போது ஆனந்தனுக்கு ஒரு விசித்திர சப்தம் கேட்டது. பழக்கப்பட்ட சப்தம். அவன் நாளங்களில் ரத்தம் வெறிபிடித்து ஓடியது.

'டிங்டிங்' என்று ஒலித்தது. அது கல்லின் மேல் உளி செதுக்கும் சப்தம். உடனே சாம்பவியிடம் அதைப்பற்றி விசாரித்தான்.

'வீதி முனையிலே ஒரு சிற்பக்கூடம் இருக்கிறது' என்றாள்.

'உளியடிக்கும் சப்தம் என் காதில் தேனாய் கேட்கிறது. அதைச் சென்று பார்க்கலாம் என்றால் உன் அண்ணன் ஏன் என்னை சிறையில் வைத்திருப்பதுபோல வைத்திருக்கிறான்?' ஒரு விரக்தியுடன் வினவினான்.

அப்படித்தான் நினைக்கத் தோன்றியது. இரண்டு ஆண்டுகளுக்கு முன் மல்லையிலிருந்து திரும்பி வந்த காலம் வெறுப்பில் மூழ்கியிருந்தான் அண்ணன். முதலில் காதல் வசப்பட்டு அதில் தோற்று வந்தானோ அண்ணன் என்றுகூட தோன்றியது சாம்பவிக்கு. பின் ஒரு நாள் விளக்கினான் - ஆனந்தனைப்பற்றி. அவனை ஆலவாய்க்கு அழைத்து வர முடியாததைப்பற்றி.

'ஆனந்தன் மட்டும் மதுரை வந்தால் மதுரை உண்மையிலேயே காலம் உள்ளவரை சமணரின் சொர்க்கமாகி விடும்' என்று சொன்னான். சொல்லிவிட்டுத் தன் வாழ்நாளின் முக்கிய வேலையில் தோற்று விட்டதாகச் சொன்னான்.

'ஏடுகள் அழியும். செங்கற்கோயில்கள் இடியும். மந்திரங்கள் மானுடத்துக்கு உச்சரிக்க மறந்து போகும். ஆனால் கல்லாய் கட்டிய கோயில்கள் காலமுள்ளவரை நின்று நம் மதத்தின் உன்னதத்தைப் பறைசாற்றும்.'

'ஆனந்தன்... ஆனந்தன்' என்று அண்ணன் அடிக்கடி பேசியது அவளுக்கே ஓர் அருவருப்பு வந்தது. அண்ணனை அலட்சியப் படுத்திய சிற்பியை நேரே மல்லை சென்று நான்கு வார்த்தைகள் கேட்டு வரவேண்டும் என்றுகூடத் தோன்றியது.

'அவனை மதுரைக்குக் கொண்டுவந்து நிரந்தரமாய் தங்க வைப்பதற்காக என் சொத்தையெல்லாம்கூட கொடுப்பேன். அவனுக்கு எந்தப் பரிசும் கொடுக்கத் தயார்' என்று அண்ணன் புலம்புவானே.

அந்தப் பரிசென்ன என்று இப்போது சாம்பவிக்குத் தெரிந்துவிட்டது. ஆனால் அதையெல்லாம் ஆண்மகனிடம் சொல்ல முடியுமா என்ன? சமாளித்தாள். 'வெளியில் உம்மை அனுப்பாதது ஊரெங்கும் பதற்றமாய் இருக்கிறதல்லவா... அதனால்கூட இருக்கலாம்.'

ஆனால் அவள் நினைத்தது முற்றிலும் தவறு. ஆனந்தனை ஆலவாயில் வைத்திருக்க ஜீனாதாசனுக்கு மற்றும் ஒரு மிக முக்கியக் காரணம் இருந்தது.

•••

அத்தியாயம் - 28

# வேற்று மனிதன் யார்?

'ஆனந்தன் வீட்டைவிட்டு வெளியேறக்கூடாது' என்ற கண்டிப்பான கட்டளை ஒன்றை ஜீனாதாசன் பிறப்பித்ததற்குக் காரணம் இல்லாமல் இல்லை.

அவனுக்கு எவ்விதத் தீங்கும் ஏற்படக் கூடாது என்றுதான் அண்ணன் அவனை வெளியே அனுப்புவதில்லை என்று சாம்பவி ஆனந்தனிடம் விளக்கம் சொன்னதும் தவறு. தன்னுடன் அன்னியோன்னியமாக ஆனந்தன் பழக வாய்ப்பை ஏற்படுத்துகிறான் அண்ணன் என்று அவள் நினைத்ததும் தவறு.

ஜீனாதாசனுடன் சதா சுற்றிய சகாக்கள் எல்லோரும் சமண வெறியர்கள் என்றே வர்ணிக்கப்படலாம். ஆனால் இப்போது அவர்கள் எல்லோரும் சற்று சோர்வாக இருந்தனர். பாண்டி நாட்டு சைவர்களோடு சண்டையிட்டுச் சமாளிக்கலாம். சாதனையும் புரியலாம். அந்த சரி சமமில்லா போட்டியில் இதுவரை எல்லாம் அவர்கள் எதிர்பார்த்தபடியேதான் நடந்து வந்தது. ஆனால் சம்பந்தன் வந்தவுடன்தான் அவர்கள் முகங்களில் கவலை ரேகை ஓடத் தொடங்கியது. சிலருக்கு தலையில் நரைகூட தெளிவாக தென்படத் தொடங்கியது. ஓரிரு நிகரில்லா போட்டிகள் நடந்த பின்பு சமணரின் தோல்வி சர்வ நிச்சயமாகத் தெரிந்துவிட்டது. சேதமாகாமல் மீதமிருந்த மதிப்பை தக்க வைத்துப் பின் வாங்கவேண்டிய சூழ்நிலை.

மதுரை சிம்மாசனத்தில் வீற்றிருக்கும் பாண்டியன் திகம்பர சமணன். சற்றும் எதிர்பாராத சமயத்தில் பல்லவன் மகேந்திரன்போல நெடுமாறனும் கட்சி மாறினால் பின் சமண மதம் தமிழ் பேசும்

தேசத்தில் புத்த மதம்போல காணாமல் போய்விடவேண்டியதுதான் என்று உணர்ந்தவுடன் வந்தது கவலை.

எதைக் கண்டாலும் ஓர் அச்சம் என்ற நிலையில் இருந்தவர்களுக்கு ஜீனாதாசனின் சமீப செயல்கள் சற்றும் புரியாத புதிராய் இருந்தது.

‘ஏன் இப்படி ஜீனாதாசன் செய்கிறான்? புது மனிதர்களைக் கண்டதும் நாம் ஒதுங்கவேண்டாமா? ஜீனாதாசனின் வீட்டில் இருப்பவனால் நம் இயக்கத்துக்கு ஒருவேளை ஏதாவது ஆபத்து வந்துவிடுமோ? இல்லை அவன் பிரதமர் குலச்சிறையாரின் ஒற்றர்களில் ஒருவனாகவே இருப்பானோ? நண்பன்போல ஜீனாவிடம் வேஷம் போடும் பராக்கிரமசாலியாக இருப்பானோ?’ என்று வினவினான் முக்திநாதன்.

‘ஆனால் நெடுநாட்களுக்கு முன் மல்லையில் பார்த்தவன்தானிவன் என்று சொல்கிறானே ஜீனாதாசன்...’ என்றான் ஆதினாதன்.

‘அதனால் ஒரு மாற்றமும் இல்லை. மல்லை இப்போது சமணரை எதிர்க்கும் பல்லவ நாட்டில் இருக்கிறது என்பதை மறவாதே’ என்றான் மற்றவன்.

பாண்டிய முதலமைச்சர் குலச்சிறையார் சைவர். இதுவரை பாண்டிய மன்னர் நெடுமாறனை சைவத்துக்கு மாற்ற இயலாவிட்டாலும் இன்னமும் பாண்டிய நாட்டில் சைவம் இருப்பதற்கு அவரும் அரசியார் மங்கையர்க்கரசியும்தான் காரணம். குலச்சிறையாரின் ஒற்றர் படை ஜீனாதாசனின் குழுவை சதா கண்காணித்தபடியிருந்தது என்பது அவர்களுக்கே தெரியும். ஆனால் குலச்சிறையாரால் அவர்களை ஒன்றும் செய்துவிட முடியாது என்று அசாத்திய தைரியம் இதுநாள்வரை அவர்களுக்கு இருந்தது.

இப்படியெல்லாம் அவர்கள் தமக்குள் மட்டுமே விவாதம் செய்திருந்தனர். ஆனால் ஜீனாதாசன் மேல் அவன் சகாக்களுக்கு ஒரு மனத்தாங்கல் இருந்தாலும் அதை எப்படி அவனிடம் சொல்லி ஐயத்துக்கு நிவர்த்தி தேடுவது என்று அவர்களுக்குத் தெரியவில்லை.

காரணம் அவனுடைய நாடி நரம்புகளிலெல்லாம் சமணரின் உயர்வே உள்ளது என்றும் பூரணமாய் புரிந்தவர்கள். தன்னிடம் இருந்த அஷ்ட ஐஸ்வரியங்களையும் மதத்தின் பாதுகாப்புக்காக அர்ப்பணிக்க தயாராயிருந்தான் என்று பலமுறை நிரூபித்திருந்தான்.

அதனால் அவன் மேல் சந்தேகம் எழுந்தபோதும் அவனிடம் கேட்கத் தயங்கித் தயங்கிப் பின், போதிய அளவு தைரியத்தை சேகரித்துக் கொண்டு மெல்லிய குரலில் வினவினர்.

ஜீனாதாசனை தோழன் ஆதினாதன் வினவினான். 'என்ன ஜீனா... ஏற்கெனவே உன் தங்கை ஒட்டுக் கேட்பது போதாதா? கண்டவனைக் கொண்டுவந்து உன் வீட்டில் தங்க வைத்திருக்கிறாயே? அந்த வேற்று ஊர்க்காரனுக்கும் நம் திட்டங்களைப்பற்றித் தெரியும் அபாயம் உள்ளதே? நீ செய்வது ஒன்றுமே எங்களுக்கு புரியவில்லை.'

ஜீனாதாசன் சிரித்தான். 'அவன் வேற்று நாட்டவன் என்று ஏளனமாய் பேசாதே. அதுவே நமக்கு பேருபாயம்.'

'என்னதான் சொல்லுகிறாய்? கூட இருந்தவரெல்லாம் கைவிட்டுச் செல்லும்போது எவனோ ஒருவனால் நமக்கு எப்படி உபாயம் ஏற்படும்? ஜீனாதாசா, நம் பிரதான காரியம் ஆகும் வேளையில் வீட்டினுள் வேற்று மனிதனை ஏன் அனுமதித்தாய்?'

'அதில் என்ன தவறு?'

'அந்தச் சிற்பி நம் மதம்கூட இல்லையே. அவனை எப்படி நம்புவது? நம் ரகசியங்கள் வெளியேற நீயே வழி வகுக்கலாமா?' என்றான்.

அவன் கோபதாபம் ஜீனாதாசனுக்கு புரிந்தது. சம்பந்தனை எப்படிச் சமாளிப்பது என்று குருமார்களுக்கே பிரமிப்பையும் திகைப்பையும் உண்டாக்கியது. ஜீனாதாசனுக்கும் மனதுக்குள் பயம்தான். எப்போதும் அவனுக்குள் இதே சிந்தனைதான்.

அப்படி ஒருசமயம் வைகை கரையில் சம்பந்தன் நடத்திய ஏடுகளின் மாயத்தைப் பார்த்துவிட்டு மனமொடிந்து வீடு திரும்பும்போது யோசித்தபடி நடந்தான். 'இனி சம்பந்தன் தலைமையில் சைவர்கள் மீண்டும் மீண்டும் போட்டிக்கு சமண குருமார்களை அழைத்தபடி இருப்பார்கள். முதல் வெற்றி அவர்களுக்கு வேங்கை நுகர்ந்த உதிரம்போலாகிவிடும். ஆனால் குருமார்கள் நிச்சயம் அடுத்த சவாலை சமாளித்துவிடுவார்கள்' என்று தனக்குத்தானே ஆறுதல் சொல்லிக்கொண்டான். எனினும் சமண குருமார்கள் பூரண மந்திர வலியையும் உபயோகித்துப் போட்டியிட்டனர் என்று தெரியும். ஆனாலும் தோற்றுவிட்டனர். அதனால் இந்தக் குழந்தையின் சக்தி அவ்வளவா?

கூடியிருந்த சைவர்களுக்கோ ஏக குஷி. ஒரு பச்சிளம் பாலகன் சமணத்தின் மாபெரும் குருமார்களின் செயல்களை முறியடிக்கிறான் என்று. ஊரே கைகொட்டிச் சிரிக்கிறது என்றறிந்தான்.

சம்பந்தன் மன்னருக்கு இன்னமும் துர்போதனை செய்ய ஆரம்பிக்க வில்லை. அரசவையில் இருக்கும் நம் ஆட்கள் அதைத் தடுத்து

வைத்திருக்கிறார்கள். ஆனால் இன்னும் எத்தனை நாட்களுக்கு? இந்த மாயத்தைப்பற்றிக் கேட்டால் நெடுமாறனுக்கு அவனை சந்திக்கவேண்டும் என்று ஆசை வராதா? அவன் பாடும் தேவாரம் என்ற மந்திரச் சொற்கள் நெடுமாறன் காதிலும் விழுந்தது என்றால் அவ்வளவுதான்.

அடுத்த போட்டிக்குள் ஏதாவது செய்தாகவேண்டிய சூழல். அந்த போட்டியின் முடிவு என்ன ஆகும் என்பதை ஊகித்துணர்வது பெரிய கஷ்டமில்லை. அரசியலில் மூக்கை நுழைத்து ஆன்மீகத்தை மறந்தனர் குருமார்கள் என்று வெளிப்படையாகச் சொன்னாலும்தாங்கள் சேகரித்துவைத்த சக்தியைவிட மிகப்பெரிய சக்தியொன்றை சந்தித்த போது அவர்கள் மந்திர தந்திரம் எல்லாம் பலிக்காமல் போனதுதான் உண்மை. திரும்பவும் போகும் என்பதும் உறுதி.

மற்ற எவருக்குமே தெரியாத பற்பல விஷயங்கள் ஜீனாதாசனுக்கு தெரியும்.

அரசியல் அந்தரங்கச் செய்திகளையும் மன்னர் மந்திரிகளுடன் கலந்தாலோசிப்பதையும் வார்த்தைக்கு வார்த்தையாய் தன்னிடம் வந்து சொல்ல ஆளை அரசவையில் வைத்திருந்தான்.

சமணர்கள் ரத்தம் சிந்தி வாள் முனையின் கூர்மையில் பிடித்த நாடல்ல பாண்டிய நாடு. மதத்தின் நற்போதனையில் ஈர்க்கப்பட்ட அரசன் அவர்களுக்குத் தாரைவார்த்து கொடுத்த நாடு. அவன் நம்பிக்கை குறைந்தால் எல்லாம் கஷ்டம்தான். சமணர்கள் விஷயத்தில் அரசன் மனம் மெல்ல மாறுகிறது என்று செய்திகள் வந்தன.

பின் இந்த பிரச்னைக்கெல்லாம் ஜனனம் எங்கே என்று ஆராய்ந்தான். 'எல்லாவற்றையும் நம்மிடம் கற்று அந்த ஒற்றன் இருள்நீக்கி சைவர் பக்கம் சாய்ந்ததால் வந்த பிசகு இதெல்லாம். அவனைக் கல்லிலே கட்டி கடலிலே போட்டான் பல்லவன். மிதந்து வந்தது நம் குருமார்கள் சொல்லித் தந்த மந்திரத்தால். கல்லில் எவனாவது கட்டிப் போடுவார்களா மந்திரத்தில் தேர்ந்தவரை? அவன் என்னிடம் சிக்கியிருந்தால் நானே கொன்றிருப்பேனே...' என்று நினைத்தவன் மனம் ஒரு நொடி அமைதியானது. மற்ற எல்லா யோசனைகளும் அகன்று நிற்க அந்த நிசப்தத்தில் அவனது வார்த்தைகளின் ஆழம் அவனுக்கு மெல்ல ஒரு புது யோசனையைக் கொடுத்தது.

'நாம் ஏன் சம்பந்தனை கொன்றுவிடக்கூடாது?' என்று சிந்திக்கத் தொடங்கினான். ஆனால் எப்படி? அவனை ஓர் ஈ காக்காய்கூட நெருங்க முடியாதே? அதற்கு நமக்குத் தேவை மதுரை பிரதமரின்

ஒற்றர்களுக்கு அடையாளம் தெரியாத மனிதனொருவன். அந்த நொடியில் ஆனந்தன் அவனுக்கு சமயசஞ்சீவி என்றால் தகும். சமண சமயத்துக்கும்தான்.

பின் ஆனந்தனை வீட்டுக்குள் அழைத்துச் சென்று வைத்தான். இப்போது நண்பர்களிடம் தன் திட்டத்தை விளக்கும் சமயம் வந்தது.

'ஆனந்தனை சாமானியமாய் எடை போடாதே. நமக்குப் பேருதவி செய்யக்கூடியவன் அவன். உன்னால் சம்பந்தனின் மடத்தை நெருங்க முடியுமா? உன்னை யார் என்றும் உன் ஜாதகம் என்னவென்றும் இந்த ஊர் சைவர்களுக்குத் தெரியும். இவனால் உள்ளேயே போக முடியும். நம்மையெல்லாம் நோட்டம்விடும் முக்கிய அமைச்சரின் கண்ணில் அவனால் மட்டுமே நன்றாக மண்ணைத் தூவ முடியும்.'

'சம்பந்தனின் மடத்துக்குள் நான் ஏன் செல்லவேண்டும்? இவன் செல்வதால் என்ன பயன்?' என்றனர் நண்பர்கள்.

'சமணரிடம் கொழுந்துவிட்டெரியும் கோபாவேச ஜ்வாலையை அணைக்க ஒரே வழிதான் இருக்கிறது. நம் பொறுமை பாழாகி விட்டது. இனி ஒரு வழிதான். சம்பந்தன் சாகவேண்டும்.' எதிரியின் பெயரைச் சொல்லும்போது ஜீனாதாசனின் விழிகள் கோவைக் கனிகளாய் பழுத்திருந்தன. 'சம்பந்தன் வரவை பாண்டிய நாட்டுக் குடிமக்கள் ஆட்சேபிக்கிறார்கள். அவர்களில் எவரோ இதைச் செய்தார்கள் என்று மன்னனை நம்ப வைத்துவிடலாம்.'

உடனே குழுவில் முணுமுணுத்தல் கேட்க முடிந்தது. ஆதிநாதன் சந்தேகங்களை எடுத்துக் கூறினான் 'சம்பந்தன் இறந்தொழிய வேண்டும் என்றால் முடியுமா? அந்தக் கள்ள முனியை ஓர் ஈ காக்காய்கூட நெருங்க முடியாது. அவன் பாதுகாப்புக்கு என பாண்டிய நாட்டிலிருந்தும் வெளிப் பிரதேசங்களிலிருந்தும் ஆயிரக்கணக்கான சைவர்களை திரட்டியிருக்கிறார் அமைச்சர். இதில் வாதாபியை அழித்த பரஞ்சோதியும் உண்டு. நம்மையெல்லாம் பட்டியலிட்டு தீவிரமாக கண்காணிக்க ஆரம்பித்தாயிற்று.'

ஜீனாதாசன் சிறிது நேரம் ஆழ்ந்து யோசனை செய்வதுபோல் பாசாங்கு செய்தான். பிறகு, 'எளிதாகவே நமக்கு வெற்றி கிடைத்தாலும் கிடைக்கலாம்.'

திகைத்து பார்த்த சகாக்களிடம் 'அதற்கு யார் கண்ணிலும் இதுவரை படாத அன்னியன் ஒருவன் நமக்குவேண்டும்.'

உடனே சுற்றியிருந்த அனைவருக்கும் அவன் திட்டம் புரிந்தது. சற்று நேரத்துக்கு முன் எழுப்பிய கேள்விக்கு பதிலளிக்காமல் இப்போது

தன் திட்டத்தை வெளியிட்ட ஜீனாதாசனைப் பார்த்து பிரமித்தனர். அவன் மதிநுட்பத்தைக் கண்டு வியந்தனர்.

'ஆனந்தனை வேற்று மனிதர் என்றீரே, அவன் சம்பந்தனை பலிகொடுத்த பிறகு நம்மவன் ஆகிவிடுவான்' என்றான். எல்லோரும் குஷிப்பட்டனர். ஜீனாதாசன் சொன்ன வழி சர்வ ரோஹ நிவாரணி என்று புரிந்தது.

ஜீனாதாசன் எச்சரித்தான். 'அவசரம்வேண்டாம். இன்னமும் ஒரு வேலையிருக்கிறது. இதற்கு ஆனந்தனின் ஒப்புதலை பெற வேண்டும்' என்றவுடன் பலரின் முகம் தொங்கிப் போனது.

'கவலைப்படவேண்டாம். அதை என்னிடம் விட்டுவிடுங்கள். தனியிடத்துக்கு அழைத்துச் சென்று மெல்ல பேச்சுக் கொடுப்பேன். உதவச்சொல்லிக் கேட்பேன். அவனுக்கு அப்படியொன்றும் பக்தியெல்லாம் இல்லை. அருவருப்பு வரலாம். கலைஞன் அல்லவா? பேரதிர்ச்சியைக்கூட கண்களில் காணலாம். கண்டால் பேச்சை மாற்றுவேன்.'

நடக்குமா என்ற கேள்வி எல்லோர் முகத்திலும் தெளிவாய் பிரதிபலித்தது. சாந்தப்படுத்தினான் ஜீனாதாசன்.

'கவலைப்படாதீர்கள். கொலை செய்யவேண்டும் என்று போய் கேட்கமாட்டேன். சம்பந்தனை பயமுறுத்தும் செயல் ஒன்றைச் செய்யவேண்டும் என்று கேட்பேன். பின் காரியங்கள் நடப்பதுபோல நடக்கட்டும்.'

•••

அத்தியாயம் - 29

# எனக்கு ஓர் உதவி...

படியின் கீழே பதற்றத்துடன் நின்றிருந்த சாம்பவிக்கோ மனம் மான்போல துள்ளிக்கொண்டிருந்தது. மேன்மாடத்தில் ஏற்கெனவே அமர்ந்திருந்தான் ஆனந்தன். கட்டாயமாக சாம்பவியை மேலே செல்லக் கூடாது என்று தடை விதித்துவிட்டு ஏன் என்று வினவியவளிடம்தான் அங்கு ஆனந்தனுடன் அந்தரங்கமாய் பேசவேண்டும் என்று சொல்லியிருந்தான் ஜீனாதாசன். அண்ணன் ஆனந்தனுடன் தனிமையாய் பேசவேண்டும் என்றால் அது ஒரு விஷயமாய்த்தானிருக்க முடியும் என்று நினைத்தவளுக்கு ஆகாசத்தில் மிதப்பது போலொரு எண்ணம்.

ஜீனாதாசன் வந்தவுடன் ஆனந்தனை மார்போடு கட்டி அணைத்தான். ஆனால் உடனே ஜீனாதாசன் பேச்சை ஆரம்பிக்கவில்லை. யோசனைகள் படுவேகமாக மனதுக்குள் இங்கும் அங்குமாய் ஓடிக்கொண்டிருந்தன.

‘இனிமேல் சமண குருமார்களின் மந்திரத்தைக்கண்டு ஈ காக்கைகூட சமண மதத்துக்கு வராது. சமணம் மதுரையில் தழைக்க வழியில்லை. நான் ஏதாவது செய்யாவிட்டால்...’ என்று எண்ணலானான். சமணம் தழைக்க சம்பந்தனைக் கொல்லவேண்டும் என்று தீர்மானித்து விட்டான். ‘மடத்துக்குள் தீவிர சமணப் பற்று கொண்டவர்கள் யாரும் பிரவேசிப்பதே கஷ்டமான காரியமாயிற்றே? பின் திட்டமிட்ட காரியங்களை எல்லாம் எப்படி நிறைவேற்றுவது?’ என்ற பயம் ஜீனாதாசன் மனதில் இருந்தது. ஆனந்தனை உற்றுப் பார்த்தான். ‘பிரம்மப்பிரயத்தனமான வேலையை இவன்தான் செய்ய நேருமோ?’

தன் தேவையைப்பற்றிய மனோரதத்தை வெளியிட விரும்பியவன், ‘ஆனந்தா, எனக்கு ஓர் உதவி செய்யவேண்டும்.’

அவன் தடுமாற்றத்தைக் கண்டு ஒரு நொடி ஆனந்தன் அஞ்சினான். அவனுக்கும் முகத்தில் வியர்வை துளிர்த்தது. ‘ஆகா! தங்கையைத் திருமணம் செய்துகொண்டு இங்கேயே இருக்க சொல்லப் போகிறான்’ என்று பயந்தான் ஆனந்தன்.

‘உனக்கு இஷ்டமில்லாவிட்டால் வெளியில் ஒன்றும் சொல்ல வேண்டாம். இந்த மேன்மாடத்தில் நாம் தனித்திருந்தபோது சொல்வது நமக்குள்ளாகவே இருக்கட்டும்…’ மென்று விழுங்கிக் கொண்டே ஆரம்பித்தான். ‘ஆனந்தா, உனக்குத் தெரியாதது அல்ல. நான் எவ்வளவு தீவிரமாய் சமண மதத்தில் ஈடுபட்டிருக்கிறேன் என்று. அதை விஸ்தரிக்க நான் எண்ணுவது உலகின் நன்மைக்கே. பல நூறாண்டு காலமாக சமண மதம் மதுரையில் என்னவெல்லாம் செய்திருக்கிறது என்று உனக்குத் தெரியாமல் இல்லை. இலக்கியங்கள் இயற்றி, பள்ளிகள் ஸ்தாபித்து, நல்லொழுக்கத்தை கற்பித்து, மனிதன் இப்படித்தான் வாழவேண்டும் என்று வாழ்ந்து காட்டி இந்தப் பூமியை ஒரு சுவர்க்கலோகமாக மாற்றினோம். இந்த அவனியே அனுபவிக்கும் இன்னல்களுக்கெல்லாம் தீர்வு சமண மதமே என்று நான் பூரணமாய் நம்புகிறேன்.’

சுத்தமாய் ஒன்றும் புரியவில்லை. எனினும் தலையசைத்தான் ஆனந்தன்.

‘பல்லவன் கட்சி மாறியபோதும்கூட நெடுமாறன் மலைபோல் நிற்பான் என்ற நம்பிக்கை இருந்தது. இந்த உலகையே சமணம் கைப்பற்ற வேண்டிய வேளையில் எதிர்பாரா சோதனை ஒன்றை எதிர்கொள்கிறோம்.’

சமண சைவ சண்டையில் தனக்கு என்ன சம்பந்தம் என்று குழம்பினான் ஆனந்தன். எனினும் ஆனந்தனுக்கு புரிந்தது. சம்பந்தன் முதல் போட்டிகளில் சுலபமாக வெற்றி பெற்றது என்பது இவனையும் சைவ சமண சண்டைகள் கலங்கடித்துவிட்டன என்று யூகித்த ஆனந்தன், ஆறுதல் சொல்லும்வகையில் குறுக்கிட்டு ‘ஒவ்வொரு வேளையிலும் ஏதாவது இரு மதங்கள் மோதிக்கொண்டுதானிருக்கும். போகப் போக சரியாய் போய்விடும்.’

‘இல்லை ஆனந்தா. நம்முடைய தடைகளைத் தெரிந்து கொண்டால் தான் அவற்றை விலக்கிக்கொண்டு நம் கடமைகளை நிறைவேற்ற முடியும். சம்பந்தன்தான் எங்களுக்கு இப்போது தடை. இவ்வளவுநாள் எங்களைக் கண்டு பயந்தொளிந்த சைவர்கள்

சம்பந்தனை சூழ்ந்துகொண்டு கும்மாளம் அடிக்கிறார்கள். சைவர்களின் நோக்கம் பாண்டிய மக்கள் அல்ல. எங்கள் அரசன் நெடுமாறன். போட்டியில் ஜெயித்து மன்னன் மனதுக்குள்ளே சம்பந்தன் பிரவேசித்தால் சமண மதத்தை தழுவிய ஜனங்கள் சைவர்களிடம் எவ்விதக் கருணையையும் எதிர்பார்க்க முடியாது. வேட்டைக்கு அஞ்சிய விலங்குகளாவோம்.'

'சரி, ஜீனாதாசா. கஷ்டங்களை ஆராய்ந்தாயிற்று. அவை கற்பனை பயங்கள் அல்ல. நிஜமானவை என்று ஒப்புக்கொள்கிறேன். இதில் நான் என்ன செய்ய?'

'சமணம் தமிழகத்துக்கு செய்தது எவ்வளவு என்று உனக்கு தெரியாதா? சிற்பம், கவிதை, ஓவியம், காவியம் தமிழகத்தை அழகுபடுத்தியதே சமணம்தான். மதத்தைக் காப்பாற்றினால் நீ நம் ஆன்மீகத்தை மட்டுமல்ல கலை கலாச்சாரத்தையும் காப்பாற்றுவாய்...'

'கோபாவேச புயல் வீசும் கடலில் கப்பல் விடுபவனாயிற்றே நீ. திட்டம் இல்லாமல் செயல்படுவாயா? இதற்கு ஏதாவது தீர்வு வைத்திருப்பாயே...'

'சரியாய் சொன்னாய். சம்பந்தன் பயப்படும் அளவுக்கு ஏதாவது ஒரு விஷயம் நடக்கவேண்டும். எல்லோரும் அவனை ஏத்தி வைக்கும் ஸ்தானத்துக்கு உரியவன் அவனல்ல என்று எனக்குத் தோன்றுகிறது. அவனுக்குள் ஒரு சிறுவன் ஒளிந்துகொண்டிருக்கிறான். அவனை பயமுறுத்திவிட்டால் அவன் பாண்டிய நாட்டைவிட்டு பயந்தோடி விடுவான். அதனால் சிறிது காலம் சைவர்கள் பின்வாங்கிச் சென்று போனால் எங்களுக்கு பெரும் நிம்மதி.'

ஆனந்தன் ஜீனாதாசனை உற்றுப் பார்த்தான். அவன் பார்வையின் உள்ளர்த்தம் புரிந்துகொண்டு, 'இதை நான் ஏன் செய்ய முடியவில்லை என்று நீ கேட்கலாம். என்னை பிரதமரின் ஒற்றர்கள் சதா கண்காணிக்கிறார்கள். என்னால் அவன் தங்கியிருக்கும் மடத்துக்கு ஒரு காத தூரம் கிட்டேகூட செல்ல முடியாது. காவலுக்கு வேறு சிறுத்தொண்டன் நிற்கிறானாம். எல்லாம் அவன் ஏற்பாடாம்.'

எதிரியின் பெயரை தற்செயலாகத்தான் ஜீனாதாசன் சொன்னான். ஆனால் சொன்னவுடன் ஆனந்தனுக்குள் ஒரு மாற்றம். இதைக் கேட்டதும்அவன் கண்களில் ஓர் ஒளி. ஜீனாதாசனுக்கு ஏன் என்று தெரியவில்லை.

'என்னால் செய்ய முடியாமற்போன காரியத்தை நீ நிறைவேற்றி வைக்கவேண்டும். நீ எங்களுக்கு சம்பந்தனை இந்நாட்டை விட்டு

விரட்ட உதவவேண்டும். உன்னை ஏன் தேர்ந்தெடுத்தேன் என்று நீ நினைக்கலாம். உன்னை அடையாளம் காணுவோர் மதுரையில் இல்லை.'

இப்போது புரிந்தது அவன் சூட்சமம். தாராளசிந்தை என்று நினைத்தது தவறு. ஜீனாதாசன் கேட்ட உதவியில் ஆனந்தன் மனதில் மிகுந்திருந்தது, பெரிய முயற்சியில்லாமல் எதிரியை நெருங்க முடியும் போலிருந்தது. ஜீனாதாசன் உயிரைக்கொடுத்து உதவுவான்.

'என் கடமையிலிருந்து நழுவச் செய்துவிடுவான் என்று நினைத்தவனே அதை நினைவூட்டி அதற்கு தக்க வழியையும் காட்டுகிறானே? மிக விந்தையான விதி செய்யும் காரியங்களில் இதுவும் ஒன்று' என்று ஆச்சரியப்பட்டான். தன் நோக்கமே நிறைவேறும்படி இவர்கள் திட்டமும் இருக்கின்றது.

இத்தகைய மனோபாவத்துடனேயே ஜீனாதாசன் இருப்பதும் தனக்கு சாதகம்தான். சம்பந்தன் செல்லுமிடமெல்லாம் சிறுத்தொண்டரும் செல்கிறானாம். இருவேறு நோக்கங்களுக்கு ஒரு திட்டம் போதுமே. தனக்கு உதவி செய்ய தன் நோக்கம் தெரியாத கூட்டமே இருந்தது. அதில் சிரிப்பு என்னவென்றால், தான் அவர்களுக்கு உதவி செய்கிறேன் என்று நினைத்திருந்து நன்றி பாராட்டினார்கள்.

ஆனந்தனை பார்த்த ஜீனாதாசனின் புருவங்கள் நெரிந்தன. அளவிலாத பீதியுடன் ஆட்சேபிப்பான் ஆனந்தன் என்று நினைத்தான் ஜீனாதாசன். ஆனால் அவன் ஆவேசப்படவில்லை. 'இன்னும் நீ முடிவுக்கு வரவில்லை என்றால் நான் காத்திருக்கத் தயார் நண்பா!' என்றான்.

'பெரிய வார்த்தையெல்லாம் ஏன் சொல்லுகிறாய் ஜீனாதாசா. உனக்காக இதைக்கூட செய்யமாட்டேனா?' ஜீனாதாசன் முகம் சிரிப்பில் வெளுத்தது. ஆனந்தனைக் கட்டி அணைத்தான். அவன் முகத்தில் ஓடிய கண்ணீர் ஆனந்தனின் தோளையும் நனைத்தது.

இரு நண்பர்களும் ஆனந்த வெள்ளத்தில் மிதந்தனர். ஆனால் மேன்மாடவாசலருகே ஒட்டு கேட்ட சாம்பவியின் மென்னுடல் வெடவெடவென்று நடங்கியது. தன் கல்யாணத்தைப்பற்றி பேசவே அண்ணன் ஆனந்தனை தனியாக அழைத்துப் பேசுகிறான் என்று எண்ணியவளுக்கு மயக்கமே வந்துவிடும் போலிருந்தது. 'இவ்வளவு பயங்கர சதியா? அதில் தன் வாழ்வில் மிக முக்கியமானவர்கள் இருவரும் கலந்துகொள்ளப்போகிறார்களா?'

அடுத்த நாள்தான் செயலில் இறங்குவான் ஜீனாதாசன் என்று எண்ணினான் ஆனந்தன். ஆனால் தன் நண்பர்களிடம் கையோடு

ஆனந்தனை அழைத்துச் சென்றான். 'நமக்காக மனம் இறங்கி இந்தச் செயலில் ஈடுபடுகிறான் இவன்' என்று அறிமுகப்படுத்த எண்ணினான்.

இரவில் மதுரை சாலைகளில் ஆளில்லை. அதன் வழியாக இருவரும் நடந்தனர். ஒரு பெரிய ஓட்டு கட்டடத்துக்குள் அழைத்துச் சென்றான் ஜீனாதாசன். பெரிய அறையில் மூட்டை மூட்டையாய் பொருள்கள் அடுக்கி வைக்கப்பட்டிருந்தன. அதன் நடுவே நான்கைந்து பேர் காத்திருந்தார்கள். தாங்கள் பல காலமாக ரகசியமாய் சந்தித்திருக்கும் இடத்துக்கு முதல் முறையாக ஓர் அந்நியன் அனுமதிக்கப் பட்டிருந்தான். அவர்கள் அவனை முற்றிலுமாக ஏற்றுக்கொள்ள நாளாகும் என்று ஆனந்தனுக்குத் தெரியும். ஆனால் அதுவெல்லாம் அவன் உத்தேசம் இல்லை. சீக்கிரம் வந்த வேலையை முடித்துவிட்டு மல்லைக்கு கிளம்பும் ஆசையில் இருந்தான்.

செங்காட்டங்குடியில் சிறுத்தொண்டன் இல்லையென்றவுடன் அவனுடைய நம்பிக்கை வரவரக் குறைந்து கொண்டு வந்தது. 'பத்தாண்டுகளுக்குப் பின் பழி வாங்கும் அளவுக்கெல்லாம் வீரம் கொண்டவனை நாம் வாதாபியில் விட்டுவைக்கவில்லையே?' என்று மமதையில் குக்கிராமத்தில் தனித்து இருந்த சிறுத்தொண்டனை கைநழுவவிட்டோமே' என்று வருத்தம் கொண்டான். செங்காட்டங் குடியில் தன்னை சோதித்த விதி இங்கு அனுகூலமாய் ஆனது என்று உணர்ந்தான். சிறுத்தொண்டன் தனித்திருந்தபோது தானும் தனி மரம். இன்று அவனைச் சுற்றியொரு கூட்டமென்றால் தன் வேலையைச் சாதிக்க பக்க பலமாய் ஒரு சதிகார கும்பலே இருந்தது ஆலவாயில்.

விவாதம் தொடங்கியது. ஜீனாதாசனே ஆரம்பித்தான். 'சைவர்கள் சாதுர்யத்தில் சளைத்தவர்கள் அல்லர் என்றும் தெரியும். நம் குருமார்களுக்குப் போட்டியாக பச்சிளம் பாலகனை இறக்கிவிட்டு ஏளனம் செய்கிறார்கள்.'

ஜீனாதாசனின் புலம்பலுக்கு என்ன பதில் சொல்வதென்று அறியாமல் மற்றவர்கள் மௌனம் காத்தனர். ஜீனாதாசனே தன் விருப்பத்தையும் தெரிவித்தான். 'சமணரின் அகமும் முகமும் மலர ஒரு வழிதான் இருக்கிறது. சம்பந்தனை இப்பிரதேசத்தைவிட்டு விரட்டவேண்டும்.'

ஒரு நொடிக்கு ஆனந்தனை உள்நோக்கத்துடன் பார்த்துவிட்டு, 'அவனை விரட்டியடிப்பவனை தெய்வமாக சமணர் காலமுள்ளவரை எண்ணுவார்கள்' என்றும் தெரிவித்தான்.

தம் மதத்தின் வாழ்நாளில் இதைப்போல எத்தனையோ அபாயங் களுக்கு ஆளாகியிருக்கிறது. அப்போதெல்லாம் அவதார புருஷர்கள்

தோன்றி அதை காத்து ரட்சித்திருக்கிறார்கள். ஜீனாதாசனின் மனக்கண்களில் அந்த வரிசையில் ஆனந்தனே அடுத்த அவதார புருஷன் என்று தோன்றியது. அந்த துவந்த யுத்தத்தில் தன்னுடன் தோளுக்கு தோள் நிற்கப்போவது ஆனந்தன் என்று எண்ணினான்.

அந்த அறையில் ஆழ்ந்த நிசப்தம் நிலவியது.

ஆனந்தன் அந்த மௌனத்தைக் கலைத்துவிடவேண்டும் என்று முடிவெடுத்தான். ஆனால், தான் இந்தக் கூட்டத்தில் முதலில் பேசும் வார்த்தை வெகு முக்கியம் என்று அறிந்தான். 'முதலில் எதிரியைச் சென்று பார்ப்போம். பின் சரியான வழியை முடிவு செய்வோம்' என்றான். சரியென்று எல்லோருக்கும் பட்டது.

'ஆதினாதா, அந்தக் கள்ள சாமியாரின் இன்றைய நிகழ்ச்சிதான் என்ன?' என்று வினவினான் ஜீனாதாசன்.

'இன்று தெற்கு மாட வீதியில் தேவாரம் பாடியபடி ஊர்வலமாம்.' பின் மெல்லிய குரலில், 'நாம் போவது உசிதமா? எல்லோருக்கும் நம்மைத் தெரியுமே?'

தெரிந்தால் என்ன? அதைப்பற்றி இப்போது யோசிக்க அவகாசம் இல்லை. அதிர்ஷ்ட தேவதை ஆனந்தனை அனுப்பியிருந்தது. இன்றே வேலையைத் தொடங்கிவிடவேண்டும் என்று உறுதியாயிருந்தான் ஜீனாதாசன்.

சம்பந்தனைப் பார்க்க நான்கு சமணருடன் சேர்ந்து ஆனந்தனும் சொக்கேசன் கோயிலுக்குத் தெற்கேயிருந்த மாடவீதிக்குச் சென்றான்.

மதுரை முழுவதும் கண்கொள்ளாக் காட்சியாயிருந்தது. போகும் வழியெல்லாம் வீடுகளில் தோரணங்களும் கோலங்களும் காணப் பட்டன. மாடவீதியில் எள்ளைப்போட்டால் எள்ளை எடுக்க முடியாது. அவ்வளவு கூட்டம். சைவர்கள் பெருமளவில் வீதியில் கூடியது சமணர் வயிற்றில் புளியைக் கரைத்தது.

அரசனுக்கோ இது ஒரு செய்தி தெரிவித்தது.

போரில் வெற்றியும், பாரில் புகழும் தன் வசம் வைத்திருந்தாலும் தான் அரசாண்ட திரளான மதுரை மக்களின் போற்றுதலை முழுமையாக பாண்டிய மன்னன் நெடுமாறனால் பெறமுடியவில்லை என்று அப்பட்டமாக விளக்கியது.

•••

அத்தியாயம் - 30

# சம்பந்தன்

**ச**ம்பந்தனைக் காண காத்திருக்கும் கூட்டத்தைக் கண்டு அசூசை கொண்டான் ஜீனாதாசன். இவ்வளவு பெரிய கூட்டத்தில் சமண சதிகாரர்கள் தனித்துத் தெரியமாட்டார்கள் என்று மெத்தனம்கொள்ள வில்லை. ஆனந்தனைப் பார்த்து 'எங்களுடன் நிற்காதே' என்றான்.

சாலையைக் கடந்து சென்று வேறொரு இடத்தை தனக்கெனப் பிடித்தான் ஆனந்தன். அதுபோல மற்றவருக்கும் கட்டளைகளை இட்டுவிட்டு ஜீனாதாசன் கூட்டத்தில் கலந்தான்.

மெல்ல மெல்லக் கூட்டம் கலகலத்தது. ஊர்வலம் தொடங்கிவிட்டது. மேள தாளங்கள் பேரிகை முழக்கங்களுடன் மனிதர்களின் வாழ்த்தொலிகளும் வானை எட்டின.

ஊர்வலம் வந்தவுடன் சிறுத்தொண்டரை அடையாளம் கண்டு கொள்ளவேண்டும் என்று முடிவு செய்தான் ஆனந்தன். எதிரியைக் காணாமல் இதுவரை காலத்தை ஓட்டியாயிற்று. இனி நேருக்கு நேர் சந்திக்கும் நிகழ்வு நெருங்கி வந்தது.

மங்கள வாத்தியங்களின் ஒலியும் தேவாரமும் வெகு நாட்கள் கழித்து மதுரையில் ஒலித்தன. அவ்வப்போது 'சம்பந்தன் புகழ் ஓங்குக... சைவம் வாழ்க!' என்ற வாழ்த்தொலி வானுயர எழுந்தது.

உயர் விலை ஆடை ஆபரணங்கள் ஒன்றுமில்லாமல் வெண் பட்டாடை உடுத்தி விபூதியும் ருத்ராட்ச மாலையும் தரித்து பால் வடியும் தோற்றமும் சுயம்பிரகாசமான முகமுமாய் காழியூர் சம்பந்தன் நடந்து வந்தான். நாவில் நமச்சிவாய மந்திரத்தை ஜபித்துக்கொண்டு அவனைச் சுற்றி அடியார்கள் சூழ்ந்து வந்தனர்.

சம்பந்தன் தங்களைத் தாண்டும் போது சாலையோரம் மக்களெல்லாம் பக்தியுடன் கைகூப்பி நின்றனர். பலர் கன்னத்தில் அடித்துக் கொண்டனர்.

ஆனால் அப்போது அந்தக் கூட்டத்தில் சம்பந்தனை நோக்காமல் வேறொருவனைத் தேடிய ஒரே ஒரு நபர் ஆனந்தனாய் இருக்க வேண்டும். திரளான ஊர்வலக் கூட்டத்தில் எதிரியைத் தேடினான். சீறிக்கொண்டு பாயும் எதிரிகளின் அம்புகளைப் பொருட்படுத்தாமல் வாதாபிச் சுவர்களை தாக்கிய தளபதியைத் தேடினான்.

ஒவ்வொரு முகமாய் தேடியும் அவன் கற்பனை செய்துவைத்திருந்த ஒரு தளபதியின் உடல் அமைப்பில் யாரும் இல்லை.

கூட்டத்தின் நடுவே கண்கள் தற்செயலாக திரும்பின. அப்போது கதிரொளியைக் கண்ட மயக்கத்தில் கண் கூசுமே, அப்படியொரு தேஜஸ் தென்பட்டது. சம்பந்தனைப் பார்த்தவுடன் ஆனந்தன் ஸ்தம்பித்து நின்றான்.

காந்தம்போல ஆனந்தனைக் கவர்ந்திழுத்தது அந்தக் குழந்தையின் தோற்றம். எதிரியைத் தேடவேண்டும் என்ற நினைவே போனது.

விபூதி ருத்திராட்சதாரியுமான பெரியவர் ஒருவர் குழந்தை அருகில் நடக்கத்தான் செய்தார். ஆனால் மற்றவருக்கும் அவருக்கும் ஒரு வித்தியாசம். மற்றவர்போல தேவாரமும் பாடவில்லை. சம்பந்தனையே உற்றுப் பார்த்து கும்பிடவும் இல்லை. சம்பந்தனுக்கு சமணர் ஆண்ட மதுரையில் எச்சமயத்திலும் ஆபத்து நேரிடலாம் என்று ஆயத்தமாய் இருந்தார். அவர் கண்கள் சுற்றியிருந்த கூட்டத்தையே உற்றுப் பார்த்தது. எல்லாத் திசைகளிலும் கவனம் செலுத்தினார்.

எதிரியை முதன்முறையாக அவன் நேரில் காண ஆனந்தனுக்கு வாய்ப்பிருந்தது. ஆனால் சற்று முன் ஓர் அதிசயம் நடந்தது. லட்சோப லட்சம் பேர் அவர் தங்களைப் பார்க்கமாட்டாரா என்று ஏங்குகையில் ஆனந்தனை நேரே சம்பந்தர் நோக்கினார். பளிங்கு போன்ற முகம்தனில் பதித்த கருணையும் அன்பும் ததும்பிய கண்களில் போட்டி தெரியவில்லை. பொறாமை தெரியவில்லை. இந்தக் குழந்தை பருவத்தில் எப்படி அந்தக் கொடூர குணாதிசயங்களைக் கண்டறிந்திருக்க முடியும்?

அவன் பக்கம் அந்தக் குழந்தை திரும்பிச் சிரித்தது. கண் முன்னால் ஒரு மின்னல் மின்னியது! நடுக்கம் ஏற்பட்டது. இதழ்களைப் பார்க்காமல் கண்களை உற்றுக் கவனித்தான். ஒரு ஜீவசக்தி பிரகாசித்தது.

இருவரும் ஒருவரையொருவர் பார்த்துக்கொண்டனர். களங்கமற்ற முகத்தைக் கண்டவுடன் ஆனந்தனுக்கு பயம். எக்காரணத்தினாலே அவரை தொடர்ந்து ஏறிட்டுப் பார்க்கவே ஆனந்தனுக்கு சங்கோஜமாயிருந்தது. மேலும் ஒன்று தெளிவாய் தெரிந்தது. ஆம், ‘உன் நோக்கம் எனக்குத் தெரியும்’ என்று சொல்லாமல் சொன்னார் சம்பந்தர்.

ஆனால் ஆனந்தனுக்குப் புரியவில்லை. அவனை மட்டும் ஏன் சம்பந்தன் பார்க்கவேண்டும்? விழிகளாலேயே சம்பந்தனை சுட்டுப் பொசுக்கிவிடுவதுபோல் கூட்டத்தில் வேறு நாலு இளைஞர்கள் நின்றதை அவன் கவனிக்கவில்லையா? தன்னை மட்டும் பார்த்தானே? தன் மனதில் ஓடுவதைக் கண்டறிந்து அலட்சியப் புன்னகை உதிர்த்தானா? ஆனால் அது அப்படியில்லையே? அன்பால் பார்த்தது போலல்லவா இருந்தது. உள்மனது அதன் அர்த்தத்தைப் புரிந்து கொண்டதே.

ஏதோ ஓர் ஈர்ப்பால் அந்தப் பாலகனை மீண்டும் மீண்டும் பார்த்தான். தன்னையறியாமல் கண்ணீர் ததும்பிய கண்களால் காட்சிகள் மங்கலாயின. அதற்குள் சம்பந்தன் சற்று தூரம் நடந்துவிட்டான்.

முகத்தோற்றம் தெய்வீகமாயிருந்த சம்பந்தன் சாமானியனல்ல என்று அனைவருமே எளிதில் உணர்ந்தார்கள். ஏச வந்தவர்கள் தலைக்குத் தலை நேசம் கொண்டார்கள். அவனை தூற்றுவதற்கே சமண கூட்டம் ஏற்பாடாயிருந்தது. ஆனால் அவர்களும் வாய் திறவாமல் நின்றனர்.

சம்பந்தன் பாடத்தொடங்கினான். ஜனத்திரளின் உற்சாகம் பொங்கியது. அவன் குரலைக் கேட்டால் தேன் இசையாய் பொழிவது போல் ஓர் இன்பம். தாளம் போட்டு பிஞ்சுக் கைகள் சிவந்தன என்று பொற்தாளமொன்றை சிவபெருமான் திருகோலக்காவில் கொடுத்தார் என்று பேசிக்கொண்டனர். என்ன அதிசயம்? அந்த தங்கத் தாளத்தில் கணீர் என்று வெங்கலம்போல் ஒலி கேட்டது.

பாடியபடி நடந்தான் சம்பந்தன். அடிமேல் அடி வைத்துத்தான் சம்பந்தனால் நடக்க முடிந்தது. அதனால் ஊர்வலத்தின் வேகம் குறைவுதான். ஆயிரக்கணக்கான மக்கள் அடங்கிய ஒரு மாபெரும் ஊர்வலம் லட்சோப லட்சோபமாக மாறிவிடும் என்று தோன்றியது.

ஊர்வலம் கடந்தது. திரும்பச் செல்லும் கடல் அலை கரையில் ஒரு சொட்டைகூட விட்டுச் செல்லாததுபோல் மாந்தரையெல்லாம் கவர்ந்து தன்பின்னே இழுத்துச் சென்றுவிட்டான் சம்பந்தன். கூடிய வரையில் எவருடைய கவனத்தையும் கவராமலிருக்க வேண்டும் என்று வெவ்வேறு இடத்தில் கூட்டத்தினுள் கலந்திருந்த சதிகாரர்கள்

இப்போது தனித்தனியாய் நின்றிருந்தார்கள். சாலையின் இருபுறமும் இருந்தவர்கள் சாலையின் நடுவே சந்தித்தார்கள். ஆத்திரத்துடன் சற்று தூரம் சென்றிருந்த ஊர்வலத்தைப் பார்த்தனர்.

சம்பந்தன் கால் நோகக் கூடாது என்று சைவர்கள் தூவிய மலர்களின் மேல் தனிமையில் நின்று ஊர்வலத்தைப் பார்த்தனர் சமணர்கள். ஆனால் அதை மிதிக்கும்போது கால்களை முற்களெனக் குத்தியது.

சமண சதிகாரர்களுக்கு வெறுப்பு அதிகரித்தது. ஆனால் சம்பந்தன் அவர்களை தாண்டியவுடன்தான் ஆனந்தனின் மயக்கம் கலைந்தது. சற்று முன் அவர் விரித்த மாயவலை காற்றில் சிக்கிய சிலந்தி வலைபோல கலைந்தது. உடனே அடங்கா சினம் கொப்பளிக்கத் தொடங்கியது. சம்பந்தனுடன் சென்ற அவன் எதிரியாம் தங்கள் நாட்டை தீக்கு இரையாக்கியவன் சிறுத்தொண்டனின் முகத்தை பார்க்கக்கூட முடியவில்லையே? கூட்டத்தை விலக்கிச் சென்ற சிறுத்தொண்டனின் பின்புறம் மட்டும் தெரிந்தது. முதுகை மட்டும் பார்க்கவா இவ்வளவு தூரம் வந்தோம்?

நாற்சந்தி மூலையில் புயல் அடித்து ஓய்ந்தது போலிருந்தது. அந்த தனிமை… அந்த நிசப்தம்… முக்கியமாக எதிரியை க்ஷேமமாய் பார்த்த விரக்தி, சதிகாரர்களுக்கு நாதியற்றுக் கிடப்பது போலொரு உணர்வை ஏற்படுத்தியிருந்தது. சம்பந்தனின் ஊர்வலத்தில் கலந்துகொண்டவர் கூட அவ்வளவு களைப்பாகி இருக்க முடியாது. ஆனால் சமண சதிகாரர்களும் ஆனந்தனும் உடலில் சக்தியின்றி உள்ளத்தில் நிம்மதி இன்றித் திரும்பினர்.

சற்று நேரம் தலைகுனிந்தபடி சிந்தனையில் ஆழ்ந்திருந்தனர். சம்பந்தன் அவர்களிடமிருந்து தள்ளித் தள்ளி போய்க் கொண்டிருந்தான். கையில் எட்டாத தூரம் சென்றுவிடுவான் என்று தோன்றியது. அதுவரை ஊமைகள்போல நடந்தவர்களுக்கு திடீரென நடுங்கிய குரலில் ஆதினாதன் பேசியது ஆச்சரியத்தைத் தந்தது. ‘விதி நம் வசம் இல்லை ஜீனாதாசா’ என்றான்.

ஜீனாதாசனின் கண்கள் எரி நெருப்பாக தோன்றின ‘விதி…விதி…விதி! இன்னும் எவ்வளவு நாள்தான் அதையே குற்றம் சொல்லிக் கொண்டிருக்கமுடியும்? நம் விதியை எழுதும் எழுத்தாணி நம் கையில்தானிருக்கிறது.’

திடீரென ஆனந்தன் பேசினான். ‘மதுரையைவிட்டு சம்பந்தன் பிரயாணப்பட்டான் என்ற செய்தியைக் கேட்டால் உன் செவி குளிரும் அல்லவா? சுத்தியிருக்கும் அரணில் அவனை கொல்லவெல்லாம் முடியாது. அவனை பயமுறுத்தினால் போதாதா?’

எல்லோரும் சிரிக்காத குறை. நம்மை கதிகலங்கவைக்கும் ஒருவனை எப்படி பயம்கொள்ள செய்வது? அவர்கள் ஏசுவது அவனுக்கு புரிந்தது.

'சம்பந்தனை பயம்கொள்ளவைக்க, ஏன் பயந்தடித்து ஆலவாய் நகரைவிட்டு விரட்ட ஒரு வழி என்னிடம் இருக்கிறது.'

ஜீனாதாசன் புருவங்கள் வினவும் தோரணையில் வளைந்தன.

ஆனந்தனுக்கோ இரு சமயங்களுக்கான போர் வெகு சீக்கிரம் தொடங்கும் என்ற எண்ணம் தோன்றிக்கொண்டிருந்தது. அதில் அவனும் சேர்ந்துவிட்டால் பழி தீர்த்துவிட்டு அவன் வேலையைப் பார்க்க சென்றுவிடலாம்.

ஜீனாதாசன் மட்டும் அவன் யோசனைக்கு முக்கியத்துவம் கொடுத்தான். ஆனால் அவனிடமும் கேள்விகள் இருந்தன. 'அவனை எப்படி விரட்டுவாய்? தங்களுக்காக வந்த சம்பந்தனை எப்படியாவது காப்பாற்றவேண்டும் என்று உறுதி கொண்டுள்ளது ஆலவாயின் சைவ சமுதாயம். இந்தக் கூட்டம் இருக்கும்வரை அவனை ஒன்றும் செய்ய முடியாது.'

'தவறு ஜீனாதாசா' என்றான் ஆனந்தன். 'அவனை சதா பின் தொடரும் சிறுத்தொண்டன் இருக்கும்வரை உன்னால் சம்பந்தனை ஒன்றும் செய்துவிடமுடியாது.'

திடீரென எல்லோரையும் மாற்று பாதையில் பிரயாணிக்க வைத்து விட்டான் ஆனந்தன். 'சம்பந்தனை விரட்டுவது அசாத்திய காரியம்தான் ஜீனாதாசா. நீ சந்தேகித்தது நியாயமே; ஆனால் சாத்தியமில்லாமல் இல்லை. சம்பந்தனை பாண்டிய நாட்டைவிட்டு நேரடியாக விரட்ட முடியாது. ஆனால் வேறொரு வழியில் விரட்ட முடியும்.'

'என்ன சொல்கிறாய்!' என்று ஆச்சரியத்தை கஷ்டப்பட்டு அடக்கி, ஆனந்தத்தை பெரும்பாடுபட்டு மறைத்து ஜீனாதாசன் வினவினான்.

'ஆம் ஜீனாதாசா. அந்தக் கூட்டத்தையோ அவனை தடுத்தாட் கொண்ட பெருமானையோ மட்டும் காவல் என்று எண்ணி வரவில்லை சம்பந்தன். பெரும் போரை சந்தித்து வெற்றி பெற்ற சிறுத்தொண்டனையும் அழைத்து வந்திருக்கிறான்.'

'மேலே சொல்...'

'சம்பந்தனுக்கு பெரும் காவலாய் இருப்பது சிறுத்தொண்டன்தான். அவனை முதலில் கொல்லவேண்டும். அவனைக் கொன்றால் காவல்

பத்தவில்லை என்று சம்பந்தன் ஊரைவிட்டு ஓடிவிடுவான். அது அவ்வளவு கடினமான காரியமாயில்லை.'

ஆதினாதன் வெகுண்டு எழுந்தான். 'என்ன உளறுகிறாய்? சம்பந்தன் துறவி. சின்னக் குழந்தை. ஆனால் நீ கொல்ல நினைப்பது ஒரு தளபதியை.'

'தெரியும். அதுவே நமக்கும் அழகு. மற்றவனுக்கு காவல் காப்பவன் தன் பாதுகாப்பைப்பற்றிக் கவலைப்படமாட்டான். இதுதான் நியதி. அதனால் நம் இலக்கு சிறுத்தொண்டனாய்தான் இருக்கவேண்டும்.'

மற்றவரெல்லாம் ஆழ்ந்த யோசனையில் இருந்தார்கள். தன் திட்டம் சற்று ஏற்றுக்கொள்ளப்பட்டதுபோல் தோன்றிய ஆனந்தனுக்கு குஷி.

முக்கியமாக சம்பந்தனுக்கு ஒரு தீங்கும் வந்துவிடக்கூடாது என்ற ஆசை. அதனால்தான் இந்த திட்டத்தை முன் வைத்தான். சிறுத்தொண்டனை எல்லோர் உதவி பெற்று கொன்றுவிட்டால் இரண்டையும் சாதித்துவிடலாம். அவன் உயிர் அல்லது குறைந்த பட்சம் அவன் வலது கை. தன்னை உபயோகித்துக்கொள்ள எண்ணும் கூட்டத்தை, தான் உபயோகிக்கப் பார்த்தான்.

ஆனந்தனின் திட்டம் ஏற்றுக்கொள்ளப்பட்டது என்று தோன்றியது. ஜீனாதாசனும் அதை உறுதி செய்தான்.

'இனி ஒருகணமும் இங்கே தாமதிக்க முடியாது. இன்றிரவு ஆனந்தனின் திட்டத்தை செயல்படுத்துகிறோம். இல்லையென்றால் அவனை என்றுமே நெருங்க முடியாது.'

தீவிர சமண மதப் பற்றோ சைவ மதத் துவேஷமோ இல்லாத இவனால் நல்லதொரு திட்டம் தீட்ட முடியுமா என்ற சந்தேகம் ஜீனாதாசனுக்கு இருக்கத்தான் செய்தது. ஆனால் ஆனந்தனுக்கு சாதகமாய் ஒன்றும் இருந்தது.

பதைபதைப்பிலும் பரபரப்பிலும் செய்யும் காரியம் இதுவல்ல. நம்முள் நிதானமாய் இருப்பவன் ஆனந்தன் மட்டும்தான் என்று ஜீனாதாசன் முடிவு செய்திருந்தான்.

•••

அத்தியாயம் - 31

# ஆலகாலவிஷம்

**அ**கல் விளக்கு ஒன்றே அறையை இருட்டிலிருந்து காப்பாற்றியது. இருப்பினும் விளக்கு தன்னால் முடிந்தவரை பரப்பிய வெளிச்சத்தில் நிழல்கள்தான் ஒளியைவிட அதிகமாய் இருந்தது. சுற்றி மற்றவரை பார்த்த ஆனந்தனுக்கு அறையில் இருந்த ஒவ்வொருவர் முகமும் நிழலில் பயங்கரமாய் காட்சி தந்தது. மனித மனம் சராசரியாக விலக்கி வைக்க எண்ணும் பல உணர்வுகளினாலும் முகங்கள் மாறியிருந்தன. பல்வேறு உணர்ச்சிகள். அசூசை, கோபம், இயலாமை என்று பட்டியலிட்டுக்கொண்டே போகலாம். ஆனால் அந்த உணர்வுகளுக் கெல்லாம் மூலகாரணம் ஒன்றுதான்.

முகவாட்டத்துக்குக் காரணம் கேட்கவும்வேண்டுமா? மதுரை சைவர்களின் முக மலர்ச்சிக்கு காரணமும் அதுதான். சம்பந்தன் அவ்வப்போது ஆத்திரத்தில் ஏதேதோ இல்லாத காரணங்களை எல்லாம் கற்பித்து யாராவது பேசுவார்கள். மற்ற நேரங்களில் நிசப்தம்தான். எல்லோரும் தங்கள் சொந்த எண்ணங்களுக்குள் பதுங்கிக்கொள்வார்கள். இருட்டு அதற்கு சாதகமாக இருந்தது.

ஜீனாதாசனின் உள்ளமோ பல்வேறு சிந்தனைகளில் ஆழ்ந்திருந்தது. சைவர் கை ஆலவாயில் மேலோங்கிவிடுமோ என்று எண்ணிய போதெல்லாம் அவனுடைய வயிற்றிலிருந்து குமட்டிக்கொண்டு ஏதோ மேலெழும்பி வந்து தொண்டையை அடைத்துக்கொள்ளப் பார்த்தது. பாண்டிய சாம்ராஜ்ய சிங்காதனத்தில் அமர்ந்திருக்கும் மன்னன், சம்பந்தன் பக்கம் சாயநாட்கள் அதிகமில்லை என்று உணர்ந்தான். சம்பந்தன் வந்த காரியம் எவ்வளவு தூரம் வெற்றியடைந்தது என்று அறிய அரசனின் மனப்போக்கே அளவுகோல்.

சமணத்தின் பாதுகாப்பை தமது சொந்தப் பொறுப்பில் ஏற்றிருந்தான் ஜீனாதாசன். குருமார்கள் ஒழுங்காய் இருந்திருந்தால் இந்த அவகேடுகளுக்கெல்லாம் சமண மதம் ஆளாகியிருக்கவேண்டிய தில்லை என்று தோன்றியது. அதுபோல அரசன் மேலும் அவன் தர்மபத்தினியாம் மங்கையர்கரசி மேலும் கோபம். ஆனால் மூலகாரணமான சம்பந்தன் மேல் அனைத்து கோபமும் ஒருங்கிணைந்து கட்டுக்கடங்கா வெறியானது.

‘காலதாமதம் செய்யக்கூடாது. இன்றே ஏதாவது செய்யவேண்டும். இன்று நடந்த ஊர்வலத்தினைபோல் நாலு நாள் நடத்தினால் நெடுமாறன் என்ன நாமே சைவர்களாகிவிடுவோம்’ என்றான் ஜீனாதாசன். இரவெல்லாம் வீரவசனங்களை பேசிவிட்டு விடியும் போது பொட்டிப்பாம்பாய் அடங்கி எல்லோரும் வழக்கம்போல இல்லம் திரும்பக் கூடாது என்று வலியுறுத்தி ஜீனாதாசன் உரையாற்றிக்கொண்டிருந்தான்.

ஆனந்தன் தன் திட்டம் ஏற்றுக்கொள்ளப்பட்டதா என்று புரியாமல் தவித்தான். ‘அதைப்பற்றி பேசமாட்டேன் என்கிறானே ஜீனாதாசன். இதைவிட்டால் இன்னுமொரு சிறந்த சந்தர்ப்பம் கிட்டாதே?’

ஆனால் திடீரென கணீரென்ற குரலில், ‘ஆனந்தா...!’ என்றான் ஜீனாதாசன். எல்லோர் கவனமும் உடனே ஆனந்தன்மேல் திரும்பியது. ‘அந்த நரிக்கூட்டத்தின்மீது பாயும் சிங்கம் இவன்தான்’ என்று அடையாளம் காட்டினான் ஜீனாதாசன்.

ஆனந்தன் கிடைத்ததால், தான் மிக அதிர்ஷ்டசாலியானவன் என்று ஜீனாதாசனுக்கு தோன்றியது. ‘இல்லை... இல்லை...’ என்றது அவன் மனது. ‘இது என்ன தனிப்பட்ட விருப்பு வெறுப்பு... அதிர்ஷ்டத்தை பற்றியதா? இல்லை... இல்லை... உலகில் உயரிய மதம் சமணம். அதை காக்க வந்த பல புண்ணியாத்மாக்களில் இவனும் ஒன்று. சரியான நேரத்தில் சரியாக வந்து சேர்ந்திருக்கிறான். அதைக் கண்டு வியப்பது என் சமண மதத்தின் உன்னதத்தை சந்தேகிப்பது போலாகாதா?’

வேறொரு நாள் என்றால் ‘நான்... நீ’ என்று போட்டி போட்டு மற்றவர்களும் முந்திக்கொண்டிருப்பார்கள். ஆனால் இன்று புதியவனை எதற்காக ஏவுகிறீர்கள் என்று யாரும் வினவக்கூட இல்லை. ஆனந்தன் அகப்பட்டுக்கொண்டால்கூட அவன் தங்களுடன் இருந்ததற்கான சாட்சியம் ஏதும் இல்லை. இவன் உண்மையில் நம் சகாதானா அல்லது வேஷதாரியா என்று ஆரம்பத்தில் சந்தேகம் கொண்டவர்கள் கூட ஐயமோ அச்சமோ வெளிகாட்டவில்லை.

இப்போது வேறு வழியில்லை. மூளையும் வேலை செய்யவில்லை.

‘நானும் ஆனந்தனும் இன்றிரவே செல்லப் போகிறோம். இந்த ஊர்வலத்தைக் கண்ட மமதையில் சரீரம் கொண்ட களைப்பில் உறங்குவான் எதிரி. அப்போதே அவனை...’ என்று முடிக்காமல் விட்டான் ஜீனாதாசன்.

‘அவசரப்படுவது ஆபத்து’ என்றான் ஆதினாதன். ‘திட்டம் தீட்ட நேரம் தேவை.’

‘இல்லை ஆதினாதா. அதற்கெல்லாம் நேரம் இல்லை. அடுத்த போட்டியிலும் ஏடாகூடமாக ஏதேனும் நடந்து நமக்கு காரியங்கள் கெட்டுப் போகலாம். இன்னும் ஒரு போட்டி நடக்கக்கூடாது.’

ஜீனாதாசன் பேசும் போது பார்வையில் அனல் பொறி கிளம்பிற்று. உள்ளத்தில் கோபம் மேலும் கொதித்துப் பொங்கியது. ஆனால் அது அடங்க விரைவில் ஒரு காரியம் நடந்தது.

கதவு ‘தட்தட்தட்’ என்று தட்டப்பட்டது. ஜீனாதாசனைத் தவிர மற்றவரெல்லாம் பரபரப்பானார்கள். ஆனால் அந்த கதவு தட்டப்பெற்ற விதத்தில் ஏதோ சங்கேத மொழி ஒளிந்திருக்க வேண்டும். உடனே ஒரு சிரிப்பு ஜீனாதாசனின் இதழ்களில் தவழ்ந்தது.

‘உள்ளே வா’ என்று உயர்த்திய குரலில் சொன்னான்.

முண்டாசு கட்டிய ஒருவன் நுழைந்தான். தெருக்களில் எவராலும் அடையாளம் கண்டுகொள்ளப்படாமல் வந்தான் என்று தெளிவாய் தெரிந்தது.

‘கொடு’ என்று கையை நீட்டினான் ஜீனாதாசன். அவனும் ஆடைகளின் மடிப்பிலிருந்து எதையோ எடுத்து நீட்டினான்.

துணியால் சுத்தப்பட்ட பொருள் ஏதோ. அளவுக்கு உவமை சொல்ல வேண்டுமென்றால் கையளவு பொருளது. அதைப் பார்த்தவுடன் அதை கையில் வாங்கி துணியைப் பிரித்தான் ஜீனாதாசன். அழகிய வேலைப்பாடு நிறைந்த கத்தி அந்த இருட்டிலும் தெரிந்தது. ஆனால் வித்தியாசமாய் இருந்தது.

ஜீனாதாசன் கத்தியை உயர்த்தி வெளிச்சத்தில் ஆராய்ந்தான். அதற்கு முத்தம் கொடுக்கப் போகிறான். இல்லை...அதன் கூர்மையை சோதிக்க விரலால் ஓரத்தை தடவிப்பார்ப்பான் என்று எல்லோரும் காத்திருந்தனர். ஆனால் அவன் இரண்டையும் செய்யவில்லை. முகத்துக்கு அருகே கத்தியை எடுத்துச் சென்றவன் ஆராய்ந்தான்.

பின் தள்ளி வைத்தே முகர்ந்தான். 'ஒப்புவமையில்லாத ஆயுதம்' என்றவன் சிரித்தான். பல நாள் கழித்து இப்போதுதான் சிரித்தான்.

பார்த்தோர் கண் கூசும்படியாக கத்தியின் கூர்மையான ஓரம் இருந்திருக்கவேண்டும். ஆனால் இல்லை. எங்கும் நீல நிறம். வர்ணத்தை வர்ணிக்கவேண்டும் என்றால் மயிலிறகின் நீலம். அதனால் அந்தக் கத்தியின் வலிமைக்கும் அந்த புதியதோர் நீலத்துக்கும் சம்பந்தம் இருக்கவேண்டும். ஜீனாதாசன் தொடாமல் அதை ஆராய்ந்ததைக் கண்டு அது ஆனந்தனுக்கு விளங்கியது.

ஆனந்தனுக்கு சிவனின் கண்டம் நீலம் என்று மட்டும் நினைவுக்கு வந்தது. அப்போது இதுவும் ஆலகால விஷம்போலத்தான். ஜீனாதாசனின் திட்டம் புரிந்தது. அது விஷம் தோய்ந்த கத்தி.

'இந்தா பிடி ஆனந்தா' என்று சொன்ன ஜீனாதாசன், 'ஆனால், ஜாக்கிரதையாகப் பிடி' என்று சொல்வதற்குள் ஆனந்தன் ஒரு துணியை நீட்டி அதை வாங்கிக்கொண்டான்.

ஜீனாதாசனிடம் மீண்டும் ஒரு புன்னகை. ஆனால் இந்தமுறை வெற்றியேந்திய புன்னகை, இதழ்களை படையெடுத்தது. ஆனந்தன் இந்தக் கத்தியின் வலிமையை உணர்ந்துவிட்டான்.

'நீ புத்திசாலி. இதை வைத்து உன் கடமையை நிறைவேற்று. இந்த கத்தியால் யார் செத்தாலும் சரி, நாளைக் காலை சம்பந்தன் ஆலவாயில் இருக்கக்கூடாது.'

நவரத்தினம் பதித்த சிங்காதனத்தில் ஏற இப்படி கொலைவெறியை சரித்திரத்தில் பார்த்திருக்கிறோம். ஆனால் தன் மதத்தின் மேலோங்கலுக்காக இந்தக் கொலை பாதகச் செயலில் இறங்கி விட்டான் ஜீனாதாசன்.

ஆனந்தன் கையில் பிடித்த கத்தியின் கனத்தை உணர்ந்தான். அதைவிட மனதில் கனம் அதிகம். பல நாள் பல பகற்கனவு காண்பதுண்டு. ஆனால் நிஜமென்று வந்தபோது 'இது நடக்கக்கூடிய காரியமா?' என்ற சந்தேகம் வந்தது. இதை சம்பந்தன் மேல் ஏவவேண்டும் என்று ஜீனாதாசன் சொன்னாலும் இன்னும் ஒரு வாய்ப்பு தென்பட்டது. ஒருவேளை சம்பந்தன் அறைக்கு வெளியே காவலுக்கென்று சிறுத்தொண்டனிருந்தால்...? அவன் கை மேல் ஏவிவிட்டு வெளியே ஓடி வந்துவிடலாம். சட்டென மனதிலிருந்து அந்த எண்ணத்தை அகற்றினான்.

'சரி ஜீனாதாசா.'

‘இது நீரில் கரையாது. அதனால் வைகையில் நனைந்தாலும் பாதகம் இல்லை’ என்று ஆறுதல் கூறினான் ஜீனாதாசன்.

‘வைகையில் ஏன் நனைகிறோம்?’ என்பதுபோல் ஆனந்தன் முகத்தோற்றம் வினவியது.

‘ஆம், வைகையை கடந்துதான் மடத்தின் பின்புறம் செல்கிறோம். கரைக்கு சற்று தூரம் முன்பே இறங்குகிறோம்’ என்று விளக்கம் கொடுத்தான் ஜீனாதாசன்.

ஒரே கரையில் இருக்கும் எதிரியின் கோட்டைக்கு ஏன் படகேறிச் செல்கிறோம் என்ற கேள்வி எல்லோருக்கும் எழுந்தது. சம்பந்தன் தங்கியிருக்கும் சைவ மடத்துக்கு பின்புறமாக வைகை ஓடிக் கொண்டிருந்தது. முன் வாசல் வழியாக எதிரி நுழைய முடியாதபடி பக்தர்கள் அரண் அமைத்திருந்தார்கள். ஆனால் பின் பக்கம் காவல் ஒன்றும் இராது என்று ஜீனாதாசன் கணக்கு போட்டிருந்தான்.

கிளம்பும் நேரம் ஆயிற்று. எல்லோருக்கும் கடைசியாக எதிரியைத் தாக்கப் போகிறோம் என்று சந்தோஷம் இருந்தாலும் நாளைக் காலை விடியும்போது என்ன நிலைமை நிலவுமோ என்று அச்சம் இருக்கத்தான் செய்தது.

நள்ளிரவைத் தாண்டிவிட்டதால் சாலைகள் இருட்டாய் இருந்தது. சாலை ஓரத்தில் ஆயிரம் ஆயிரம் பேர் அசந்து படுத்துத் தூங்கிக் கொண்டிருந்தார்கள். நாடெங்கும் இருந்து ஜனங்கள் திரள் திரளாக வந்தார்கள். மதுரை மாநகரில் சாலையில் வசிப்பவர் யாருமில்லை என்று நெடுமாறன் தம்பட்டம் அடித்துக்கொள்வது இந்த சைவர்களின் வருகையால் பொய்யாக்கப்பட்டது. இவ்வளவு பேர் சம்பந்தனை காண வந்ததால் சாலையோரம் தங்கும் நிலைமை.

சாலையில் படுத்திருந்தவருக்குத் தெரியாது, அவர்களைக் கடந்து சைவத்தை அழிக்க ஒரு பெரும்படை வந்து கொண்டிருக்கிறதென்று. சங்கு, கொம்பு, தாரை, தப்பட்டை, பேரிகை பேரொலி செய்து லட்சம் பேர் பேரிரைச்சல் செய்தால்தான் படையா? இன்று சாதிக்கப்போவது எந்தவொரு படையும் செய்ய முடியாத செயலை. இவர்களால் சைவத்துக்கு அழிவு நிமிஷத்துக்கு நிமிஷம் நெருங்கி வந்து கொண்டிருந்தது.

மதுரை சாலைகளில் சென்று மதுரைக்கு மேற்கே ஆளில்லாத படித்துறைக்கு சென்றனர் அனைவரும். படகுத்துறையில் படகு ஒன்று காத்திருந்தது. ஓடந்தள்ளுபவன் கையில் நீண்ட கோலுடன் ஆயத்தமாயிருந்தான்.

ஜீனாதாசன் முதலில் ஏறினான். அவன் ஏறிய வேகத்தில் அந்த சிறிய படகு ஒரு குதியாட்டம் ஆடியது. அவனுக்கு அடுத்து ஆனந்தன் மிகப் பிரயத்தனப்பட்டு சற்று ஜாக்கிரதையாகவே ஏறினான். ஆதிநாதன் ஏற முயற்சித்த போது ஜீனாதாசன் தடுத்துவிட்டான்.

ஓடக்காரன் ஜீனாதாசனின் முகத்தைப் பார்த்தான். அவனும் கண் அசைக்கவே படகை கரையில் கட்டியிருந்த கயிற்றை அவிழ்த்தான். வைகையில் வேகமில்லை. சுழிகளும் சுழல்களுமாக வெள்ளமிருந்தால் ஓடுவாள் வைகை. ஆனால் இன்று அமைதி காத்தாள். அதனால் படகில் நிதானமாய் நின்றுகொண்டு கரையைப் பார்த்த ஆனந்தனுக்கு சதிகார சகாக்கள் தெளிவாய் தெரிந்தார்கள். கையசைத்து வழியனுப்புவர்களின் கண் கலங்கக் கண்டான் ஆனந்தன்.

'நாளைக் காலை சாகாமல் உயிரோடு இருந்தால் வருகிறேன்' என்று சொல்லி விடைபெறவேண்டும் போலிருந்தது. 'அய்யகோ! இந்த சதியெனும் சகதியில் அகப்பட்டோமே. எல்லாம் ஒருநாள் தாமதமானதால். இல்லை அனாதையாய் செங்காட்டங்குடியில் இருந்த சிறுத்தொண்டனை சம்ஹாரமே செய்திருக்கலாம். இவ்வளவு கடினமாகிவிட்டதே.'

கரையில் இருந்தவர்கள் உண்மையில் ஆனந்தனைக் கண்டு பெருமைப்பட்டார்கள். தங்கள் சமண மதத்தின் பாரத்தை சுமப்பது அவ்வளவு எளிய காரியமல்லவே?

அவர்கள் கண்கலங்க காரணம் என்னவென்று புரிந்த ஆனந்தனுக்கு மனதில் தைத்தது. அவன் மனதில் திடமாய் முடிவெடுத்திருந்தான். இருவரை கொல்ல சந்தர்ப்பம் கிடைத்தாலும்சிறுத்தொண்டனை மட்டும் கொல்வதென்று முடிவெடுத்தான். அதைக்கண்டு சம்பந்தன் ஊரைவிட்டு ஓடினாலும் ஜீனாதாசனுக்கும் வெற்றிதானே.

சம்பந்தன் தங்கியிருக்கும் சைவ மடத்துக்கு பின்புறமாக வைகை ஓடிக்கொண்டிருந்தது. வைகையாற்றின் வழியாக படகில் சென்றால் மடத்துக்கு வெகு சமீபம் வரையில் செல்ல முடியும் என்று ஜீனாதாசனுக்கு தெரியும். ஆனால்அது உசிதம் அல்ல என்று முடிவு செய்திருந்தான்.

வைகை படகை மெல்லத் தாலாட்டியது. ஆனந்தன் தன் வாழ்நாட்களில் பார்த்திராத அன்னையைப்போல.

•••

அத்தியாயம் - 32

# வைகையைக் கடந்தனர்

**ம**துரைக்கு மேற்கே படகேறினார்கள். வைகையின் பிரவாகமே அவர்களை இலக்குக்கு இட்டுச் செல்லும் என்று கணக்கிட்டிருந்தான் ஜீனாதாசன். அவர்கள் ஏறிய படித்துரையும் சம்பந்தன் மடமும் ஒரே கரையில்தானிருந்தன.

எனினும் ஓடக்காரனை ஆற்றை கடக்கச் சொன்னான் ஜீனாதாசன். மிக லாகவமாய் கழி போடக்கூடியவன் அவன் என்று முதல் இரு நிமிடங்களில் தெரிந்தது. வைகையின் வளைவு சுழிவுகளை தன் உள்ளங்கைபோல அறிந்தவன்.

ஓடக்காரன் பேச்செல்லாம் இல்லாமல் எதிர்க் கரையை எட்டி விட்டான். படகு சற்று நேரத்தில் கிளம்பிய இடத்துக்கு வடகிழக்கே எதிர்க் கரையை ஒட்டியது. படகின் வேகம் குறைந்து பின் முற்றிலுமாக நின்ற போது ஓடக்காரன் கோல் போடாமல் கொஞ்சம் ஓய்வெடுத்தான். ஜீனாதாசன் இப்போது என்ன செய்யப் போகிறான் என்று ஆனந்தன் அவன் முகத்தை உற்றுப்பார்த்தான். படகில் நின்றான் ஜீனாதாசன். படகும் சற்றுக் குலுங்கியது. கரையில் இறங்குகிறான் என்று எண்ணினான் ஆனந்தன்.

ஆனால் அங்கிருந்தபடியே திரும்பி நிலவொளியில் மதுரையை எதிர்க்கரையிலிருந்து பார்வையிட்டான். மதுரை ஜகஜோதியாக தெரிந்தது. மறுகரையிலே உள்ள சம்பந்தன் மடத்தின் சுவர் தெளிவாய் தெரிந்தது ஜீனாதாசன் மனதுக்குள் ஏதோ முடிவெடுத்திருக்க வேண்டும். பின் மீண்டும் ஓடக்காரனிடம் ஆற்றைக் கடக்கச் சொன்னான்.

இந்தமுறையும் ஓடக்காரன் முகத்தை ஆனந்தன் பார்த்தான். சற்றும் ஆட்சேபம் இல்லாமல் படகை தள்ளத் தொடங்கினான். இப்படி நள்ளிரவில் ஆற்றை இப்படியும் அப்படியுமாய் நோக்கமின்றி கடக்கச் சொல்கிறானே இவன் என்று எண்ணியிருந்தாலும் அதை அவன் முகம் காட்டவில்லை. அவனுக்கு இவர்கள் திட்டத்தைப் பற்றியெல்லாம் கவலையில்லை. ஆனால் ஆனந்தனுக்கு திட்டம் முழுவதுமாய் இப்போது புரிந்தது.

'ஆஹா! ஜீனாதாசனுக்குதான் எவ்வளவு முன்யோசனை?' என்று நினைக்கத் தோன்றியது.

மிகப் பாதுகாப்பான இடத்தில் சம்பந்தனை வைத்திருந்தார்கள் என்று யூகித்து ஆற்றின் வழியாக வந்தால் மட்டுமே அவர்களை முறியடிக்க வழியுண்டு என்று திட்டம் தீட்டியிருந்தான்.

ஆம். மடத்துக்கு காவல் மிகக் குறைவான பின்புறமாய் கூட்டி சென்று விட்டுவிடும் படகு. அங்கிருந்து வேலையைத் தொடங்க வேண்டும். இந்தமுறை ஆற்றில் இருக்கும்போது இலக்குக்கு நேரே செல்கிறோம் என்று ஆனந்தனுக்குத் தெரிந்தது. ஆழ்ந்த யோசனையில் இறங்கினான் ஆனந்தன். அடுத்த நாளுக்குள் என்னவெல்லாம் நடக்கப்போகிறது என்று யாருக்கும் தெரியாது. சம்பந்தனுக்கு வேண்டுமானால் தெரிந்திருக்கலாம். அவன் தன்னைப் பார்த்த பார்வையை எண்ணும்போது அப்படித்தான் தோன்றியது. தன் கடமையைப்பற்றி எண்ணினான் ஆனந்தன். 'இந்த வேலையில் தோல்வியடைந்தால் நம் நிலை என்ன? நிச்சயமாக மரணம்தான். அது நிகழ்ந்தாலும் நமக்கென கவலைப்பட யாரிருக்கிறார்கள்? ஆயனச் சிற்பி அழுவார். ஜீனாதாசன் அழுவான். ஆனால் சம்பந்தனை பழி வாங்க அடுத்த ஆளை தயார் செய்வான். சாம்பவி நிச்சயமாக அழுவாள்.'

இப்படியே அவனுக்குத் தெரிந்த ஒவ்வொருவரும் அவன் மரணச் செய்தியைக் கேட்டு எப்படி நடந்துகொள்வார்கள் என்று ஆராய்ந்தான். முக்கியமாக மாதவி செய்தி கேட்டவுடன் என்ன செய்வாள் என்ற எண்ணமும் வந்தது. திவ்ய அலங்கார பூஷிதையான மாதவியின் முகம் நினைவுக்கு வந்தது. உடம்பு சிலிர்த்தது.

'மாதவியிடம் சொல்லி வந்திருக்கவேண்டுமா? துக்கப்படுவதற்கும் வேதனைப்படுவதற்கும் உன்னை நீ ஆயத்தம் செய்துகொள் என்று சொல்லி வந்திருக்கவேண்டுமோ' என்றெல்லாம் சந்தேகம் கொண்டான். பின் அதை சொல்லப் போனபோதுதானே வேறொருவனுடன் தடாகக் கரையில் அமர்ந்திருந்தாள். அதை நினைத்தவுடன் இன்னமும் கோபம் வந்தது.

அந்த எண்ணங்களின் வலையிலிருந்து விடுபட்டு வெளியுலகம் தெரிந்தபோது நடு ஆற்றில் இருந்தது படகு. மெல்லியதொரு சலசலப்புடன் ஓடினாள் வைகை. அதனால் ஓடக்காரன் செய்த 'தொப்தொப்' என்ற சப்தம் தெளிவாய் அந்த அமைதியில் கேட்டது. எதிர்க் கரையில் காவலர் யாரேனும் இருந்தால் அவர்கள் செவியிலும் விழுமே என்ற அச்சம்.

சற்று நேரத்தில் படகு வைகையின் தென் கரையை அணுகியது. கரைவரை சென்று இறக்கிவிடுவான் ஓடக்காரன் என்று எண்ணினான் ஆனந்தன்.

ஆனால் கரைக்கு சற்று முன்பே ஓடக்காரனின் தோள்மீது அழுத்தமாய் தன் கையை பதித்தான் ஜீனாதாசன். அவனும் கையிலிருந்த கோலை அழுத்தமாய் நீருக்கு அடியில் இருந்த மண்ணில் ஆழமாய் பதித்தான். படகு இருந்த இடத்தில் சுழன்றது. பின் ஆணி அடித்தாற்போல் நின்றது.

'வா... நீரில் இறங்கு' என்று சொல்லி ஜீனாதாசன் ஆனந்தனின் கையைப் பிடித்தான். சில்லென்றிருந்தது அவன் கை. சற்றுத் தயங்கிய ஆனந்தனைக் கண்டு, 'பயம்கொள்ளாதீர்... ஆழமில்லை' என்றான் ஓடக்காரன்.

இருவரும் ஓடத்தின் வெளியே மெல்ல இறங்கினார்கள். அப்படி ஆழத்துக்குள் முழுவதுமாய் போகப் போவதுபோல எண்ணிய ஆனந்தனுக்கு ஆச்சரியம். நல்லவேளை நீர் கழுத்துவரைதான் இருந்தது.

படகை கரைக்கு எடுத்துச் செல்ல முடியாத நிர்பந்தம். சற்று தூரத்தில் அமைந்திருந்த படித்துறையில் காத்திருக்குமாறு ஓடக்காரனிடம் கட்டளை இட்டான் ஜீனாதாசன். ஓடமும் கிளம்பியது.

இரண்டு சதிகாரர்களும் கழுத்துவரை நீரில் நின்றபடி இலக்கை நோக்கினார்கள். 'பிரவாகத்தின் திசையில் திரும்பிக்கொள்' என்றான் ஜீனாதாசன். ஆனந்தனுக்குப் புரிந்தது. அப்போதுதான் நீருக்குள் நடப்பது சுலபம். வைகையின் பிரவாகம் அதிகமில்லையென்றாலும் கரை புரண்டு சென்றது. அதனால் நீரின் பாதுகாப்புடன் மடத்தை நெருங்க முடியும் என்று உணர்ந்தார்கள். 'ஆகா! வைகையும் நமக்கு கூட்டாளிதான்' என்று நினைக்கத் தோன்றியது.

ஆனால் ஆற்றின் ஓரத்தில் சகதியென்றால் அப்படியொரு சகதி. சகதி மட்டுமல்ல. அபாயமான சங்கதிகளும் இருக்கலாம் என்று தோன்றியது. நீர் மட்டத்துக்கு அடியில் தொடர்ந்து வளர்ந்த பாசி

வேறு. ஒரு வயலில் வளர்ந்த பயிர்போல கொடிகள் ஆயிரமாயிரம் அவன் காலுக்கடியிலிருந்து வைகை தரையில் வளர்ந்திருந்தன. நதியின் தாலாட்டுக்கு இசைந்து இத்திசையிலும் அத்திசையிலுமாய் அசைந்து கொண்டிருந்தன. கால்கள் அவற்றில் சிக்கி அடிக்கடி தடுமாறினார்கள். அவையும் கால்களை சுற்றிப் பிணைத்து வேகத்தைக் குறைத்தன. கால் சிறிது சறுக்கிவிட்டிருந்தாலோ பாசியில் சிக்கி கீழே தள்ளிவிட்டாலோ நீருக்குள் விழுந்திட நேர்ந்திருக்கும். 'பின் நம் கதி அதோகதிதான்!' என்று பயம் கொண்டான் ஆனந்தன்.

பீதி குடிகொண்டிருந்தது அவனுக்கு மட்டும்தான். ஜீனாதாசன் அந்த பிரவாகத்திலும் அகண்ட காலடிகள் வைத்து நடந்தான். நெஞ்சுறுதி படைத்தவன். அவன் பின் தொடர்ந்தான் ஆனந்தன்.

ஓரப் பகுதிகளில் நாணல் புதர்களுமாகக் காட்சி அளித்தன. அவற்றின் வழியாக சொட்டச் சொட்ட நனைந்தபடி இருவரும் கரையேறினார்கள்.

இருவருக்கும் பரபரப்பு. வேலை நெருங்கிவிட்டது. வேளையும் தான். ஆனால் இனி எப்படிச் செயல்படுவது என்று மனதில் திட்டம் தீட்டினான் ஆனந்தன். 'கத்தியை ஆடையில் கட்டிக்கொண்டு மடத்தின் கூரை வழியாகக் குதிக்கலாமா? ஆனால் ஒரு கத்தியை வைத்து என்ன செய்வது? ஒருவனை முதலில் குத்தினாலும் கத்துவான். அடுத்தவனை ஹிம்சிக்க முடியாது...' ஏதோ சந்தேகத்தை இந்த நினைவுகள் அவன் மனதில் கிளறிவிட்டது.

இடுப்பில் தொட்டுப் பார்த்தான். சொருகியிருந்த இடத்தில் கத்தி இல்லை. சிறுத்தொண்டனின் கையை வெட்டவென்று பிரத்யேகமாய் எடுத்து வந்த விஷம் தோய்ந்த கத்தியை ஆறு பிடுங்கிக்கொண்டது. வைகை அவனைப் பழி வாங்கிவிட்டாள்.

வைகை சம்பந்தனுக்கு சாதகமானவள்தான். அதில் சந்தேகம் ஏதும் இல்லை. நேற்று அவன் ஏடுகளைச் சுமந்து சென்றாள். இன்று அவனைக் கொல்ல வந்த கத்தியை பிடுங்கிக்கொண்டாள்.

'ஆறில்லா ஊர் பாழ்' என்று சொன்னவனை பனைமரத்தில் கட்டிவைத்து உதைக்கவேண்டும்' என்று வைகையை சபித்தான் ஆனந்தன். ஆனால் ஜீனாதாசனிடம் அதை அவன் சொல்ல விரும்பவில்லை. நிலவொளி இல்லாமல் இல்லை. ஆனால் மடத்தின் சுற்று வட்டாரம் அடர்ந்த விருட்சங்கள் விரித்த நிழலில் மறைந்தது.

வனப்பிரதேசத்தில் இருக்கும் மரங்களைவிட மிக அடர்த்தியாக இருந்தன. அதன் இடையே ஒரு குறுகலான பாதை சென்றது. முற்புதர்கள் ஏதேனும் வழி இருந்தாலும் ஆக்கிரமித்திருந்தன. அதனால் மடத்தை நெருங்கும்போது முட்கள் கீறின.

'இந்த முட்புதர்களை வெட்டி வழி செய்துகொள்வோம். கத்தியைக் கொடு' என்று ஜீனாதாசன் கேட்டுவிடுவானோ என்று ஆனந்தனுக்கு பயம். நல்லவேளை கேட்கவில்லை.

மடத்தின் பின்புறச் சுவரை எட்டினார்கள். சுவரை பார்த்துப் பிரமித்து நின்றார்கள். சுவர் செங்குத்தாகவே நின்றது.

கண்ணுக்கெட்டிய தூரம்வரை சென்றது மடத்தின் மதில். சுற்றுச் சுவரைப்பற்றி அலட்சியமாய் நினைத்ததற்காக வருந்தினான் ஜீனாதாசன்.

சம்பந்தனை தக்க இடத்தில்தான் வைத்திருந்தார்கள். பின் வழியாய் வந்து சைவர்களை திண்டாடச் செய்யலாமென்று நினைத்த ஜீனாதாசனுக்கு எவ்வளவு ஏமாற்றம் இருக்கும் என்று ஆனந்தனுக்கு புரிந்தது.

மதிலைக் கண்டதும் ஜீனாதாசனுக்கு தன் வாழ்நாளின் குறிக்கோளுக் கெல்லாம் அந்த மதிலே தடை என்று தோன்றியது. சம்பந்தன் தங்குமிடம் கோட்டைபோல ல்லவா இருக்கிறது என்று வியக்க வைத்தது.

'சுவரை ஏறித்தான் குதிக்கவேண்டும்.'

சுவரின் உயரத்தை மீண்டும் கணக்கிட்டான். 'நடைபெறக்கூடிய காரியமா இது?' என்று மலைத்தபடி நின்றனர். காலை வைத்து ஏற ஒரு பிடிப்புகூட கிடைக்காது. ஜீனாதாசன் ஒரு நொடிதான் யோசித்திருப்பான். சட்டென குனிந்தான்.

அவன் என்ன செய்கிறான் என்று புரிந்தது ஆனந்தனுக்கு. எனினும் தயங்கினான். 'யோசிக்காதே... வேறு வழியில்லை' என்றான் ஜீனாதாசன். ஆனந்தன் அவன் முதுகின் மேல் கால் வைத்து ஏறி சுவரின் உச்சியை பிடித்துக்கொண்டான்.

அப்போது தலை மட்டும் சுவருக்கு மேல் சென்றது. மடத்துக்கு உள்ளே தெரிந்தது.

ஆனால் ஏறிக் குதிக்கும் அளவுக்கு எட்டவில்லை. ஒரு பிரமாண்டமான சக்தியை வரவழைத்தால் மட்டுமே மேலே ஏற

முடியும் என்று புரிந்துகொண்டான். அந்த சக்தியை எப்படி வரவழைப்பது என்று யோசனையும் வந்தது.

எரியும் வாதாபியை எண்ணினான். இறந்து கிடந்த பல்லாயிரக் கணக்கான ஆண்களும் பெண்களும் குழந்தைகளும் பிணக் குவியல்களாய் குவிந்திருப்பதை நினைத்துக்கொண்டான். வாதாபியில் மாடமாளிகைகள் புகை மண்டலமாய் இருந்ததை கற்பனை செய்தான். அதற்கு காரணமாயிருந்தவனை தண்டிக்க தடையாய் இருந்தது இந்தச் சுவர்தான்.

அவ்வளவுதான். ஏதோ அவன் நாபிக்கமலத்தில் ஓர் எரிமலை உதித்து மேலே ஒரு சக்தியை எழும்ப செய்தது. திடீரென நெஞ்சுத் துணிவு பிறந்தது அவனுக்கு. புதிதாய் வந்த சக்தியில் எம்பி சுவரின் மேல் அமர்ந்தான். பின் கீழே திரும்பினான். ஜீனாதாசன் சுவரின் மேலே தன் விழிகளை உயர்த்தினான்.

அங்கு அமர்ந்திருந்த ஆனந்தனைப்பார்த்து 'வெற்றி உனதே. கத்தியை பத்திரமாய் வைத்திருக்கிறாய் அல்லவா?' கடைசிமுறையாக நிச்சயப்படுத்திக்கொண்டான் ஜீனாதாசன்.

பதிலுக்காக ஆர்வத்துடன் ஏறிட்டுப் பார்த்தான். சற்றும் எதிர்பாராத நேரத்தில் இந்த கேள்விக்கணை வருமென ஆனந்தன் எண்ண வில்லை.

கீழே நின்றவனைக்கண்டு கண்கள் திகைத்தன. பதிலுக்குப் பொய் சொல்ல முடியவில்லை. பேசாமல் மடத்துக்குள் குதித்தான் ஆனந்தன்.

•••

அத்தியாயம் - 33

# மடத்துக்குள் ஆனந்தன்

**'க**த்தியிருக்கிறதா?' என்று ரகசியமாய் அடக்கிய குரலில் கேட்ட ஜீனாதாசனுக்கு பதிலாய் கையசைத்துவிட்டு மடத்துக்குள் நிராயுத பாணியாய் குதித்தான்.

'வைகை பழி வாங்கிவிட்டாள்' என்று சொன்னால் திட்டத்தை கைவிட்டுவிடுவான். 'உள்ளே செல்லாதே. முதலில் மதில் சுவரிலிருந்து கீழே இறங்கு' என்று வற்புறுத்துவான். அப்புறம் இப்படியொரு சந்தர்ப்பம் ஜென்மத்துக்கு கிடைக்குமா?

தரையில் பரப்பிக்கிடந்த இலைச் சருகுகள் மேல் அவன் குதித்தபோது ஏற்பட்ட சப்தம் அவன் செவிகளில் இடிபோல கேட்டது. யாராவது காவல்காரர்கள் அந்த சப்தத்தைக்கேட்டு ஓடி வருவார்கள் என்று எண்ணிப் பயந்தான். யாரும் வரவில்லை என்றவுடன் நிலவிய நிசப்தத்தில் தனக்கு மட்டும் அந்த ஒலி அப்படி உருமாறிக் கேட்டிருக்கவேண்டும் என்று புரிந்தது. குதித்தவன் சுவரோரமாக இருந்த இருட்டில் பதுங்கினான். சுவருக்கு அப்பால் நின்ற ஜீனாதாசனைப்பற்றி நினைவுகள் சென்றன. மனதுக்கு கஷ்டமாய்த்தானிருந்தது. ஏதோ ஜீனாதாசனுக்கு உதவுவதுபோல பாசாங்கு செய்து இப்போது கத்தியை தொலைத்து 'விதிவிட்ட வழி' என்று எண்ணி எதிரியை சந்திக்க வந்தாயிற்று. 'எப்படி காரியத்தைக் கெடுக்க போகிறோமோ?' என்று பயம் இருந்தது.

ஆனந்தனுக்கு நிச்சயமாக வெறுங்கையோடு திரும்பிப் போகவே மனமில்லை. எப்படியாவது சிறுத்தொண்டனை ஹிம்சித்து விட்டுத்தான் செல்லவேண்டும் என்று உணர்வு திடமாய் இருந்தது. ஆனால் கத்தியில்லாமல் மடத்துக்குள் சென்று என்ன செய்வது

என்றும் மனம் கேட்டது. குழம்பியிருந்த நேரத்தில் திடீரென நிசப்தத்தை கலைத்துக்கொண்டு ஒரு பாடல் கேட்டது. மடத்துக்குள்ளே தேவார ஒலிகள் ஒரே ஸ்வரத்தில் ஒரே தாளத்தில் சப்திக்கத் தொடங்கின. மடத்துக்கு வெளியே மதிலுக்கு அப்பால் இருந்த ஜீனாதாசனுக்கும் உள்ளே இருந்த ஆனந்தனுக்கும் பாடல் முடியும்வரை கேட்கவேண்டிய நிர்பந்தம். ஜீனாதாசன் தன் செவிகளை இருக்கப் பொத்திக்கொண்டான்.

ஆனந்தனுக்கு பாடலைக் கேட்டவுடன் ஒரு மயக்கமே வந்தது. ‘ஆகா! என்ன இனிமை…! இந்தக் குழந்தையைத் தொடர்பவர்களெல்லாம் முட்டாள்கள் அல்ல. இன்னும் கொஞ்ச நேரம் கேட்டால் நானே சைவத் துறவியாய் மாறிவிடுவேன்’ என்று நினைத்துச் சிரித்தான். உள்ளே தேவார பஜனை நடந்து கொண்டிருந்தது. சம்பந்தன் வாயிலிருந்து வெள்ளமாய் பெருக்கெடுத்து வழிந்த தேவாரத்தில் எல்லோரும் மயங்கி களைத்துப் போயிருந்தனர். உலகம் அழியும்வரை அழியாமல் இருக்கப்போகும் தேவாரம் உதிக்கும் போதே - சம்பந்தன் வாய் உதிர்க்கும்போதே கேட்ட புண்ணியம் அவர்களுக்கும் கிட்டியிருக்கும்.

செவியை பொத்திக்கொள்ளாமல் இருந்த ஆனந்தனுக்கும்தான். ஆனந்தன் மனதை பெரும் முயற்சி செய்து அந்த தேவாமிர்தத்தை ஒத்த தேவாரத்திலிருந்து இழுத்தான். சுற்றும் முற்றும் பார்த்தான். ஒரே இருட்டு. ஒரு யோசனை தோன்றியது. சற்று நேரம் இங்கே தாமதித்தால் மடத்தில் எல்லோரும் தூங்கப் போய்விடுவார்கள். அப்போது வருவது வரட்டும் என்ற முடிவோடு உள்ளே நுழையலாம் என்று நினைத்தான். உள்ளே சென்று ஆயுதம் ஏதேனும் சம்பாதித்து காரியத்தை நிறைவேற்றவேண்டும். அதற்குள்ளாக மாட்டிக் கொண்டாலும் தன்னை மதுரைவாசியென்றோ சமண சதிகாரன் என்றோ யாருக்கும் நினைக்கத் தோன்றாது.

இருளில் மறைந்து கொண்டிருந்த ஆனந்தன் ‘எப்போது எல்லோரும் பாடி முடிப்பது? எப்போது காரியத்தை முடிப்பது?’ என்று தனக்குள் முணுமுணுக்கலானான். ஆனால் அவனுக்குத் தெரியும். அவசரமும் பட முடியாது. மாட்டினால் உயிரைப் பறிகொடுக்கவேண்டியதுதான். பொறுத்துப் பொறுத்துப் பார்த்தான். பின் கண் அயர்ந்தான். திடீரென ஏற்பட்ட நிசப்தத்தில் எழுந்தான்.

தேவாரப் பாடலும் ஒரு வழியாய் முடிந்தது என்று அறிந்தான். பாட்டு ஓய்ந்தது. எல்லோரும் படுக்கப் போய்விட்டார்கள். இனி யாரும் காலைவரை வெளிவரப்போவதில்லை. இரவுக் காவலுக்கு என்று

பிரத்யேகமாக ஒன்றும் செய்யவில்லை. மடத்து கதவைப் பூட்டிவிட்டார்கள் அவ்வளவுதான். தானும் உள்ளே பிரவேசிக்க முடியாது என்று புரிந்தது.

வெகு சமீபத்திலிருந்த எதிரி. எனினும் அவனை ஹிம்சிக்க முடிய வில்லை. அந்த இயலாமை அவனைக் கொன்றது. குளுகுளுவென்று குளிர்ந்த காற்று வீசிக்கொண்டிருந்தது. ஆனால் அவன் உடல் நடுக்கம் அதனால் மட்டும் என்று சொல்ல இயலாது. கையில் ஆயுதம் இல்லை. கதவுகளோ இரும்புச் சட்டங்கள் கொண்டு பூட்டப்பட்டிருந்தது. எனினும் நல்லதோ கெட்டதோ ஏதோ ஒன்று நடக்கப் போகிறது என்று மனத்தில் ஒருவித உற்சாகம் ஏற்பட்டிருந்தது. ஆனந்தன் ஒரு முடிவுக்கு வந்தான். பின் இருளுக்குள்ளிருந்து தைரியமாக வெளியே வந்தான். மடத்தை நெருங்கினான். காலடிச் சப்தம்கூட கேட்கக்கூடாது என்று கவனமாய் சப்தமின்றி அடிமேல் அடிவைத்துச் சென்றான். கட்டடத்தில் ஏதாவது பலவீனம் இருக்காதா என்று உற்றுக் கவனித்தான்.

உடைந்த ஜன்னல், இல்லை பூட்ட மறந்த கதவு என்று ஏதாவது அவனுக்கு உதவாதா என்று ஏங்கினான். ஆனால் இல்லை. மடம் ஓட்டு கட்டடம் என்றாலும் அதிக எண்ணிக்கையில் ஆட்கள் இருந்ததால் பிரதான கட்டடத்தைச் சுற்றி கீற்றுக் கொட்டகை கொண்டு பந்தல்கள் அமைத்திருந்தனர். வெயிலின் வெப்பம் தணியட்டும் என்று ஓட்டின் மேல் வைக்கோலைப் பரப்பியும் வைத்திருந்தார்கள். கட்டடத்துக்கு மிகவும் அருகில் நெருங்கிச் செல்ல முடியவில்லை. மடத்தையொட்டி அடர்த்தியாக இருந்த மரங்களுக்கிடையில் இருட்டு புகுந்து விலக மறுத்தது. ஆனால் அந்தக் காரிருளுக்கு நேர் மாறாக வெளிச்சம் கட்டடத்தைச் சுற்றி. சுற்று வட்டாரத்தை இவ்வளவு ஒளிமயமாக ஆக்கியது எது என வியந்தான்.

பின்னர் விஷயம் இன்னதென்று தெரிந்தது. சுற்றிலும் யாரும் அன்னியர் வந்துவிடாமல் சுவரின் மேல் வளையங்கள் பொருத்தி ஆங்காங்கு தீவர்த்திகள் சொருகி இருந்தன. திடீரென்று வீசிய காற்றில் சுவரில் சொருகியிருந்த தீபந்தத்தின் ஒளியானது நடனமாடியது. அவன் மூளைக்கு பொறி தட்டியது. இல்லை... இல்லை தீப்பொறி தட்டியது. 'ஏன் இப்படி விழித்துக்கொண்டு நிற்கிறாய். தீப்பந்தம் ஒன்றை எடுத்து கூரை மேல் விட்டெறி' என்றது மனம். உடனே ஒரு தீப்பந்தத்தை கையில் எடுத்தான். சிறுத்தொண்டனின் கையே இலக்கென்றாலும்வேறு விதமாய்த்தான் இதைச் சாதிக்கவேண்டும்.

கையை வெட்டுவதற்கும் கருகடித்துக் கொல்வதற்கும் அணுவளவும் வேற்றுமை இல்லை. பழி பழிதானே? அதுபோலவே தனித் தனியாய் பகைவரை தாக்குவது சாத்தியமில்லை. கூண்டோடு அவர்கள் இருவரையும் கைலாசத்துக்கு அனுப்பிவைக்கவேண்டும். அப்போதுதான் ஐயம் வந்தது. பொன்னிற மேனி கொண்டு மழலையில் தேவாரம் பாடிய குழந்தையின் கருகிய உடலை கற்பனை செய்தான் ஆனந்தன். குமட்டிக்கொண்டுவந்தது. ஆனால் தான் என்ன செய்ய முடியும்? பலர் அந்த மடத்தில் இருப்பதாக தெரிந்தது. மற்றவரை மன்னித்துவிடுவதற்கு வாய்ப்பில்லை. கொலை பாதகனுடன் இருப்பவர் அனைவரும் சாகவேண்டியதுதான் என்று தனக்குத்தானே சமாதானம் சொல்லிக்கொண்டான்.

காலையில் தன் நெஞ்சை ஊடுருவிப் பார்க்கும் அழகிய விழிகள் கொண்டிருந்தானே. அப்போதே தெரிந்துதான் பார்த்தானா? இன்றிரவு என்னைக் கொல்ல வரப்போகிறாயா என்று? தானே அப்போது இந்தத் திட்டம் தீட்டவில்லையே. இனி ஒரு நொடி அந்தக் குழந்தையின் எண்ணம் வந்தாலும் கையிலிருந்து தீவர்த்தி கீழே விழுந்துவிடும் என்று அறிந்தான். மனதிலிருந்து சம்பந்தன் முகத்தை விரட்டினான். எனினும் கை நடுங்கியது. தீப்பந்தம் இருந்த அவனுடைய கைகளும் துடித்தன. ‘ஆனந்தா... இதைத் தவிர வழியேதுமில்லை’ என்று அலறியது மனம். மறுகணம் தன்னிடம் இருக்கும் சக்தியையெல்லாம் ஒன்றாய் திரட்டி கூரையின் மேல் அதை விட்டெறிந்தான்.

அடுத்த தீப்பந்தத்தை எடுத்தான். இரவில் நடக்கும் போரில் ஏவும் அக்கினி பாணங்களைப்போன்ற தீபந்தங்கள் கூரையின்மேல் ஒன்றன் பின் ஒன்றாக விட்டெறியப்பட்டன. ஓலையிலும் வைக்கோலிலும் ஓடுகளைத் தாங்கிய மரச் சட்டங்களிலும் தீ நன்றாய் பிடித்துக் கொழுந்துவிட்டு எரிந்தது. விநாடிக்கு விநாடி தீயின் வேகம் அதிகரித்தது. சப்தம் எழுப்பிக்கொண்டு தீக்கதிர்கள் ஒன்றாக எழுந்து விண்ணதிரச் செய்தன. விநோதமான காட்சி. வானை நோக்கி பறந்தன நெருப்பின் ஜுவலை. இப்போது மடத்தின் சுற்று வட்டாரமே புகை மண்டலமாக மாறிக்கொண்டிருந்தது.

மரத்துக்கும் நெருப்புக்கும் துவந்த யுத்தம் ஆரம்பமாயிற்று. நெருப்பு கொழுந்துவிடக் கண்ட ஆனந்தன் வியந்தான். மடம் இவ்வளவு வேகமாக பற்றிக்கொள்ளும் என்று எண்ணவில்லை. நெஞ்சில் இருந்த குரோத அக்கினியும் கட்டடத்துக்கு மாறியதால்தான் அந்த வேகமோ? அல்லும் பகலும் அதே நினைவாக இருந்த காரியம் முடிந்தது என்று முதலில் நம்பமுடியவில்லை. ஒரே வருத்தம்தான்.

தன் சாவுக்கு காரணம் வாதாபியில் இருந்து வந்த ஒருவன் என்று தெரியாமல் சிறுத்தொண்டன் சாகிறான்.

அப்போது, 'காலபைரவன் இட்ட கட்டளையை நிறைவேற்றியாகி விட்டதா? மாதவியின் மதிப்பைப் பெற வழி வகுத்தாயிற்றா? ஆம், இரண்டும் வெற்றிதான்' என்று நினைத்தபடி தன்னந்தனியாக நின்றுநெருப்பை ரசித்தான்.

இன்னும் எத்தனை நாள் என்னை ஏமாற்றிவிட்டுச் செல்லுவாய் சிறுத்தொண்டா? உன்னைத் தேடி வந்த வழி நெடுகிலும் எத்தனை ஏமாற்றங்கள்? அக்கினியின் முன்னிலையில் இன்னேரம் மடத்துக்குள்ளே நடுநடுங்கிக்கொண்டு இருப்பாய். ஆனால் காலன் உயிர் பிச்சை கொடுக்கமாட்டான். கரும் புகையும், தீக்குழம்பும், அக்கினிச் சுவாலையும் குமுறிக்கொண்டு எதிரியை ஹிம்சித்துக் கொண்டிருக்கும். சிறுத்தொண்டனிடம் கண்டோர் நடுங்கும் காலனை அக்கினி ரூபத்தில் அனுபவித்து வந்தான். எதிரிக்கு நடுநிசியில் அந்திமக்கிரியை நடக்கிறது. கையைக் கொண்டு வா என்றார் காபாலிகன். ஆனால் கையும் அதனுடன் உடலும் கருகி சாம்பலாயின என்றாலும் சந்தோஷப்படுவான். ஆனால் அந்த பால்வடியும் முகத்தைக் கொண்ட குழந்தையின் நினைவு வந்தது. மழலையில் பாடிய தேவாரம் காதில் கேட்பதுபோல் ஒரு பிரமை. அந்த குழந்தை ஹிம்சிக்கப்பட்டது மனதுக்கு கஷ்டமாயிருந்தது.

குழந்தைகள் சாகும் என்று சிறுத்தொண்டன் பார்த்தானா? அக்கினியை தாம்பூலம் வைத்து அழைத்தாயிற்று. இனி அவருக்கு ஓய்வே இல்லை. அரை நாழிகைப் பொழுதில் எல்லாம் சாம்பல் என்பது உறுதி. நெருப்பு எவ்வளவு பயங்கரமானது என்று அப்போதுதான் தெரிய வந்தது. வெப்பம் வெகு தூரம் பரவியது.

ஆயிரம் வாயுள்ள பயங்கர பூதம்போல காட்சி தந்தது அக்கினி. பயந்த சுபாவமுள்ளவன் என்றால் நெருப்பைக் கண்டு ஓடியிருப்பான். அச்சமயம் ஆனந்தனுக்கு அச்சம் சிறிதும் ஏற்படவில்லை. பீதி அடையாமல் அதற்கு நேர்மாறாக கால்கள் தரையுடன் ஒட்டியதுபோல நின்றான் ஆனந்தன்.

அவ்வப்போது முகத்தில் வழிந்த வேர்வையைத் துடைத்துவிட்டுக் கொண்டான். கலைச் செருக்குடன் அந்த அக்கினி சிலையைக் கண்டபடி இருந்தான். இதுவும் தான் உருவாக்கிய சிற்பம். ஆனால் வண்ண மயமாக ஆடும் சிற்பம். உயிருள்ளது போலிருக்கிறது என்று அவன் மல்லை சிற்பங்களைக் கண்டு சொன்னவர் உண்டு. ஆனால் இந்த தணல் சிற்பத்துக்கு உண்மையில் உயிர் உண்டு. ஆயிரம் கரங்கள்

நீட்டி நடமாடும் சிற்பமா? இல்லை ஆயிரம் பசி கொண்ட நாக்குகளைக்கொண்டு உணவைத் தேடும் சிற்பமா?

சுவருக்கு அப்பால் நெஞ்சைக் கையில் பிடித்துக்கொண்டு காத்திருந்தான் ஜீனாதாசன்.

திடீரென எரியும் வாசம் அவனுடைய நாசியை எட்டியது. பின், சுவருக்கு மேல் புகை எழுவது அவன் கவனத்தைக் கவர்ந்தது. முதலில் 'ஆகா! ஆனந்தனுக்கு ஏதோ ஆபத்து' என்று எண்ணம் வந்தது. முகத்தில் படிந்திருந்தது பயத்தின் ரேகை முகமண்டலம் காட்டியது. இருதய அந்தரங்கத்தில் நண்பனுக்கு என்ன கதி நேர்ந்ததோ என்ற ஐயம் உதித்தது.

ஓடிப்போய் சுவரை ஏற முயன்றான். முடியவில்லை. ஆற்றங் கரையில் இருந்த நாலைந்து கற்களை அடுக்கி சுவரின் மேல் ஏறினான். அதற்குள் அந்தப் பக்கம் இருந்த புகை மண்டலம் வெளியிலும் வரத்தொடங்கியது. இருட்டில் கண்ணுக்கு ஒன்றும் தெரியவில்லை. முக்கியமாக என்ன நடக்கிறது என்று ஒன்றும் மனதுக்குப் புரியவில்லை.

•••

அத்தியாயம் - 34

# 'மல்லைக்குக் கிளம்பு...'

இன்னதென்று விளங்காத கவர்ச்சி உண்டு தீக்கு.

நடமாடும் நாகமும், அசைந்தாடும் தீயும் அப்படியே மனிதனை நின்ற இடத்தில் நின்றபடி சிலையென சமைக்க வல்லமை கொண்டவை.

ஆனால் வெளித்தேகம்தான் சிலையெல்லாம். உள்ளே நாடி நரம்புகள் அனைத்தும் ஆனந்தனுக்கு கூத்தாடின. தீயை பார்க்கப் பார்க்க அவன் மனம் பரவசமடைந்தது. 'உனக்காக அக்கினி பகவான் எவ்வளவு சாதிக்கப் போகிறார்' என்று தன்னைத் தானே கேட்டுக்கொண்டபோது அளவற்ற ஆனந்தத்தை அளித்தது.

'நெடுநாளாய் என் உள்ளத்தில் மூண்டிருந்த தீதான் இன்று இந்தக் கட்டடத்துக்குப் பரவிவிட்டது' என்று சொல்லிக்கொண்டான்.

தீ தன் கோரப் பசியில் தாண்டவமாடியபோது அந்த வடிவங்களை அழகிய சித்திர சிற்ப வடிவங்களை தோற்கடிக்க முடியுமா என்றுகூட சந்தேகம் சிற்பிக்கு வந்தது. மடமும் சுற்றுவட்டாரத்தில் இருந்த அனைத்தும் தீப்பற்றி எரிந்துகொண்டிருந்தன. அதைப் பார்த்து மெய்மறந்து நின்றான்.

நெருப்பு பற்றி எரிந்து அதில் எழுந்த புகை அவனையும் சுற்றிச் சூழ்ந்துகொண்டது. மூச்சுவிடத் திணறிக்கொண்டிருந்தான். சுவாசத்தைக் கட்டுப்படுத்தி நின்றான். புகையில் மார்பு வெடித்து விடும் போலிருந்தது. வெப்பத்தில் வேர்த்துக்கொட்டியது. நெருப்பு செய்த பேரோசையினால் காதை பொத்திக்கொள்ளவேண்டும் போலிருந்தது. ஆனால் அவனுடைய கண்கள் அந்த அக்கினி ஆட்டத்தை ஒட்டினாற்போல் நோக்கின. நெருப்பின் ஸ்வரூபத்தில்

ஓர் அபூர்வமான அழகு மறைந்திருக்கிறது. அந்தக் காட்சியை அணு அணுவாக ரசித்தான்.

நெருப்பு மிகுதியாக ஒருவித பெருமை மிகுந்து வந்தது. ஒரு மமதை. அதில் மூழ்கி ஒருகணம் அவன் செயலிழந்து நின்றான். இதற்குள் அவன் பின்புறத்திலிருந்து ஒரு குரல்.

'ஆனந்தா... ஆனந்தா... இங்கு வா' என்று ஓர் அவசரக் குரல் கேட்டது. வெளியில் நின்ற ஜீனாதாசன் பெருமுயற்சி செய்து கற்களை அடுக்கி சுவரின் மேல் எட்டிப் பார்த்தான். முதலில் எங்கும் புகை மூட்டம்தான் அவனுக்குத் தெரிந்தது. பின் மெல்ல ஆனந்தனின் நிழலுருவம் தென்பட்டது. அசையாமல் சிலைபோல் நின்று எரியும் கட்டடத்தை ரசித்துக்கொண்டிருந்தான். எல்லாம் மெல்லப் புரிந்தது ஜீனாதாசனுக்கு. காலை இந்த மடம் மயான பூமியாக மாறிவிட்டதாக மதுரை மக்கள் அறிவார்கள். ஓரளவு கூட அதிருப்திக்கு இடம் இல்லாமல் காரியத்தைச் செய்து முடித்திருந்தான் ஆனந்தன் என்று ஆனந்தம். தாம் போட்ட திட்டம் செயல்படுத்த முடியாமல் போயிருக்கலாம். புத்திசாலி வேறொரு திட்டம் தீட்டி மடத்தை தீக்கிரையாக்கிவிட்டான். நாளைக் காலை ஆலவாய் எங்கும் மின்னல் தாக்கி சைவர்கள் மாண்டார்கள் என்று வதந்தி பரவும். சமணரைப் பற்றி அவதூறு பேசிய பாவமே சம்பந்தனை பற்றி எரிக்கும் நெருப்பாக மாறிவிட்டது என்ற வதந்திகளை பாண்டிய நாடெங்கும் பரப்பிவிடலாம். அச்செய்தி செவிக்குச் செவி தாவி மக்கள் மனதில் பதிய நாளாகும். எனினும் இப்படியொரு சாவு தங்களுக்கும் சம்பவிக்கும் என்று அஞ்சி மீதி சைவர்கள் வாய்மூடிவிடுவார்கள். அதுவே தமக்கும் தம் மதத்துக்கும் நல்லது என்று முடிவுக்கு வந்தான் ஜீனாதாசன்.

தீயை பார்க்கப் பார்க்க அவனுக்கும் ஆனந்தம்தான். இந்த எதிர்பாராத கொடுஞ்செயலிலிருந்து சம்பந்தன் தெய்வக் குழந்தையில்லை என்று உலகுக்குப் தெரியும். நகர மாந்தர்களுக்கு நாளைக் காலை அதிர்ச்சி இருந்தது. சம்பந்தனை சைவர் ஒவ்வொருவரும் தங்கள் குலதெய்வமெனப் பாராட்டிவிட்டு இப்படி தீயில் கருகிச் செத்தான் என்று தெரிந்தால் நொந்துவிடுவார்கள். சமணம் இனி தழைக்கும் என்று பரிபூரண நம்பிக்கையும் இருந்தது. அதைச் செய்து முடித்தவன் ஆனந்தன்.

'ஆனால் யார் கண்களிலாவது அவன் தட்டுப்பட்டுவிட்டால்? அவன் இப்போது அகப்பட்டுக்கொண்டால் யாருக்கு என்ன பிரயோசனம்?' என்ற சந்தேகங்களும் எழுந்தன. சமயோசித புத்தியுடன் ஜீனாதாசன் செயல்பட்டான்.

ஆனந்த பெருக்கில் சுவரைக் கடந்து மடத்துக்கு உள்ளே அவனும் குதித்து ஓட்டமும் நடையுமாக விரைந்து சென்றான். ஜீனாதாசன் ஆனந்தனின் தோள்களைப்பற்றி குலுக்கினான். 'ஏன் இங்கேயே மரம்போல் நிற்கிறாய்? கூக்குரல் எழுப்பிக் கூட்டம் வெளியே ஓடி வரும்போது மாட்டி தொலைப்பானேன்... வெளியே வா' என்று கையை பிடித்து இழுத்துச் சென்றான்.

செல்ல மனமில்லாமல் தீயை திரும்பிப் பார்த்தான் ஆனந்தன். இருவருமாய் ஒருவருக்கு ஒருவர் உதவியபடி சுவருக்கு அப்பால் வந்து சேர்ந்தார்கள். மூச்சிரைத்தது. ஜீனாதாசன்ஆனந்தனை பெருமையுடன் பார்த்தான். இப்படிப்பட்ட மகா யுத்தங்களில் மனிதர் பலியாவது ஏற்படுவதுதான். ஆனால் ஆனந்தனுக்கு ஏதேனும் ஏற்பட்டால் யார் சாம்பவியிடம் சமாதானம் சொல்லுவது?

ஜீனாதாசன் ஆனந்தனைக் கட்டித் தழுவினான். 'நீ இன்று சமணர் உலகுக்கு எத்தனை பெரிய சேவைகள் செய்திருக்கிறாய். இப்போது எனக்காக ஒன்று செய்யவேண்டும்.'

'இன்னும் என்ன?' என்று வியப்புடன் பார்த்தான் ஆனந்தன். 'இப்போது நீ இங்கிருந்தால் உனக்கு ஆபத்து. பொழுது விடியும் சமயத்தில் நீ மதுரையின் எல்லையில் இருக்கக்கூடாது. சைவர்களின் சாம்ராஜ்யத்துக்குள்ளே புகுந்து உன் உயிரையும் பணயம் வைத்து சாதித்துவிட்டாய். இனி உனக்கு அபாயம். நீ உடனே கிளம்பு' என்றான்.

திடுக்கிட்டான் ஆனந்தன். 'அப்படி என்ன அச்சம்?'

'உனக்காகத்தான் அஞ்சுகிறேன்' என்றான் ஜீனாதாசன். 'நீ அகப்பட்டால் பெரும் பிசகு. சைவ உலகமே உன்னை துவேஷிக்கத் தொடங்கிவிடும். அதைக் குறித்து நான் பயம் கொள்கிறேன்.'

இப்போதே இங்கிருந்து கிளம்பிவிடு என்று ஜீனாதாசன் வற்புறுத்தியது ஆனந்தனுக்குப் பிடிக்கவில்லை. சிறுத்தொண்டன் என்ன கதி அடைந்தானோ தெரியாது என்று மனதுக்குள் நினைத்து, 'நாளைக் காலை நடப்பதென்ன என்று கண்டறிந்துவிட்டுச் செல்கிறேனே' என்று மன்றாடினான்.

'நண்பா! தீயின் ஆக்ரோஷத்தைப் பார்த்தாயல்லவா? இந்தக் கனல் பிரளயத்தில் எதிரி மாண்டிருக்கவேண்டும். நோக்கம் நிறைவேறிவிட்டது. எதிரிகள் நாசமடைந்தார்கள். காலையில் சாம்பல்கூட இருக்காது எதிரியின் உடலில்.'

இருவரும் எண்ணியிருந்தது வெவ்வேறு எதிரிகள்.

'ஆகையால்தான் உன்னிடம் கெஞ்சிக் கேட்கிறேன். நீ பல்லவர் பிரதேசத்துக்கு கிளம்பு. மல்லைக்குச் சென்று உன் தொழிலைக் கவனி. நான் இனிமேல் நடப்பதைப்பற்றி உனக்கு செய்தி அனுப்புகிறேன். உனக்கு ஏதாவது நேர்ந்தால் சாம்பவிக்கு என்னால் பதில் சொல்ல முடியாது' என்று சொல்லி மர்மமாய் சிரித்தான் ஜீனாதாசன். 'நிச்சயம் நீயில்லாமல் அவளுக்குப் பொழுதுபோவது கஷ்டமாயிருக்கும். நானே சொல்லிக்கொள்கிறேன். நீ கிளம்பு.'

ஜீனாதாசன் மிகவும் வற்புறுத்திச் சொன்னதின் பேரில் கிளம்பச் சம்மதித்தான் ஆனந்தன். தனக்கும் இங்கு வேலையில்லை. இனி மதுரையில் என்ன நடந்தால் என்ன?

'சரி ஜீனாதாசா, உன் விருப்பப்படி செல்கிறேன்.'

'ஆனால் வெகு விரைவில் எல்லாம் சரியானவுடன் நானே ஒரு முக்கிய விஷயமாக வந்து உன்னை மல்லையில் பார்க்கிறேன்' என்றான் ஜீனாதாசன்.

கரடுமுரடான ஆற்றங்கரையில் இருவரும் நடந்தனர். தயாராக ஓடக்காரன் படித்துறையில் நின்றான். 'ஆற்றைக் கடந்து அக்கரைக்குச் சென்று இவரைவிட்டுவிடு' என்று ஆணையிட்டான் ஜீனாதாசன்.

பிரியும் முன் ஒருமுறை நேருக்கு நேர் நின்றனர் நண்பர்கள். உணர்ச்சி வசப்பட்டான் ஜீனாதாசன்.

'நண்பா! நீயில்லை என்றால் எங்கள் முயற்சியெல்லாம் அதோகதியாகப் போயிருக்கும். ஜைன தீர்த்தங்கரர்களின் பெரிய பெரிய பிரதிமைகளை மலைப்பாறையில் குடைந்து அமைக்க உன்னை அழைத்துவர ஒரு காலத்தில் எண்ணினேன். நண்பா, இப்போது வந்து எங்களுக்கு சிலை செதுக்குவதைவிட பேருதவி செய்தாய்' என்று மனதார வாழ்த்தினான்.

மீண்டும் கட்டித் தழுவினார்கள். விதியின் விளையாட்டு. ஏதோ ஒரு பெரும் சக்தி அனைவரையும் கைப்பாவைகளாக ஆட்டிவைப்பது ஆனந்தனுக்கு புரிந்தது. இருவரும் மற்றொருவர் தனக்கு பெரும் சேவை செய்ததாக நினைத்துக்கொண்டிருந்தனர்.

படகில் ஏறிக்கொண்டான். ஓடம் கிளம்பியது. ஜீனாதாசன் கையசைத்தபடி மதுரை கரையில் நின்றிருந்தான். வைகையின் தெளிந்த தண்ணீரில் அந்த நெருப்பின் பிரதி பிம்பத்தை நீர்ப்பிரவாகத்தில் உற்று நோக்கினான் ஆனந்தன். இன்னும் மடத்தில் தீ அணையவில்லை. ஆற்றைக் கடக்கும்வரை அதைக் கண்டு

கண்ணிமைக்க மறந்தான். இப்போது சிறுத்தொண்டன் கருகிச் செத்திருப்பான். தனக்கு இட்ட கடமையை முடித்தாயிற்று என்று ஒரு திருப்தி.

ஓடம் எதிர்க்கரையை அடைந்தவுடன் ஏனோ ஆனந்தன் திரும்பிக்கூட பார்க்கவில்லை. வேகமாக வடக்கே நடந்தான். நிலவு பூத்த இரவு. நினைவெல்லாம் மாதவிதான். மாதவியின் எழில் அவன் மனக்கண்ணில் விரிந்தது. தன் வெற்றியைப் போய் காபாலிகனிடம் சொல்வதைப்போல் மாதவியிடமும் சொல்லவேண்டும். அவள் மதிப்பில் பன்மடங்கு உயரவேண்டும்.

கரையிலிருந்த ஜீனாதாசனுக்கு பலதரப்பட்ட எண்ணங்கள். நண்பனை இந்த நேரத்தில் ஊரைவிட்டு அனுப்ப மிக்க வேதனையளித்தது. ஆனால் அதிவிரைவாக அவன் வெளியேறுவது அவசியம். படகானது வைகையைக் கடக்கும்போது அதையே உற்றுப் பார்த்துக்கொண்டிருந்தான் ஜீனாதாசன். அவன் பின்புறம் மடத்தில் எரிந்த தீயானது 'தகதக' வென்று பிரகாசித்துக் கொண்டிருந்தது. இருள் சூழ்ந்திருந்த மதுரையை ஒளிமயமாக ஆக்கியது. பிரகாசமானது சமணரின் எதிர்காலமும்தான்.

அதனால் அவன் ஆனந்தத்தின் உச்சகட்டத்தில் இருந்தான். சமண மதத்துக்கு இப்படியோர் சேவையை செய்ய ஆனந்தன் பல ஜென்மங்களிலே அவன் கர்ம வினையில் பாக்கியம் செய்திருக்க வேண்டும்.

வழி அனுப்பும்போது ஏனோ தெரியவில்லை கண்களில் நீர் ததும்பியது. தங்கையிடம் சொல்லி யாத்ராதானம் கொடுக்கச் சொல்லலாம். பத்திரமாக காஞ்சி சென்று ஆனந்தன் தன் வீட்டு மாப்பிள்ளையாக ஆலவாய்க்குத் திரும்பவேண்டும் என்று மனதார வேண்டிக்கொண்டான் ஜீனாதாசன்.

ஆம், சந்தேகத்துக்கு இடம் கொடுக்காமல் முடிவெடுத்துவிட்டான். தங்கைக்கு ஏற்ற மணாளன் இவன்தான். சாம்பவியும் ஆனந்தனும் கைகோர்த்து நிற்பதே தன் மனப்பூர்வமான ஆசை. தங்கையோ புவன சுந்தரி. ஆலவாய் அழகி. ஆனந்தனோ சமணத்தைக் காத்த காவலன். இருவருக்கும் மணமுடித்து வைப்பதாக உறுதி ஏற்றான்.

ஆனால் அவன் தனக்காக இன்று செய்தது எவ்வளவு பாவமான காரியம்? இதையெல்லாம் நினைத்துப் பார்க்கப் பார்க்க கன்னங்களில் நீர் வழிய ஆரம்பித்துவிட்டது. அஹிம்சையைக் கடைப்பிடிக்கும் சமண மதத்துக்காக மனிதர்கள் கொல்வது தெய்வ சம்மதமாகுமா?

'கடவுளால் சிருஷ்டிக்கப்பட்ட மதம் சமணம்தான். அதன் நன்மைக்காக அந்தப் பாவத்தை நான் ஏற்றுக்கொள்கிறேன். என் கையில் ஆனந்தன் ஓர் ஆயுதம்தான்' என்று வானை நோக்கி முணுமுணுத்தான்.

பின் ஒருமுறை எரியும் மடத்தையாவது பார்க்க எண்ணித் திரும்பினான். என்னவொரு ஆச்சரியம். கண்களை துடைத்துக் கொண்டு மீண்டும் பார்த்தான் ஜீனாதாசன். மடம் இன்னும் ஜுவாலையிட்டு எரிந்து கொண்டிருக்கும் என்று பார்த்தவனுக்கு ஏமாற்றம். மடமெங்கும் கருகிய நிலையில் அனாதைப் பிரேதங்கள் கிடந்திருக்கவேண்டும். ஆனால் ஏதுமே நடக்காததுபோல இரவு மீண்டும் நிசப்தமாய் நிற்சலனமாய் இருக்கக் கண்டான். இது என்ன தந்திர மந்திர சாமர்த்தியங்களினால் ஏற்பட்ட மாற்றமா? இல்லை அவ்வளவு சீக்கிரமாக மடம் கருகி சம்பலாயிருக்குமா? இரவெல்லாம் எரியும் என்று கணக்கிட்டோம் அல்லவா? புகையைக் கூட காணவில்லையே? எப்படி தீ அணைந்தது? இருக்காது... சம்பந்தனுக்கு அந்தப் பெரும் விபத்து நிச்சயமாக வருவதற்கிருந்தது. அந்த விபத்து எப்படி தடைப்பட்டது? நெருப்பு எப்படி நின்றது?

மனக்குழப்பம் இன்னும் அதிகமாயிற்று. ஜீனாதாசனுக்கு தலை சுழல ஆரம்பித்தது. அத்திசையில் விரைந்தான். உடலில் ஒரு நடுக்கம் ஏற்பட்டது. வைகைக் கரையில் வீசிய குளிர்க் காற்றினாலல்ல. உருவமற்ற பயம். முன்னெப்போதுமில்லாத அச்சம்.

ஏதோ விபரீதமான அபாயம் தனக்கும் தன் மதத்துக்கும் நேரப் போகிறதென்று.

•••

அத்தியாயம் - 35

# குந்தவியின் திட்டம்

அழகிய ஆலவாயைக் காணவேண்டுமென்ற ஆவல் பல்லவேந்திரன் மகள் குந்தவியின் மனதில்தான் முதலில் தோன்றியது. காஞ்சியை கந்தர்வபுரி என்று நினைத்து நினைத்து வளர்ந்தவளுக்கு அதற்கு புவிமீது ஒரே போட்டியென விளங்கிய நகரமான மதுரையை தன் கண்ணாலே கண்டு ஒப்பிட்டுவிடவேண்டும் என்று பல நாளாய் ஆதங்கம். அதுவும் தன் தாய் பிறந்து வளர்ந்த இடத்தைத் தரிசிக்க குந்தவிக்கு கொள்ளை ஆசை. இதெல்லாம் அவள் தந்தையிடம் சொன்ன காரணங்கள்.

தந்தையிடம் சொன்னவுடன் அரசரும் ஒப்புக்கொண்டார். தன் தந்தையை ஏமாற்றிவிட்டதாக சந்தோஷப்பட்டாள் இளவரசி. மனதுக்குள் சிரித்துக்கொண்டார் பல்லவேந்திரர்.

ஒப்புக்கொண்டதுதான் தாமதம். 'எப்படியப்பா தனியாய் செல்வது? நான் சிவகாமியம்மையாரின் பள்ளியிலிருந்து நர்த்தகி மாதவியை அழைத்துச் செல்ல நினைக்கிறேன்' என்றாள்.

'கேட்டுப்பார்ப்போம்' என்றார் மன்னர் பட்டும்படாமலும்.

'என்ன அப்பா இது? நீர் ஒரு கட்டளையிட்டால் போதாதா?'

'இல்லையம்மா. அது முறையல்ல. இந்தக் கிரீடமும் செங்கோலும் இல்லையென்றால் நான் வெறுமையானவன். அவர்களிடமோ கடவுள் அளித்த கலையிருக்கிறது. தராசில் வைத்துப் பார்த்தால் அவர்களே நம்மைவிட உயர்ந்தவர்கள்' என்றார்.

'என்னமோ அப்பா... மாதவியில்லை என்றால் நானும் போக வில்லை' என்று அடம் பிடித்தாள் இளவரசி.

மன்னர் கண்களில் ஒரு குறும்புச் சிரிப்பு. 'மாதவி மட்டும் போதுமா? இல்லை வேறு யாரேனும் உடன் வரவேண்டுமா...?' என்று இழுத்தார் மன்னர்.

தந்தையின் பார்வையிலிருந்து கண்களை அகற்றிக்கொண்டாள் குந்தவி. தன் திட்டத்தை யூகித்திருப்பாரோ அப்பா?

மன்னர் நினைத்ததுதான் சரி.

மாதவியை அனுப்ப சிவகாமியம்மையார் ஒப்புக்கொண்டபின், 'இப்போதென்ன போரா நடக்கிறது அப்பா? அண்ணாவையும் அழைத்துச் செல்கிறோமே' என்றாள்.

ஒரு நொடி மாமல்லரின் முகம் சிலையானது. 'சரி, அழைத்துச் செல். வருகிறானா என்று மட்டும் கேட்டுக்கொள்.'

கரும்பு தின்னக் கூலிவேண்டுமா? மகேந்திரனும் சேர்ந்துகொள்வான் என்று குந்தவிக்குத் தெரியும்.

அண்ணன் மகேந்திரனும் வரட்டுமே என்று குந்தவி ஆரம்பித்தபோது மன்னர் அதற்கும் ஒப்புக்கொண்டார். குமார சக்கரவர்த்தி இருதய அந்தரங்கத்தையெல்லாம் வெளியிடுவதற்கு ஒரு சந்தர்ப்பம் ஏற்படுத்திக்கொள்ளப் பார்க்கிறார். அதற்கு அவர் தங்கை உற்ற துணை. ஆனால் மகனின் மனோரதத்தை நிறைவேற்றிக்கொடுப்பதில் ஒரு நஷ்டமும் தனக்கோ பல்லவ சாம்ராஜ்ஜியத்துக்கோ இல்லை என்று ஏற்கெனவே முடிவெடுத்திருந்தார் மன்னர்.

அண்ணனின் ஆசைக் கனவு இவ்வளவு விரைவில் நிறைவேறப் போகிறது என்று குந்தவி சந்தோஷம் கொண்டாள்.

மன்னரோ மகளுடன் நகைச்சுவை நாடகம் அரங்கேற்ற எண்ணி, 'அம்மா, எனக்கும் இங்கு வேலை பளு குறைவுதான். நானும் வந்து உன் மாமனைப் பார்த்துவிடுகிறேனே' என்றார்.

பதற்றம் அடைந்தாள் குந்தவி. 'இல்லை... அப்பா, இல்லை. உங்களுக்கு ஏன் சிரமம்?'

சிரித்துவிட்டு 'இல்லை அம்மா... நான் வரவில்லை' என்று மன்னர் சொன்னவுடன்தான் மனது அமைதியானது.

சிவகாமியிடம் மன்னர் சிஷ்யையை மதுரைக்கு தன் மகளுடன் அனுப்பிவைக்குமாறு கேட்டவுடன் ஒப்புக்கொண்டாள். அரங்கேற்றம் முடிந்தவுடனே எல்லோரும் ஒரு பெருமூச்சு விடுவார்கள். அவ்வளவு நாள் செய்து வந்த தவம் பலித்துவிட்டது போலொரு எண்ணம். ஆனால் மாதவி அதற்குப் பின் சலங்கையைக்

கட்டவேயில்லை. யாருடனும் சகஜமாய் பேசவேயில்லை. முக்கியமாக தன் கண்ணோடு கண் நோக்கியே பேசுவதில்லை.

‘சரி, ஆலவாய்க்கு போய்த்தான் வரட்டுமே. மாற்றம் ஏதாவது வரும்’ என்று ஒப்புக்கொண்டாள்.

பிரயாண ஏற்பாடுகள் தொடங்கின. பாண்டியருக்கு செய்தி அனுப்பப்பட்டது. தமக்கை மக்களை வரவேற்க காத்திருக்கிறேன் என்று நெடுமாறன் பதில் செய்தி அனுப்பியிருந்தான்.

ஆலவாய்க்கு போகும் வழி நெடுகிலும் அந்த பல்லவ ஊர்வலத்துக்கு உபசாரம் செய்ய ஏற்கெனவே அரண்மனை ஆட்கள் அனுப்பி வைக்கப்பட்டிருந்தார்கள். எங்கெல்லாம் தண்டு இறக்கவேண்டும், எங்கெல்லாம் குறுநில மன்னர்களின் மாளிகையில் தங்கவேண்டும் என்று நிர்ணயிக்கப்பட்டிருந்தது.

திட்டத்தின்படி கிளம்ப ஆயத்தமானார்கள் அரண்மனை பிரயாணிகள். கிளம்பும் நாளும் வந்தது. சற்று முன் நிருத்தப் பள்ளியிலிருந்து மாதவி வந்தபோது ஒரே பரபரப்பு. மாதவியைக் கண்டதும் குந்தவிக்கு குதூகலம் தாங்கவில்லை. அதிகாலையில் இருந்து அவளுக்காக அரண்மனைப் படிகளில் காத்திருந்தாள். பார்த்தவுடன் ஓடிச்சென்று கட்டித் தழுவிக்கொண்டாள். ஒப்பில்லாத சௌந்தரியத்தோடு இரு பெண்கள் நின்றதைக் கண்டு பார்த்தவர் எல்லாம் பூரிப்படைந்தனர்.

பல்லக்கையும் பரிவாரங்களையும் கொண்ட பல்லவ ஊர்வலமானது காஞ்சி பெருநகரின் விசாலமான வீதிகளில் சென்று தெற்கு கோட்டை வாயில் வழியாக வெளியேறவேண்டும் என்று முடிவாயிருந்தது. ஊர்வலம் புறப்படத் தயாராயிருந்தது. ஆளுக்கொரு தந்தச் சிவிகையில் இளவரசியும் மாதவியும் செல்ல புரவியில் இளவரசன் செல்ல ஏற்பாடாயிருந்தது. மாதவியுடன் பயணம் என்றவுடன் மகேந்திரனுக்கு அளவில்லாத எக்களிப்பை உண்டு பண்ணவே அது அவன் முகத்தில் தெளிவாய் தெரிந்தது.

எல்லோரும் புறப்படத் தயார். ஆனால் யாருக்காகக் காத்திருக்கிறார்கள்?

சற்று நேரத்துக்கெல்லாம் தூசி பறக்க தங்க ரதம் ஒன்றில் மன்னர் பெருமான் அவர்களை வழியனுப்ப வந்தார். சின்னக் கண்ணன் தேரை ஓட்டி வந்தான்.

கட்டியம் கூறுபவன் தன் உச்சகட்ட குரலில் ‘சாளுக்கியர் குலத்தை வேரோடு களைந்தவரும் வாதாபி கொண்ட வீராதி வீரருமான

திரிலோகாதிபதியான காஞ்சி நரசிம்ம சக்கரவர்த்தி வருகிறார்... பராக்... பராக்...' என்று கத்தியது மாதவியின் செவிகளில் விழுந்தது.

'வேரோடவா. பின் நான் யார்?' என்று நினைத்தாள் மாதவி.

தன் மக்களுடன் கூட மன்னர் முதலில் பேசவில்லை. தேரிலிருந்து இறங்கி நேரே நடந்து வந்த மன்னர் மாதவியுடன்தான் பேசினார்.

மன்னரைக் கண்டவுடன் தன்னையறியாமல் கைகூப்பி வணங்கினாள் மாதவி. மன்னர் மாதவியுடன் பேசும் போது அவள் முகத்தை உற்றுப் பார்த்தார். அரங்கேற்ற நாட்டியத்தின்போது வந்த அந்த நினைவு இப்போது அவருக்கு வரவில்லை.

'அம்மா, பெரும் பிரயத்தனம் செய்து உன்னை ஆலவாய்க்கு அனுப்ப சிவகாமியம்மையாரிடம் ஒப்புதல் வாங்கியிருக்கிறேன். அதனால் இந்தப் பயணத்தை நன்றாய் அனுபவி.'

'சரி'யென தலையை ஆட்டினாள் மாதவி.

அவர் பேசிய ஒவ்வொரு வார்த்தைக்கும் அவள் முகத்தில் என்ன மாற்றம் ஏற்பட்டது என்று உன்னிப்பாய் கவனித்தார் மன்னர். அரங்கேற்றம் அன்று ஜனித்த சந்தேகம் இன்று தலைகூட காட்ட வில்லை. உள்ளத்தில் ஒருவகை பீதியை விளைவித்த அந்த நினைவு என்னவென்று தெரியவில்லை. அன்று மனத்தில் நன்கு பதியும் முன் காணாமல் போனது. அதை அருவருப்பு என்று சொல்வதா? இல்லை அச்சம் என்று சொல்வதா? சிறுவயதில் கம்சனின் கதையைக் கேட்டபோது அவர் மேல் வந்த வெறுப்பினால் ஏற்பட்டதா? இல்லை வேறு ஏதும் இருக்குமோ? மன்னர் மனதில் பல ஐயங்கள்.

பின் மகனுடனும் மகளுடனும் பேசி விடைபெற்று மன்னர் கிளம்பினார்.

ஊர்வலம் கிளம்பியது. போகும் வழியெல்லாம் குந்தவி தன் ராஜபோக வாழ்க்கை நிலையை அறவே மறந்துவிட்டு நடந்து கொண்டாள். மாதவியை தனக்கு நிகரானவள்போலத்தான் நடத்தினாள். ஆனால் மாதவிக்கு மனதுக்குள் ஓர் உறுத்தல். உண்மையை வெளியில் கொண்டுவந்து கொட்டிவிடும் என்ற அளவுக்கு அவ்வப்போது கோபம் வந்தது. அவ்வப்போது உண்மையைக் கத்திச் சொல்லவேண்டும் போலிருந்தது அவளுக்கு.

ஆனால் ஊர்வலம் பயணிக்கும்போது நடந்தவையோ வேறுவிதமாய் இருந்தது. தனக்கு இளவரசியை பிடித்துவிடுமோ என்ற பயத்தில் திணறினாள் மாதவி. குந்தவியை அகம்பாவம் பிடித்தவளாய் கற்பனை செய்து வைத்திருந்தாள் மாதவி. 'நாம் எடுத்த காரியம்

பெரிய காரியம். அதை நிறைவேற்றுவதற்காக எல்லாவற்றையும் சகித்துக்கொள்ளவேண்டியதுதான்' என்று எண்ணி வந்தவளுக்கு ஆச்சரியம். தான் சாம்ராஜ்ஜிய சக்கரவர்த்தியின் குமாரத்தி என்ற அகந்தையெல்லாம் மாதவியிடம் குந்தவி காட்டவில்லை.

இரண்டு பெண்களும் தனித்தனி சிவிகைகளில் சென்றனர் என்றுதான் சொல்லவேண்டும். எனினும் இருவர் பல்லக்கின் வெளிப்புறத்திரை மூடவேயில்லை. இந்தப் பல்லக்கிலிருந்து அதற்கு சரமாரியாக பேச்சுவார்த்தை நடந்தபடியே இருந்தது.

திரைகள் விலகியேயிருந்தது. பல்லக்கை சுமப்பவரும் ஒரே வேகத்தில் நடை போட்டனர். பெண்கள் பேச்சு மற்ற பல்லக்குக்கு கேட்கவேண்டுமே என்று பொதுவாய் வலி மறக்க முணுமுணுக்கும் பாடலைக்கூட பாடவில்லை.

அவ்வப்போது இருவரும் சிவிகையை நிற்கச்சொல்லி தரையில் இறங்கி இயற்கையை ரசித்தபடி நடந்தனர். புதுவெள்ளம் பொங்கி வரும் நதியைக் கண்டு ஆனந்தித்தனர். புதிய இலைகளின் தளிர் கொண்ட பச்சை நிறத்தைக் கண்டு வியந்தனர். பல வர்ணப் பட்சிகளையும் மயில்களையும் பார்த்துக் களிப்பு கொண்டனர். இந்தக் காட்சிகளையெல்லாம் பல்லக்கிலிருந்தா ரசிக்க முடியும்?

அப்போது தான் மட்டும் குதிரை மேலிருப்பது தகாது என்று எண்ணி மகேந்திரன் கீழே குதித்தான். பெண்களின் அருகில் ஓடி வந்து இரு பெண்களுடன் சேர்ந்து நடப்பான். வந்தவுடன் இருவர் பேச்சு குறைந்துவிடும். குந்தவியின் கேலிப் பேச்சு மட்டும் ஒலிக்கும். மாவீரன் தடுமாறுவதைக் கண்டு சிரிக்காமல் இருக்க முடியவில்லை தங்கைக்கு.

சாலையோரத்திலே நின்று பல்லவரின் பரிவாரங்கள் போவதை பார்த்துக்கொண்டிருந்த கூட்டத்தில் இருந்தவர்கள் அத்தனை பேரும் பல்லவ குலத்தை வாழ்த்திக் கோஷங்கள் எழுப்பியபோது மிக கடினப்பட்டே முகத்தை சுழிக்காமல் வைத்துக்கொண்டாள் மாதவி. 'நான் எதற்காகப் போகிறேன் என்று அவர்களுக்குக் கண்டிப்பாய் தெரியக்கூடாது' என்று மாதவி நினைக்க, நர்த்தகியை ஏன் அழைத்துச் செல்கிறோம் என்று அவளுக்கு நிச்சயமாகத் தெரியக்கூடாது என்று இளவரசி நினைக்க இருவரும் ஒரே நோக்கத்துக்குத்தான் மதுரை பயணிக்கிறார்கள் என்று விதி ஒருவரிடமிருந்து மற்றவரிடம் மறைத்தது விநோதம்.

ஆனால் ஊர்வலம் செல்லவும் தாமதம் ஆனது. பல்லவ சாம்ராஜ்யத்தின் பட்டத்துக்குரிய இளவரசரும் ஊர்வலத்தில்

வருகிறார் என்றால் கேட்கவாவேண்டும். ஊர்களே காலியாகி சாலையோரம் வந்து நின்றன. குழந்தைகள் எல்லாம் இந்த கோலாகலத்தைக் கண்டு கையைத் தட்டி மகிழ்ந்தார்கள். குந்தவியும் மாதவியும் சில குழந்தைகளைத் தூக்கிக் கொஞ்சுவார்கள்.

நான்கு நாட்கள் பயணித்த பின் பல்லவ நாட்டு எல்லையைக் கடந்து சோழ வளநாட்டுக்குள் வந்தனர். ராஜபாட்டையின் இரு பக்கங்களிலும் உள்ள இயற்கை வளங்களைக் காண இரு கண்கள் போதவில்லை. மூன்று போகம் விளையும் சோழ வளநாடு நான்தான் என்று சொல்லாமல் சொல்லியது அத்தேசம். ஆங்காங்கே சிறு சிறு நதிகள். ஒவ்வொரு நதிக்குக் குறுக்கேயும் மூங்கில் கழிகளைச் சேர்த்துக் கட்டிய பாலம் ஒன்று இருந்தது. அவற்றைக் கடந்தே ஊர்வலமும் சென்றது.

கொள்ளிட நதியின் தென்கரைக்கு சிறிது தூரம் முன்னர் ஓர் எதிர்பாரா சம்பவம் நடந்தது. கொள்ளிடக்கரையை எட்டப் போகிறோம் என்று தெரிந்தது. பயணிகள் சந்தோஷம் கொண்டதில் அதிசயம் இல்லை. தமிழகத்தில் மிகவும் அகண்ட நதி அது.

அப்போது எதிர்த் திசையிலிருந்து ஒரு சிறிய குதிரைப்படை வருவதைக் கண்டு அதிசயித்தனர். மகேந்திரனின் கை இயற்கையாய் உறைவாளுக்குச் சென்றது.

அக்குதிரைகள் அவர்களை நெருங்கி வந்துவிட்டன. மரியாதை நிமித்தமாக அவர்களுக்கு சிறிது தூரத்தில் தடால் என்று பிடித்து இழுத்து நிறுத்தப்பட்டன.

குதிரைகளின் குளம்படிச் சத்தம் கேட்டபோது மாதவியின் மனக்குழப்பம் அதிகமாயிற்று. 'தான் யாரென்று கண்டுபிடித்து விட்டனரோ?' என்று பெரிதும் கவலைக்குள்ளானாள். இளவரசியையும் இளவரசரையும் நாசவேலைக்காரியிடமிருந்து காக்கவே படைகள் வருகின்றனவா?

•••

அத்தியாயம் - 36

# பயணத்தடை

மடியில் கனம் இருந்ததால் மனதில் பயம் என்பது பொய்த்துப் போகுமா? தூசு பறக்க புரவிகளின்மேல் வீரர்கள் அவர்களை நோக்கி வருவதைக் கண்டு எல்லோரும் ஆச்சரியப்பட்டார்கள். ஆனால் மாதவி மட்டும் அச்சப்பட்டாள். 'என்மீது பல்லவனுக்கு அதற்குள்ளாக துர் எண்ணம் வந்துவிட்டதோ?'

பின்னர் மனத்தைத் திடப்படுத்திக்கொண்டாள். 'என்னைப்பற்றிய ரகசியம் தெரிந்திருந்தவர் காஞ்சியிலிருந்துதானே வரமுடியும். எதிர்த் திசையிலிருந்து எப்படி வருவார்கள்?'

முன் குதிரையில் வந்தவன் கயல்பொருந்திய கொடியை ஏந்தி வந்தது கண்களுக்குத் தெளிவாய் தெரிந்தவுடன் மாதவியின் மனதுக்கு பூரண அமைதியைக்கொடுத்தது. வருபவர் பாண்டியர்கள். அதனால் இது முற்றிலுமாக தனக்கு சம்பந்தம் இல்லாத சம்பவம் எனப் புரிந்துகொண்டாள்.

பல்லவர் ஊர்வலத்தைப் பார்த்தவுடன் வந்தவர்கள் குதிரைகளின் கடிவாளத்தை இழுத்து நிறுத்தினார்கள். குழுத் தலைவன் இளவரசைக் கண்டறிந்து தன் குதிரையிலிருந்து அவசர அவசரமாய் கீழே இறங்கினான். இளவரசனிடம் பயபக்தியுடன் அணுகி வந்து மண்டியிட்டவாறே தான் கொண்டுவந்த இலச்சினையை நீட்டினான்.

அதை வாங்கி உற்றுப்பார்த்தான் மகேந்திரன். இலட்சினையில் அழகிய கயல் பொறிக்கப்பட்டிருந்ததைப் பார்த்தவன் தலையசைத்து தூதுவனை பாண்டியனின் பிரதிநிதி என்று அங்கீகரித்தான். ஆனால் அவன் மனதுக்குள் பலவும் ஓடின. மதுரையில் ஏதாவது மிகவும்

முக்கியமான நிகழ்வுகள் ஏற்பட்டாலன்றி கயல் இலச்சினையைக் கொடுத்தனுப்பியிருக்க மாட்டார் மாமா. மிகவும் அவசரமான செய்திகளுக்கு மட்டுமே இப்படி இலட்சினையைக் கொடுத்து அனுப்புவார்கள். இலட்சினையைக் காட்டுபவன் சொல்வதே மன்னர் வாய்மொழியாகக் கூறியது என்று எடுத்துக்கொள்ளவேண்டும்.

'என்ன செய்தி?' என்றான்.

மதுரையிலிருந்து கொணர்ந்த செய்தியை பல்லவ குலத்தின் இளங்கோவுக்கு முன் தண்டம் சமர்ப்பித்தவாரே மெல்லிய குரலில் கூறினான் தூதுவன். மகேந்திரனும் சில ஐயங்களை எழுப்பி அதற்கு விடையும் பெற்றான். தூதுவனுக்கும் மகேந்திரனுக்கும் நடந்த சம்பாஷணை பல்லவர் குழுவில் மற்றவருக்குக் கேட்கவில்லை. ஆனால் தூதுவன் செய்தியைச் சொன்னவுடன் மகேந்திரன் முகம் மாறியது என்று மட்டும் அறிந்தார்கள். ஆலோசனையில் கலந்துகொள்ளாமல் இளவரசனின் முகமாற்றத்தை வைத்தே வந்தது நல்ல செய்தி அல்ல என்று கண்டறிந்தார்கள்.

விஷயத்தைக் கேட்டறிந்த பல்லவ இளவரசன் பாண்டியரின் தூதர்களுக்கு விடை கொடுத்தான். தூதுவனை ஏந்திய புரவிகள் பாய்ந்தோடி தூசி பறக்கச் சென்றன. அவை மறையும்வரை காத்திருந்துவிட்டு மகேந்திரன் ஊர்வலத்தை நெருங்கினான்.

எல்லோரும் மகேந்திரனை உற்றுப்பார்த்தார்கள் விஷயத்தை அவன் சொல்லட்டும் என்று. அவன் அனுபவித்துக்கொண்டிருந்த குழப்பம் முகத்தில் பிரதிபலித்தது.

பல்லக்கிலிருந்து இறங்கிவிட்ட மாதவியும் குந்தவியும் அவனையே உற்றுப் பார்த்தார்கள். தேன் வண்டுகளைப்போல் அகன்று இருந்த நான்கு கருநிறக் கண்கள் இன்னமும் அகண்டன. தூதுவர்கள் வந்த அவசரத்தில் செய்தியின் பலமும் புரிந்தது. மகேந்திரனின் முகத்தோற்றமும் அதை ஊர்ஜிதப்படுத்தியது.

'நாம் காஞ்சி திரும்பவேண்டியதுதான்' என்றான் மகேந்திரன்.

ஆலவாய்க்குச் செல்ல பாண்டியன் அனுமதி மறுத்துவிட்டான் என்ற செய்தி பயணிகள் அனைவருக்கும் தெரியவந்தது. கூடியிருந்த பயணிகளிடையே செய்தி பரவி எல்லோருடைய முகமும் தொங்கியது.

பின் மகேந்திரன் விளக்க எல்லோருக்கும் தெரியவந்தது. பாண்டிய நாடெங்கும் ஒரே அல்லோலகல்லோலமாயிருந்ததாம். தினந்தினம் சைவருக்கும் சமணருக்கும் சண்டை மூளுகிறது என்று அங்கிருந்து

வந்த தூதுவர்கள் சொல்லிச் சென்றிருந்தார்கள். அதனால் மதுரை விஜயத்தை பல்லவர்கள் தவிர்க்கவேண்டும் என்று சொல்லிச் சென்றிருந்தார்கள்.

சர்வ ஜாக்கிரதையாய் மாமன் நடந்துகொள்கிறார் என்று புரிந்து கொண்டான் மகேந்திரன். தமக்கை மக்களின் பேரில் பாண்டியருக்கு பிராணன். அதனால்தான் இந்தக் கஷ்டகாலத்திலும் அவர்கள் வரவை நினைவில் வைத்திருந்து செய்தி அனுப்பியிருந்தார்.

மதுரை மக்கள் ஆத்திரத்தில் ஒருவரோடொருவர் முட்டி மோதிக் கொண்டு அசம்பாவித நிகழ்ச்சிகள் கட்டுக்கடங்காது போய்விடலாம் என்று நினைத்திருப்பார். அசலூர்க்காரர்கள் வேறு அங்கு சென்று அந்த அசிங்கத்தைப் பார்க்கவேண்டாம் என்று தடுப்பதற்காக இருக்குமோ?

விட்டால் குந்தவி தரையில் உட்கார்ந்து தேம்பித் தேம்பி அழத் தொடங்கிவிடுவாள் என்று தோன்றியது. ‘இப்படிப்போய் இந்நேரத்தில் சமணரும் சைவரும் அடித்துக்கொண்டு எங்கள் வயிற்றெரிச்சலைக் கொட்டிக்கொள்கிறார்களே. நல்ல மாமா... முதலில் வா என்றும் பின் வராதே என்றும் அலைக்கழிக்கிறார்’ என்று முணுமுணுத்தாள்.

தனது முகத்தில் எவ்வளவு சோகத்தை வரவழைத்துக்கொள்ள முடியுமோ கொண்டுவந்தாள்.

‘என் தாயின் ஊரைக் காண ஆசை கொண்டேன்... இதுகூட ஏன் கைகூடவில்லை?’ என்று மாதவியின் தோள்கள்மீது முகம் புதைத்து விம்மினாள். அவள் தலையை வருடிக்கொண்டேஅவளை சாந்தப் படுத்த மாதவி முயற்சித்தாள்.

பின் மகேந்திரனை நோக்கி குரலில் கசப்புடன் ‘நேற்றுதான் பல்லவ நாட்டு கிராமவாசிகள் நம்மை வரவேற்று உற்சாகப்பட்டார்கள். இன்று திரும்பவும் அதே ஊருக்குள் சென்றால் நன்றாகவா இருக்கும்? அப்படி காஞ்சிக்குத் திரும்புவதென்றால் வேறு வழியில் அழைத்துச் செல் அண்ணா’ என்றாள் குந்தவி.

அரை நாழிகைப் பொழுதுக்குள் பயணத் திட்டமே மாறிவிட்டது என்றவுடன் யாருக்கும் ஒன்றும் புரியவில்லை. என்ன செய்வதென்று மகேந்திரன் கவலைகொண்டான். அவனால் தீர்மானிக்க முடிய வில்லை.

அண்ணனும் தங்கையும் குழம்பியிருக்க தானேதான் நிலைமையைச் சரி செய்யவேண்டும் என்று மாதவி முடிவெடுத்தாள்.

இதெல்லாம் உலகத்தில் இயற்கை. இதற்கு ஏன் வருந்துகிறீர்? மதுரைக்கு செல்வதற்குத்தானே இத்தூதுவர் ஒரு முட்டுக்கட்டை போட்டிருக்கிறார். இன்னும் ஒரு சமயம் செல்லலாம். ஆசை நிராசையாயிற்று என்று ஏன் வருந்தவேண்டும்? அதற்காக காஞ்சி திரும்பவேண்டும் என்று யாராவது சொன்னார்களா?' என்று கேட்டு மாதவி இளவரசனைப் பார்த்தாள்.

இளவரசன் முகம் அதுவரை எவ்வளவு வாட்டமடைந்திருக்கிறது என்று எல்லோரும் கவனித்தார்கள். இப்போது மாறியது. காரணம் உடனே அவனுக்கும் சபலம் தட்டியது.

மாதவி, மகேந்திரனை நோக்கினாள். 'என்ன இளவரசே, இளவரசியார் மனது குளிரும்படி இன்னும் கொஞ்ச நாட்கள் இங்கேயே தண்டு இறக்கி இருந்துவிட்டுச் செல்லலாம் அல்லவா?'

மகேந்திரனுக்கும் சிந்தை சிறகடிக்கத் தொடங்கியிருந்தது. தனக்குள் நகைத்துக்கொண்டே தலையசைத்தான். அந்த வேலையை தன்னிடம் விடாமல் அவளே ஏற்றுக்கொண்டது அவனுக்குப் பிடித்திருந்தது. காஞ்சிக்குப் போவதை தள்ளிப்போடுவது என்று தீர்மானித்தான். 'ஆனால் இங்கு வேண்டாம். கொள்ளிடம் மற்றும் காவிரியைக் கடந்து சென்றுவிடுவோம்' என்றான். இரண்டு பெண்களின் முகமும் அவன் யோசனையைக் கேட்டு மலர்ந்தன.

வெவ்வேறு காரணங்களினால் எல்லோருடைய மனமும் குளிர்ந்தன என்றாலும் மூலகாரணம் ஒன்றுதான். இந்தப் பயணம் முடியும் முன் மகேந்திரனும் மாதவியும் மனதால் இணையவேண்டும் என்றே குந்தவியும் நினைத்தாள். இந்தப் பயணத்தில் அவள் சாதிக்கக் கூடியவை என்று நினைத்து வைத்த ஆயிரமாயிரம் மனோராஜ்யம் சற்று முன் வந்த செய்தியினால் துகள் துகளானது. மகேந்திரனும் அவ்வாறே நினைத்தான். மாதவியோ தந்தையிடமிருந்து வெகு தூரம் கூட்டிச் சென்றால் மகேந்திரனை எளிதில் தன் வசம் கொண்டு வரலாம் என்று நினைத்தாள். மூவர் திட்டத்திலும் இப்போது மோசம் ஒன்றும் போய்விடவில்லை.

கண்களைத் துடைத்துக்கொண்டு குந்தவி ஆயத்தமானாள். 'சரி, சொல் அண்ணா, அடுத்து என்ன திட்டம்?'

'தங்காய், நாம் சோழ நாட்டைக் கடக்க முடியாது. மாமாவின் கட்டளை. அதனால் காவிரி தென்கரை வடகரை கோயில்களை தரிசிக்கலாம். சமீபத்தில் அப்பர் பெருமான் பாடி வைத்த பல கோயில்களும் இங்கு உண்டு.'

குந்தவி முகத்தை சுழித்தாள். 'அண்ணா, ஷேத்திராடனம் செல்லும் வயதா நமக்கு? வேறு எங்காவது கூட்டிச் செல்' என்றாள்.

மகேந்திரன் சிரித்துக்கொண்டே, 'போர்க்களத்துக்கா பெண்கள் உம்மை அழைத்துச் செல்ல முடியும்? ஆனால் ஒன்று... கோயில் என்று உதறித் தள்ளாதே. நான் காட்டப்போகும் கோயில் மிக விசித்திரமானது. நம் முன்னோர்களுடன் தொடர்பு கொண்டது.'

'அப்படியா! அது என்ன கோயில்?'

'சிராப்பள்ளியில் இருக்கும் தாயுமானவர் கோயில்தான். அங்கு தாத்தா செய்து வைத்த குகைக் கோயில் இருக்கிறது.'

'தாயுமானவரா! பெயரே விசித்திரமாக இருக்கிறது.'

ஆம், காலனைக் காலால் உதைத்தவர். திரிபுரத்தை எரித்தவர். கஜமுகாசூரனை தோலுரித்து நெற்றிக் கண்ணில் நெருப்பைக் கொணர்ந்து காமனை எரித்தவர் என்று பலரால் வர்ணிக்கப்பட்ட சிவபெருமான் இங்கு ஒரு தாயாய் உருவெடுத்து செட்டிப் பெண்ணுக்குப் பிரசவம் பார்த்தார்.'

'அருமை... அருமை...! அப்படியொரு கோயிலை தரிசிக்க வேண்டுமே...'

'அவ்வளவு சுலபமாய் முடியுமா? இரண்டு ஆறுகளைக் கடக்க வேண்டும்.'

'ஆகா! படகு சவாரி செய்து நீண்ட நாட்களானது' என்றாள் குந்தவி.

'கொஞ்சம் காத்திரு...' என்றான் மர்ம சிரிப்புடன் மகேந்திரன்.

பயணம் தொடர்ந்தது. கொள்ளிடத்தையும் அடைந்தனர். ஆனால் ஆற்றினை மேலும் நெருங்கிப் பார்த்தபோது ஓர் அதிசயமான காட்சி புலப்பட்டது. ஆச்சரியக் கடலில் மூழ்கினார்கள்! அக்கரை தெரியாத கொள்ளிட ஆற்றுக்கு நடுவில் ஒரு சிறிய ஓடைதான் இருந்தது. முற்றிலுமாக மணல் பரப்பாய் இருந்தது கொள்ளிடம்.

பல்லவர் ஊர்வலம் வந்ததால் கொள்ளிடத்தைக் கடக்கும் துறை இன்று 'கலகல'வென்று இருந்தது. ஆனால் பயணிகளை ஏற்றி எதிர்க்கரையில் சமர்ப்பிக்கும் கடமை கொண்ட படகுகள், பானை தெப்பங்கள், ஓடங்கள் யாவும் பரிதாபமாய் காய்ந்த மணலில் சாய்ந்தபடி இருந்தன. நீர் இல்லாததால் எதிர்க்கரை வரை வெற்றிடங்களாக வெறிச்சிட்டுக் கிடந்தன. மக்கள் கால்நடையாக ஆற்றைக் கடக்க சௌகரியமாவதற்கு அந்த ஓடையைக் கடந்து

கற்களைப் போட்டிருந்தனர். பல்லவ பரிவாரங்கள் தமிழகத்தின் மிகப் பெரிய ஆற்றை நடந்தே கடந்தனர்.

கொள்ளிட ஆற்றில் உல்லாசப் பிரயாணம் செய்துகொண்டு போகலாம் என்றால் இப்படி சுடுமணலில் பயணிக்கவிட்டனரே? மகேந்திரனை நோக்கி குந்தவி பல்லக்கின் திரையை விலக்கி 'இது என்ன... பாலைப் பிரதேசம் போலிருக்கிறது?'

'பாலைவனமா? இன்னும் சற்று நேரம் பொருத்துக்கொள். தமிழகத்தின் மிக எழில் நிறைந்த பகுதியை எட்டப் போகிறோம்.'

அவர்கள் கொள்ளிடத்தைக் கடந்தவுடன் திருவரங்கத்தீவை அடைந்தனர். என்னவொரு எழில்! எவ்வளவு வளமை! என்று வியக்கும் அளவுக்கு சாலையின் இரு பக்கங்களும் இருந்த உயர்ந்த தென்னந்தோப்புக்களை யும் காண முடிந்தது. பெருமாள் மற்றும் சிவன் கோயில்களைக் கண்டு இங்கேயே தண்டு இறக்கிவிட வேண்டும் என்றுகூட நினைத்தார்கள்.

ஆனால் ஒரே மூச்சில் காவிரியின் தென்கரைக்குச் சென்றுவிட வேண்டும் என்று முடிவெடுத்தான் மகேந்திரன்.

கொள்ளிடத்தைக் கண்டு காவிரியும் அப்படியே இருக்கும் என்று எண்ணலாகாது. காவிரியின் உபரி நீர்தான் கொள்ளிடத்தை நிரப்பும். காவிரி கரைகளை தொட்டுக்கொண்டு ஓடினாள். அதைக் கடக்க பெரிய விசேஷ படகுகளும் ஏற்பாடாயிருந்தது.

காவிரிக்கு சற்றுத் தூரத்தில் ஆற்றுக்கும் சிராப்பள்ளி மலைக்கும் நடுவே ஒரு மேடான இடத்தை தேர்ந்தெடுத்து, தண்டு இறக்க அதற்கான வேலையில் இறங்கினர் சிப்பந்திகள்.

நினைத்தபடி பயணத் திட்டத்தை கடைப்பிடிக்க முடியவில்லை என்ற எண்ணம் இடையிடையே வந்து துன்புறுத்திக்கொண்டிருந்தது. அந்த கைங்கர்யத்தைச் செய்தது மதுரையில் மதக்கலவரம். எனினும் சிராப்பள்ளியின் அருகே தண்டு இறக்கி சில நாட்கள் கழிப்பது ஒருவகை ஆனந்தத்தைக் கொடுத்தது.

'அண்ணா, இன்றே மலையேறிவிடுவோமா?' என்றாள் குந்தவி

'நாளை செல்வோம். இன்று இரவாகிவிட்டது' என்றான் மகேந்திரன்.

•••

அத்தியாயம் - 37

# நதிப்பிரியன்

**க**ண்ணுக்கெட்டியவரை மலைகளே இல்லாத பிரதேசத்தில் தனியொரு குன்றாக செங்குத்தாக நின்றது திருச்சிராப்பள்ளி. மலையின் வடதிசையில் காவிரி ஆசையாய் அதை அரவணைத்தாள். அவளைத் தாண்டினால் திருவரங்கத் தீவின் இயற்கை அழகு.

காலையில் ஆதவனுடன் ஒரு போட்டியை ஏற்படுத்தியிருந்தான் மகேந்திரன். வெயில் வரும் முன் சிராப்பள்ளி மலையை ஏற ஏற்பாடுகளாயிருந்தது. பல்லவர் பரிவாரங்களில் முதியவர்களை மட்டும் விட்டுவிட்டு மற்ற எல்லோருமே புறப்பட்டனர்.

மலை மேல் ஒரு நாள் முழுவதும் தங்குவதாய் அவனுக்கு உத்தேசம். மதிய உணவைக்கூட மலைக்கு மேல் சுமந்து வரும்படி கட்டளையிட்டுவிட்டான். ஆனால் மற்றவரிடம் சொல்லவில்லை. மாலை சூரியன் அஸ்தமிக்கும் போது சிரமமின்றி கீழே இறங்கலாம் என்று கணக்கிட்டிருந்தான் மகேந்திரன். எல்லோரும் கிளம்பினர்.

மலை தூரத்திலிருந்து பார்க்கத்தான் சிறியதாய் இருந்தது. ஊர்வலம் அதை நெருங்க நெருங்க வானுயரமாக வளர்ந்தது - பல்லக்கிலிருந்து எட்டிப்பார்த்த குந்தவிக்கும் மாதவிக்கும் மலையைக் கண்டவுடன் மலைப்பை ஏற்படுத்தும் அளவுக்கு.

சற்று நேரத்துக்கெல்லாம் மலை அடிவாரத்தில் ஊர்வலம் நின்றவுடன் மகேந்திரன் புரவியிலிருந்தும் பெண்கள் பல்லக்குகளில் இருந்தும் கீழே இறங்கினார்கள். பெரும் ஜனத்திரள் மலையடிவாரத்தில் நெடுநேரமாக நின்றுகொண்டிருந்தது. பல்லவ அரச குலத்தை பார்த்தவுடன் பரவசமடைந்தார்கள். மக்கள், வாழ்த்தொலி எழுப்பினர்.

காவலர்கள் அனைவரையும் மலைக்கு மேல் அனுப்ப உத்தேசிக்க வில்லை. அதனால் பரிவாரங்கள் ஏறும் போது எப்போதும் கூட்டம் நிறைந்த மலைப்பாதை வெறுமையாகக் காட்சி அளித்தது.

சைவத்தில் பிரசித்தி பெற்ற இத்தலத்தில் தங்கள் முத்திரையை பதிக்க பல்லவர்கள் முடிவு செய்தனர். உயர்ந்து சென்ற ஒற்றையடிப் பாதையாய் இருந்த இடத்தில் இப்போது படிகள் செதுக்கப் பட்டிருந்தன. படிகளோ இருவர் நடக்கும் அளவுக்கு விசாலமாக இருந்தன. ஆனால் ஒன்றொன்றும் உயர்ந்த படிகள். படிகளின் பக்கத்தில் கைப்பிடிச் சுவர்களிலே காவிக் கட்டிகளினால் கோடுகள் இட்டிருந்தார்கள்.

முதலில் மகேந்திரன் ஏறினான். அவன் பின்னால் மாதவியும் குந்தவியும் ஏறினார்கள்.

முதலில் எல்லோரும் மலைச்சாரலின் அழகு கொழிக்கும் இயற்கை வளத்தை ரசித்தவாறு படியேறினர். போகப் போகத்தான் காலில் வலி தென்பட்டது. ஆங்காங்கே பலர் மற்றவர்களை முன்னேறவிட்டு படியில் அமர்ந்துவிட்டனர்.

அவ்வப்போது மலையேறும்போது திரும்பி மாதவி எப்படி இந்த உயர்ந்த படிகளைக் கடக்கிறாள் என்று அக்கரையுடன் பார்ப்பான் மகேந்திரன். அப்படி அவளுக்கு கால் தடுக்கினால் உற்ற சமயத்தில் அவளுக்கு கைகொடுத்து உதவலாம் என்று ஆசை. ஆனால் அவள் கைதேர்ந்த நர்த்தகி. அவளா தடுமாறுவாள்?

ஒவ்வொருமுறையும் அவன் திரும்பியபோதும் அவனை நேரே உற்றுப்பார்த்தாள் மாதவி. மதுவருந்திய வண்டைப்போல் துருதுருப்புடன் அவள் கண்கள் பார்த்தபோது அவனுக்குள் ஒரு சாகசப் பரபரப்பு. அவள் அவனைப் பார்க்கும்போது நெஞ்சில் இரண்டு கூரிய வேல் முனைகள் பாய்ந்தன! இளவரசனின் அக்கறையைக்கண்டு பவள இதழ்களில் தவழ்ந்த புன்னகை அவன் தலையை கிறுகிறுக்கச் செய்தது. பற்பல யுத்த களங்களில் முன்னணியில் நின்று போர் செய்தவனுக்கு பயம். 'நாம் பத்திரமாக படி ஏறுவோம். அவள் முன் கால் இடறி விழுந்து தொலைக்கக் கூடாது' என்று.

மலையின் பாதி உயரத்தை ஏறியவுடனே சிவன் கோயில் தென்பட்டது. அங்கிருந்த பட்டர் கோயிலின் தலபுராணத்தை விளக்கினார். அதுவரை இப்படி கரடுமுரடான பாதையில் ஏறச்சொன்ன இளவரசரை குறைகூறிய பலரது உதடுகள்

முணுமுணுத்தன. ஆனால் தாயுமானவர் கதையைக் கேட்டவுடன் ஏறிய களைப்பு போனது.

செட்டிப் பெண் ஒருத்தி பிரசவ வலியில் காவிரியின் இக்கரையில் தவித்திருந்தபோது அவளுக்கு உதவ வந்த தாய் அக்கரையில் மாட்டிக்கொண்டாளாம். இன்று சாதுவாக ஓடுகிற காவிரி அன்று வெள்ளமாய் இருந்தாளாம். தாயால் ஆற்றை கடக்கமுடியாதபோது அந்த செட்டிப் பெண் ஆண்டவனிடம் உதவிக்கு பிராத்தித்தாளாம். சிவபெருமான் திரிபுரத்தை எரித்தவர். ஆனால் அவரே பெண் ரூபத்தில் வந்து தாயுமாகி பிரசவம் பார்த்தாராம்.

மாதவிக்கு சிவகாமியும், குந்தவிக்கு மாமல்லரும் ஒரு குறையும் வைக்கவில்லை. பட்டாடைகளுக்கும் பொன்னாபரணங்களுக்கும் குறைவில்லைதான். எனினும் யாராலும் தாயில்லாத குறையை ஈடு செய்ய முடியாதல்லவா? அதுவும் ஒரு பெண்ணுக்கு தன் வாழ்நாளின் முக்கிய நிகழ்வுகளுக்கு தாய் அருகில் இருந்தால்தானே சொர்க்கம். அப்படிப் பார்த்தால் இரண்டு பெண்களுமே ஒருவகை நரகத்தில்தான் வளர்ந்திருந்தார்கள். எதிர்க்கரையில் தாய் அகப்பட்டுக்கொண்ட கதை மற்றவரைவிட அவ்விரு நங்கையருக்கும் நன்றாய் புரிந்தது. பாதித்தது. லாவண்ய முகங்களில் குளமான கண்களினால் கோதைகள் ஒருவரை ஒருவர் பார்த்துக்கொண்டனர்.

'மூன்று கண்களும் அனல் உமிழ்ந்து அரக்கரை அழித்த சிவபெருமானுடைய முடியைக் காண்பதற்குப் பிரம்மாவும் அடியைக் காண்பதற்குத் திருமாலும் முயன்றார்களே? அந்தப் பெண் எவ்வளவு சுலபமாக இரண்டையும் பார்த்தாள்! சிவபெருமானின் அன்புக் காகத்தான் தேவாதி தேவர்களும் மன்னாதி மன்னர்கள் எல்லாம் அவர் காலில் வந்து விழுவார்கள்' என்றார் பட்டர். தாத்தா மகேந்திரர் சமண மதத்திலிருந்து சைவத்துக்கு மாறியதை குறிப்பிடுகிறாரா பட்டர் என்று குந்தவிக்கு சந்தேகம். பின்கோயில் சம்பிரதாயப்படி பூஜைகள் நடைபெற்று சிறப்பாக முடிந்தன.

குந்தவி, 'அண்ணா, கோயில் பார்த்தாயிற்று. கீழே இறங்கலாமா?'

'இல்லை குன்றுவரை ஏறவேண்டும்' என்றான் இளவரசன்.

'பலருக்கு மூச்சுவாங்குவது இப்போதுதான் நின்றிருக்கிறது அண்ணா. இன்னமுமா!' என்று வியந்தாள். இது என்ன பிடிவாதம்? இதற்கு மேல் மலையேறினால் கால் வீங்கிப்போய்விடும். மனம் கசந்து போய்விடும் என்று தோன்றிய அவளிடம் 'இனிமேல்தான் பார்க்கவேண்டிய விஷயமே இருக்கிறது' என்றான்.

நெடுந்தூரப் பிரயாணத்தை மேற்கொண்ட பின் மலையை ஏறச் சொன்னால் இயலாத காரியம் என்று காலையிலேயே சொல்லியிருக்க வேண்டும் என்று பலரும் நினைத்தனர். இப்போது சொல்ல இயலாது. கட்டளையிடுபவர் மன்னர் மகன் அல்லவா? முன்னணியில் நின்றவர்கள் படியேற தொடங்கினார்கள். மெல்ல ஊர்வலம் மலை மேல் நகரலாயிற்று.

ரகசியம் தழுவிய சிரிப்புடன் 'மேலே ஏறியவுடன் என்னை நீ திட்டமாட்டாய் குந்தவி!' என்றான் மகேந்திரன்.

மலையுச்சிக்குப் போகும்வழியில் குகைக் கோயில் ஒன்று அமைந்திருந்தது. குகை வாயிலிலிருந்து எட்டிப்பார்த்தவர்களுக்கு குகைக்குள்ளே பாறைகளில் சிலைகள் செதுக்கப்பட்டிருந்தது தென்பட்டது. முதலில் சற்று மங்கலாகத் தெரிந்தன. போகப் போக அதன் முழு அழகையும் ரசிக்க முடிந்தது.

தன் தலைநகருக்கு இவ்வளவு தூரத்தில் ஒரு திருப்பணியை பல்லவர்கள் ஸ்தாபித்திருந்தார்கள்.

'பாட்டனாரின் மிகப் பிரசித்தி பெற்ற திருப்பணி சிற்பம் - சித்திரம் - கலை என்று கலைகளை வளர்த்தவர் தாத்தா மகேந்திர பல்லவர். காலமுள்ளவரை அவருடைய பெயர் விளங்கும்படி கங்காதர சிலை அமைத்த இடம் இது.'

குந்தவிக்கு ஆச்சரியம். 'நம் தலைநகரிலிருந்து இவ்வளவு தூரம் வந்து சிற்ப வேலைப்பாடு செய்ய என்ன தேவை?' என்றாள்.

'போர் என்றும் சண்டை சச்சரவு என்றும் வாழ்நாளை வீணாக அடிக்கும் மன்னருக்கு இடையே கலைக்கும் சம இடம் கொடுத்த மன்னர் பாறைகளைக் குடைந்து குடவரைக் கோயில்கள் அமைத்த இடமிது. உள்ளே சிற்பத்தைப் பார். எவ்வளவு சிரத்தை எடுத்திருக்கிறார் தாத்தா என்று தெரியும்' என்றான் மகேந்திரன்.

இத்தனை நேரம் முகத்தில் புன்னகை குடிகொண்டிருந்த மாதவியின் முகம் சிற்பம் என்ற வார்த்தையைக் கேட்டதும் அசாதாரண கலக்கத்தை அடைந்தது. மாதவிக்கு மனதெல்லாம் ஆனந்தனின் நினைவுகள் ஆக்கிரமித்தன. அவனுடன் சேர்ந்து மல்லையில் ஒரு சிலையை அமைக்க செயற்பட்டது நினைவுக்கு வந்தது.

கொஞ்சமும் தயங்காமலும் பயப்படாமலும் அரசகுலத்துடன் சரிசமமாக தலைநிமிர்ந்து பழகுவது என்று எண்ணியே மாதவி இந்தப் பயணத்தில் வந்தாள். தன் மனோரதம் ஈடேற அப்படித்தான் இருக்கவேண்டும்.

அதிகாரத்துக்கு அடங்கி இளவரசியின் ஆக்ஞைக்குப் பயந்து வந்தாளா? இல்லை. அவளுக்கும் ஒரு தனித்திட்டம் இருந்தது. ஆனால் இப்போது ஆனந்தனின் நினைவு வந்தவுடன் மனம் வலித்தது.

தன் நினைவுகளிலிருந்து வெளிப்பட்ட மாதவிக்கு அதிசயம். மகேந்திரன் ஒரு தூணை துழாவிக்கொண்டிருந்தான்.

'இங்கு ஓர் அருமையான கல்வெட்டு உண்டு' என்று மகேந்திரன் குடவரையின் தூண்களில் தேடினான். கல்வெட்டு செதுக்கி இருபது ஆண்டுகள் ஆயிருக்கும். ஆனால் நேற்று செதுக்கியது போலிருந்தது.

'ஆகா! இங்கே இருக்கிறது' என்று சொல்லி அதை உரக்கப்படித்தான்.

கவிதை நடை யாருக்கும் புரியவில்லை. அதனால் அதன் விளக்கத்தையும் சொன்னான்.

'பார்க்க பார்க்க பரவசமூட்டும் பிரவாகமுடைய காவிரியை, தோப்புத்தோட்டங்களை, மாலையாய் அணிந்த காவிரியை பார்த்து மலைமகள் பொறாமைப்படுகிறாளாம். நதிப்பிரியனான சிவன் காவிரியைக்கண்டு மயங்கிவிடுவானோ என்று உலகமாதாவுக்கு கவலை. பார்வதி ஏற்கெனவே பயத்தில் இருந்தாளாம். தலையில் ஏறிக்கொண்ட கங்கை ஆறு ஒன்று பத்தாது என்று இவள் வேறு நெளிந்து வளைந்து சிவபெருமானை மயக்கும் எண்ணத்தில் தன் மென்மையான காதலம்புகளை சிவபெருமானின் மேல் செலுத்த ஆயத்தமானாளே என்று.'

எல்லாம் கற்பனையே. கல்வெட்டில் என்ன எழுதுவார்கள்? கோயிலுக்கு மானியங்களை எழுதுவார்கள். அரசரின் சரித்திரம்பற்றி எழுதுவார்கள். இப்படி ஒரு ஹாஸ்ய கவிதையை கல்வெட்டில் செதுக்கிவைக்க பல்லவன் ஒருவனால்தான் முடியும்.

கல்வெட்டைப் படித்து குந்தவி விழுந்து விழுந்து சிரித்தாள்.

அரவணைக்கும் பெண்ணின் கரம்போல வளைந்து சுருண்டிருந்த காவிரியைப் பார்க்கக் கொள்ளாத ஆசை. அந்தக் கவிதையின் அர்த்தம் முழுவதுமாகப் புரிந்துகொள்ள நாணிக் கோணிக்கொண்டு ஓடும் காவிரியைக் காண குன்றின் உச்சியை அடைய இன்னும் சில படிகளே இருந்தன. எல்லோரும் அவசரமாய் ஏறினார்கள்.

கருடன் போன்ற பறவைகளுக்கு அந்த மலையுச்சி புகலிடம் அளித்திருந்தது. மலையின் உச்சியிலிருந்து தெரிந்த காட்சி பறவைகள் எவ்வளவு கொடுத்து வைத்தவை என்று எல்லோருக்கும் உணர்த்தியது. பத்து பதினைந்து கருடன்கள் சிறகடிக்காமல்

இப்படியும் அப்படியும் காற்றில் மிதந்து வட்டமடித்தன. வட்டத்தின் ஒரு மூலை திருவரங்கத் தீவு என்றால் மற்றும் ஒரு மூலை சிராப்பள்ளி மலை. கண்டதும் முதலில் எல்லோருடைய முகத்திலும் மகிழ்ச்சி தோன்றியது. மறுகணத்திலே மலை ஏறிய களைப்பு போனது. உச்சி வானத்தில் பறக்கும் கருடனுக்கு சமமான உயரத்தில் இருந்தனர்.

உச்சிக்கு வந்தபின் காதல் கவிதையின் சிந்தனையிலிருந்து விடுபட்ட இளவரசன் அதை புலவருக்கு தூண்டிவிட்ட காவிரியை நோக்கினான். திடுக்கிட்டு சிலையான அவனைப் பார்த்த மற்றவரும் அந்தக் காட்சியைக் கண்டு திடுக்கிட்டனர்.

காவிரியில் முதல் முறை பார்த்ததற்கு ஒரு மாற்றம்.

காவிரியின் அகலம் அதிகமாகிக்கொண்டிருந்தது. பக்கத்திலிருந்த மண்டபங்கள் பாதி மூழ்கிவிட்டன. நுரையை கக்கிக்கொண்டு வேகமும் அதிகரித்தது. காவிரியின் நீர்பரப்பு வெகு தூரம் பரவியிருந்தது. கரைகளின் கட்டுக் காவல்களையெல்லாம் மீறிக்கொண்டு வெள்ளம் பெருகத் தொடங்கியதும் ஆற்றை ஒட்டியிருந்த இரண்டு மூன்று தெருக்களைக் காணவில்லை.

மழை, புயல், மின்னல் ஏதும் இல்லாமல் எப்படி இது சாத்தியம்! என்று எல்லோரும் வியந்தார்கள். இன்னதென்று சொல்ல முடியாத ஒரு பீதி எல்லோருடைய இருதயத்திலும் புகுந்தது. காலைவரை அமைதியாய் ஓடிய காவிரி இப்போது ஆத்திரம் பொங்க அலைமோதிய காட்சியைக் கண்டவுடன் எல்லோருக்கும் பயம்.

அவள் ஆக்ரோஷத்துக்கு அவர்கள் ஆற்றை கடந்து வந்த ஒரு படகுகூட ஒரு நொடிக்கு ஈடு கொடுத்து நின்றிருக்க முடியாது! அதை யோசிக்க யோசிக்க வருத்தமாயிருக்கிறது.

அப்போது ‘உங்கள் தாத்தா எழுதிய கவிதையைச் சொன்னவுடன் காவிரிக்கு கோபத்தைப் பார்’ என்று சொல்லிச் சிரித்தாள் மாதவி.

•••

அத்தியாயம் - 38

# வெள்ளம்

இரைச்சல் செய்துகொண்டே வெறியாட்டம் போட்டுக் கொண்டிருந்த காவிரிக்கு சற்றுத்தூரம் நின்றபடி பல்லவர் பரிவாரங்கள் பார்வையிட்டுக்கொண்டிருந்தன. மூச்சிரைக்க மலையில் இருந்து கீழே இறங்கி வந்திருந்தனர். தங்களை ஏற்றிவந்த படகுகூட வெள்ளத்தில் கட்டவிழ்ந்து இந்நேரம் கடலை கூட அடைந்திருக்கும் என்று தோன்றும் அளவுக்கு ஒரு வேகம் ஆற்றுக்கு.

குரலில் ஒரு மிரட்சியுடன் 'அண்ணா, காவிரியைக் கடப்பது கஷ்டமா?' என்றாள் குந்தவி. ஓரிரு நாட்கள் சிராப்பள்ளியை சுற்றிப் பார்த்துவிட்டுத் திரும்பிவிடலாம் என்று முடிவெடுத்திருந்த குந்தவிக்கு இப்போது சந்தேகம்.

'ஆம் குந்தவி. மிகவும் கஷ்டம். அதனால் விளையக்கூடிய அபாயங்கள் இப்படி அப்படியல்ல. எதற்கும் படகோட்டிகளைக் கேட்போம்.'

மூஞ்சியை தொங்கப்போட்டுக்கொண்டு நாலைந்து ஓடக்காரர்கள் நின்றார்கள். இளவரசனின் அழைப்புக்கு அருகில் வந்து தண்டம் சமர்ப்பித்தார்கள்.

'ஆற்றை இப்போது கடப்பது உசிதமில்லை' என்று படகோட்டிகள் சொன்னார்கள். 'மழை வந்தால் வெள்ளத்தைக் கணக்கிடலாம். ஆனால் குடகு மலையில் மழை வருவதால் இந்த வெள்ளம்' என்று எடுத்துரைத்தனர். ஆச்சரியமாயிருந்தது. பெரும் தொலைவு ஓடாத பாலாற்றங்கரையில் மழையுடன் கூடிய வெள்ளத்தைத்தான் அதுவரை பார்த்திருந்தனர்.

‘அதைவிட முக்கியம் காவிரியைக் கடந்தால் மட்டும் போதாது. உடனே கொள்ளிடத்தையும் கடக்க நேரிடும்’ என்றான் ஓடக்காரர்களில் ஒருவன். வரும்போது கொள்ளிடம் அகண்ட மணல் பரப்பின் நடுவே வெறும் நீரோடைபோல ஓடிக்கொண்டிருந்த ஓடை. இப்போதோ பொங்கும் சாகரம் போலிருக்கும் என்று கற்பனை செய்ய முடிந்தது.

‘வெள்ளம் குறைய பொறுமையுடன் இருந்தே தீரவேண்டும். அப்படி ஓர் அபாயத்தை எதிர் கொள்ளும் அளவுக்கு அவசர வேலை காஞ்சியில் ஒன்றும் இல்லையே. வெள்ளத்தால் இன்னும் ஓரிரு தினந்தான் இருக்கவேண்டும்; அதற்கு அடுத்த தினம் காஞ்சி செல்லலாம்’ என்றான் இளங்கோ. ‘ஆற்றை நிர்ணயித்தபடி கடக்க வில்லை என்றால் கௌரவக் குறைவு என்றெல்லாம் நினைக்க இயலாது. ஆற்றுக்கு நான் இன்னான் என்று தெரியவா போகிறது?’ என்று சொல்லிச் சிரித்தான். சிரித்துவிட்டு மாதவியை திரும்பிப் பார்த்தான்.

இளவரசனின் குரலில் விரக்தி இருந்திருக்கவேண்டும். ஆனால் இல்லை.

இந்தப் பயணத்தில் எப்படியாவது மாதவியையும் தன் மேல் காதல்கொள்ள வைக்கவேண்டும் என்று ஆசை கொண்டான். குந்தவி தன்னிடம் அவ்வளவு சகோதர வாஞ்சை வைத்திருக்கிறாள். தான் விருப்பம் தெரிவிக்காமலே தன் மனதைப் புரிந்துகொண்டு செயல்படுகிறாள் என்பது சந்தோஷத்தைக்கொடுத்தது.

குந்தவியோ ‘இந்தக் காதல் நிறைவேற அப்பாவிடம் எவ்வகை பிரச்னையும் இராது. இந்தக் காதலுக்கு தடைபோடமாட்டார். தான் இளமையில் பட்ட கஷ்டத்தால் மனமுதிர்ச்சி அடைந்திருப்பார் அப்பா. இப்போது மகனின் இஷ்டத்திற்கு அவர் ஏன் மாறு சொல்ல வேண்டும்?’ என கணக்கு போட்டிருந்தாள். அவள் எதிர்கொண்ட சவாலே வேறு திசையில்.

ஆனால் இந்தக் காதல் கைகூட மாதவி சம்மதிக்கவேண்டுமே? தனக்கென்று ஒரு மனவலிமையும் வைராக்கியமும் கொண்டவள். வெறும் அரியணையில் அமர தன் கலையை துறக்க சம்மதிப்பாளா? சுதந்திரப்பறவை சிறைக்குள் வர சம்மதிப்பதுபோல த்தானே அது?

பல்லவ குலக் கோமகனார் வெள்ளம் குறையும் நாட்கள்வரை தங்கியிருப்பார் என்ற செய்தி சிராப்பள்ளி எங்கும் பரவியது. அச்செய்தி மக்களுக்கு மிகுந்த குதூகலத்தை விளைவித்தது. பல்லவேந்திரனின் பரந்த கீர்த்திக்கு மயங்காத மக்களே தமிழகத்தில்

இல்லை. சுற்றுப்புறங்களிலிருந்து பெரும் திரளாக மக்கள் வந்து விட்டனர்.

பல்லக்குகள் ஓரம் கட்டப்பட்டன. பல்லவரின் குதிரைகள் பொதி சுமக்கும் மாடுகள் எல்லாம் அருகில் இருந்த மரங்களில் கட்டப் பட்டன. குளிரில் குதிரைகள் உடலைச் சிலிர்த்துக்கொண்டு கனைத்தன. சமமான இடங்களைத் தேர்ந்தெடுத்து பெரிய கூடாரங்கள் அமைக்கப்பட்டன.

வெளிச்சமும் வர வர மங்கத் தொடங்கியது. நான்குபுறமும் இருள் சூழ்ந்திருந்தது. ஆனால் காரிருளை போக்க நூற்றுக்கணக்கான தீவர்த்திகள் ஏற்றப்பட்டன. சற்று நேரத்தில் அவ்விடமே ஜகஜோதியாக இருந்தது. காற்றில் அசைந்த நூற்றுக்கணக்கான தீவர்த்திகள் கூடாரங்களின் நிழல்களை ஒவ்வொரு இடமாய் மாற்றி விளையாடின.

இளவரசிக்கும் மாதவிக்கும் உறங்குவதற்கு ஒரு கூடாரம். மகேந்திரனுக்கு அதன் அருகில் ஒன்று. மற்ற பெண்களுக்கு ஒன்று. பரிவாரங்களில் வந்த ஆண்களுக்கு ஒன்று என்று அமைக்கப்பட்டு உள்ளே விளக்கு கூட ஏற்றப்பட்டிருந்தது. ஆனால் போகும் போக்கில் யாரும் அந்தக் கூடாரங்களை உபயோகிக்க மாட்டார்கள் என்று தோன்றியது.

அந்த அளவுக்கு திறந்த வெளியில் நிகழ்வுகள் நடக்கத் தொடங்கின.

பல்லவ இளவரசனும் இளவரசியும் தங்கள் இடத்தில் தங்கியிருப்பதால் அது தாங்கள் பெற்ற பெரும் பாக்கியம் என்று கருதினர் சிராப்பள்ளி மற்றும் உரையூர் மக்கள். அதனால் அவர்கள் வரவை நல்வரவாக்க முடிந்தவரை முயற்சித்தனர். வேடிக்கை விநோதங்கள் நடத்த ஏற்பாடுகளாயிருந்தன. காலைவரை ஆட்டம் பாட்டம் என்று இருக்கும் என்று தெரிந்தது.

கிராமவாசிகள் பலாச் சுளைகளும், வாழைப் பழங்களும், கரும்புக் கழிகளும் கொண்டுவந்து குவித்தார்கள். அரச குழுவில் இருந்த சமையல் விற்பன்னர்கள் அடுப்பை மூட்டி விருந்தை தயார் செய்யத் தொடங்கினார்கள். சற்று நேரத்துக்கெல்லாம் நல்ல உணவின் வாசனை நாசியைத் துளைத்தது. பலவகைத் தின்பண்டங்களும் தயார்செய்யப்பட்டன என்று தெரிந்தது.

எல்லோரும் ஒரு பெரிய ஆலமரத்தின் அடியில் ஒன்றாக உட்கார்ந்திருந்தார்கள். ஆடலும் பாடலும் அமர்க்களப்பட்டன. பார்த்துக்கொண்டிருந்தவர்கள் குதூகலித்தார்கள்.

இந்த ஆட்டமும் பாட்டும் அரண்மனைச் சூழலுக்கு மிகவும் வித்தியாசமாக இருந்தது. குந்தவிக்கு முகத்தில் மகிழ்ச்சி களை படர்ந்தது. மாதவிக்கும் சொல்லாமல் கொள்ளாமல் கால்கள் ஜதிக்கு ஏற்ப அசையத் தொடங்கின. மிகவும் கட்டுப்படுத்திக்கொண்டே ஆட்டத்தில் கலந்துகொள்ளாமல் இருந்தாள்.

அப்போது மிகவும் விந்தையான விஷயத்தை வெளிப்படுத்தினார் ஊர்த் தலைவர். சில ஆண்டுகளுக்கு முன் நாடோடிபோல் வந்து சிராப்பள்ளி கிராமத்திலேயே தங்கிவிட்ட ரேகை சாஸ்திரத்தின் நிபுணரான ஒரு குறத்திக் கிழவியை அறிமுகப்படுத்தினார்.

மிகவும் அற்புதமாக ஒருவரின் கையில் ஓடும் ரேகைகளைக் கொண்டு கடந்த காலத்தையும் எதிர்காலத்தையும் கணித்துச் சொல்ல வல்லமை படைத்தவள் அவள் என்று உரைத்தார். வாய் திறந்து கேட்பதற்கு முன்னால் அவர்கள் கேட்கப் போகும் கேள்விக்கு தாமே பதில் சொல்லி பழக்கப்பட்டவள் என்று புகழ்ந்தார்.

ரேகை சாஸ்திரம் கொண்டு எவ்வளவுதான் அவளால் யூகித்தறியமுடியும் என்று அறிந்துகொள்ள ஆசை. கிழவியை உற்றுப் பார்த்தனர். அவளுக்கே முகமெல்லாம் ரேகை. வயது எண்பது இருக்கும். கிழவியும் மூவரையும் உற்றுப் பார்த்தாள்.

‘அம்மா, எங்களுக்கெல்லாம் பார்க்கும் முன் இவளுக்கு பாருங்களம்மா’ என்றாள் இளவரசி. சொல்வதுடன் நிறுத்திக் கொள்ளாமல் மாதவியின் கையைப் பிடித்து நீட்டினாள். யோசிக்காமல் கையை நீட்டிவிட்டாள் மாதவி.

தன்னிடம் கையை நீட்டிய இந்தப் பெண் முகத்தில்தான் எவ்வளவு களை? எனினும் ஒரு கவலையும் இருக்கிறது அவள் மனதில். கிழவியின் மனம் துறுதுறுத்தது. அப்பேர்பட்ட கையைப் பார்ப்பதே தனக்கு சவாலாயிருக்கும் என்று முடிவு செய்தாள்.

மாதவியின் கையைப் பிடித்து ஆராய்ந்தாள். ஆயிரம் ரேகைகள் கிளையாறுகள்போல கையெங்கும் ஓடின. ஆனால் முக்கியமான ரேகைகளுக்குத் தேடினாள். பின் கையிலிருந்த கருங்கோல் கொண்டு வருடிப்பார்த்தாள். பின் வினோதமாக முகத்தைப் பார்த்தாள்.

கொட்டாத கண்களுடனும் துடிதுடித்த நெஞ்சுடனும் அடுத்து என்ன சொல்லப் போகிறாள் கிழவி என்று காத்திருந்தார்கள் எல்லோரும்.

யாரும் எதிர்பாராமல், ‘ஆயிரமாண்டு தழைத்த பேரரசின் வழித்தோன்றல் நீ என்கிறதே உமது கை. தாயே, நீரும் பல்லவ அரச குடும்பத்தைச் சேர்ந்தவரா?’

கிழவி எடுத்தவுடனே தப்பும் தவறுமாய் உளறினாள் என்றவுடன் சுற்றியிருந்தவருக்கெல்லாம் சிரிப்பு. ஆனால் அடக்கிக் கொண்டார்கள்.

'இல்லை' என்று தலையசைத்தாள் மாதவி.

மாதவியின் எதிர்காலத்தைப்பற்றி சொல்லுகிறாள் கிழவி என்று நினைத்து குந்தவியும் மகேந்திரனும் மர்மப் புன்னகை புரிந்தனர். மாதவி மகேந்திரன் காதல் நிறைவேறும் என்பதைத்தான் கிழவி கண்டுபிடித்துவிட்டாள் என்று நினைத்தார்கள்.

'ஆனால் உம் ரேகை நீ அரசகுலத்தைச் சேர்ந்தவர் என்று சொல்லுகிறதே?' என்று வலியுறுத்திச் சொன்னாள் குறத்தி.

இதைக் கேட்ட தாதிப்பெண்களின் நையாண்டி சிகரத்தை அடைந்தது. இந்தக் கிழவியைப்பற்றி மனதில் கொஞ்ச நஞ்சமிருந்த நம்பிக்கையும் போனது. கிழவி உளறுகிறாள் என்று எல்லோரும் நினைத்தார்கள். 'கலகல'வென சிரிப்பு கூட்டமெங்கும் பரவியது. மன்மதனின் துணையான ரதியையொத்த அழகுடன் மாதவி விளங்கியதால் தவறாகக் கணித்துவிட்டாள். பல்லவ குலத்திலோ... ஏன் சிற்றரசர் வம்சத்தில்கூட அவள் பிறந்தவள் அல்ல. என்னதான் கலையிருந்தாலும் வெறும் நர்த்தகிதானே. அவளைப் போய் ஆயிரம் வருட வம்சத்திலிருந்து உதித்தவள் என்று சொல்லி கிழவி தன் திறமையில் இருந்த ஓட்டைகளை வெளிகாட்டிவிட்டது மிகவும் வேடிக்கையாக இருந்தது.

மாதவிக்கோ மனதில் குழப்பம். கிழவி தன் யூகத்தை சொல்லச் சொல்ல சிலையென வீற்றிருந்தாள். கிழவியின் வார்த்தைக்கு மறுவார்த்தை பேச முடியவில்லை. பூகம்பம் நேர்ந்து பூமி பிளப்பது போலொரு எண்ணம். எல்லோரும் சிரித்தவுடன் இன்னமும் கோபம் வந்தது. இப்படி தன்னை காட்டிக்கொடுக்க விதி எப்படியெல்லாம் விளையாடுகிறது.

தன் ரகசிய வாழ்வு அன்றோடு முடிந்தது என்றே எண்ணினாள். மகேந்திரன் ஆசை கொண்ட பார்வைக்குப் பதிலாக கண்களில் கனல் பறக்க வாளை உருவி தன்னை வெட்ட வருவதுபோல் கற்பனை செய்தாள். உடனே மாதவிக்கு உடல் நடுங்கிற்று.

அவள் முகத்தில் பயம். கண்களில் 'என்னைக் காட்டி கொடுத்து விடாதே...' என்ற கெஞ்சல் தென்பட்டது. அவளுடைய சமிக்ஞை பாஷையை நன்கு தெரிந்து கொண்டிருந்தாள் கிழவி. அந்தக் குறத்தியின் முகத்தில் ஒரு கரிய நிழல் படர்ந்தது.

மாதவி சட்டென சுதாரித்துக்கொண்டாள். எல்லா சக்திகளையும் ஒருங்கிணைத்து தன் கையைப் பிடுங்கிக்கொண்டாள். தன் உணர்ச்சிகளை மறைத்து ஒரு கேலிச் சிரிப்பு சிரித்தாள். 'போதுமம்மா உன் உளறல். இடத்தைக் காலி பண்ணு' என்றாள் மாதவி.

குந்தவியும் கிழவியை அகற்றுவதே மேல் என்று எண்ணி கட்டளையிட்டாள். கண்ணில் செய்கை செய்தாள் குந்தவி. உடனே தாதிப் பெண்கள் வந்து கிழவியை கைத்தாங்கலாக அப்புறப் படுத்தினார்கள்.

போகும் வழியில் தாதிப் பெண்கள் கிழவி செய்த தவறை சுட்டிக்காட்டியிருக்கவேண்டும். நடனக்காரியை அரசகுலத்தவள் என்று சொன்னது பிழைதானே. ஆனால் தான் கற்றுக்கொண்டதல்ல இந்த ரேகை சாஸ்திரம். இது கடவுளாய் பார்த்துக்கொடுத்தது. அதில் பிழை வர வாய்ப்பில்லை என்று கிழவி நினைத்தாள்.

கிழவி ஒன்றும் சொல்லாமல் மாதவியை தன் கூறிய கண்களால் திரும்பிப் பார்த்துவிட்டுச் சென்றாள்... பயப்பிராந்தி கொண்ட வெளிறிய முகத்தைக் கண்டவுடன், தன் குறியில் சற்றும் தவறில்லை என்று புரிந்தது.

ஊரெல்லாம் சிரிக்கட்டும். இந்த கலை கடவுள் கண்ணில் மண்ணை தூவி மானிடரிடம் எதிர்காலத்தை சொல்லும் கலை. நெருப்போடு பழகுவதுபோல் அதனுடன் பழகவேண்டும். இன்று தனக்குத் தெரிந்த உண்மையை மற்றவர் தெரிந்துகொள்ள அனுமதியில்லை என்று புரிந்துகொண்டாள்.

கிழவி பேசியது உண்மை என்று அச்சபையில் இருவருக்குத்தான் தெரியும். ஒன்று அந்தக் கிழவி. தன் கலை பொய் சொல்லாது என்று நம்பினாள். இன்னும் ஒருவர் தன் பொய் வேஷம் எப்போது வெளிப்பட்டுவிடுமோ என்று அங்கம் பதறி நடுங்க அஞ்சிய நர்த்தகி.

•••

அத்தியாயம் - 39

# மனக்கலக்கம்

**மா**தவி சட்டென்று சுயநினைவு பெற்று சத்தம் செய்யாமல் எழுந்தாள். மீதி களியாட்டங்களைக் காண அவளுக்கு சகிக்கவில்லை. வெள்ளமருகே நடந்து சென்றாள். ஆற்றங்கரையில் நிசப்தம் மனதுக்கு அமைதி தரும் என்று அதை நோக்கி நடந்தாள்.

இருதயம் விம்மி எழுந்து துக்கம் தொண்டையை அடைத்தது. அடக்கிக்கொண்டு நடந்தாள். அவள் எதற்காக அத்தனை கவனமாய் நாடகமாடினாளோ அந்தக் காரியம் ஒரு நொடியில் அறவே நடவாமல் போகப் பார்த்தது. எல்லாம் ஒரு ஜோசியக்காரியால்.

சற்று முன்வரை வைராக்கியம் வைரத்தைவிடக் கடினமாயிருந்தது. ஆனால் இப்போது வெயிலில் பனிகட்டிபோல் மெல்ல உருகிக் கொண்டிருந்தது. மனக்குழப்பத்தை இன்னும் அதிகமாக்கிற்று. இதுபோல் விந்தை இவ்வுலகில் இதுவரை நடந்திறாது. இனி ஒரு போதும் அப்படி நடக்காது.

நல்லவேளை, கிழவியின் வாக்கை யாரும் பொருட்படுத்தவில்லை. ஆனால் போகும்போதும். என்னவொரு பார்வையை தன்மீது செலுத்திவிட்டுச் சென்றாள் கிழவி. நாளை யாரிடமாவது உளறிக் கொட்டினால் என்னாவது?

சற்று நேரம் முன் தன் நாடகத்தின் முடிவே நிகழ இருந்தது. நல்ல வேளையாக அந்தச் சமயத்தில் குந்தவி சற்று சுதாரித்துக்கொண்டு கிழவியைக் கிளம்பச்சொன்னது நல்லதாய் போயிற்று. இல்லை கிழவி வேறு ஏதாவது உண்மையைப் போட்டு உடைத்திருப்பாள்.

தன்னை அரச குடும்பத்தின் அங்கத்தினர் என்று ஜோசியம் சொல்லப்பட்டவுடன் கூட்டத்தில் ஒரு பெரிய சலசலப்பு ஏற்பட்டது. ஆனால் அந்த கேலியெல்லாம் பாதிதான் கிழவிக்குச் சொந்தமானது. மீதியெல்லாம் 'கேவலம்... ஒரு நாட்டியக்காரியை எப்படி அரசகுலத்துடன் ஒப்பிடலாம்?' என்று ஏசினார்கள் கைகொட்டி கும்மாளம் அடித்தவர்கள். 'மூடர்களே... என்னைப் பரிகசிக்கிறீர்களா? நான் இந்த பல்லவ சாம்ராஜ்ஜியத்தைவிட அகண்ட பிரதேசத்துக்கு இளவரசி' என்று உரக்கக் கத்தவேண்டும் போலிருந்தது. அதற்கு பதிலாக அவள் கண்கள் அனலைக் கக்கின.

அதற்குப் பிறகு கணப்பொழுதுகூட அந்தக் கூட்டத்தில் அவளுக்குத் தங்கி நிற்கப் பிடிக்கவில்லை. தனியே எங்காவது சென்று குலுங்கிக் குலுங்கி அழவேண்டும் என்று ஆசையாய் இருந்தது. மனதுக்குள் விம்மியவளுக்கு கண்ணீர் சிந்தி அழாவிட்டால் இருதயமே வெடித்துவிடும் போலிருந்தது.

'கொடிய விலங்குகள்கூட சல்லாபம் செய்கிறோம். அவற்றுடன் உறவு வைத்துக்கொள்ள முயல்கிறோம். மிகவும் ஜாக்கிரதையாக இரு' என்று சுலோச்சனா சொல்லி அனுப்பியது நினைவுக்கு வந்தது.

இதுவரை, 'மறைமுகப்போர் என்றால் இதுவல்லவா?' என்று தன் சாமர்த்தியத்தை தானே மெச்சிக்கொண்டிருந்தாள் மாதவி. அவள் கற்பனா சக்தியினால் தினந்தினம் அந்த பல்லவ குலகொழுந்துகள் இருவரின் கழுத்தை நெரித்துக்கொண்டிருந்தாள். ஆனால் நிஜத்திலோ சிரித்துப் பேசி உறவாடிக் கொண்டிருந்தாள். அவர்களும் உயிரையே அவள் மேல் வைத்திருந்தார்கள். ஆனாலும் அது சுலபம் அல்ல. அவள் உடலில் இருந்த ஒவ்வொரு அணுவிலும் வலி. தனக்கென இருந்த உற்றார் உறவினர் எல்லோரையும் கொன்று குவித்த குலத்தினருடன் இப்படி தினந்தினம் நாடகம் போட வேண்டுமா? என்று மனம் அடிக்கடி கேட்கும்.

ஆற்றங்கரையில் நின்றபடி தன் நிலையை ஆராய்ந்தாள் மாதவி. தன் நிலைக்கு ஏதேனும் சேதம் உண்டா என்றால் இல்லை. ஆனால் அபாயத்தின் விளிம்புக்கு அந்தக் கிழவி இழுத்துச் சென்று நிறுத்தியிருந்தாள். ஒரு நொடியில் காற்று இத்திசையா அத்திசையா என்று ஊசலாடும்போது தப்பித்தோம் பிழைத்தோம் என்று ஆனது.

கிழவி சொன்னதை மீண்டும் மீண்டும் மனதில் அசைபோட்டாள். மற்றவர்களோ முகச்சாயலை வைத்தோ, அரசகுலத்துக்கு சரி சமமாய் நடத்தப்படுவதை வைத்தோ கிழவி அப்படிச் சொல்கிறாள் என்று எண்ணினார்கள். ஆனால் கை ரேகைகள் உண்மையைச்

சொல்லியிருக்கவேண்டும் என்று நினைத்தபோது அவள் தலையைச் சுற்றி மட்டும் ஒரு சுழிக்காற்று அல்லோலகல்லோலப்படுத்தியது.

ஜோசியக்காரன் தவறாய் சொன்னால் அவனைக் கோமாளிபோல நடத்தும் இந்த உலகம். கிழவி சொன்னதைக் கேட்டு எல்லோருக்கும் சிரிப்பு.

‘இதையே நான்கு மாதங்களுக்கு முன் இந்தக் கிழவி சொல்லி இருந்தால் நானே சிரித்திருப்பேன். இன்று அழவேண்டும் போலிருக்கிறது.’

ஆனால் ஒரு புது பயம் தோன்றியது. தன் பிறந்தகத்தை கேவலம் ஒரு கைரேகை பார்க்கும் குறத்தி நிர்ணயிக்க முடிந்தால் பின் தன் வேஷத்துக்கு என்ன பாதுகாப்பு? உள்ளம் சிறிது நேரம் சிந்தனையில் ஆழ்ந்திருந்தது. தினந்தோறும் ஏதேனும் நல்ல செய்தி வராதா என்று ஆவலுடன் காத்திருந்த காபாலிகன் ஒருபுறம். தன்னுடன் விளையாடி பார்க்கும் விதியொரு பக்கம்.

‘இளவரசனைக் காதலித்துக் கைப்பிடித்து காஞ்சி அரண்மனையில் இருந்து கொண்டே அந்த வம்சத்துக்கு நீ எமனாக மாறிடவேண்டும்’ என்று காபாலிகன் சொன்னது அடிக்கடி அவள் செவிகளுக்குள் பிரதித்வனி செய்வதுபோலொரு பிரமை. ‘பதுங்கியிருந்து பாய வேண்டும். நட்பு கொண்டு மயக்கியே காரியத்தைச் சாதிக்க வேண்டும்’ என்று சொல்வது சுலபம். அபாயம் எத்திசையிலிருந்தும் வரலாம்; இப்போது இந்தக் கிழவி ரூபத்தில் வரவில்லையா? இதற்குள்ளாக கிழவி ஏதோ மர்மமான விஷயம் நடக்கிறது என்று யூகித்துவிட்டாள். வாழ்வுக்கும் சாவுக்கும் ஒரு மெல்லிய நூலளவே வித்தியாசம் இருந்தது என்பதுதான் உண்மை.

கூட்டத்தை திரும்பிப் பார்த்தாள். ஒருவன் ஆறு கோழி முட்டைகளை வானில் வீசி வீசி இரு கரங்களில் மாறி மாறி பிடித்து வித்தைகள் செய்தான். கூட்டத்தில் ‘ஆஹா’காரமும் சிரிப்பும் கரகோஷமும் அடிக்கடி கேட்டது

‘டேய்… ஒரு முட்டையைக் கீழேவிட்டாலும் அந்தக் கிழவிக்கு நேர்ந்த கதிதான் உனக்கும்’ என்று மனதுக்குள் சொல்லி நகைத்தாள் மாதவி.

வேதனைப்பட்டு உள்ளம் புழுங்கியது. களியாட்டங்களில் அவள் மனம் ஈடுபடவில்லை. ஒரு தனிமை உலகை ஏற்படுத்தி அதிலேயே தஞ்சம் புக எண்ணி சற்று தூரம் நடந்தாள். ஆனால் அவள் எண்ணம் நிறைவேறவில்லை. இருண்ட வானத்தில் மினுமினுத்த

நட்சத்திரங்கள்கூட அவளை நைய்யாண்டி செய்தது போலிருந்தது. அந்தக் கரிய இருளிலும் இன்னும் இருண்டதாகத் தெரிந்தது எதிர்காலம்.

நடந்திருந்த களியாட்டங்களில் யாரும் அவளைக் கவனிக்கவில்லை, இளவரசனைத் தவிர. கூப்பிடு தூரத்தில் தென்பட்ட அவளை அவ்வப்போது மகேந்திரன் ஓரக்கண்ணால் பார்த்துக்கொண்டான். அவள் மனம் துடித்தது, அவன் மனதில் ஈட்டியைவிட்டுத் திருப்பியது போலிருந்தது.

தன் உயிருக்கும் மேலான இவளை தம்முடன் சம அந்தஸ்தில் இருக்கிறாள் என்று சொன்னதில் என்ன தவறு? நியாயமாக அந்தக் கிழவிக்கு பொற்கிழியைக்கொடுத்து அனுப்பியிருக்கவேண்டும். இந்தப் பாழாய் போன பணிப்பெண்கள் வேறு சிரித்துத் தொலைத்து விட்டன. சமுதாயப் படிகளில் இருவரின் அந்தஸ்தும் அவ்வளவு வித்தியாசம் இருக்கின்றது என்று எடுத்துக் காட்டும் சம்பவங்களைத் தவிர்க்கவேண்டும் என்று கவனமாய் இருந்தது பாழாய்ப்போனது.

ஆனால் அவளிடம் இப்போது சென்று ஆறுதல் சொல்வது தவறு. ஆனால் அவன் எதிர்பார்த்த சந்தர்ப்பம் ஒன்று கிட்டப் போகிறது என்று மகேந்திரன் எண்ணினான். மாதவி சற்று நேரம் தனிமையில் இருந்தவுடன் தானும் சென்று அவளிடம் பேச்சுக் கொடுப்பது. பின் காதலைச் சொல்லுவது என்று எண்ணினான். அதற்கு தகுந்த தூரம் அவள் செல்லட்டும் என்று காத்திருந்தான்.

சற்று நேரம் கழித்துச் சென்று 'இந்தக் குறத்தியின் வாக்கை நிறைவேற்றி வைக்க எனக்கு ஆசை' என்று சொல்லலாமா என்று எண்ணினான். பின் எப்படித்தான் தன் காதலைச் சொல்லமுடியும்? அவளிடம் நயமாகப் பேசி சாந்தப்படுத்திவிடலாம். இப்போது தனிமையை நாடுகிறாள். தனியாய் விட்டுவிடலாம். அவள் ஒன்றும் அதிக தூரம் செல்லவில்லை. பயப்படத் தேவையில்லை என்று முகத்தைத் திருப்பினான்.

மாதவி நின்ற இடம் ஆற்றங்கரையில் திடமான புல்தரைபோலத்தான் இருந்தது. அதனால் மாதவி வெள்ளத்தின் அருகே சென்றபோது யாரும் அவளைத் தடுக்கவில்லை. மேலும் அகிற் குண்டத்திலிருந்து கிளம்பிக்கொண்டிருந்த புகைத் திரளில் மாதவி ஆற்றை நெருங்கியது மற்றவருக்குத் தெரியவில்லை.

ஆற்றை உற்றுப்பார்த்தாள் மாதவி. குடகு நாட்டில் கார்காலத்தில் விடா மழை 'சோ' வென்று பெய்து கொண்டிருந்தது. வானத்தில்

மேகங்கள் இன்னும் குமுறிக்கொண்டிருந்தன. இருண்ட வானத்தில் பளிச்சிடும் மின்னல் ஜொலித்தது. இன்று இரவு இங்கும் புயல் வருவது நிச்சயம். காற்றின் வேகம் குறைந்தபாடில்லை. குடகிலிருந்து வெள்ளம் மட்டும் வரவில்லை. குளிர்ந்த காற்றும்தான். உடம்பில் சில்லென்றது.

ஆற்றின் ஓரமாக ஒரே இருள் மயமாக இருந்தது. வெளிச்சமெல்லாம் கூத்தும் கும்மாளமும் இருந்த இடத்தில்தான். ஆனால் தலைக்குமேல் அடிக்கடி மின்னல்கள் பாய்ந்தன. அதனால் ஆற்று நீர் சுழிசுழியாக வட்டமிட்டுக்கொண்டு சென்றது அவளுக்குத் தெரிந்தது. மலை போன்ற அலைகள் எழுந்து பாறையில் மோதி நுரையாய் சிதறிப் பரவியது பார்க்க அழகாக இருந்தது.

தனிமை தேடி வந்தவள் ஆற்றை சமீபத்திலிருந்து கண்டவுடன் ஸ்தம்பித்து நின்றாள். வெள்ளத்தில் ஒரு நாட்டியத்தைக் கண்டாள். அதனுள் மறைந்திருந்த மாபெரும் சக்தியையும் கண்டு ரசித்தாள். ஆனந்தத் தாண்டவம் என்றால் இதுதான். குடகு நாட்டில் பெய்த மழை காவிரியை உந்தி உந்தி கடலிடம் தள்ளிக்கொண்டிருந்தது. ஆயிரம் வாரணம் பலத்தை ஒருங்கிணைத்து காவேரி ஓடிக் கொண்டிருந்தது.

'ஆகா! எவ்வளவு நாள் ஆனது நடனமாடி...' என்று தோன்றியது அவளுக்கு. தான் அந்த அற்புத நடனக் கலையை துறந்ததால்தான் தன்னைக் கடவுள்கள் தண்டிக்கின்றனவோ என்றும் தோன்றியது. இந்த நதி சொல்லும் ஜதிக்கு ஆடினால் எவ்வளவு நன்றாய் இருக்கும்! இன்னும் சற்று நெருங்கிச் சென்றால் அதன் ஓசை நன்றாய் கேட்கும் என்று அடி மேல் அடி வைத்து ஆற்றினை நெருங்கினாள்.

அதன் பின் மின்னல் வேகத்தில் நடந்த காரியங்களை யாரும் காணவில்லை. திடீரென கரையிலிருந்த மண்ணை அரித்துச் செல்ல முடிவு செய்தாள் காவிரி. திடீரென ஒரு க்ஷணத்திலே தன் கால்களுக்கு அடியில் திடமான தரையில்லை என்று உணர்ந்தாள் மாதவி. காலடியில் திடீரென தண்ணீர் இருந்ததை உணர்ந்தாள்.

பார்ப்பதற்கு மிக மென்மையான உருவம் கொண்ட ஆற்று நீருக்கு எவ்வளவு வலிமை இருந்தது என்பதை அறிந்து பயம் கொண்டாள். பயம்தனை முகத்தோற்றம் காட்டியது. பார்க்கத்தான் ஆளில்லை.

மாதவி தடுமாறினாள். ஒரு கூச்சல் போடக்கூட காவிரி இடம் கொடுக்கவில்லை. மனமானது சுதாரித்துக்கொள்ளும்முன் கால்கள் மடங்கின. தலைகுப்புற நீரில் விழுந்தாள். வெள்ளம் அவளை

அரவணைத்து இழுத்துச் சென்றது. அந்தப் பெருவெள்ளத்தில் தனியே பல்லவ நாட்டு பெரும் பொக்கிஷம் என்று மன்னர் பெருமான் வர்ணித்த மாதவி அடித்துச் செல்லப்பட்டாள்.

ஈரத்தில் தேகமெல்லாம் படபடத்து நடுங்கியது. குபுகுபுவென்று அவளைச் சுற்றி வெள்ளம் அதிகரித்தது. மளமளவென்று பெருகிய தண்ணீர் அவளை மூழ்கடிக்கப் போகிறது என்பதில் ஐயமில்லை. வேகத் தண்ணீரில் மேலும் கீழும் எறியப்பட்டாள். பெருந்திகிலடைந்தாள்.

முழுகிக்கொண்டிருந்த மாதவிக்கு மூச்சு திணறும்படிச் செய்தது. வெள்ளம் போட்ட இரைச்சலினால் வேறேதும் காதில் விழவில்லை. வெள்ள நீருக்குமேல் தலை எழும்பி எழும்பித் திமிறினாள்.

இந்தக் காவிரி தன்னை யமனுலகம் அனுப்பிவிட்டுத்தான் மறுகாரியம் பார்க்கப் போகிறது. சாகப் போகிறோம் என்றவுடன் அவள் மனதில் தன் கடமை நினைவுக்கு வரவில்லை. உயிரினும் மேலாக பாவித்து கற்ற கலை நினைவுக்கு வரவில்லை.

ஏனோ தெரியவில்லை. ஒன்று மட்டும் நினைவில் வந்தது. அந்த வெள்ளம் அவளை ஆழ் சமுத்திரத்துக்கு அடித்துச் செல்ல முயற்சிக்கும்போது ஒரு முகம்தான் அவள் கண் முன் நின்றது.

அது ஆனந்தனின் முகம்.

•••

அத்தியாயம் - 40

# திருவரங்கத் தீவு...

மதுரையில் இருந்து ஆனந்தன் புறப்பட்டு நான்கைந்து தினங்களுக்குப் பிறகு நடுநிசி வேளையில் காவிரியின் தென்கரையில் இருந்தான். ஆற்றோரமாய் படகோட்டி ஒருவன் கிளம்ப ஆயத்தமாய் இருந்ததைக் கண்டு அவனை நோக்கி விரைந்தான்.

'இந்த இரவில் யார் பயணிப்பார்கள்?' என்று எண்ணி படகோட்டி வியப்புடன் ஆனந்தனை நோக்கி, 'அக்கரைக்கு வருகிறாயா? ஒரு செப்புக் காசு கொடு போதும்' என்றான்.

'என்னிடம் காசு இல்லை. ஆனால் ஆற்றின் பாதி தூரம் நான் படகை வலிக்கிறேன்' என்று விண்ணப்பித்தான் ஆனந்தன்.

பொக்கை வாயைக் காட்டியபடி சிரித்தான் படகோட்டி. 'தம்பி, காவிரியில் படகை வலிப்பது அவ்வளவு சுலபம் இல்லை. பரவாயில்லை. வா ஏறிக்கொள். அக்கரையில் கொண்டு விடுகிறேன்.'

படகோட்டி, கிழவன். ஆனால் லாகவமாக படகை வலித்தான். விரைவில் அந்தச் சிறிய படகு எதிர்க்கரையை நோக்கி விரைந்து கொண்டிருந்தது. ஆனால் என்ன? பேசிக்கொண்டே வந்தான்.

'உனக்கு காவிரியைக் கடக்க படகு கிடைத்ததே பெரிய விஷயம். ஏதோ பெரும் அரசகுடும்பம் ஆற்றைக் கடக்கிறதாம். எல்லாப் படகுகளையும் அழைத்துச் சென்றுவிட்டனர். ஒவ்வொரு படகோட்டிக்கும் கறிச்சாப்பாடு போட்டு செப்புக் காசு இருபது கொடுப்பார்களாம். என் படகைப் பார்த்து அது லாயக்கில்லை என்று சொல்லிவிட்டார்கள்' என்று ஆதங்கப்பட்டான். தன் படகுக்கு

ஏற்பட்ட அவமானத்தை ஜீரணித்துக்கொள்ள முடியவில்லை கிழவனால்.

ஆனந்தனுக்கு பாதி விஷயம் மனதில் பதியவேயில்லை. தனக்கு காபாலிகன் கொடுத்த வேலை எதிர்பார்த்ததைக் காட்டிலும் சுலபமாக நிறைவேறியது. போய் காபாலிகனிடம் இதைச் சொன்னால் 'சாளுக்கியருக்கான மகத்தான வெற்றி கிடைக்க இதுவே முதல்படி' என்று கூறுவான். மனதுக்குள் இருந்த வெற்றிடத்தில் மாதவியின் நினைவே நிரம்பியது. மாதவிதான் தன்னைக் காதலின் எல்லையற்ற பொய்கையில் மிதக்க வைத்தவள். பின் பொறாமை என்னும் அக்கினிக் குழம்பில் தள்ளியும்விட்டவள்.

சில தினங்களுக்கு முன் மாதவியை மற்றும் ஒருவனுடன் பார்த்த போது காதல் ஆசையை வேருடன் களைந்து எறிந்துவிட்டான். ஆனால் இப்போது சென்று அவளிடம் அவள் நாட்டுக்காக ஒரு சேவை செய்தேன் என்று மார்தட்டிக்கொள்ள ஓர் ஆசை. அவள் தலைநகரை எரித்தவனை தான் உயிருடன் எரித்ததை மெச்சுவாள்.

பின் உறங்கிக்கொண்டிருந்த மனசாட்சி விழித்து எழுந்தது. வானத்தில் ஜொலிக்கும் நட்சத்திரங்கள் அந்த மடத்தின் கூரை பற்றியபோது தெறித்தெழுந்த அக்கினிப் பொறிகள் போலிருந்தன. வானில் பறந்த மேகங்கள் ஆலவாயில் எழுந்த புகைபோல காட்சி தந்தன. 'அத்தனை பேரை உயிருடன் கொளுத்திவிட்டோமே?' என்று வினவியது மனம்.' சிறுத்தொண்டனுடன் கூட இருந்ததால் துரதிர்ஷ்டத்துக்கு உள்ளானவர்கள்' என்று சாக்கு போக்கு இனி சொல்ல முடியவில்லை.

ஆனால் ஆற்றைக் கடந்த பின் ஒரு மாறுதல். என்னவோ தனக்கும் அந்தக் கோர காட்சிகளுக்கும் சம்பந்தம் குறைந்ததாக தோன்றியது. படகு திருவரங்கத் தீவை அடைந்தது.

'தம்பி, கொள்ளிடத்தைக் கடப்பதென்றால் உடனே செல்ல திட்டம் தீட்டு. இன்று என்னவோ பொன்னியின் போக்கே எனக்குப் பிடிக்க வில்லை. சொல் பேச்சு கேட்கமாட்டேன் என்கிறாள்' என்றான் கிழவன்.

இந்த விநோதமாக எச்சரிக்கை ஏன் என்று குழப்பம். காவிரியை திரும்பிப்பார்த்தான். அமைதியின் உருவாய் இருந்தாள். வானத்து மேகங்களின் பிம்பங்கள்கூட உருமாறாமல் அவள் மேல் பிரதிபலித்தது. 'கிழவன் கிறுக்கன்' என்று முடிவு கட்டினான். தீவுக்குள் நடந்தான் ஆனந்தன். அவன் செய்த நெடும் பயணம்

அசத்தியது. கால்கள் கெஞ்சின. இரவெல்லாம் கொள்ளிட ஆற்றைக் கடக்க மனமில்லை.

பல கோயில்கள் இருந்த பிரதேசம் என்பதால் பக்தர்கள் வெய்யிலிலும் மழையிலும் அவதிப்படக்கூடாது என்று தர்மவான்கள் எழுப்பிய மண்டபம் ஒன்றைக் கண்டான். கல்லில் தூண் எழுப்பி பின் சுட்ட செங்கலால் சுவர் செய்து கதவும் பொருத்தியிருந்தனர். நல்லவேளை பூட்டவில்லை. உள்ளே சென்றான். வேடுவன் எவனோ இந்த வீட்டை உபயோகித்திருப்பான் போலும். வாழைப்பழத்தார் ஒன்று இருந்தது. ஒரு துணிப்பையில் தினைமாவும் ஒரு மண் பாண்டத்தில் தேனும் வைத்திருந்தான். பசிக்கு கலக்கி நான்கு கைப்பிடிகள் சாப்பிட்டான். நாலு வாழைப் பழங்களையும் உள்ளடக்கிய பின்தான் வயிற்றுப் பசி ஓய்ந்தது.

பின் கையை தலையணையாய் வைத்து கண் அயர்ந்தான். தன்னையறியாமல் ஒருநாள் முழுக்கத் தூங்கினான். சூரியன் கிழக்கில் உதித்து வானத்தைக் கடந்து மேற்கில் அஸ்தமனமாகும் முன் விழிப்பு வந்தது. அதுவும் தானாக எழுந்திருக்கவில்லை.

கனவில் அகோரமான சப்தம் ஒன்று கேட்டது. ஏதோ மிருகம் என்று எண்ணியவன் திடுக்கிட்டான். சுற்றும் முற்றும் பார்த்தான். காற்றில் கதவு தானாக திறந்திருந்தது. உள்ளே சில்லென்று காற்று வீசியது. ஆனந்தனுக்கு முதலில் புரியவில்லை. ஆனால் வெளியில் வானிலை முற்றிலுமாக மாறிவிட்டது என்று புரிந்தது.

மண்டபத்துக்கு வெளியே வந்து பார்த்தான். என்ன அதிசயம்? அங்கு பார்த்த காட்சி எல்லாம் கனவோ எனத் தோன்றியது. எங்கும் நீர் சூழ்ந்திருந்தது. வளங்கொழிக்கும் திருவரங்கத்தீவு பெருங்கடல் போல காட்சி தந்தது.

முதலில் ஆனந்தனுக்கு நினைவில் வந்தது படகோட்டியின் எச்சரிக்கை. ‘அய்யகோ! கிழவன் சொன்னதுபோல் செய்திருந்தால் பிரயத்தனம் ஏதுமின்றி நேற்றே கொள்ளிடத்தையும் கடந்திருக்கலாமே?’ என்று அவனுடைய அறிவீனத்தை நொந்தான்.

நீரின் ஓரத்துக்குச் சென்று பார்க்க நினைத்தான். நிலத்தை கிழித்துக்கொண்டு காவிரி கோபாவேசமாய் சீறினாள். எட்டுத் திசையும் நடுங்கும்படியான பேரொலி. ஒரு பெரும் இரைச்சலாகக் கேட்டது. தும்பைப் பூ நிறத்திலான நுரையைக் கக்கியபடி காவிரி பாய்ந்தாள். பதினாயிரம் அலைகள் ஒன்று கூடி தீவை முட்டினால் என்னவாகும்? சுக்கு நூறாய் உடையுமா? இல்லை வெயிலில் வெண்ணெய்போல கரையுமா?

திருவரங்கத் தீவில் ஆற்றோரமாய் இருந்த பெரிய விருட்சங்கள் எல்லாம் காவிரியால் சாய்க்கப்பட்டிருந்தன. அவற்றின் மேல் வெள்ளத்தில் அடித்து வரப்பட்ட தாவரங்கள் போன்றவை சிக்கியிருந்தன.

அப்போது தற்செயலாக இடதுபக்கம் திரும்பினான். வெள்ளம் அதிகரித்தபோது அடித்துவந்த பலவற்றையும் கரையோரமாக ஒதுக்கியிருந்தது ஒரு மகா விருட்சம்.

முதலில் அவற்றையெல்லாம் மிக ஆர்வம் இல்லாமல் பார்த்தான். திடீரென அவனுக்கு தூக்கிவாரிப்போட்டது. அது என்ன? ஒரு பெண் கிடக்கிறாளே? பெண்ணா அல்லது சடலமா?

உற்றுப் பார்த்தான். ஆம், ஒரு பெண் வெள்ளத்தில் ஒதுங்கியிருந்தாள். முகத்தைக் காட்டாமல் திரும்பிக் கிடந்தாள். அத்திசையில் விரைந்தான். ஆனந்தனுக்கு அருகில் செல்லச் செல்ல மனது 'திக்திக்' என்று அடித்துக்கொண்டது. கண் அறியும் முன் மனம் அறிந்தது அது யாரென்று.

'இது எப்படி சாத்தியமாகும்? இவள் எப்படி வெள்ளத்தில் நம்மிடம் வந்தாள்! இந்திர ஜாலத்தினால் நிகழ்வதுபோல் அதிசயங்கள் இங்கே நிகழ்கின்றனவே! தான் யாரைப்பற்றி நினைத்து காஞ்சியை நோக்கி பயணித்தேனோ அவள் எப்படி இந்தத் தீவில் ஒதுங்கியிருந்தாள்... ஆனால் எப்போதும் துரத்தும் துர் அதிர்ஷ்டம் இப்போதும் வேலையைக் காட்டுகிறதா?' என்று பயம். முக்கியமாக ஆற்றோரமாக கிடப்பவளுக்கு உயிர் இருந்ததா? விதியின் விளையாட்டு என்பது இதுதானா? தன் உயிரினும் மேலானவளை விதி தன்னிடம் ஒப்படைத்து அவள் உயிருக்கு ஏதாவது விபரீதமாகச் செய்யுமோ?

ஆனந்தன் வடித்த சிலைகூட ஒருவேளை அசைந்திருக்கலாம். ஆனால் சிற்பியே இன்று கல்லால் சமைந்ததுபோல அசையாமல் நின்றான்.

நினைவிழந்த நிலையில் ஆற்றில் அடித்து வந்தவளை கண்கொட்டாமல் அவன் பார்த்துக்கொண்டிருந்தான். ஆச்சரியம் அடங்கியவுடன் பதற்றம் பற்றிக்கொண்டது. அவள் அசைவின்றிக் கிடந்ததைக் கண்டு பதறினான். பின் சுதாரித்துக்கொண்டான்.

சிறகொடிந்த பட்சிபோல் ஆதரவற்றுக் கிடந்த மாதவியின் அருகே நடந்தான். அருகில் அமர்ந்தவன் தயங்கித் தயங்கி அவள் தேகத்தைத் தொட்டான். சில்லென்று இருந்தது. உடனே பயந்தான். மெல்ல

அவள் கையைப் பிடித்துப் பார்த்தான். சின்னதொரு துடிப்பு அதில் அவனுக்கு தென்பட்டது. பின் முகத்தை திருப்பிப் பார்த்தான். அவள் மேலாடையில் சிறிய அசைவு தென்பட்டது. மூச்சு இன்னும் இருந்தது. 'எவ்வளவு நல்லதாய் போயிற்று! சற்று நேரம் கழித்து வந்திருந்தால் அவள் கதி என்னவாகியிருக்கும்?'

தன்னையறியாமல் அவள் கைகளை எடுத்து முத்தமிட்டான். காதலினால் ஏற்பட்ட முத்தமன்று. அவள் இன்னமும் ஜீவித்திருப்பதில் ஒரு நிம்மதி. ஆனந்தம். அவன் இதழ்களின் ஸ்பரிசத்தில் கண்களை சிரமத்துடன் திறந்தாள். ஆனால் அவள் கண்களில் ஆச்சரியம் இல்லை. ஆனந்தனை எதிர்பார்த்தவள் போலவே இருந்தாள்.

தயங்கி நின்றவனுக்கு உத்வேகம் பிறந்தது. வெள்ளத்தில் மூழ்கி உயிர் பிழைத்தவளை மழையில் நனையவிடுவது அபாயத்தை அதிகரிக்கும். தீவின் மையப்பகுதிக்குச் சென்றுவிடவேணும்.

கம்பீரமாக நின்ற திருவரங்கத் தீவுதான் காவிரியை இரு கூறாகக் கிழித்தது. ஆனால் இந்த வெள்ளத்தில் மீண்டும் அந்த இரு மாபெரும் ஆறுகள் கைகோர்த்துவிடுமா என்று அஞ்சும் அளவுக்கு வெள்ள நீர் பெருக்கெடுத்தது

நினைவிழந்து வெள்ளத்தில் கிடந்தவளை இரு கரங்களால் குழந்தையை வாரி எடுப்பதுபோல் தூக்கிக்கொண்டுபோய் சற்று மேடாகவும் தண்ணீர் தேங்காமல் இருந்த இடத்திலும் இடுவதே முக்கியம் என்று நினைத்தான். தூக்கியவுடன் அவள் தேகத்தின் மென்மையை உணர்ந்தான்.

தூக்கும்போதே உடலில் வெதவெதப்பு அதிகரித்தது என்றறிந்தான். மண்டபத்துக்குச் செல்வதும் இப்போது எளிதல்ல என்று புரிந்து கொண்டான். அடிமேல் அடி வைத்துத்தான் நடக்கவேண்டியிருந்தது. எனினும் செல்லாமலும் இருக்க முடியாது.

மிகவும் சிரமப்பட்டு அவளைத் தூக்கிச் சென்றவனுக்கு மண்டபம் கண்களில் பட்டது. இலக்கு தெரிந்தவுடன் ஓர் ஆனந்தம் அவனைப்பற்றிக் கொண்டது. வேகம் அதிகரித்தது. மண்டபத்தின் கதவைக் காலால் உதைத்தான். கதவு படார் என்று திறந்துகொண்டது.

பின் மண்டபத்துக்குள் அவளை எடுத்துச்சென்று மென்மையாகத் தரையில் வைத்தான். தூக்கி வந்தபோதே அவள் தலை சாய்வாய் இருந்ததால் இருமி இருமி, அவள் ஆற்றில் அடித்து வரப்பட்டபோது பருகிய நீரையெல்லாம் கக்கினாள். அறையில் நடுநாயகமாக

அவளைக் கிடத்தியவுடன் ஒரு வினாடியில் அவளைச் சுற்றியிருந்த இடமெல்லாம் ஈரமானது.

மூச்சு வாங்க நிமிர்ந்து நின்றான். இப்படி மான்போல மயில்போல துள்ளித் துள்ளி நடனமாடியவள் பேசக்கூட சக்தியற்றவளாய் இருந்தாள். அணிமணியும் அலங்காரமும் சூடிக்கொண்டிருக்கும் போது தேவதையாய் தோற்றமளிப்பாள். ஆயினும் வர்ணனைக் கெட்டாத அழகு சற்றும் குறையவில்லை. முற்றும் துறந்த முனிவர்களின் தவத்தையும் பங்கம் செய்யக்கூடிய அழகு கஷ்டகாலத்திலும் அப்படியே இருந்தது.

மீண்டும் அவள் அருகில் அமர்ந்து கால்களுக்கு உஷ்ணம் ஏற்பட நன்றாய் தேய்த்துவிட்டான். அதன் பயனாக அவள் தேகம் புத்துயிர் பெற்றது. பிரக்ஞையற்றவளாய் படுத்துக் கிடந்தவள் அறையின் கதகதப்பில் உணர்ச்சி பெற்றாள்.

அவ்வப்போது கரத்தைப்பற்றி நாடியைப் பார்த்தான். வேகமாகத் தேறிவந்தாள். ஒருவித சேதமும் உண்டாகவில்லை. திடமாகத்தான் இருந்தாள் என்று புரிந்தது ஆனந்தனுக்கு.

அவளை உற்றுப் பார்த்தான். மயக்கம் இன்னும் சற்று நேரத்தில் களைந்துவிடும். அப்போது இருவரும் என்ன பேசுவார்கள் என்று அவனுக்குள் பிரமிப்பாய் இருந்தது.

தன் வெற்றியை ஓடிச்சென்று யாரிடம் சொல்லவேண்டும் என்று எண்ணி ஆலவாயிலிருந்து ஆவலாய் ஓடோடி வந்தானோ அவளை வெள்ளம் கொண்டுவந்து தன்னிடம் சேர்த்துவிட்டதே? இதெல்லாம் நிஜமா? அல்லது இவையெல்லாம் வெறும் பிரமைதானா?

ஆனால் அடுத்தொரு வினாவும் எழுந்தது. மாதவி எப்படி வெள்ளத்தில் சிக்கினாள்? இவள் மூடப் பிடிவாதத்தினால் பல்லவர்மேல் சதி செய்து அகப்பட்டுக்கொண்டாளா? சதி வெளியான பின் தன்னைக் காப்பாற்றிக்கொள்ள ஆற்றில் குதித்தாளா? அதனால் வெள்ளம் வற்றினாலும் இதர அபாயங்களும் தொடருமோ?

•••

அத்தியாயம் - 41

# பொன்னியை பழிப்பதா?

**த**ன்னை ஆசுவாசப்படுத்திக்கொள்ள சற்று அறையின் வெளியே நடந்தான். காவிரியின் உறுமல் அதிகரித்திருந்தது. சிக்க வைத்து விட்டாள் காவிரி என்று கோபிக்கும் நிலையில் தனக்கென்று இப்படி ஆனந்தத்தையும் கொண்டுவந்தாளே. பொன்னியாற்றை வாழ்த்துவதா பழிப்பதா என்று தெரியவில்லை ஆனந்தனுக்கு. 'விடேன்... தொடேன்' என்று அவளுடன் தன் வாழ்வும் பின்னிப் பிணைந்திருந்தது என்பதில் ஐயமில்லை. தன் வாழ்க்கை நெடுகிலும் மாதவியும் வருவாள் என்று உறுதி செய்ததோ காவிரியாற்றின் பிரவாகம்?

இன்னும் முழு அளவுக்கு துரதிர்ஷ்டசாலியாகவில்லை தான் என உணர்ந்தான். ஆசைகள் ஓரளவு பலித்துக்கொண்டுதானிருந்தன. ஆனால் இப்படி மாறி மாறி இன்பத்தையும் துன்பத்தையும் கொடுத்தது ஆச்சரியமாய் இருந்தது.

மூடியிருந்த கதவைத் திறந்து உள்ளே சென்றான். அந்த சப்தம் கேட்டு அசைவுற்றாள். ஆனால் கண்விழித்தாள் இல்லை. கண் கலங்கிச் சிரித்த ஆனந்தன் பெருமூச்சுவிட்டான். வீணாக அச்சம் கொண்டு விட்டோம் என்று மனத்தால் தன்னைக் கடிந்துகொண்டான். மாதவிக்கு தன் கண்முன் ஏதாவது துர்சம்பவம் நடந்திருந்தால் அதைக் கண்டு மேலும் உயிர் வாழ முடிந்திருக்குமா என்பது சந்தேகம்தான்.

அருகில் சென்று 'மாதவி... மாதவி...' என்று அவன் பெயர் சொல்லி மீண்டும் அழைத்தான். அவன் வார்த்தைகள் எல்லாம் மாதவியின் காதில் அரைகுறையாக விழுந்தன. பறக்க நினைக்கும் பறவைக் குஞ்சு சிறகடிப்பதுபோல் மெல்ல மெல்லக் கண் திறந்தாள்.

அவளுடைய கண்கள் மண்டபத்தில் அங்குமிங்கும் சுற்றிச் சுழன்றன. கடைசியாக ஆற்றில் விழுந்த நினைவுதான் இருந்தது. அப்போதுகூட வேறு எதையோ எண்ணினோமே என்ற நினைவும் வந்தது. ஆம், ஆனந்தனின் முகம் அது என்று புரிந்தது. பிரவாகத்தின்மீதும் அதே முகம். பிருத்வியின்மீதும் அதே முகம்.

கண் திறந்தவளைக் கண்டு பெயர் சொல்லி அழைக்க ஏதோ ஒரு பயம் வந்தது ஆனந்தனுக்கு. 'இளவரசி...!' என்று தணிந்து பேசினான்.

அதற்குப் பதிலளிக்கும் நிலையில் மாதவி அப்போதில்லை... காவிரியின் கோபாவேசத்தில் அவள் மெல்லிய உடலின் ஒவ்வொரு பாகமும் ரணமாய் இருந்தது. அந்தக் கஷ்டத்திலும் ஒரு புன்முறுவல் தோன்றி அவள் வில் போன்ற இதழ்களை வளைத்தது.

ஆழ்கடலின் அடிமூலைக்கு என்னை காவிரி அடித்துச் செல்கிறாள் என்ற போதுகூட கண்முன்வந்த முகம். மயக்கம் தெளிந்தவுடன் வருவதில் ஆச்சரியமென்ன? கீழே தள்ளி மூழ்க அடித்துவிடுவது என்று உறுதியுடன் இருந்தாள் பொன்னி என்று நினைத்திருந்தாள். 'ஆனால் எண்திசையிலும் நமக்கு நல்லதைச் செய்ய ஆளில்லையா என்று எண்ணியிருந்தபோது தன் கஷ்ட நஷ்டங்களைப் புரிந்து நடந்துகொள்ளக்கூடிய ஒரே ஜீவனிடம் தன்னை பத்திரமாகக் கொண்டு வந்து ஒப்பித்தவளை மனதார நன்றி தெரிவித்தாள். தன்னையறியாமல் முத்து முத்தாகக் கண்ணீர் வடித்தாள்.

அந்தப் பெண்ணின் விசால நயனங்களை கண்ணீர் ஆக்கிரமித்தபோது ஆனந்தனுக்கோ உலகையே அழிக்கவேண்டும் என்ற வெறி வந்தது அவனுக்கு.

ஆவேசத்தில் காவிரி, திருவரங்கனின் துயிலைக் கலைத்து அவர் வாசஸ்தலமான சாகரத்துக்கு இட்டுச் சென்றுவிடுவாள் என்று பயக்கும் அளவுக்கு தீவை முட்டி மோதினாள்.

தீவின் மையப்பகுதியிலிருந்த அந்த மண்டபத்துக்குள் அடைபட்டுக் கிடந்தனர் இருவரும். ஆனந்தன் மட்டும் தீவுக்குள் சென்று விழுந்து கிடந்த கனிகளைப் பறித்து சொட்டச் சொட்டத் திரும்பி வந்தான்.

அப்படி ஒருமுறை தீவின் மையத்திலிருந்து சற்று தூரம் வந்த ஆனந்தனுக்கு பயம். கண் கண்ட காட்சியில் திடுக்கிட்டான். திரும்பிய பக்கமெல்லாம் பிரவாகமே தெரிந்தது. 'காவிரியின் வெள்ளத்துக்கு முன் ஸ்ரீரங்கத்தீவு சாமானியப்பட்டதுதானா?' என்ற ஐயம். ஆனால் வெள்ளத்தைக் கண்டாலும் ஒரு சின்ன சந்தோஷம் அவனுக்கு. நேற்றுவரை இந்தத் தீவில் ஒவ்வொரு விநாடியும் ஒரு

யுகமாக இருந்து கொண்டிருந்தது. ஆனால் அவள் வந்த பின் ஒரு யுகம் தனியே இங்கே இருக்கக்கூடாதா என்று தோன்றியது.

காதலியை வெள்ளம் கொண்டுவந்து கிடத்தியது ஆனந்தனுக்கு அதிசயத்தை தந்தது. மாதவியின் மதிவதனம் அவன் முன்னால் பிம்பமாய் நொடிக்கு நொடி தோன்றிக்கொண்டிருந்த நேரத்தில் இப்படியொரு வாய்ப்பா? எவ்வளவு அநாயாசமாக விளையாடுகிறது விதி! அபாரமான மந்திர சக்தி கொண்ட ஒருவர் தன் பொழுது போக்குக்காக அவர்களை வைத்து பொம்மலாட்டம் நடத்துவது போலிருந்தது. இல்லையென்றால் தடாகக்கரையில் பிரிந்தவர்கள் வெள்ளப்பிரவாகத்தினால் ஒன்று சேருவார்களா?

சற்று நேரம் ஓய்வுக்குப் பின் மாதவி சுவரின்மீது சாய்ந்தபடி அமர்ந்துவிட்டாள். அவன் பயந்த அளவுக்கெல்லாம் யமனுடன் போராட்டம் எல்லாம் நடத்தவில்லை மாதவி. சரமாரியாக காவிரி நீரை உட்கொண்டிருந்தாள். அவ்வளவுதான். அது வெளியே வந்தவுடன் சராசரி நிலைக்குத் திரும்பினாள்.

முதலில் அவளிடம் என்ன பேசுவது என்று ஆனந்தன் தடுமாறினான். உடல் நலனைப்பற்றி விசாரிப்பதா? இல்லை எப்படி பிரவாகத்தில் அகப்பட்டுக் கொண்டாய் என்று வினவுவதா? ஆனால், ‘மாதவி, எந்த பழியை வாங்க நினைத்து நீ பொருமுகிறாயோ அதை வெற்றிகரமாக செய்துவிட்டு வந்தேன்’ என்று சொல்லும் தருவாய் இதுவல்ல என்று மட்டும் உணர்ந்தான்.

எப்படியானாலும் இருவருக்கு இடையேயும் பேச்சுப்பறிமாற்றம் அதிகமாய் இல்லை. இருவருக்கும் ஒருவருக்கு ஒருவர் இவ்வளவு அருகாமையில் இருப்பது புது வகை கூச்சத்தைக்கொடுத்தது. இது கனவா நினைவா என்று பூரணமாகத் தெரிந்தபின் பேசலாம் என்றிருந்தனர் போலும்.

பகலுக்கும் இரவுக்கும் வித்தியாசம் பாராட்ட முடியவில்லை என்றாலும் இரவு வந்துவிட்டதென்று மனதுக்கும் உடலுக்கும் தோன்றியது.

‘சரி, நீ படுத்துக்கொள்’ என்றான்.

‘நீ?’

‘நான் காவலுக்கு உட்காருகிறேன்.’

‘சரி’ என்று தரையில் சாய்ந்தாள். தன் கையை மடித்து வைத்தபடி உறங்கத் தொடங்கினாள்.

சற்று நேரத்துக்கெல்லாம் அவனையும் தூக்கம் ஆக்கிரமித்தது. மாதவியைத் தூக்கி வந்த களைப்பு. தரையில் சாய்ந்தான்.

நடு இரவில் காற்று உச்சஸ்தாயியில் ஊளையிட்டது. 'படார்' என்று மண்டபத்தின் கதவு திறந்தது. உடனே ஆனந்தன் கண் விழித்தான். கதவை சாத்திவிட எண்ணம் கொண்டு எழ எண்ணினான். அவனால் உடனே எழ முடியவில்லை. ஏன் என்று மனம் வினவியது. தான் எழமுடியாமல் தன்னைக் கட்டுப்படுத்தியது மாதவியின் கை என்று உணர்ந்தான். அவன் மேல் அவள் கையை இட்டபடி மிக அருகாமையில் தூங்கிக்கொண்டிருந்தாள்.

ஆனந்தனுக்குப் புரியவில்லை. 'குளிருக்காக வந்து படுத்தாளா...? இல்லை...' நடு இரவில் அவன் அருகே வந்து படுத்ததுகூட தெரியாமல் ஓர் அசதி அவனுக்கு. மெல்ல அவள் கையை அகற்றிவிட்டு எழுந்தான். நடந்து சென்று கதவை மூடினான். திரும்பி வரும் முன் மாதவி கண் விழித்திருந்தாள்.

ஒரு விசித்திரமான உணர்வு உதயமாயிற்று. ஆனந்தனைக் கண்டவுடன் பேசவேண்டும் என்று அவளுக்கும் ஆசை. ஆனால் உலகில் எந்த வார்த்தையும் இந்தத் தருணத்துக்கு ஏற்றது அல்ல என்று உணர்ந்தாள். வார்த்தைகள் கனமற்ற ஒலிகள். ஆனால் ஒன்றை மட்டும் சொல்லிவிடவேண்டும் என்று உறுதி பூண்டாள்.

'உனக்கொன்று தெரியுமா ஆனந்தா... அதோ இந்த வெள்ளத்துக்கு இரையாவேன் என்று உறுதியானபோது என் மனக்கண் முன் ஒரு முகம்தான் வந்தது.' ஒரு நொடி சொல்லலாமா வேண்டாமா என்று நினைத்தாள் போலும். 'அது உன்னுடையது.'

இந்த நிலையில் அவள் பொய் சொல்லமாட்டாள் என்பது உறுதி.

'ஏனோ தெரியவில்லை கஷ்டகாலமென்றால் நீ உதவ என் அருகில் ஆயத்தமாயிருப்பாய் என்றது என் உள்ளுணர்வு' என்றாள் மாதவி.

ஆனாலும் ஆனந்தன் மனதில் ஓர் உறுத்தல். தன் எல்லையற்ற அன்பைக் கவர்ந்தவள் இவள். அவளை மற்றும் ஓர் ஆணுடன் தடாகக்கரையில் பார்த்தது அவனுடைய மனத்தில் பதிந்திருந்தது. அந்த ஒரு கோரக்காட்சியைக் கண்டதால் தனக்கு ஆசாபங்கம் உண்டானதை எப்படி அவளிடம் சொல்வது?

அவன் எதற்காகவோ தயங்குகிறான் என்று மாதவி உணர்ந்தாள். 'உன் மனதுக்குள் என்னயிருக்கிறது ஆனந்தா? கேட்டுவிடு' என்றாள்.

'மாதவி...' என்று தயக்கத்துடன் ஆரம்பித்தான்.

‘சொல் ஆனந்தா.’

‘நான் முக்கியமான வேலையாய் திருசெங்காட்டங்குடிக்கு செல்ல இருந்தபோது உன்னைக் காண காஞ்சி வந்தேன்.’

‘அப்படியா? ஏன் காணவில்லை?’

‘கண்டேன்...’ என்று இழுத்தான் ஆனந்தன்.

திடீரென அவளை எந்த நிலையில் அவன் பார்த்திருக்கிறான் என்று அவள் உள்ளுணர்வுக்குப் புரிந்தது. சிரித்தாள். சோகச் சிரிப்பு. ‘பல்லவ இளவரசனுடன் தடாகக்கரையில் என்னைப் பார்த்தாயா?’

தலையசைத்தான் ஆனந்தன். அவள் சிரித்தது அவனுக்கு ஆச்சரியத்தைக் கொடுத்தது. ‘இல்லை...இல்லவே இல்லை’ என்றெல்லாம் மறுப்பாள் என்று எண்ணியிருந்தான்.

‘ஆம், இளவரசனைக் காதலிப்பதுபோல் நடிக்கவேண்டியிருக்கிறது.’

‘காபாலிகனின் கட்டளையா? ஏன் அவனைக்கொல்லவா?’

‘அப்படியென்றால் அந்த வேலையை உன்னிடம் ஒப்படைத்திருப்பார். ‘இளவரசனைக் கொன்றால் அரியணைக்கு அடுத்தவன் வருவான். அதனால் பல்லவருக்கு தடங்கல் வருமே தவிர அழிவு வாராது’ என்றார்.’

‘பின்?’

‘நீ அவனை நேசிப்பதுபோல் நடித்து பல்லவ சாம்ராஜ்ஜியத்தின் சக்கிரவர்த்தினியாக வேண்டும். பின் அவர்களை நான் படுத்தும் பாட்டைப் பார் என்றார்.’

அதிர்ச்சியில் ஸ்தம்பித்தான் ஆனந்தன். ‘பல்லவன் உன்னை...’ என்று முடிக்காமல்விட்டான்.

‘ஆம்... காதலிக்கிறான்’ என்று சொல்லிவிட்டு அவன் முகத்தையே உற்றுப் பார்த்தாள்.

அவன் கண்களில் ஒருகண நேரம் புயல் குமுறியது. அவளுக்கு அந்தக் காட்சி ஒரு திருப்தியைக்கொடுத்தது. அவன் பேயறைந்த முகத்தைக் கண்டு அவள் மான் விழிகளில் நீர் ததும்பியது.

விம்மிய குரலில் ‘வெஞ்சிறை கொடுமையை நான் அனுபவிக்கிறேன் ஆனந்தா’ என்றாள். ‘கூண்டில் அடைப்பதுபோல் கடமையெனும் கம்பிகளுக் கிடையே அடைத்துவிட்டுப் போய்விட்டான் காபாலிகன்’ என்றாள்.

‘இளம் வயதில் நம் உயிரை அவன் காப்பாற்றினான் என்பது உண்மைதான். அதற்காக இவ்வளவு கொடிய பிரதி உபகாரத்தை எதிர்பார்க்கிறானே?’ என்று கோபத்தில் பொருமினான் ஆனந்தன்.

தலையசைத்தாள் மாதவி. ‘பெரிய பிசகு செய்கின்றோம் என்று தெரிகின்றது... நீச குணத்தை நமக்கு கற்பித்துவிட்டான்...’

‘அது சரி... அவனுடன் நான் இருந்தால் என்ன? நீ வந்து பேசியிருக்கலாம் அல்லவா?’ என்றாள்.

ஆனந்தனின் மனசலனத்தை சாந்தப்படுத்த எண்ணினாள். முன்னால் குனிந்து விரல்களால் அவன் கேசத்தை அன்புடன் கோதிவிட்டாள்.

‘ஆனால் ஒன்று ஆனந்தா. பல்லவ இளவரசனைக் காதலித்து கைபிடிக்கச் சொல்லுகிறான் காபாலிகன். முன்பாவது பல்லைக் கடித்துக்கொண்டு செய்திருப்பேன். ஆனால் ஆனந்தா, இந்தத் தீவில் உன்னுடன் ஓர் இரவு கடத்திய பின் அதை என்னால் மனதின் ஓரத்தில் நினைத்துக்கூடப்பார்க்க முடியவில்லை’ என்றாள்.

அவள் தன் நிலையைச் சொன்னதும் ஆனந்தனுக்கு இருதயத்தில் இருந்து ஒரு பெரிய பாரம் இறங்கிவிட்டதுபோல த் தோன்றியது.

‘ஆனந்தா, நம் இருவர் வாழ்க்கையும் இப்போது பாலைவனமாகி விட்டது. அதில் நம் அன்பு போராடிப் பிழைத்திருக்கும் சின்னதொரு துளிர். வாழ்ந்தால் நிம்மதி. கருகினால் கவலைப்படக்கூடாது.’

சொல்லிவிட்டு அவன் அருகே நெருங்கி வந்தாள். அவள் மூச்சுக் காற்று வெப்பமாய் அவன் முகத்தை வருடியது. அவனை உச்சி முகர்ந்து முத்தமிட்டாள்.

விஷமம் நிறைந்த உலகத்தார் யாரும் நெருங்கமுடியாத நிலையில் காதல் துளிர்த்தது. வான்வெளியில் மேகங்கள் மோதின. மேளம் தட்டுவதுபோல் பெரும் இடிச் சப்தம் கேட்டது. இருவரும் இறுக அணைத்துக்கொண்டனர். அணைகள் தளர்ந்தன. அடைபட்ட காதல் பிரவாகமாகப் பரவியது. தீவை சூழ்ந்து ஓடிய காவிரிகூட சற்று நின்று தனக்குப் போட்டியாய் ஓடிய பிரவாகத்தைக் கண்டு வியந்திருப்பாள்.

•••

அத்தியாயம் - 42

# காதல் பரிமாற்றம்

இருவருக்குள்ளும் காதல் எண்ணங்கள் பரிமாற்றம் ஆயிற்று.

தனியொரு தீவு. அதைச் சுற்றி வெள்ளம். ஆள் நடமாட்டமே இல்லை. இப்படி ஒரு சூழலில் ஒரு யுவனும் யுவதியும் தனித்து இருப்பதைப் பார்த்து இதுதான் சொர்க்கமோ என்று நாம் வியக்கலாம். ஆதி மனிதனின் காதலும் இப்படித்தான் இருந்திருக்குமோ என்று கூடத் தோன்றும்.

அந்த ஆளில்லா தீவில் மனிதக் குரல்கள் இரவு பகலாய் சதா கேட்டுக்கொண்டே இருந்தது. அர்த்தம் ஒன்றுமில்லாமலும் பேசினார்கள். அர்த்த புஷ்டியான வார்த்தைகளும் பேசினார்கள்.

'என் நடனக் கலைத் திறனைப்பற்றிப் பாராட்டியவர் உண்டு. என் பிறப்புக்காக என்னைப் பாராட்டுபவரும் உண்டு. எனக்காக என்னை நேசிப்பது இவன் மட்டுமே' என்று உணர்ந்த மாதவி அடிக்கடி தன் மனத்தைத் திறந்தாள்.

'ஆனந்தா, உன் அன்பால் எனக்கு அறிவு இன்று தெளிந்துவிட்டது என்று எண்ணாதே. உன்னைப் பிரிந்திருந்த காலத்திலெல்லாம் ஒரு கணமேனும் அடிமனதில் உன்னை நான் மறக்கவில்லை என்பதுதான் உண்மை. ஆம், உள்ளத்தைவிட்டு நீ ஒருகணமும் அகலவில்லை. உன்னையே என் மனதால் நேசித்தேன். பூர்வஜென்மத்தில் நாம் காதல் கொண்டதுபோல இருந்தது அல்லவா? அது அந்த குழந்தைப் பருவத்திலேயே இருந்த அன்புதான். மனதின் பின்புறமாய் ஒளிந்திருந்தது அந்த நேசம். மல்லையில் சிலை வடிக்கும் போதிலிருந்தல்ல. சிறு பிள்ளைகளாய் நாம் வாதாபியிலிருந்து

வந்தோமே... அப்போதே என் அன்புக்கு நீ பாத்திரமாய் இருந்திருக்கிறாய். பிற்காலத்தில் நமக்கு ஒருவரை ஒருவர் அடையாளம் தெரியவில்லையென்றாலும் மல்லையில் பரஸ்பரமாக அபிமானம் வரவில்லையா?' என்று வினவினாள் நர்த்தகி. ஒப்புதலில் தலையசைத்தான் சிற்பி.

இத்தனை நாளும் அறிந்திராத ஓர் ஆனந்ததை இருவரும் அனுபவித்தனர். வேண்டிய சௌகரியம் கிடைக்காவிட்டாலும் அந்த வேடுவன் வீட்டில் ஒரு சராசரி குடும்பத்துக்குத் தேவையான அனைத்தும் இருந்தன. வெள்ளத்துக்குப் பயந்து வீட்டைக் காலி செய்திருக்கவேண்டும் வேடுவன். ஒருவேளை வெள்ளத்தில் தான் அகப்பட்டால் என்னவாகும் என்று பல பொருள்களை சேமித்து வைத்திருந்தான் போலும்.

திடீரென மழை சுத்தமாக நின்றுவிட்டது. வானமும் கருநிற கார்மேகங்களை அடித்து விரட்டியது. இருவரும் திருவரங்கத் தீவை சுற்றிப் பார்க்க அடிக்கடி சென்றனர். பகலிலும் சென்றனர். இரவிலும் சென்றனர். அப்போது ஜகஜ்ஜோதியாக சந்திரன் உதயமாகி வெள்ள நீரில் அதன் பிம்பம் தெரிந்தது. இரண்டு சந்திரன்களையும் அனுபவித்து காதல் வசனம் பேசினார்கள். இரவெல்லாம் பேசினார்கள். விடிவெள்ளி முளைத்தவுடன் உறங்கச்சென்றார்கள். சிற்பியின் அகன்ற மார்பினை தலையணையாய் வைத்து நர்த்தகி படுத்திருந்தாள். அவளது கூந்தலை அன்புடன் வருடினான். அப்படியே நிலவொளியில் அவள் அழகை ரசித்தான். அவளிடம் என்றும் பாரா அழகு. இயற்கை அழகு. அது காதலினால் வந்த சோபை.

அவளின் மதுரமான ஸ்பரிசம் அடிக்கடி கிட்டியதால் அவனுக்குள் உற்சாகத்தை ஏற்படுத்தியது. தினந்தினம் அவளுடன் வாழ்க்கை நடத்தும் இன்பத்தை எப்போது அடையப் போகிறோமோ என்று அவன் மனம் ஏங்கிற்று.

'அவளுடன் இருக்கும்போது என் உள்ளமும் உடலும் எப்படிப் பூரிக்கின்றன! காலை தினந்தினம் எழுந்தவுடன் இந்தப் பேரழகை காணக்கொடுத்துவைத்தால் கல்லென்ன... மலையையே சிற்பங்களால் நிரப்பலாமே!' என்று அவன் கலையுணர்வு எடுத்துச் சொல்லியது.

அவள் அழகை அணு அணுவாகக் கவனித்தவன் சலிக்கவில்லை. இந்தக் கல்லில்லா தீவில் சிற்பியாக இருப்பதற்கு கவிஞராக இருந்திருக்கலாம் என்று மட்டும் சலித்துக்கொண்டான்.

இருவரும் பேசிக்கொண்டிருக்கும் சமயங்களில் அவ்வப்போது ‘மாதவி’ என்று அழைப்பதற்கு பதிலாக ‘இளவரசி’ என்று அழைத்து விடுவான் ஆனந்தன்.

‘நவரத்தினக்கற்கள் வைத்து இழைக்கப்பெற்ற சாளுக்கிய கிரீடத்தை நான் அணியமுடியாது ஆனந்தா. அப்படியே அது என் சிரசுக்கு விதிக்கப்பட்டிருந்தாலும் அதற்கெல்லாம் நெடுங்காலம் இருக்கிறது. அதனால் இந்த இளவரசி பேச்செல்லாம்வேண்டாம்’ என்று செல்லமாய் கடிந்துகொண்டாள்.

அவனும் அதை விடுவதாய் இல்லை. ‘அப்படியென்றால் என் இதய சாம்ராஜ்ஜியத்தில் நீதான் நிரந்தர இளவரசி’ என்று கொஞ்சினான்.

தீவுக்குள் சுற்றித் திரிவது முன்போல் கடினமாக இல்லை. நீர் பெரும்பாலும் வடிந்துவிட்டது. நடக்கும்போது வெகு லாகவமாகப் பாதையிலிருந்த நீர் தேக்கங்களைக் கடக்கத் தாவினான் ஆனந்தன். நளினமாக அவளும் பின் தொடர்ந்தாள். குளத்திலே ததும்பிய தெளிந்த நீரைக் குடித்தனர். மற்றுமொரு குளத்தில் சேர்ந்தே குளித்தனர். இன்னும் புயலில் சாயா மரங்கள் இருந்தன. அதில் கனிகளைப் பறித்து உண்டனர். சில நேரங்களில் தீவின் மையப் பகுதியிலிருந்து சற்று தூரம் சென்று காவிரியைக் கண்டனர். வெள்ளத்தின் விளிம்பிலே நின்று எப்போது வடியும் என்று வேடிக்கை பார்த்தனர். ஆனால் மனதுக்குள் பொன்னி நதிக்கு தூதுவிட்டனர். ‘தயவு செய்து வடியாதே...’

இந்தத் தனிமையில் நாட்கள் என்னவொரு இன்பத்தையளித்தன.

குழந்தை பிராயம் முதற்கொண்டு நாட்டியத்தின் மேல் காதல் என்று இருந்தாள் மாதவி. பின் சில காலம் தன் நாட்டின்மீது காதல். வேறு எந்த விஷயத்திலும் கவனம் இல்லாமலிருந்தது.

நாட்டியத்தையும் நாட்டையும் ஓரம் தள்ளி ஆனந்தனே அவளுடைய உள்ளத்தில் இன்று இடம்பெற்றுவிட்டான்!

மூன்று நாட்களாய் உலகை மறந்து தீவில் தங்கியாயிற்று. சுற்றிச் சுழன்றுகொண்டிருந்த அந்தக் காவிரி வெள்ளம் வடிகிறவரையில் இங்கே தங்கியிருந்துவிட்டு எங்கு செல்வது என்றெல்லாம் நினைக்காமல் இருந்தாயிற்று. முக்கியமாக ஒன்றையும் வெள்ளம் மறக்கடித்துவிட்டது. இன்று ஆனந்தமான பறவைகளாய் கைகோர்த்துத் திரிந்த இருவரும் விடுதலைப் பறவைகள் அல்லவே. ஓர் உயரிய நோக்கத்துக்கு அடிமைகள் அவர்கள். விடுதலை வேட்கை அவர்களைச் சுற்றிச் சுற்றி அதன் சங்கிலிகளைப் பிணைத்திருந்தது.

நிரந்தர கடமை அது. நித்ய தண்டனையும் அது. அவர்கள் இடையே மலர்ந்திருந்த காதல் சதா சர்வகாலம் ஜீவித்து இருக்கமுடியுமா? சரித்திரத்தின் அளவற்ற பேராசைக்கு உழைத்துக்கொண்டிருக்க வேண்டும் என்ற நிபந்தனை விதிக்கப்பெற்றவர் அல்லவா அவர்கள்.

ஆனால் இந்த வெள்ளம் சூழ்ந்த தீவில் சரித்திரமாவது... சங்கிலியாவது. எதற்கும் ஓர் அர்த்தமும் இல்லை.

காவிரியில் நீர் வற்றவில்லை. கலங்கலாய் ஓடிய காவிரி தெளிவாய் ஓடினாள். புயலுக்குப்பின் அதிவேகமாக தீவும் மாறத் தொடங்கியது. ஆற்றங்கரை சற்று சீராக கண்களுக்குப் புலப்பட்டது. தீவுக்குள் பல இடங்கள் பசுமையாய் காட்சியளித்தன. சாய்ந்திருந்த மரங்களும் கிளைகளும் ஏதோ கண்களுக்கு புலப்படாத கையின் உதவியால் நிமிர்ந்தன. நிசப்தமாக இருந்த தீவில் பறவைகளின் ஒலி கேட்கத் தொடங்கியது. அதற்கேற்றார்போல் பட்டுப் பூச்சிகளின் நடனம் வேறு. இவையெல்லாம் கடந்த சில நாட்களாய் எங்கு சென்றிருந்தன? தங்கள் காதலுக்கு தனிமை கொடுக்க மறைந்திருந்தனவா என்று வியப்பு இருவருக்கும்.

ஆனால் தீவுக்கு அப்பால்... இந்தப் பொங்கிவரும் காவிரி ஆற்றுக்கு அப்பால் என்ன நிகழ்வுகள் இருக்கின்றனவோ? அதைப்பற்றி எவ்வளவு நாள்தான் நினையாமல் இருக்க முடியும்? மெல்ல மெல்ல வெளியுலக நிகழ்வுகள் தீவுக்குள் வரத்தொடங்கின.

அவன் எதிர்பாரா நேரத்தில் மாதவி திடீரெனக் கேட்டாள். 'நாம் கடைசியாய் விடைபெற்ற பின் என்ன நடந்தது என்று விவரமாய் சொல்லு' என்றாள்.

மதுரையில் எதை சாதித்தான் என்று ஆனந்தன் கூறி முடித்தான். பாதி சொல்லும்போதே அவள் முகத்தை சுழிக்கக்கண்டு ஆலவாயில் நடந்ததை அளவாகவே வர்ணித்தான். அவன் செய்ததைக் கேட்டு வியப்பும் வேதனையும் அடைந்தாள் மாதவி என்றவுடன் பற்பல மனக் கோட்டைகள் கட்டிக்கொண்டிருந்தவனுக்கு அதிர்ச்சி. மதுரையில் செய்த அற்புதச் செயல்களைப்பற்றி விளக்க விளக்க தன் மேல் அவளுக்கு இருந்த மதிப்பு பன்மடங்காகும் என்று எண்ணினான்.

சில நிமிடங்கள் மாதவி மௌனம் காத்தாள். 'எதற்காக செய்தாய்?' என்று கேட்கவில்லை. 'உனக்கு எப்படி வந்தது துணிவு?' என்றாள்.

'உன்னை நினைத்தேன். தைரியம் வந்தது. உனக்கு சொந்தமான தலைநகர் வாதாபியை தீக்கு இரையாக்கியவனுக்கு அதே

கதியைக்கொடுக்கவேண்டும் என்று எண்ணினேன்' என்றான் ஆனந்தன் பெருமிதத்தோடு.

ஓரிரு நிமிடம் அமைதியாய் இருந்தாள்.

பின் விம்மிய குரலில் 'அந்த மடத்தில் குழந்தைகள்கூட இருந்திருப்பார்கள் அல்லவா ஆனந்தா?' என்றாள்.

'உம்ம்...' என்றான்.

'இவ்வளவு பெருங்கொடுமையைச் செய்ய எப்படித் துணிந்தாய்?'

அவளைப் பார்க்கவே வெட்கமாய் இருந்தது ஆனந்தனுக்கு. இப்போதும் 'எல்லாம் உனக்காக' என்று சொன்னால், 'இந்தப் பாவத்தில் என்னை பங்குகொள்ளச்சொல்கிறாயா?' என்று அவள் கேட்டுவிட்டால்?

'உனக்கு மனது உறுத்தவில்லையா ஆனந்தா. எவ்வளவு மென்மையானவன் நீ... நீ வடிக்கும் கற்சிலை போலானாயே?'

'உண்மையைச் சொல்லவா... உன் அபிமானத்தைச் சம்பாதித்துக் கொள்ளவே இந்தக் கொடுஞ்செயலை செய்யத் துணிந்தேன்' என்றான்.

அதைக் கேட்டு மாதவி உற்சாகமடையவில்லை. 'அய்யோ! நான் சுமக்கும் பாவ மூட்டைகளுக்கு அளவேயில்லையா?' சலிப்புத் தட்டியது மாதவிக்கு.

பெரிய வீர தீர செயலை செய்ததுபோல் ஆனந்தனுக்கு நேற்று இருந்தது. ஆனால் இன்று அதுவே ஒரு கோழையின் காரியம் போலானது. அவனும் சற்று நேரம் அமைதி காத்தான். தரையை உற்று நோக்கியவனுக்கு விம்மி அழும் சப்தம் கேட்கவே அவள் முகத்தை மீண்டும் பார்த்தான்.

அவள் மான் விழிகளிலிருந்து கண்ணீர் அருவியாகப் பெருகித் தாரை தாரையாக வழிந்தது. விம்மலுக்கு நடுவே இடிந்துபோன ஆனந்தனுக்கு ஆறுதலும் சொன்னாள்.

'உன் பேரில் தவறில்லை ஆனந்தா. நம்மை மிருகங்களாக ஆக்கிவிட்டான் காபாலிகன். இந்த பழிவாங்கலில் இன்னும் என்னென்ன பயங்கரங்கள் நடக்கும்? எத்தனை குற்றமற்ற ஜனங்கள் துன்பத்துக்கு உள்ளாவார்கள்? நினைத்துப் பார்த்தாயா?' என்று அவள் சொன்னவுடன் தன் பார்வையை அகற்றிக்கொண்டான்.

அவனை உற்றுக் கவனித்தாள். 'எவ்வளவு நல்லவன் இவன்! இவனை அந்தப் பாதகச் செயலைச் செய்யத் தூண்டியது என்ன? காதலா? இல்லை... இல்லை. இந்த நீசத்தனமான காரியத்தை செய்யச் சொன்னது காதலியின் நாட்டுப்பற்று. நாட்டுப்பற்றுபோல் கொடுமையான காரியம் வேறொன்றும் இல்லை என்று எண்ணியிருந்தேன். இருக்கிறது. அது காதல். தன் மூடப் பிடிவாதத்துக்காக இப்பேர்ப்பட்ட கொலைபாதகத்தைச் செய்து வந்து நிற்கிறானே?'

பலி பீடத்தில் கட்டுண்டு கிடந்த ஆடுபோல மாதவிக்கு எண்ணம் வரத்தொடங்கியது. 'சரித்திரத்தில் நிகழ்ந்த குற்றங்குறைகளைச் சரி செய்ய நாம் இருவரும் நம் காதலை ஏன் தியாகம் செய்யவேண்டும்?' என்ற கேள்வி எழுந்தது. அக்கட்டுகளிலிருந்து விடுபட்டுவிட வேண்டும் என்ற உறுதியும் ஏற்பட்டது.

நேற்றுவரை நாட்டுக்காக சாவதற்குக்கூட துணிந்திருந்தவளுக்கு இப்போது வாழ அளவில்லாத ஆசை. அவனைத் தழுவி அணைத்துக் கொள்ளவேண்டுமென்று கொள்ளை ஆசை.

'வா' என்று அவனை அணைத்தாள். தன் மடியில் கிடத்தினாள். அவள் கண்களிலிருந்து ஓரிரு கண்ணீர்த் துளிகளும் அவன் முகத்தில் பட்டது. ஆனால் மெல்ல ஒரு புன்னகையும் அவள் முகத்தை ஆக்கிரமித்தது. அவள் வேதனைக்கு அருமருந்து அவன்தான் என்று முடிவே எடுத்துவிட்டாள்.

•••

அத்தியாயம் - 43

# ஆயிரம் நாக சர்ப்பங்கள்

கூற்ற உணர்வில் மாதவி அவதியுற்றுக்கொண்டிருந்தாள். தன்னுடைய மூதாதையர்கள் பட்ட அவதிக்குப் பழி வாங்குவ தென்றால் ஒரு ஜென்மம் பத்தாது. மனிதர்கள் அற்ப ஆயுள் கொண்டிருந்தாலும் இப்படி பகை சிரஞ்சீவியாயிருக்கிறது என்று இப்போது புரிந்தது.

ஆனந்தனின் செயலே அவளை கதிகலங்க வைத்திருந்தது. அதே சமயம் தனக்கு காபாலிகன் இட்டிருந்த செயலை எண்ணும்போது வெட்கினாள் மாதவி. பல்லவ இளவரசனைக் காதலித்து, பல்லவர் அரச குடும்பத்துக்குள் குழப்பத்தை ஏற்படுத்தி நாட்டையே கைப்பற்றவேண்டுமென்றிருந்தான் காபாலிகன்.

குனிந்த தலை நிமிராமல் 'நம் வாழ்க்கை மட்டும் ஏன் இப்படி ஆகவேண்டும் ஆனந்தா?' என்றாள். 'துறவியின் கையை வெட்டுவதும் இளவரசனைக் காதல் வயப்படுத்துவதும்தான் மகத்தான வெற்றி என்று சொன்னால் சகிக்கவில்லையே. இப்படி எல்லாமா இழந்த சாம்ராஜ்ஜியங்களை பிடிப்பார்கள்? ஓர் அப்பாவிக் கூட்டத்தையே கொலை செய்துவிட்டேன் என்று என்னிடம் வந்து நீ தம்பட்டம் அடித்துக்கொண்டபோது அது என் மனதை கவர்வதற்காக நீ செய்தாய் என்று புரிந்தது. இனி என்றாவது என்னால் நிம்மதியாக தூங்க முடியுமா?' என்றாள் உணர்ச்சியினால் கம்மிய குரலில்.

அதற்குப் பின் பேச்சே இல்லை. சிதைந்த வாழ்க்கைப் பாதைகளை எண்ணி துயரில் ஆழ்ந்திருந்த சமயம் மாதவிக்கு யோசனை வந்தது. 'விதியை மனத்திற்குள் சதா நிந்தித்துக்கொண்டிருப்பதற்கு பதில் அதை ஏன் எதிர்த்துப் பார்க்கக்கூடாது?' என்ற எண்ணம் எழுந்தது.

‘எங்கள் அன்பில் ஏதோ ஒரு மந்திர சக்தி மறைந்திருக்கிறது. குழந்தைகளாக சந்தித்தோம். பின் கடற்கரையிலும் கானகத்திலும் சில நாட்கள். இப்போது இந்த வெள்ளத்தின் பயனாக மீண்டும் இணைந்திருக்கிறோம். எனக்கு விதி எதையோ சொல்ல எண்ணுகிறது என்று புரியவில்லையா?’ என்று தன்னைத் தானே கேட்டுக்கொண்டாள்.

அவளுடைய சுமைகளைச் சேர்ந்து பகிர்ந்துகொள்ள இவனிருந்தான் என்று தோன்றியது. இல்லை... இல்லை. இவனுடன் இணைந்தால் இனி சுமைகளையே சுமக்கவேண்டாம் என்றே மனம் சந்தோஷித்தது.

பழைய வேடங்களைக் களைந்துவிட்டு நமக்காக வாழ முடியாதா என்று ஏங்கியவர்களுக்கு நம்பிக்கை பிறந்தது. அவள் மனதில் ஒரு சிறிய துளிர் தலை காட்டியது. ‘நமக்காக ஏன் வாழக்கூடாது?’

முக்கியமாக ஆனந்தன் மனதிலும் அதே துளிர் வானுயர ஓங்கி வளர்ந்தது. கோடி சூரியப் பிரகாசமாகக் கண்கள் கூசும்படி ஜொலிக்கும் அவள் முகம் இன்று வாடி வதங்கிப் போனதைக் கண்டு மனம் உடைந்தான். இவளை கொடிய தண்டனையிலிருந்து மீட்டு ஆயுள் உள்ளவரையில் கண்ணை இமை காப்பதுபோல் காக்க வேண்டும் என்று தோன்றியது.

‘காபாலிகனின் ஆத்திரத்தை இனி வெகுகாலம் தடுத்து நிறுத்துவது முடியாது. அதனால் நாம் ஏன் வெகு தூரம் சென்றுவிடக்கூடாது?’ என்றான்.

‘இந்த வெள்ளத்தில் அவன் நம்மைக் கண்டு பிடித்தால் அசாத்தியம்’ என்றாள்.

‘அதுபோலவே நாம் செல்லும் இடமும் நமக்குப் பாதுகாப்பு அளிக்கவேண்டும். அதுபற்றித்தான் உன்னுடைய விருப்பத்தைத் தெரிந்துகொள்ளவேண்டும்’ என்று விண்ணப்பித்தான்.

‘ஆற்றில் பிரியம்வதா செத்தொழிந்தாள். இன்று உனக்கென மாதவியாய் அவதரித்திருக்கிறாள் என்று எடுத்துக்கொள். எங்கு நீ அழைத்தாலும் நான் வரத் தயார்.’

ஆனந்தன் அடுத்த கட்ட நடவடிக்கையை விளக்கினான். ‘நம்மால் இனி காஞ்சியிலோ, மல்லையிலோ சென்று வாழ்க்கை நடத்த முடியாது. வா, நாம் இருவரும் மதுரைக்குச் செல்லலாம். அங்கு என் நண்பன் ஜீனாதாசன் இருக்கிறான். அவன் தங்கை சாம்பவி இருக்கிறாள்.’

சாம்பவி என்றவுடன் மாதவியின் கண்களில் சிறிய பொறாமை தீ பரவியது. பொய் கோபத்துடன், 'யாரது சாம்பவி?' என்றாள். தான் மதுரையில் இருந்த கதையைச் சொன்னான் ஆனந்தன்.

'ஆனால் மதுரைக்குச் சென்றால் மட்டும் காபாலிகன் நம்மை சும்மாவிடுவானா? கடல் கடந்து கண்காணாத இடத்துக்கு சென்று விட்டால்தான் நம்மை விடுவான்' என்றாள்.

உடனே ஆனந்தன் மனதுக்கு அவனை பலமுறை வந்து கெஞ்சாத குறையாக அழைத்த கீழை நாட்டவர் நினைவுக்கு வந்தது. சிற்பிகளை பல்லவ நாட்டிலிருந்து கடத்த முயன்றால் மரணம் என்றபோதிலும்கூட பலர் உயிரை பணயம் வைத்து அவனை அழைத்திருந்தனர். அவன் கலை தங்கள் நாட்டுக்கு நிச்சயம் தேவை என்ற வெறி. தினந்தினம் அவன் சிலைகளைப் பார்க்க முடியும் என்ற ஆவல். தலையசைத்தான் ஆனந்தன். காபாலிகன் தீராத கோபத்திற்கு ஆளாகமலிருக்க அப்படித்தான் செய்யவேண்டும். அவன் ஒற்றைக் கையும் எவ்வளவு தூரம்தான் நீளும். சமுத்திர ராஜன் பாதையல்ல... தடையும்தான். சீன தேசத்துக்குத் தெற்கே கடல் சூழ்ந்த பல நாடுகள் ஸ்ரீவிஜயம் என்னும் சாம்ராஜ்யத்தில் அடங்கியிருந்தன. அதில் ஏதேனும் ஒன்றில் சென்று அடைக்கலம் அடைந்தால் காலபைரவன் வரவா முடியும்?

'என்ன சொல்கிறாய் ஆனந்தா?'

ஒரு முடிவு செய்தான். 'முடியும்... நிச்சயமாக முடியும். இப்போது நினைத்தாலும் கண்ணுக்கு எட்டாத பிரதேசத்துக்கு போகமுடியும். கடல் கடந்து கீழை நாடுகள் பல இருக்கின்றன. என்னை வரச்சொல்லி சென்றவர் பல நூறு பேர். சூழ்ச்சிகளும் அபாயங்களும் நிறைந்த வாழ்க்கையைவிட்டு இப்போது வெளியேறிவிட்டால் போதும்.'

தன் மனதில் இருந்ததை ஆனந்தன் வெளியிட்டதும் அவள் ஆர்வத்துடன் அதை ஒப்புக்கொண்டாள். கடல் கடந்த பிரதேசங்களில் கலையை கடவுளாய் மதிப்பார்கள் என்று அவளும் அறிவாள்.

'வெள்ளம் ஓய்ந்துவிட்டவுடன் நாம் இங்கிருந்து கிளம்பவேண்டும். மாமல்லபுரம் செல்ல முடியாது. தென் பாண்டி நாட்டில் தொண்டித் துறைமுகம் இருக்கிறது. அங்கிருந்து கிளம்பலாம்.'

'ஏன்?' என்றாள்.

'நிரந்தரமாக கடல் கடக்கும் முன் நான் வளர்ந்த நாட்டைக் காண எனக்கும் ஆசைதான். ஆனால் பல்லவரையோ காபாலிகனையோ நான் சந்திக்க விரும்பவில்லை' என்றான்.

கடவுளின் இதர படைப்புகள்போலவே வெள்ளம் என்பது நிரந்தரம் அல்லவே. இருவரும் இணைந்த மூன்றாம் நாள் கதிருக்கும் கார்மேகத்துக்கும் இடையே நடந்த மௌனப்போர் முடிவுக்கு வந்தது. வானப்பிரதேசத்தை மீண்டும் ஆட்கொண்டான் கதிரவன். நேற்று எதிரில் கண்டவர்களையெல்லாம் வெட்டி வீழ்த்திக் கொண்டு போகும் காவிரி இன்றோ வெறி தனிந்து அழகிய நங்கைபோல நளின நடை போடுகிறாள். வெள்ளம் குறைந்தது என்று பறவைகளுக்குத் தெரிந்தன. வண்டினம் எல்லாம் ரீங்காரித்தன. பட்சிகள் பறக்கத் தொடங்கின. நானாவித ஒலிகளை எழுப்பிக் கொண்டிருந்தன.இதைவிட ஒரு சொர்க்கம் இந்தப் பூவுலகில் இருக்க முடியுமா என்று காதலர்கள் அதிசயித்தனர்.

இருவருக்கும் கிளம்ப விருப்பமில்லை. ஒருவர் மடிமீது மற்றொருவர் படுத்திருந்த சுகமோ சுகம். ‘இந்த தீவைவிட்டுப் போகவே எனக்கு மனம் வராதென்று தோன்றுகிறது!’ என்றாள்.

அவனும் தலையசைத்தான். தன் துன்பத்தை அறவே மறந்துவிட்டு இருந்த நாட்கள் சொர்க்கம். எவ்வளவு ஆனந்தப்பட்டார்கள்! திவ்வியமான தீவு. தமக்குள் இருந்த காதலை உணர்ந்த தீவு.

‘காதல் என்பது மனிதர்களுக்குத் தெய்வம் கொடுத்திருக்கும் ஒரு வரப்பிரசாதம். நான் இவ்வளவு சந்தோஷமாயிருந்து ரொம்ப காலமாயிற்று. ஆனந்தா, இன்னும் ஒருநாள் இங்கு இருந்துவிட்டுப் போகலாம்’ என்றாள்.

உடனே அமைதி பிறந்தது. மீண்டும் ஓட்டம், பயம், விறுவிறுப்பு, அலைச்சல் என்ற உணர்வுகளை சந்திக்க மனதை தயார் செய்து கொள்ள ஓய்வு உதவும் என்று ஆனந்தனும் எண்ணினான். இன்னும் ஒருநாள் காதலர்கள் தீவெங்கும் சுற்றித் திரிந்தார்கள்.

ஆனந்தனின் கண்களோ காதலெனும் சுடர்பரப்பிக்கொண்டிருந்தது. மாதவியின் முகமோ தகதகவென மின்னிக்கொண்டிருந்தது. ஒருவரின் முகப்பொலிவே மற்றவரின் கவனத்தை முழுதாய் கவர்ந்து கொண்டிருந்தது.

சில நேரம் பேசினார்கள். சில நேரம் விஷயமேதுமில்லாமல் சிரித்தார்கள். ஓரிரு சமயம் அர்த்தமின்றி அழுதாள் மாதவி. அவளைச் சமாதானப்படுத்தினான் ஆனந்தன். இப்படிப்பட்ட விஷயங்களில் எவ்வளவு நேரம் போயிருக்கும் என்று தெரியாது.

அப்படியே ஒருநாள் கழிந்தது. மாலை நேரத்தில் அவன் மடியில் அவள் படுத்திருக்க இருவரின் கண்களும் அந்தரங்கம்

பேசிக்கொண்டிருந்தன. அப்போது திடீரென சப்தம் கேட்டது. ஏதோ மிருகத்தின் உறுமலா சர்ப்பத்தின் சீறலா என்று உணர முடியவில்லை. பூஜை வேளையில் கரடி புகுந்ததுபோல் யார் இங்கு வந்தது என்ற ஆத்திர எண்ணம்தான் வந்தது. காதலியின் முகத்திலிருந்து திரும்பிய ஆனந்தனுக்கு அருகில் தேங்கியிருந்த நீரில் ஒரு பிம்பம் தெரிந்தது. மிகவும் தெரிந்த உருவம் என்று மனம் சொன்னது. நிமிர்ந்தான்.

வந்தது கரடியல்ல. நான்கு நாட்களாய் நடந்த பிரளயத்துக்கு ஈடான பெரும் பிரளயம் வந்திருந்தது. திடீரென காதலனின் முகத்தில் அச்சத்தின் சாயலைக் கண்டுவிட்ட மாதவியோ தானும் வந்தவன் முகத்தை உயர்த்திப் பார்த்தாள். நின்றிருந்தால் இருவரும் பின்வாங்கியிருப்பார்கள். அப்படியொரு கோபத்தை அவர்கள் வந்தவனிடம் உணரமுடிந்தது. சப்தமின்றி எப்படி வந்தான்? முக்கியமாக எப்படி சரியாக அவர்கள் இருக்கும் இடத்துக்கு வந்தான்?

'தற்செயலாக நடந்தது' என்று மானுடம் அடிக்கடி உளறும். ஆனால் அப்படி எதுவுமே இல்லை. சூரியன் தற்செயலாக உதிக்குமா? எல்லாம் விதிக்கப்பெற்றது. யாரிடமிருந்து நிரந்தரமாக தப்பிக்க வேண்டும் என்று காதலர்கள் நினைத்திருந்தனரோ அவரும் அந்த விதியால் உந்தப்பட்டுத்தான் அவ்விடம் வந்து சேர்ந்தார்.

காஞ்சியின் அருகே கானகத்தில் இருந்த காபாலிகனுக்கு இருப்பு கொள்ளவில்லை. மாதவியோ அரசகுடும்பத்துடன் மதுரைக்குச் சென்றுவிட்டாள். ஆனந்தனோ திருசெங்காட்டங்குடிக்குச் சென்று விட்டான். தன் திட்டங்களின் நிலையென்னவானது என்று நேரே சென்று பார்த்துவிடலாம் என்று நடையைக் கட்டினான். திருசெங்காட்டங்குடிக்கு சென்ற பின் தெரிந்தது. சிறுத்தொண்டர் மதுரைக்கு சென்றுள்ளார் என்று. 'நலமாய்தானே சென்றார்?' என்று அவன் விசாரித்தபோது எல்லோரும் விசித்திரமாக பார்த்தனர். 'அப்போது ஆனந்தன் எங்கே?' என்று மனது பதறியது. சிறுத்தொண்டரை தொடர்ந்து மதுரைக்குத்தான் சென்றிருக்க வேண்டும் என்று தோன்றியது. உடனே அவரும் மதுரைக்குச் சென்ற பாதையில் நடையைக் கட்டினார்.

காபாலிகன் போகும் வழியில் கானகத்தில் குதிரையொன்று கனைக்கும் சப்தம் கேட்டது. ஈன சுவரத்தில் அந்தச் சப்தம் அவ்விடத்துக்கு அவரை இட்டுச் சென்றது. குதிரை தனியே நின்றிருக்க பல்லவ வீரன் ஒருவன் கீழே விழுந்து கிடந்தான். அவன் எக்கேடோ கெட்டுப் போகட்டும். குதிரையை எடுத்துச் செல்லலாம் என்றுதான் முதலில் அவர் துஷ்ட மனதுக்குத் தோன்றியது. ஆனால்

குதிரையைவிட மிக முக்கியமான விஷயம் அவனிடம் இருந்தது. அதுதான் நாட்டு நிகழ்வுகளின் செய்திகள்.

கொஞ்ச நேரம் தாமதமானாலும் இவனிடமிருந்து ஏதாவது விஷயம் கிடைக்கும் என்று உணர்ந்தார். அருகிலிருந்த ஆற்றிலிருந்து நீர் எடுத்துவரும்படி குள்ளனை கட்டளையிட்டார். அதை அவன் முகத்தில் தெளித்து அவனுக்கு மயக்கம் தெளிவித்து அவனை மீதி நீரைப் பருக வைத்தார். அவனிடம் மெல்ல பேச்சுக் கொடுத்தார். நன்றியுணர்ச்சியில் காஞ்சியில் அரசனுக்கு எடுத்துச் சென்ற செய்திகளை காபாலிகனிடமும் பகிர்ந்துகொண்டான்.

மதுரையிலிருந்து வந்த செய்தி காபாலிகன் நோக்கத்துக்கு மாறாக இருந்தது. மனதுக்குள் பொங்கிய கோபத்தை முகத்துக்கு வெளிப் படாமல் அடக்கிக்கொண்டான். தன் தலையீடு நிச்சயம் தேவை என்ற நிலை உருவெடுத்து இருந்தது.

ஓரிரு நாட்கள் கடந்த பின் கொள்ளிடத்துக்கு வந்து சேர்ந்தான். மரகதத் தீவென்று வர்ணிக்கப்படும் பசுமைத் தீவான திருவரங்கம் ஏதோ ராட்சசன் கையில் அகப்பட்டு அலங்கோலப்பட்டிருந்தது போல் இருந்தது. ஆள் நடமாட்டமே இல்லை. ஏன் அதனுள் உயிருள்ள பிராணி எதுவுமே இல்லை.

ஆளே இல்லை எனும்போது இரண்டு குரல்கள் கேட்டன. ஆண் குரலும் பெண் குரலும் கொஞ்சும் தோரணையில் கேட்டது.

‘காட்டின் மத்தியில் குரல்களா!’ என்று மிக்க வியப்புடன் அந்தத் திக்கைப் பார்த்தான். பச்சை மரங்களுக்கிடையில் மறைந்திருக்கும் மர்மம் என்னவாயிருக்கும் என்றெல்லாம் வியக்க அவகாசம் இல்லை. ஆனாலும் ஏதோ ஒரு சக்தியினால் உந்தப்பட்டு அத்திசையில் நடந்தான்.

•••

அத்தியாயம் - 44

# வெவ்வேறு திசைகளில்...

மெய்மறந்து நினைவிழந்திருந்தது போலிருந்த காதலர்களைக் கண்டவுடன் தன்னையறியாமல் தன் தொண்டையிலிருந்து எழுந்த உறுமல் இருவரையும் விழிப்படையச் செய்தது.

காபாலிகனுக்கும் அதிர்ச்சிதான். 'யுத்தம் நெருங்கி வருகிறது. கூடிய சீக்கிரம் சாளுக்கிய நாட்டுக்கு விடுதலை கிடைத்துவிடும்' என்றெல்லாம் மனதில் கோட்டைகட்டி வைத்துக்கொண்டிருந்த வனுக்கு தலையில் இடிபோல் விழுந்தது. கடிவாளத்தைப் பற்றியிருந்தேன் என்று நினைத்திருந்தவருக்கு அது கை நழுவிச் சென்றது போலொரு எண்ணம்.

விதி செய்யும் சதி. திருசெங்காட்டங்குடிக்கு ஒருவனையும், மதுரைக்கு இன்னொருத்தியையும் அனுப்பி வைத்தால் இப்படி திருவரங்கத் தீவில் எப்படி இருவரும் ஒருவர் மடியில் ஒருவராய்? ஈவிரக்கமின்றி பயங்கர அட்டூழியங்களைச் செய்த பல்லவரை பழி வாங்க சத்தியம் செய்தவர்கள் எப்படி காதல் சல்லாபம் செய்கிறார்கள்? நினைவைத் தடுமாறச் செய்யும் காதல் இவர் களையும் பற்றிவிட்டதா? காதல் வந்தால் தலை கால் தெரியாமல் கூத்தாடுவதில் வியப்பில்லை. தான் ஆடாத ஆட்டமா...? அந்தக் காதல் பிசாசு தன் விரதத்துக்கு பங்கம் ஏற்படுத்தி தன் நாட்டுக்கு துரோகம் செய்ய வைத்ததில்லையா? நடனக்காரியின் மேல் தான் வைத்த காதலால் பரத கண்டத்தில் மூன்றில் ஒரு பங்கை ஆண்டு வந்த தன் தம்பியின் ராஜ்ஜியம் பொசுங்கிச் சாம்பலானது.

கடைசியாக தம்பி புலிகேசி தன்னைத் திட்டியதும் அதுதான். 'ஒரு பெண்ணின் மோகத்துக்காக ஓர் ராஜ்யத்தையே விற்கத் துணிந்த

நீசனே! போ! நெடுங்காலம் உயிரோடிருந்து உன்னுடைய துரோகத்தை நினைத்து அழுது கொண்டிரு...' என்று சபித்தான். சபித்தவன் செத்த இடத்தில் இன்று புல்லென்ன? மரமே முளைத்திருக்கும். ஆனால் அவனுக்காக பழிவாங்கலாம் என்று கிளம்பினால் மீண்டும் காதல் வழி மறிக்கிறது.

காபாலிகனுக்கு ஐயம். 'தான் பல்லவனுக்கு விரித்த வலை வீண் போய்விடுமா? அவனுடைய படைபலத்தை சரிகட்ட தன் மதிநுட்பத்தை உபயோகிக்கலாம் என்று எண்ணியது தவறா?'

திட்டமெல்லாம் சின்னாபின்னமாய் போவதைக்கண்டு உள்ளத்தில் அசூயையென்னும் பாம்பு படமெடுத்தது. அந்த கோர சர்ப்பம் ஆடுவதால் முகத்தில் கோரக் களை தாண்டவமாடியது. அதனால் எழுந்ததுதான் அந்த சர்ப்பத்தின் சீறல்.

நம்மை எதிர்க்க எப்படி உரம் பெற்றிருக்கிறார்கள் என்று அவருக்குப் புரியவில்லை. இருவரையும் நோக்கினார். அவரது கோபப் பார்வையை தாங்கமுடியாமல் தடுமாறினார்கள். இருவருக்கும் அவர் கண்களைப் பார்த்தாலே புரிந்தது. அதில் தோன்றிய கோப ஜுவாலை அவர்களை எரித்துவிடும் போலிருந்தது.

பரிகசிக்கும் விதத்தில் இடிபோல் ஒலி எழுப்பினார். 'நன்றாய் இருக்கிறது. தேசப்பற்றை நீர் இருவரும் காட்டும்விதம் அழகோ அழகு. உங்கள் இருவரையும் நம்பினேனே? தாய் நாடு பஸ்பமாய் கிடக்கிறது. இங்கு உமக்கு காதல் சல்லாபம் தேவையா?'

குதித்து எழுந்தனர் இருவரும். மாதவி தன் ஆடைகளைச் சரி செய்துகொண்டாள். அமைதியாய் நின்றனர் இருவரும். அவரை எதிர்த்துப் பேசுவான் ஆனந்தன் என்று மாதவி திரும்பினாள். ஆனால் ஆனந்தனின் தோற்றத்திலும் திடீரென்று ஒரு தளர்ச்சி காணப்பட்டது. ஏதோ தடுமாற்றம். அவள் ஆதரவுக்காக ஆனந்தனை திரும்பிப் பார்த்தது காபாலிகன் பார்வையில் தப்பவில்லை. ஆனந்தனை நோக்கினான்.

ஒன்றும் புரியாமல் விழித்தான் ஆனந்தன். அவன் விழிப்பைக் கண்டு, ஆனந்தனுக்கு தன் கடமை தவறியதே இன்னும் தெரியவில்லை என்று புரிந்துகொண்டான் காபாலிகன்.

'அடே... அற்பப் பயலே! செய்யவேண்டிய கடமையைப் புறக்கணித்து இங்கு காதல் சல்லாபம் கேட்கிறதா?'

அவன் செய்த தவறு என்ன என்று எப்போது சொல்லுவார் என்று ஏங்கினான். சென்ற காரியம் வேறு ரூபத்தில் ஆகிவிட்டதல்லவா?

காபாலிகன் தொடர்ந்தான் ‘உன் மூட மனதுக்கு புரியவில்லையா? மதுரையில் நீ செய்த காரியம் முற்றிலுமாக அபஜெயமாக முடிந்தது’ என்றார்.

‘எப்படி?’ என்று விழித்தான் ஆனந்தன்.

‘தீயின் ஜுவாலையிலிருந்து யாரால் தப்பிக்க முடியும்? கோரத் தீ எரிவதைத் தான் மட்டுமல்ல, ஜீனாதாசன் மற்றும் சகாக்களும்தான் பார்த்தனர். அதனால் அது கற்பனையல்லவே?’

ஆனந்தனுக்கு தலை சுற்றியது. கவலை மிகுந்த குரலில், ‘அய்யா...!’ என்று ஆரம்பித்தான் ஆனந்தன். உடனே காபாலிகன் கோபமாய் அவன் பேச்சை நிறுத்தும்படி இருந்த தன் ஒரு கையை உயர்த்தினார்.

‘நீ நமக்கு சாதகமாக எவ்வித மாறுதலையும் மதுரையில் உண்டு பண்ணவில்லை. எவ்வளவு சாதாரண வேலை? ஒரு சிவனடியாரின் கையை வெட்ட நீ ஓர் அசகாய சூரனாயிருக்கவேண்டாம் என்று நினைத்தது என் முட்டாள்தனம். நிர்மூடனாய் செயல்பட்டாயே? இப்போது என்னவென்றால் நம் நோக்கத்துக்கு நேர்மாறான பலன் கிடைத்தது. இந்த நொடியில் பாண்டிய அரசன் சமணர்மேல் அடங்காத கோபம் கொண்டிருக்கிறான்’ என்று குற்றம் சாத்திவிட்டு மூச்சுவாங்க ஒரு நொடி நிறுத்தினார்.

நடுவில் பேச்சுக் கொடுக்கப் பயந்தான் ஆனந்தன். மீண்டும் ஒருமுறை தாங்க முடியாத கோபாவேசத்தில் நடுங்கினான் காபாலிகன். ‘என் குல விரோதி... என் கையை வெட்டியவன்... இவள் அப்பனை தோற்கடித்தவன்... அவனை விட்டுவிட்டாயே. அவனுக்கு தீங்கிழைக்காமல் வந்தது மட்டுமல்ல. இனி சிறுத்தொண்டன் நிழலைக்கூட நாம் அணுகுவது கஷ்டம்.’

காபாலிகன் பேசிய ஒவ்வொரு வார்த்தையும் ஆனந்தனுக்கு மனத்தில் சுரீர் என்றது. இல்லை... இல்லை அந்த கோரத்தீயிலிருந்து சிறுத்தொண்டன் தப்பித்திருக்க முடியாது. அந்த கனல் கக்கிய அனலில் உயிர் போயிருக்கும். ஆனால் காபாலிகன் வேறுவிதமாய் சொல்கிறாரே? பின் தன் கண்கள் பொய் சொல்கின்றனவா? என்ன செய்வது... ஏது செய்வது என்று புரியாமல் தவித்தான்.

அடுத்த சில நொடிகளில் ஆனந்தன் தன் காதலை மறந்தான். அருகில் இருந்த பூலோக மேனகையை மறந்தான். கண் முன் எறிந்த நெருப்பு எப்படி தன் வேலையைச் செய்ய மறுத்தது என்று புரியவில்லை. அந்த விடை கிடைக்கும்வரை மனதுக்குள் வேறு எதற்கும் இடம் இல்லை.

ஆனந்தனை நோக்கினான் காபாலிகன். கையை தெற்கு திசையில் உயர்த்தினார். 'போ...உடனே ஓடு. மதுரையில் ஆரம்பித்த காரியத்தை அங்கேயே பூர்த்தி செய்.'

காதலனிடம் ஏற்பட்ட மாறுதல்களை மாதவியால் உணர முடிந்தது. ஆனந்தன் இப்போதாவது காபாலிகனிடம் நிமிர்ந்து நின்று நெஞ்சை உயர்த்தி, 'என்னால் முடியாது' என்று சொல்லுவான் என்று அவள் வேண்டாத தெய்வமில்லை.

ஆனால் ஆனந்தனுக்கு அப்படியெல்லாம் செய்ய உத்தேசம் ஏதும் இல்லை. ஆலவாயில் என்ன நடந்தது என்று அறிந்துகொள்ள தீவிர ஆர்வம் அவனை ஆட்கொண்டது. தான் பூரணமாய் செய்து முடித்து பெரும் வெற்றி என்று மாதவியிடம் மார்தட்டிக்கொண்ட வேலையை காபாலிகன் பெருந்தோல்வி என்று சொன்னதுதான் வருத்தம். ஆம். காபாலிகன் கடுமொழிகளைப் பொழிந்ததுகூட மனம் வருந்த வில்லை. காதலியைவிட்டு அகலவேண்டிய சூழ்நிலைகூட மனதில் கனக்கவில்லை. ஆனால் மதுரையில் தன் வரவுக்குப் பின் என்ன வெல்லாம் நடந்ததோ என்று அறிய அவனுக்கு இருப்புகொள்ள வில்லை. வாயு வேக மனோ வேகமாய் ஆலவாய்க்குச் செல்லவேண்டும்...

'என்னுடைய தவறுகளுக்குப் பிராயச்சித்தம் செய்துகொள்ளப் புறப்படுகிறேன். மூர்க்க சிறுத்தொண்டனைக் கொல்ல இன்னுமொரு வாய்ப்பு கிடைத்தால் அதைக் காட்டிலும் நான் பெறக்கூடிய பேறு இனிமேல் வேறு ஒன்றும் இல்லை' என்று சபதம் செய்தான்.

காபாலிகன் சிரித்தார். மனதுக்குள் மகிழ்வு கொண்டார். இந்த மூடனால் மதுரையில் ஒன்றும் செய்ய முடியாது. அகப்பட்டு கொண்டு கழுமரத்தில் சாகப் போகிறான். ஆனால் மாதவியின்மேல் அவனுக்கு இருந்த கட்டுப்பாடு இன்றோடு ஒழிந்தது. அவளை வைத்து மீதி காரியங்களை சாதித்துக்கொள்ளலாம் என்று நினைத்தான்.

தோல்வி... தோல்வி... என்ற காபாலிகனின் வார்த்தைகள் மட்டும் அவன் காதுகளில் ரீங்காரம் செய்து கொண்டிருந்தது. அந்தத் தோல்வி நிகழ்ந்தது என்று காபாலிகன் சொன்னானே அந்த ஆலவாயின் திசையைக் குறிவைத்து பிரவேசித்தான்.

குழப்பத்துடன் எழுந்தாள் மாதவி. காதலனைப் பின்பற்றி ஓடி விடலாமா என்று எண்ணம்கூட அவளுக்கு வந்தது. ஆனால் அவனுக்கோ அவள் இருப்பதுகூட நினைவில் இல்லை.

விடைகொடுத்துக்கொள்ள வெல்லாம் அவகாசம் இல்லை. வாய்ப்பும் இல்லை. காதலனை மீண்டும் பார்ப்போமா என்ற பயம் அவளை பற்றிக்கொண்டது. ஓரிரு ஆறுதல் வார்த்தை சொல்லலாம் என்றால் முடியவில்லை. இருவருக்கும் நடுவே சுவர்போல நின்றான் காபாலிகன்.

ஆனந்தன் கண்பார்வையிலிருந்து மறைந்தவுடன் மாதவியிடம் திரும்பினான் காபாலிகன். அவள் கழுத்தை நெரித்துக் கொல்லும் அளவுக்கு அவனுக்குள் கோபம். சாளுக்கிய குலத்து அரசிளங் குமரியை திட்டித் தீர்ப்பதெல்லாம் முன்பொரு காலத்தில் முடியாது. ஆனால் திரும்பவும் அத்தேசத்தை ஸ்தாபிக்க முடியுமா என்பதே இன்று கேள்விக்குறியானது.

மாதவியைக் கண்டித்தார். 'எத்தனை ஆண்டுகள் சாளுக்கிய நாட்டில் வாழும் ஸ்திரீ புருஷர்களைப் விடுதலை ஜீவன்களாய் பார்க்க வேண்டும் என்ற ஆசையில் இந்த ஒற்றைக் கையுடன் வாழ்கிறேன். உனக்கெல்லாம் நாளங்களில் புலிகேசியின் உதிரம் ஓடுகிறதா... அல்ல பச்சைத் தண்ணீரா?'

மாதவி பதில் ஏதும் சொல்லவில்லை.

சபித்துக்கொண்டே காபாலிகன் நடக்கத் தொடங்கினான். மந்திர கயிற்றில் கட்டுண்டதுபோல நர்த்தகி பின் தொடர்ந்தாள். கொள்ளிட படகுத்துறைக்கு வந்தார்கள். படகுத்துறையில் ஓர் ஓரத்தில் காபாலிகனும் குள்ளனும் அமர்ந்தார்கள். தீவை திரும்பிப்பார்த்தாள் மாதவி. 'இந்தத் தீவு தன் வாழ்வில் சொர்க்கம் என்று நான் நினைத்தது தவறு. இது நரகம். ஆசை காட்டி மோசமடையச்செய்த நரகம்.' அந்தத் தீவை இனி பார்க்க ஆசையில்லாதவளாய் முகத்தைத் திருப்பிக்கொண்டு வெறியுடன் ஓடிய கொள்ளிடத்தையே முறைத்தபடி அமர்ந்திருந்தாள் மாதவி.

அவ்வப்போது திரும்பி காபாலிகனைப் பார்த்தாள். இந்த விஸ்தாரமான பரத கண்டத்தில் சரியாக எப்படி அவர்கள் இருந்த இடத்தை அவனால் கண்டு பிடிக்க முடிந்தது? ஆனால் அவளுக்கு ஆச்சரியத்திலும் ஆச்சரியம் ஆனந்தனின் நடவடிக்கைதான். காபாலிகனை ஏன் எதிர்த்துப் பேசவில்லை ஆனந்தன்? 'தேச விடுதலை எதற்கு? யுத்தம் எதற்கு?' என்றெல்லாம் பேசியவன் மீண்டும் சென்றுவிட்டானே? 'எத்தனை ஜென்மங்களிலும் உன்னை மறக்க முடியுமா?' என்று கேட்டவன் திரும்பாமல் சென்றது மனதைத் தைத்தது. அவன் உள்ளத்தில் ஒரு போராட்டம் நடந்தாகக்கூட தெரியவில்லையே?

காதலெனும் அமைதிச் சோலையை விடுத்து நாசவேலைகளெனும் சுடுகாட்டுக்குத் திரும்பிச் சென்றுவிட்டானே?' காபாலிகரை எதிர்த்துப் பேச முடியவில்லை என்று எண்ணுதல் தவறு. பேச விருப்பம் இல்லை என்பதுதான் உண்மை. இந்த ஆண்களே இப்படித்தான். தோல்வி என்று ஏசினால் தலையும் புரியாது காலும் புரியாது...' என்று சலித்துக்கொண்டாள்.

அவளது எண்ணக் கோர்வை திடீரென கலைக்கப்பட்டது. அமர்ந்திருந்த காபாலிகன் திடீரென நின்றார். அப்போது தூரத்தில் பேச்சு சப்தம் கேட்டது. ஒருநொடியில் காபாலிகன் பேசியவர்கள் யார் என்று யூகித்துவிட்டான்.

அப்புறமும் இப்புறமும் ஆவலுடன் பார்த்தபடி வந்தனர் சில பல்லவ வீரர்கள். இவர்களை அடைய இன்னும் சில நிமிடங்கள் ஆகும்.

மாதவியை நோக்கினார் காபாலிகன். 'உன்னைத் தேடித்தான் வருகிறார்கள். அவர்களிடம் செல். ஆனால் இந்த நான்கைந்து நாட்கள் என்ன நடந்தது என்று உளறிவிடாதே' என்று எச்சரித்தார்.

மாதவி மெல்ல எழுந்தாள். மற்ற இருவரும் செடி கொடிகளுடன் மறைந்துவிட்டனர். ஓரக்கண்ணால் பார்த்தாள். காபாலிகன் பார்வை... இன்னும் கொஞ்ச நாட்களுக்கு அவள் நடவடிக்கையை கூர்ந்து கவனிப்பான் என்பதில் ஐயமில்லை.

'இங்கே... இங்கே...' என்று கூச்சலிட்டாள்.

உடனே ஓடோடி வந்து மாதவியைச் சுற்றி பல்லவ வீரர்கள் சூழ்ந்தனர். அவளைக் கண்டதில் அவர்களுக்கு பெரும் நிம்மதி. தப்பித் தவறி இன்னொருமுறை அவளை தொலைத்துவிடக் கூடாது என்று பல்லக்கில் வைத்து காஞ்சிக்கு அழைத்துச் சென்றனர்.

காதலின் கற்பகவிருட்சத்தையே தொலைக்கத் தெரிந்த தன்னைப் போன்ற பைத்தியக்காரி வேறு யாரும் இருக்க முடியாது என்ற எண்ணத்துடன் காஞ்சிக்குத் திரும்பினாள் மாதவி.

•••

அத்தியாயம் - 45

# அறிதிலும் அறிது

சித்திரக் குள்ளன் காபாலிகனிடம் வந்து அடைக்கலமானது பல ஆண்டுகளுக்கு முன். அதன் பின் முதல் முறையாக அவருடைய வித்தியாசமான முகத்தை திருவரங்கத் தீவிலிருந்து திரும்பும்போது தற்செயலாக தரிசிக்க நேர்ந்தது. இதுவரை அவன் கண்டிராத ஏன் மனதின் ஓரத்தில் கற்பனைகூட செய்திராத காட்சி.

தற்செயலாக மாதவியையும் அந்த மல்லை சிற்பியையும் தீவில் கண்டுபிடித்த பின் திட்டித் தீர்த்துவிட்டார். பின் இருவரையும் பிரிக்கும் நோக்கத்தில் சிற்பியை மதுரைக்கு அனுப்பினார். மாதவியைத் தேடி பல்லவ படைகள் வருகின்றன என்று அறிந்து அவளை அவர்களிடம் சென்று சேருமாறுஅறிவுறுத்தினார்.

உடனே பின் தொடரக் கூடாது என்ற எண்ணத்தில் காபாலிகன் சற்றுக் காத்திருக்கவேண்டிய நிலைமை. களைப்பினால் ஒரு மரத்தின் மேல் சாய்ந்து அவர் கண்ணை மூடியதுதான் தாமதம். குருநாதரைவிட்டு சற்றும் அகலாத குள்ளன் தானும் ஓய்வெடுக்க நேரம் என்று முடிவெடுத்தான். காபாலிகன் நடந்தால் நடப்பான். உட்கார்ந்தால் உட்காருவான். அவர் மறைந்துகொண்டால் தானும் மறைந்து கொள்வான். அவர் நிழலாய் செயல்பட்டால் தனக்கு ஒரு பாதுகாப்பு என்று அவன் உள்ளுணர்வு சொல்லியதால் அப்படி.

சாய்ந்தபடி ஓய்வெடுக்க பக்கத்தில் ஒரு மரத்தை அவன் தேடிச் சென்றபோது எங்கிருந்தோ திடீரென்று அழுகை சப்தம் வந்தது. அதிர்ந்துபோய் தனிமையிலிருந்த காபாலிகரை பயத்துடன் வெருண்டு பார்த்தான்.

அதுவரை கோபங்கொண்ட காபாலிகனைக் கண்டிருந்தான். ஆனால் இது புதிது. கண்ணீர்விட்டு தேம்பித் தேம்பி அழுதுகொண்டு இருந்தான் காபாலிகன். ஒற்றைக் கையுடன் பொங்கிப் பொழியும் கண்ணீரை அவ்வப்போது துடைத்துக்கொண்டு அழுதான். ஊனமாய் இருந்தாலும் கம்பீர நடை போடும் தன் குருநாதர் இப்படி இடிந்துபோய் குள்ளன் பார்த்ததே இல்லை.

இந்தத் தருணத்தில் பேசலாமா கூடாதா என்றுகூட அவனுக்குப் புரியவில்லை. அவருக்கு ஆறுதல் சொல்ல ஆசையாய் இருந்தது. பயம் ஒரு பக்கம்...சோகம் ஒரு பக்கம். அவனால் பேசாமல் இருக்கமுடியவில்லை. நாதழுதழுக்க 'குருநாதா...!' என்றவுடன் தன் ஒற்றைக் கையை உயர்த்தி 'போ' என்று சைகை செய்தார். பயந்தபடி குள்ளன் வேறு இடத்துக்குச் சென்று அவர் கூப்பிடும் தூரத்தில் அமர்ந்தான். அவனால் சோகத்தை அடக்க முடியவில்லை. தானும் அழத்தொடங்கினான். நிலவொளி இருந்தாலும் ஆயிரமாயிரம் மரநிழல் விழுந்து இருள் சூழ்ந்திருந்தது காடு. இருள் ஒரு மாயாவி. தோல்வியை தெளிவாய் எடுத்துக் காட்டும். மிகைப்படுத்தியும் உணர்த்தும். இரண்டு ஜீவன்கள் அந்த இருண்ட தீவில் மனமுடைந்து அழுது கொண்டிருந்தனர்.

விம்மி விம்மி அழுத காபாலிகனுக்கு சற்று முன் கண்ட காட்சிகள் திரும்பத் திரும்ப மனக்கண் முன் வந்தன. ஆனந்தனும் மாதவியும் காதல் சல்லாபம் செய்தபடி ஒருவர் மடியில் ஒருவர் இருந்த காட்சியை நினைத்தால் ரத்தம் கொதித்தது. நாளங்களை உடைத்துக் கொண்டு தன் தசைகளையும் தோலையும் பிய்த்துக்கொண்டு வெளியே பாய்வேன் என்று மிரட்டியது. தோல்வி ஏற்படும் என்று எப்போதும் எவ்வகை இக்கட்டான நேரத்திலும் காபாலிகன் யோசித்ததில்லை. ஆனால் இன்றுதான் தோல்விக்கும் வாய்ப்பு இருந்தது என்று முதல் முதலில் தோன்றியது. எதிரி கொடுத்த தண்டனையாய் இல்லை தோல்வி. சொந்த பந்தங்கள் கொடுத்த பரிசாய் தோல்வி ஏற்படும் என்ற எண்ணம் தன் உயிரே உடலிலிருந்து பிரிவது போலிருக்கிறது.

'இத்தனை நாளும் தாமதித்த காரணம் இவர்கள் இருவரும் வளர்ந்து பழி தீர்ப்பார்கள் என்பதற்காகத்தான்.' என் ரத்தமே எனக்கு விரோதமாயிருக்கிறது. எப்படி?' என்று வஞ்சிக்கப்பட்ட ஏமாற்றம் ஒருபுறமிருக்க 'என் கண்ணில் இவ்வளவு நன்றாக மண்ணைத் தூவ முடிந்தது எப்படி?' என்ற கோபம் ஒருபுறம்.

கருவண்டையொத்த அவளுடைய கண்களைக்கொண்டு பல்லவனுக்கு வலை வீசச் சொன்னால் சிற்பியை மயக்குகிறாளே

என்று மாதவியின் மேல் கோபம் எழுந்தது. காதல்பற்றிய எண்ணம் வந்தவுடன் ஒரு நடுக்கமும் வந்தது. தம் நோக்கத்தை அடியோடு நாசம் செய்யக்கூடிய சக்தி மீண்டும் காதலுக்கு கிடைத்திருந்தது என்றவுடன் பயம். முனிவரின் தவங்கெட்டது காதலாலே என்று புராணம் சொன்னது. புத்த பிக்ஷுவின் தவங்கெட்டது காதலாலே என்று வாதாபியெங்கும் பரிகசித்த காலம் உண்டு.

பல்லவனுடன் மட்டும் போட்டியல்ல. வாதாபியில் உள்ளவரிடமும் தான். சவால்விட்டு வந்தாரே. ‘இந்தப் பெண் குழந்தையை வைத்து புலிகேசிக்கு பழி தீர்க்கிறேன்’ என்று. ‘அன்றே சொன்னேன் பார்த்தாயா? இவனால் ஒன்றும் செயல்படுத்த முடியாது. புலிகேசி இவனை நம்பினதால்தான் செத்தொழிந்தார்’ என்று தன் நாட்டவர் பரிகாசிப்பார்களே.

ஒரு மாதத்துக்கு முன் வெற்றி வாய்ப்புகள் மேலோங்கியிருந்தது. இப்போது திட்டத்தில் ஓட்டைகள் மலிந்துவிட்டது. ‘நீ செய்தது பெரும் பிசகு!’ என்று தனக்குத்தானே குற்றம் சாட்டிக் கொண்டார். வீண் பிடிவாதத்தினால் தனக்கு உண்மையாய் உதவியிருக்கக்கூடிய வாதாபி குழுவினரையே தம்முடைய பரம விரோதிகள் என்று கருதியது தவறு.

வாதாபியில் ஒரு படை தயாராகிவருகிறது என்று அரசல் புரசலாக செய்திகள் கிட்டின. மதியும் சதியும் கொண்டு வெல்லவேண்டிய பல்லவனை போர்க்களத்தில் எதிர்த்து செத்தொழியப் போகிறார்கள் என்று மனதுக்குள் பரிகாசம் செய்த காலங்கள் அவனையே பார்த்து இன்று சிரித்தது போலிருந்தது. மனதுக்குள் போராட்டம். கடைசியாக பல்லவன்மேல் கோபம்தான் ஜெயித்தது. அவனை தோற்கடிக்க எதையாவது சாதிக்கவேண்டும் என்று ஆசை. ‘இறுதி ஜெயம் நமக்கில்லை. ஆனால் வாதாபியில் படை திரட்டுவோருக்காக வழி வகுக்கலாம்’ என்ற எண்ணம் மேலோங்கியது.

மாதவியின் மோக வலையில் எதிரி விழுந்து கிடக்கவேண்டும் என்றால் நடக்காது. பல்லவ சபையில் பட்டமகிஷியாக கொலுவீற்றிருந்து அரச குடும்பத்தை உள்ளிலிருந்து நாசவேலை செய்யலாம் என்ற எண்ணம் தூள் தூளானது. இந்த சம்பவத்தின் பின் மாதவி காஞ்சியைவிட்டு வெளிவரமுடியாது. தானே காஞ்சிக்குள் போவதாக ஆகிவிடும். எவனைக் கண்டாலும் பல்லவ ஒற்றன்போலவே இருக்கும். அரசருக்கு விரோதமாகச் சதி செய்யும் துரோகி என்று கைது செய்தால் என்னவாகும்? எல்லாம் கெட்டுப்போகும்.

சட்டென ஒரு பொறி தட்டியது. ஒரு முடிவுக்கு வந்தார். நூறு எதிரி வீரர்களுக்கு நடுவில் தன்னந் தனியாக வாளேந்தி சண்டைபோட்டு விழுப்புண்ணைக்கூட அவமானம் என்று நினைக்கும் மாவீரன், மகேந்திரன். அவனுக்கு எவ்வித அபாயமும் நேராமல் பாதுகாத்துக் கொண்டிருப்பான் பல்லவன். இந்தப் பெண்ணை வைத்து அவனுக்கு யமனின் பாசக்கயிற்றை வீசவேண்டும். அவன் செத்தொழிந்தால் நரசிம்மன் துக்கத்தில் மூழ்குவது உறுதி. அதனால் பல்லவ சாம்ராஜ்ஜியம் பலவீனப்படுவது உறுதி. அந்த நேரத்தைப் பார்த்து வாதாபி படைகள் ஏதாவது செய்தால் உண்டு.

பிர்யம்வதா கள்ளங்கபடமற்ற பெண். இவள் மனதை மாற்றியது அந்த நரிக்கூட்ட பயல் ஆனந்தன்தான். ஜென்ம எதிரியானாலும் அவளுக்குத் தகுந்த வரன் அரசகுலமாகத்தான் இருக்கும். அதற்காகத்தான் பல்லவ இளவரசனை தேர்ந்தெடுத்தார் காபாலிகன். அவள் மேல் ஆசைபட்டதே ஆனந்தன் செய்த தவறு.

'மதுரைக்கா செல்கிறான்? செல்லட்டும்... செல்லட்டும். அங்கு சம்பந்தனின் மடத்துக்குத் தீவைத்தவனை தீவிரமாகத் தேடுகிறார் களாம். இவனைப் பிடித்து கழுமரத்தில் ஏற்றுவார்கள். என் திட்டத்தை நாசமாக்கிய நன்றி கெட்ட நாய்க்கு அதுவே தகுந்த தண்டனை.'

அந்த எண்ணமே அவருக்கு புதுத் தெம்பு கொடுத்தது.

மூன்று நாட்கள் ஓய்வின்றி நடந்து ஆலவாயை நெருங்கினான் ஆனந்தன். அவன் அந்த நகரைவிட்டு வந்து ஒரு வாரம்தானிருக்கும். இடையில் ஏதோ ஒரு யுகமே கடந்ததுபோல் ஓர் எண்ணம். இந்த ஒரு வாரத்தில்தான் எவ்வளவு ஏற்றத் தாழ்வுகள்? ஆனந்தன் தன் வாழ்வில் சொர்க்கத்தையும் நரகத்தையும் ஒன்றன் பின் ஒன்றாகக் காண நேர்ந்தது.

சென்ற வாரம் நள்ளிரவில் மதுரை மாநகரில் இருட்டுடன் வெளிவந்தபோது மாபெரும் வெற்றியை சாதித்தவன் என்று எண்ணி வந்தான். இன்றோ அதுவே படுதோல்வியாய் இருக்குமோ என்று பயம் அவனை ஆட்கொண்டது. அவனை தாக்கிய புதிர் ஒன்று ஆழி அலைபோல, மனதில் இருந்த வேறு காதல் உட்பட எல்லா வற்றையும் அழித்துவிட்டது என்றுதான் சொல்லவேண்டும்.

புதிர் என்றால் ஆனந்தனுக்கு ஒரு காலத்தில் கோலாகலம்தான். அவன் வாழ்க்கையே புதிர்களில்தான் அடங்கியிருந்தது. கடற்கரையில் ஒரு கல்லைப் பார்த்து அதில் 'யானையைச் செய்யலாமா? இல்லை

கோபுரத்தைச் செதுக்கலாமா? இது சிலை வடித்து முடிக்கும்வரை தாங்குமா? அதற்குள் விரிசல்விட்டு பல மாத உழைப்பைக் கெடுக்குமா?' என்ற பல புதிர்கள் அவன் தினம் தினம் மல்லையில் சந்தித்ததுதான்.

இப்போது காணாத நாட்டின்மேல் இருந்த தேசப்பற்றுக்காக செய்த மாபெரும் காரியம் முழுமையடையவில்லை என்றவுடன் அடங்காத வியப்பு. அந்த புதிரை அவிழ்க்க உடனே புறப்பட்டுவிட்டான். காதல் எல்லாம் அந்த நொடியில் மறந்து போனது. அந்த நிலையில்தான் அவளை திரும்பிப் பாராமல் விரைந்தான்.

மாதவியை நினைத்தவுடன் அவளது தற்போதைய நிலை என்ன என்று சந்தேகத்தை எழுப்பியது. வாழ்நாளெல்லாம் உறுதுணையாய் இருப்பேன் என்று கையில் அடித்து சத்தியம் செய்த சில மணி நேரத்தில் அவளை அந்த ராட்சசனுடன் தன்னந்தனியாக விட்டு வந்தோமே? தன் மீதிருந்த கோபத்தில் அவளைத் துன்புறுத்துவானா காபாலிகன் என்றெல்லாம் பயந்தான்.

பின் தனக்குத் தானே ஆறுதல் சொல்லிக்கொண்டான். அவளுக்கு தீங்கு இழைக்கமாட்டான் காபாலிகன். தன்னை வெட்டிப் போட்டாலும் போடுவான். ஆனால் அவள் மேல் விரல்கூட பதியாமல் கவனித்துக்கொள்வான். அவளை வைத்துத்தானே அவன் மீதி திட்டத்தை சாதிக்க முடியும். நிச்சயமாக சிவகாமியின் பள்ளிக்கூடத்தில் கொண்டு சேர்த்துவிடுவான் என்று யூகித்தான்.

கடைசியாக வைகையின் வடகரையில் ஒரு சத்திரத்தில் ஓய்வெடுக்க நேர்ந்தது. அங்கிருந்து ஆற்றுக்கு அப்பால் மதுரை கோயில் கோபுரங்கள் தெரிந்தன. இதற்கு மேல் என்னவென்று விசாரிக்காமல் இருப்பது தவறு என்று அங்கு ஒரு கிழவரிடம் பேச்சுக் கொடுத்தான். அவர் தெளிவாய் விளக்கினார்.

'பாண்டியர்கள் பின்பற்றுவதால் சமண மதம் தமிழகத்தில் வேரூன்றிவிட்டது என்று எல்லோரும் நினைத்தனர். சோழ நாட்டு குக்கிராமத்தில் எழுந்த ஒரு மூன்று வயது சிறுவன் தங்களுக்கு போட்டிக்கு வரமுடியும் என்று திமிர் பிடித்தவர்கள் கனவும் கண்டதில்லை. சம்பந்தர் வரவு சமணர் கூட்டத்துக்குள் பெரும் குழப்பத்தை ஏற்படுத்தியது. அதுமட்டுமல்ல, அவன் பிஞ்சுக் குரலில் பாடிய தேவாரங்கள் பெருமளவில் மதுரை மக்கள் மனதில் பதிந்தது.'

விஷயமெல்லாம் தமக்கும் தெரியும் என்று ஆனந்தன் காட்டிக் கொள்ளவில்லை.

கிழவர் தொடர்ந்தார். 'சம்பந்தனால் இன்னமும் ஏதாவது இடர் நேருமா என்று பயந்திருந்தபோது சில சமண குல மூடர்கள் சம்பந்தர் மடத்துக்குத் தீ வைத்தனர்.'

ஆகா! கதைக்குள் இப்போது தானும் வந்துவிட்டதை உணர்ந்தான் ஆனந்தன். இன்னமும் ஆர்வமாய் கதையை கேட்கத் தொடங்கினான்.

'சம்பந்தனோ மாய மந்திரத்துக்கு உச்சகட்டத்துக்கே சென்றான். மடத்துக்கு தீ வைத்தவுடன் சைவ பெரியார்கள் வெளியில் வந்தார்களாம். அப்போது சம்பந்தர் ஒரு பாட்டு பாடினாராம். அதைக் கேட்டு தீ நின்றதாம்.'

ஆனந்தனால் நம்ப முடியவில்லை. எல்லோருமாய் தற்செயலாக காற்றில் அணைந்த தீக்கு கதை கட்டிவிடுகிறார்களா?

கிழவர் தொடர்ந்தார். 'வெளியில் வந்த குழந்தை சபதம் செய்ததாம். இந்த வெப்பம் சமணரை ஆதரிக்கும் நெடுமாறனை அடையட்டும் என்று. கேட்டவரெல்லாம் சிரித்தார்கள். பாவம் குழந்தை பிதற்றுகிறதென்று. ஆனால் அன்றிரவே பாண்டிய அரண்மனையில் இருந்து செய்திகள் கசியத் தொடங்கின. மந்திராலோசனை மண்டபத்துக்கு மன்னர் வரவில்லையாம். பாண்டியனுக்கு தேக அசௌகர்யமாயிருக்கிறது என்று ஊரெங்கும் பேச்சு. மன்னருக்கு அடங்கா காய்ச்சலாம்.'

•••

அத்தியாயம் - 46

# ‘மந்திரமாவது நீரு’

‘**பா**ண்டியனுக்கு வெறும் காய்ச்சல் என்று நினைத்தபோது அடுத்தநாள் படுக்கை விரிப்பெல்லாம் உஷ்ணத்தில் கருகாததுதான் குறையாம். சூட்டில் உடலே சுருண்டுபோய் முதுகில் கூன்கூட விழுந்ததாம். கூன் பாண்டியன் என்று மக்கள் பரிகசிக்கத் தொடங்கினர். சம்பந்தனின் வாக்கை கேட்டவர்கள் அதை நினைவு கூர்ந்து இந்தக் காய்ச்சலை அதனுடன் சம்பந்தப்படுத்தினர். ஊர் முழுவதும் செய்தி பரவியது.

அரசனின் வம்சம் நீடூழி விளங்கவேண்டுமென்று வாழ்த்த தினந்தினம் சமணப் பெரியவர்கள் அரண்மனை செல்வதுண்டு. அங்கு மந்திரங்கள் ஜெபித்து மயிலிறகால் தடவிக்கொடுத்து வருவார்கள். அவர்களால் கூட காய்ச்சலை சரிசெய்யமுடியவில்லை.

மன்னரின் காய்ச்சலுக்குதான் என்ன தீர்வு என்று மக்கள் யோசித்த போது அரசி மங்கையர்கரசி நேரில் வந்து சம்பந்தரை அரண்மனைக்கு அழைத்துச் சென்றாள்.

சக்கரவர்த்தியின் அருகில் வந்து நின்றார் அந்த ஞானக்குழந்தை.

‘இந்த மழலையில் பேசும் குழந்தையா என்னைக் குணப்படுத்தப் போகிறது?’ என்று வியந்தானாம் பாண்டியன்.

அப்போது ‘மந்திரமாவது நீரு...’ என்று பதிகம் பாடியதாம் குழந்தை.

இவ்விதம் பாடி விபூதி பிரசாதத்தை சக்கரவர்த்தியின்மேல் தூவினானாம். என்ன அதிசயம்? அக்கினி என்று எரிந்த மன்னரின் உடல் பனிபோல குளிர்ந்ததாம்.

உடலில் மட்டும் மாற்றம் இல்லை. அதற்குக் காரணமாயிருந்த சம்பந்தனின் மதத்தையே பின்பற்றுவது என்று அரசன் தீர்மானித்தான்.

சமணர்கள் தெருக்களில் வந்து பெரும் ஆர்ப்பாட்டம் செய்தனர். அவ்வளவுதான் தாமதம். நேற்று வரைக்கும் இம்மாதிரி நிகழ்வு நேரிட்டிருந்தால் சைவர்கள் கதவை சாத்திக்கொண்டு இரட்டைத் தாழ்ப்பாள் போட்டு மனம் நொந்து இருட்டில் காத்திருப்பார்கள். ஆனால் இன்றோ நிலைமையே வேறு.

பெரும் கலவரம் வெடித்தது. நேற்றுவரை நாட்டின் முக்கிய தூண் என்று இருந்த சமணர் பட்ட கஷ்டங்கள் அளவில் அடங்காது. நூற்றுக்கணக்கானோர் வெட்டிச் சாய்க்கப்பட்டு ஏரியினுள் தள்ளப் பட்டனராம். மத்தகஜங்கள் காலடியில் பலர் உயிரைவிட்டனர். மிகக்கொடுமையான கழுமர தண்டனை கொடுக்கப்பட்டது. எஞ்சியிருந்த சமணர் பெரும் பீதியடைந்து நாலாபுறமும் சிதறி ஓடினர். மக்கள் சைவத்தின் மாபெரும் வெற்றியைக்கொண்டாடினர்' என்று முடித்தார் கிழவர்.

ஆனந்தனுக்கு கோபம் கோபமாய் வந்தது. இதென்ன அசட்டுத்தனம். தினமும் சில நிமிடங்கள் கும்பிடும் கடவுளுக்காக இவ்வளவு ரத்தம் சிந்துவதா என்று எண்ணம் தோன்றியது.

'இரைந்து பேசாதே தம்பி. தப்பியவர்களைத் தேடி வருகிறார்கள். உன்னையும் பிடித்துப் போய்விடுவார்கள். சண்டாளப் பாவிகள் செத்தொழியட்டும் தம்பி. நீ சமண மதத்தவன் அல்லவே?'

அவசரமாய் தலையசைத்தான் ஆனந்தன்.

மதுரையை நோக்கினான். சரித்திர வெள்ளத்தில் அகப்பட்டுக் கொண்டு பாண்டிய நாடு தவித்தது. ஆலவாயின் மேலே கழுகுகள் வட்டமிட்டுக்கொண்டிருந்தன. மதுரை மாநகர் கோட்டை கொத்தளங்களில் சிறகடித்த கயல் கொடிகளும் வட்டமிடும் கழுகுகளும் ஏதோ ஆனந்தனை எச்சரித்தன. அவை 'உள்ளே வராதே' என்று அவனுக்கு எடுத்துச் சொல்வதுபோல் இருந்தது. பல வருட காலம் ஓடியதுபோலொரு எண்ணம் இருந்தாலும் அவன் இந்த நகரைவிட்டு வெளியேறி கேவலம் பத்து நாட்கள்தான் ஆனது. அதற்குள்ளாகவா எல்லோரும் அவனை மறந்திருப்பார்கள்?

எல்லோரும் சொல்வதைப் பார்த்தால் இப்படி ஆலவாயே அல்லோலகல்லோலம் பட்டுக்கொண்டிருந்த போது தான் இங்கே

வந்திருக்கக்கூடாது. தென்னவன் சிறையில் யௌவனப் பிராயத்தை எல்லாம் இழந்துவிட்ட பிறகு வெளி வந்து என்ன பயன்.

ஆயினும் கடமையென்று ஒன்றிருந்தது. நட்பு என்று ஒன்று இருந்தது. தன் குற்றத்துக்காக அவர்கள் இருவரின் நிலை என்னவானது என்று யோசிக்க யோசிக்க பயமாய் வந்தது. அவனுக்கு காபாலிகன் விதித்த செயலும் இன்னும் முடிந்தபாடில்லை. இனி முடிப்பதும் கஷ்டம். சிறுத்தொண்டனின் கழுத்தும் கையும் கெட்டியாக இருந்தது என்றுதான் சொல்லவேண்டும். அவன் ஆயுளும்தான்.

கோட்டை மதிலை அணுகியபோது சற்று நடுக்கம் கொண்டான். மெல்ல மெல்ல அகழிப்பாதையை கடந்துவிட்டான். மனதுக்குள் எழுந்த முதல் கேள்வி. 'இங்கிருந்து வெளியேறுவது எப்படி?' தன்னையறியாமல் அவ்வப்போது உடல் நடுங்கியது.

அப்போது ஓர் அதட்டும் குரல் - 'யாரடா நீ?' என்று மிரட்டியது. அந்த குரலின் எதிரொலி கொத்தள வாசல் கோட்டையின் சுவர்களில் கேட்டு பயமுறுத்தியது. ஆனந்தனுக்குத் தூக்கி வாரிப்போட்டது. கேள்வியைக் கேட்டது காவலுக்கு நின்ற வீரன். கையில் வேலும், முகம் நிறைய மீசையும், அதட்டும் குரலும் ஆனந்தனுக்கு பயத்தைக்கொடுத்தன. ஆயினும் பதில் சொன்னான்.

'நான் மல்லை நகர சிற்பி.'

'அதற்கு என்னடா ஆதாரம்?'

'இதோ என் உளியும் சுத்தியலும்' என்று எடுத்துக்காட்டினான் ஆனந்தன். இப்பேர்ப்பட்ட ஆயுதங்களை நிரந்தரமாக சுமப்பவன் சிற்பியாகத்தான் இருக்கவேண்டும் என்று முடிவு கட்டினான் காவலாளி. மேலும் ஊரைவிட்டு வெளியேறுவோரைத்தான் உன்னிப்பாகப் பார்க்கவேண்டும் என்று அவனுக்கு உத்தரவு. உள்ளே வருபவரை இல்லை.

'சரி, செல்' என்றான்.

ஊருக்குள் நுழைந்த ஆனந்தன் சந்தேகம் கொண்டான். 'ஆலவாய் நகரா இது?' அந்த அளவுக்கு சாலைகள் சூன்யமாக வெறிச்சோடி இருந்தன. மதுரையில் கொந்தளிப்பு என்று கேள்விப்பட்டவுடன் 'ஏனடா வம்பு?' என்று அங்கு போவதை ஒத்திப்போட்டனர் பலரும்.

எங்கு செல்வதென்று அவனுக்குத் தெரியவில்லை. அபாயம் என்றாலும் அவனுக்கு நன்கு தெரிந்த ஓரே இடமான ஜீனாதாசன் வீட்டை நோக்கிச் சென்றான்.

ஜீனாதாசன் வீட்டை நெருங்க நெருங்க ஏதோ ஒரு பயம் அவனை சூழ்ந்திருந்தது. அருகில் சென்று பார்த்தால் அவன் கண்ட காட்சி அதிர்ச்சியைக்கொடுத்தது. அந்த மாபெரும் வீடு இடிந்து போய் கரியேறிக் குட்டிச்சுவராய் இருந்தது. அந்த இடிபாடுகள் புகைந்து கொண்டிருந்தன. எப்படி போன வாரம் வரை அன்பும், ஆரவாரமும், செல்வமும், சந்தோஷமும் ஒன்று கூடி ஆனந்தித்த வீடு... இப்படி இந்த தரித்திர நிலைக்கு ஆளானது? இன்னும் ஒரு பயம் அவனை கவ்வியது. 'அய்யகோ! நண்பனையும் அவன் தங்கையையும் உயிருடன் கொளுத்திவிட்டனரோ?'

துள்ளிக் குதித்து ஓடிய சாம்பவி அவன் மனக்கண்ணில் கருகிய சடலமாக நினைத்துப்பார்த்தான். உடல் குலுங்கியது சோகத்தில்... கண்கள் அழுவேன் என்று அடம் பிடித்தன.

சட்டென சுயநினைவுக்கு வந்தான். எப்படியிருந்தாலும் இனி சர்வ ஜாக்கிரதையாக இருக்கவேண்டும். அங்கேயே நின்று கொண்டிருந்தால் பலருக்கும் சந்தேகங்கள் எழும். அவர்கள் இருவரின் கதி என்னவென்பதையும் கண்டுபிடித்தேயாகவேண்டும் என்று உறுதியாய் இருந்தான்.

ஊருக்குள் நடந்தால் விஷயம் தெரியும் என்று சென்றான். அதே சமயம் காற்றில் ஒரு துர்நாற்றம் அதிகரித்துக்கொண்டிருந்தது. இரண்டுக்கும் ஒரு சம்பந்தம் இருக்காமல் இல்லை.

நான்கு பெரும் வீதிகள் சந்திக்கும் இடம் ஒன்றை அடையப் போகிறோம் என்று உணர்ந்தான். வெறிச்சோடி கிடக்கும் இடத்தில் அவனுக்கு விடையும் கிடைக்கும் என்று தோன்றியது. நெருங்கியவுடன் அந்தக் காட்சியைக் கண்டான். பனைமர உயரத்தில் மூன்றில் ஒரு பங்குக்கு கழுமரங்கள் பலவும் நாற்சந்தியில் நடப்பட்டிருந்தன. அதில் சிலவற்றின் மேல் கொழுத்த கழுகுகள் அமர்ந்திருந்தன. உண்ட உணவு செரித்த பின்பே அவற்றால் பறக்க முடியும் என்ற நிலைமை.

காற்று திசை திரும்பினால் நாற்றம் தாங்க முடியவில்லை. கண்ட காட்சிகளோ கோரமாய் இருந்தன. ஆனாலும் ஆனந்தனை அந்த இடம் காந்தம் என்று கவர்ந்தது. அருகில் வந்தவுடன் அந்தக் கழுமரங்களைச் சுற்றி கரியநிற சேறு தேங்கியிருந்ததைக் கண்டான். அது சேறல்ல... காய்ந்து போன மனித ரத்தம் என்று உணர்ந்தவுடன் அவனுக்கு குமட்டிக்கொண்டுவந்தது. கழுமரத்தில் செத்தவர்களிடம் இருந்து 'குபுகுபு'வென்று பாய்ந்து ஓடிய குருதி இன்று கருநிற கட்டியாய் இருந்தது.

கழுமரத்திலிருந்து சடலங்களை கழுகுகள் கொத்தித் தின்றுவிட்டன. வெயிலில் ஒவ்வொரு கழுமரத்தைச் சுற்றியும் எலும்புகள்தான்.

'யாரையப்பா தேடுகிறாய்?' என்று ஒரு குரல் கேட்டது. ஆனந்தனுக்குத் தூக்கிவாரிப்போட்டது.

திரும்பிப் பார்த்தால் ஒரு கிழவர். மரத்தடியில் வெகு நேரமாக அமர்ந்தபடி கழுமரங்களை பார்வையிட்டுக்கொண்டிருந்தார் என்று புரிந்தது. சற்றும் யோசிக்காமல் ஆனந்தன் 'ஜீனாதாசனை...' என்று பதில் சொன்னான்.

அவனை நன்றாக உற்றுப் பார்த்து, 'தம்பி, இன்று ஆலவாயில் தேடக்கூடாத ஆட்களைத் தேடி வருகிறாயே. ஊருக்குப் புதியவனா?'

உளறிவிட்டோமோ என்று அஞ்சினான் ஆனந்தன். கேள்விக் கணையை தொடுத்தவரை உற்றுப் பார்த்தான். மிகவும் தளர்ந்திருந்தார். பேச்சை மாற்ற 'அய்யா, ஒரு கேள்வி...' என்றான்.

'கேள்' என்பதுபோல தலையசைத்தார். அந்த அசைவில் கூட ஒரு சோகம் வெளிப்பட்டது.

'உமக்கு வேண்டியவர் யாராவது இந்தக் கழுமரத்தில்...?'

'ஆம் தம்பி. என் மகன்... என் ஆசை மகன்...'

'ஆண்டவா...!' என்றான் ஆனந்தன்.

'இல்லை... இல்லை... அவனைக் கழுமரத்தில் ஏற்றவில்லை. ஏற்றியிருந்தாலும் தவறில்லை' என்றார்.

புரியாமல் விழித்த ஆனந்தனைப் பார்த்து, 'அவனே இங்கு செத்து மடிந்த சமணர்களையெல்லாம் பிடித்து வந்தான்...'

என்ன சொல்வதென்று தெரியாமல் விழித்த ஆனந்தனிடம் விளக்கினார். 'தம்பி, நான் அப்பர், சம்பந்தர் பதிகங்கள் பாடப்படும் காலத்தில் பிறந்தேனே என்று சந்தோஷப்படும் சைவன். சம்பந்தர் பரத கண்டத்தின் பாக்கியத்தினால் பிறந்த மகான். மூன்று வயதில் உமையம்மையின் பாலை பருகியவர். அவரது மாசற்ற சரித்திரத்தில் இதுவும் சேரும் அல்லவா?' என்று கழுமரங்களை சுட்டிக்காட்டினார்.

'சரி, உன் விஷயத்துக்கு வருவோம். ஜீனாதாசனை ஏன் தேடுகிறாய்? அவனைக் கழுமரத்தில் ஏற்றிய பின் பலரும் இங்கு மாண்டு விட்டனர்.'

'அவனைத் தேடவில்லை. அவன் தங்கையை' என்றான் ஆனந்தன்.

‘அப்படியா?’ அவர் கண்கள் விரிந்தன. ‘அவன் தங்கையை ஏன் தேடுகிறாய்?’

சரியான பதிலுக்காக யோசித்தான்.

‘யோசிக்காதே தம்பி. நீ தேடுபவரிடம் உன்னை என்னால் அழைத்துச் செல்ல முடியும். ஏன் தேடுகிறாய் என்று மட்டும் சொல்.’

‘அவள்... அவள்... என் காதலி’ என்று பொய் சொன்னான்.

கொல்லென்று சிரித்தார் கிழவர்.

‘நன்றாய் பேசுகிறாய். ஜீனாதாசனின் தங்கையை யாரேனும் காதலித்திருந்தால் அவனே அந்த பயலைக் கழுமரத்தில் ஏற்றி இருப்பானே. சரி, கேட்டுக்கொள். ஊரே அந்தப் பெண்ணைத் தேடுகிறது. அவள் இருக்குமிடம் தெரிந்தால் லட்சம் பொன் கிடைக்கும்.’

ஆனந்தனுக்குக் கோபம். ‘ஏன்? பெண்ணிடம்கூட சைவர்கள் வீரத்தைக் காட்டவேண்டுமா?’

அதை பெரியவர் கண்டுகொள்ளவில்லை. ‘சம்பந்தர் பெருமானின் மடத்துக்கு தீ வைத்தது ஜீனாதாசன் இல்லையாம்!’

ஆனந்தனுக்கு நட்டாற்றில் தவித்தது போலொரு எண்ணம்.

‘பின் யாராம்?’

‘வேறொருவனாம். அவன் யாரென்று ஜீனாதாசன் எந்தக் கொடுமையிலும் பெயரை உச்சரிக்கவில்லையாம். தீ வைத்தவனைக் கண்டுபிடிக்கவே அந்த பெண்ணைத் தேடுகிறார்கள்.’

தனக்கு நேரவேண்டிய பெரும் பழியை தான் சுமந்து கழுமரம் ஏறியவன் ஜீனாதாசன் என்று தெரிந்தவுடன் தான் தப்பித்ததில் ஏதோ முக்கியமான செய்தி ஒன்று மறைந்திருந்தது என்று புரிந்தது... சதியில் சரிபங்கு கொண்ட அவன் மட்டும் மாட்டாமல் மற்றவரெல்லாம் மாட்டியது ஏன்? அந்தச் செய்தி சாம்பவியைக் காப்பாற்றுவதற்காக தன்னைக் காட்டிக்கொடுக்கவில்லை ஜீனாதாசன் என்பதே என்று புரிந்துகொண்டான்.

பெரியவர் ரகசியமாக ஒரு வழியைச் சொன்னார். அங்குதான் மதுரையைவிட்டு இன்னும் தப்பிக்க முடியாத சமணர்கள் ஒளிந்திருந்தார்கள் என்றார். அங்கு ஜீனாதாசனின் தங்கையும் இருக்கலாம் என்றார்.

சட்டென்று செயல்பட்டால் சாம்பவியைக் காப்பாற்றி ஆலவாய் நகரைவிட்டு அழைத்துச் சென்றுவிடலாம் என்று தோன்றியது ஆனந்தனுக்கு.

திடீரென தனக்கு உதவி செய்த பெரியவரால்தான் இதெல்லாம் சாத்தியமாயிற்று. நன்றி தெரிவிக்க அவரை கையெடுத்துக் கும்பிட்டான் ஆனந்தன்.

அவர் கண்களில் கண்ணீர்.

‘தம்பி, நான்தான் உனக்கு நன்றி சொல்லவேண்டும். சமணர்களின் ரகசிய இடத்தை யார் கேட்டாலும் சொல்லியிருக்கமாட்டேன். உன்னைப் பார்த்தவுடன் சொல்லத் தோன்றியது’ என்றார்.

புரியாமல் தவித்தான் ஆனந்தன்.

‘எனக்கு ஏனய்யா நன்றி.’

‘உன் செயலால்தான் தம்பி, சம்பந்தப் பெருமானின் புகழும் சைவத்தின் மறுமலர்ச்சியும் சாத்தியமாயிற்று’ என்றார் பெரியவர்.

•••

அத்தியாயம் - 47

# சாம்பவியைக் கண்டான்

**வெ**றித்துப் பார்த்துக்கொண்டிருந்த கழுமரங்களிலிருந்து கண்களை சற்று அகற்றி அவனிடம் பெரியவர் வழியை விளக்கினார்.

அவர் ஏன் உதவுகிறார்? ஏன் அவனைப் பிடித்து காவலரிடம் ஒப்படைக்கவில்லை? இதுபோன்ற பல கேள்விகள் எழும்பின. அந்தக் குழப்பத்தில் விரைவாக நடந்தான் ஆனந்தன்.

அவர் சொன்னபடி சந்துக்குள் புகுந்தான். மதுரையே இருள் படிந்தது என்றால் இது காரிருள் சூழ்ந்த சந்து. பெரியவர் சொன்ன அடையாளங்களில் ஒரு கட்டடமும் கதவும் தெரிந்தது. ஓட்டுக் கட்டடம்தான்.

கடைசி நேரத்தில் அவனுக்கு ஒரு சந்தேகம். தன்னை சிறைபிடிக்க இது ஒரு நாடகமா? சைவத்தில் ஆழ்ந்த ஒருவருக்கு தெரிந்த இடத்தில் இருந்த சமணர்கள் அகப்பட்டு பல நாட்கள் ஆயிருக்கவேண்டுமே? எப்படி நடக்கவில்லை?

இதுவரை உதவிய அதிர்ஷ்டம் இன்னமும் உதவும் என்ற நம்பிக்கை மட்டும் இருந்தது. அதுவும் சாம்பவியைக் காப்பாற்றுவது அவனுக்கு முக்கிய கடமை. அதனால் பாரத்தை கடவுளின்மீது போட்டுவிட்டு கதவை நெருங்கினான்.

உள்ளே பேச்சுக் குரல்கள் கேட்டன. உற்றுக் கேட்டான். எல்லோரும் குரலை அடக்கி பேசிக்கொண்டிருந்தனர். எனினும் வெறிச்சோடி இருந்த வீதியில் தெளிவாக சொற்கள் கேட்டன. யாரையோ சாப்பிடச் சொல்லி எல்லோருமாய் மன்றாடினர். அந்தப் பெண் மறுதளித்துக் கொண்டிருந்தாள்.

கதவைத் தட்டினான் ஆனந்தன். முதலில் உள்ளே இருந்த சப்தங்கள் எல்லாம் அடங்கின. பயத்தால் ஏற்படும் அமைதி அவ்விடத்தை சூழ்ந்தது. உள்ளே இருப்பவர்கள் மூச்சைக்கூட பிடித்துக்கொண்டு நிற்பதை அவனால் உணர முடிந்தது.

மீண்டும் ஒருமுறை கதவைத் தட்டினான். அவன் சரியான இடத்துக்குத்தான் வந்திருக்கிறான் என்று உள்ளுணர்வு சொன்னது. அவன் தேடிய பெண் இந்த அறையில்தானிருக்கிறாள் என்று உணர்ந்தான்.

'யாரது?' என்று மெல்லிய குரலில் கேட்டது.

'நான் ஒரு பெண்ணைத் தேடி வந்திருக்கிறேன்.'

'இங்கு யாரும் இல்லை. எங்களைத் தொந்தரவு செய்தது போதாதா?' என்று விம்மிய குரல் ஒன்று கேட்டது.

'நான் எதிரி இல்லை. ஜீனாதாசனின் நண்பன் நான்.'

சிறிது நேரம் மௌனம் நிலவியது. மூச்சு சத்தம் மட்டும் கேட்டது. ஜீனாதாசனின்நண்பன் என்று மதுரையில் இன்று வெளிப்படையாக சொல்லிக்கொள்ள அசாத்திய தைரியம்வேண்டும். இல்லை இது எதிரியின் சூழ்ச்சியாய் இருக்கவேண்டும். ஆனால் தற்போதைய நிலையில் சூழ்ச்சியையெல்லாம் கடைப்பிடிக்கும் நிலையில் சைவர்கள் இல்லை. மன்னர் அவர்கள் பக்கம். தேடிவந்தவர் உள்ளே இருக்கிறாள் என்று எள்ளளவு சந்தேகம் இருந்தாலும் கதவை எட்டி உதைத்து சுக்கு நூறாய் ஆக்கியிருப்பார்கள். அதனால் வெளியில் நிற்பவன் நண்பன்தான்,இன்னும். பேசிக்கொண்டிருந்தானே?

திடீரென, 'சொல்லுங்கள்' என்றது ஒரு பெண் குரல்.

'நான் மல்லை சிற்பி. ஜீனாதாசனின் தங்கையைப் பார்க்கவேண்டும். சாம்பவி அவள் பெயர்.'

உள்ளே உடனே அடக்கிய பேச்சுக்குரல்களில் பெரும் விவாதம் நடந்தது. தெளிவான குரல் ஒன்று ஆனந்தனின் காதில் விழுந்தது. 'என்னைத் தேடித்தான் வந்திருக்கிறார். யாரும் பயம்கொள்ள வேண்டாம். கதவைத் திறக்கிறேன்.'

கோபத்தில் பிளிறும் யானையின் சப்தம் எழுந்தது அந்த பழைய கதவு திறக்கும்போது. வெளியில் ஒரு பெண் வந்தாள். அவன் முன் நின்றாள். அவள் பின்னால் பயந்த முகங்கள் பலவும் தெரிந்தன. ஆனால் முன் வந்த பெண்ணைக்கண்ட ஆனந்தனின் காலுக்கடியில் பூகம்பம் ஏற்பட்டதுபோல நடுக்கம் கொண்டான்.

இப்படி அவன் கண்ணெதிரே உருமாறி நிற்பது சாம்பவியா? நெற்றிக்குப் பொட்டிட்டு, கயல்விழிகளுக்கு மையெழுதி, கார்கூந்தலுக்கு நறுமணமேற்றி, பின் பூச்சூட்டி பவனி வந்த சாம்பவியா இது... இப்படி மாறியிருந்தாள்? வறுமையில் வாடும் பெண்போல இருந்தது தானே என்று ஊர்ஜிதம் செய்தாள்.

விழிகள் அகலத் திறந்தன. யாருடைய முகம் என்று ஒரு விநாடிக்குப்பிறகே அவளுக்குத் தெரிந்தது. அவன் எண்ணங்களைப் புரிந்து 'நான்தான் ஆனந்தா' என்றாள். அவள் குரலில் வியப்பு மிகுந்திருக்கவேண்டும். ஆனால் இல்லை.

திரும்பி வருவானா? மாட்டானா? என்ற சந்தேகம் அவளுக்கும் சரி, அவள் அண்ணனுக்கும் சரி, வரவேயில்லை. விம்முகிற குரலில், 'நீ வருவாய் என எனக்கு நிச்சயமாகத் தெரியும்.'

அவன் என்ன பதில் சொல்வதென்று புரியாமல் நின்றான். அப்போது அவசரமாக ஒரு கை வெளியே நீட்டப்பட்டு இருவரையும் பிடித்தது. வெகுவேகமாக இருவரும் உள்ளே இழுக்கப்பட்டனர். கதவு மீண்டும் மூடப்பட்டது.

சாலையைவிட அறையானது அதிக இருளில் அகப்பட்டுக் கொண்டிருந்தது. சூழ்ந்திருந்தது. அவனைக் கண்டவுடன் முதலில் அல்லோலகல்லோலம். புதியவர்களைக் கண்டால் பயம் கொள்ளும் நிலையில் எல்லோரும் இருந்தனர். உற்றார் உறவினரை இழந்து வளமையையும் செல்வச் செழிப்பையும் தொலைத்து தங்கள் நகரிலேயே அகதிகள்போல வாழ்ந்தவர்கள் தன்னைக் கண்டு பயப்படுவதில் ஐயம் இல்லை.

சாம்பவிக்கு வேண்டியவனால் தங்களுக்கு ஆபத்தில்லை என்று பூரணமாக அறிந்தவுடன் அவரவர் தத்தம் இடங்களுக்குச் சென்றனர். இருளுக்குப் பழகிப்போன கண்களால் சுற்றும் முற்றும் பார்த்தான். கண்ட காட்சியில் மனம் நொந்தே போய்விட்டான். அந்த சிறிய அறையில் பதினைந்து பேர் இருந்தார்கள். ஜன்னல் கூட இல்லாத அவ்விடத்தில் கால் நீட்டி படுப்பதென்றால் இருவர்தான் சௌகரியமாக இருக்கலாம். அறையெங்கும் ஏதோ வாசம். பயத்துக்கு ஒரு நாற்றம் இருந்தால் அது இப்படித்தான் இருக்கும் என்று உணர்ந்தான்.

ஓர் ஓரமாக ஆனந்தனும் சாம்பவியும் அமர்ந்தார்கள். இரவெல்லாம் பேசினார்கள். கீழ்வானம் வெளுத்தது. அதை அறிவுறுத்த கதவுக்கு அடியில் இருந்த இடுக்கில் வெளிச்சம் வந்தது.

‘இரவாவது பரவாயில்லை. காலையில் இந்த அறைக்குள் இருக்கவே முடியாது. அதுவும் நடுப்பகலில் தொடங்கி மாலைப்பொழுது வரை’ என்றாள் சாம்பவி. ‘அடுப்புக்குள் அமர்ந்தது போலிருக்கும்’ என்றாள்.

‘நீ ஏன் மதுரையைவிட்டு வெளியே செல்லவில்லை?’ என்று வினவினான் ஆனந்தன்.

‘சமண மதம் இன்று மதுரையில் புராதனப் பெருமையை இழந்து இருக்கிறது. மதுரையில் இருந்த அனைத்து சமணரும் வெளியேறும் நிலை. காட்டில் இன்னல்படும் நிலை. எனினும் இப்படி வாழ்வுக்கு பயந்து அவர்கள் என்னைப்போல் தினந்தினம் சாகவில்லை. கடந்த வாரத்தில் நான் ஒளிந்திருக்கும் மூன்றாவது இடம் இது. பலரும் சென்றுவிட்டனர் ஆனந்தா. ஆனால் என்னைப் பிடிக்க பலத்த கெடுபிடியாம்’ என்றாள்.

‘நீ ஜீனாதாசனின் தங்கை என்பதற்காகவா?’

‘இல்லை. என்னிடமிருந்து ஓர் உண்மையை தெளிவாய் தெரிந்து கொள்ளவேண்டுமாம்’ என்றாள்.

அவளுக்கும் உண்மை தெரிந்திருந்தது. அந்தப் பெரியவர் சொன்னது போல் அவன்தான் மீன். இவள் தூண்டிலில் அகப்பட்ட புழு.

தான் ஏற்படுத்திவிட்டுச் சென்ற குழப்பத்தால்தான் இவ்வளவு பேருக்கு அளவில்லா துன்பம் என்று நினைக்கையில் ஆனந்தன் மனம் கனத்தது. அதை சீர்செய்ய ஒரே வழி. உண்மையை யாரிடமாவது சொல்லாவிட்டால் ஆழ்கடலில் மூழ்கிவிடுவது போலொரு எண்ணம். அதை சுமந்ததுபோல வலியோ வேதனையோ கிடையாது.

‘சாம்பவி, உன்னிடம் ஓர் உண்மை சொல்லவேண்டும்.’

‘கஷ்டப்படாதீர்கள். அது எனக்கு ஏற்கெனவே தெரியும்’ என்றாள்.

சாம்பவி விளக்கினாள். ‘ஜீனாதாசனின் தங்கையாய் பிறந்திருப்பதே பெரும் பாக்கியம்! அவன் பாண்டிய அரசன் அனுப்பிய வீரர்களிடம் அகப்படும் முன் எனக்கிட்ட கட்டளையை எண்ணி எண்ணி நான் இறுமாப்படைகிறேன். என்றைக்குமே எதற்குமே கலங்காத அண்ணன் நான் உன் பெயரைச் சொல்லிவிடுவேன் என்றுதான் கலங்கினான்.’

‘இல்லை... இன்னும் ஓர் உண்மை... அதைச் சொல்லவில்லை என்றால் என் தலை வெடித்துவிடும்’ என்றான் ஆனந்தன்.

‘என்ன?’ என்றாள் ஆச்சரியமாக.

‘மடத்துக்குத் தீ வைத்தேன் அல்லவா?’

‘ஆம்...’

‘அது ஜீனாதாசனின் கட்டாயத்துக்காக அல்ல. அந்த மடத்தில் சம்பந்தனைத் தவிர வேறொரு மனிதன் இருந்தான். அவன் என் குலவிரோதி. அவனைக் கொல்லவே நான் மடத்துக்குத் தீ வைத்தேன்.’ என்று உண்மையைப் போட்டு உடைத்தான்.

அவளுடைய உள்ளம் பதை பதைத்தது. மார்பு ‘படபட’ என்று அடித்துக்கொண்டது. ஆனால் ஒரே ஒரு சந்தேகம் எழுந்தது. ‘ஆனந்தா, நீயாக செய்தாயா? மெல்லிய மனம் படைத்த கலைஞன் நீ. உன்னுள் அப்படி தேசப்பற்றோ வெறியோ இருப்பதாய் தெரியவில்லையே? இந்த கொடிய செயலை ஏன் செய்தாய்?’

‘ஒரு பெண்ணின் காதலுக்காக...’

ஒரு நொடி தான்தான் அந்தப் பெண் என்று நினைத்தாள். பின் விளங்கியது.வேறொருவளிடம் தன் மனதைப் பறிகொடுத்துவிட்டு வந்திருந்தான் என்று. ஆனந்தன் மாதவியின் காதலையும் காபாலிகனின் வற்புறுத்தலையும் வாதாபியின் தகனத்துக்கான பழியையும் விளக்கினான்.

துன்பத்துக்கு எல்லையென்பதே கிடையாது போலும். தன்னைத் தானே தேற்றிக்கொண்டாள் சாம்பவி. தன் மேல் இருந்த காதலுக்காக ஜீனாதாசன் சொல்லும் கொடுஞ்செயலையெல்லாம் செய்தான் ஆனந்தன் என்று கற்பனை செய்து வைத்திருந்தாள் சாம்பவி. ஆனால் வேறொரு பெண்ணின் மேலிருந்த காதலுக்காக தன்னிச்சையாக செய்த காரியம் அது என்று புரிந்தது.

தன் மேல் காதலுக்காக வருவான் என்று எதிர்பார்த்திருந்தவள் தன் மனதுக்குள் பேயாட்டம் ஆடும் ஒரு குற்ற உணர்வை அகற்றவே வந்திருக்கிறான் என்று அறிந்தபின் தான் செல்லவேண்டிய வழியென்ன என்று அறிந்தாள்.

அவள் மனத்திலிருந்து காதல் மறைந்தது. அந்த இடத்தில் நிம்மதிக்கு ஓர் ஏக்கம் குடியேறிக்கொண்டது. அடி மேல் அடி வாங்கிய அவள் மென்மையான நெஞ்சம் துடிதுடித்தது. வாழ்க்கையில் இருந்த கடைசி பிடிப்பும் சென்றவுடன் ஒரு முடிவுக்கு வந்தாள். தன்னையறியாமல்அழத்தொடங்கினாள்.

அவள் மனதில் ஏற்பட்ட பிரளயத்தைப்பற்றி அவன் அறியவில்லை. அவள் காதலையே அவனால் உணரமுடியவில்லை. இப்போது

எப்படி? இதைப்பற்றியெல்லாம் அறியாத ஆனந்தன் அவளருகில் அமர்ந்து அவள் தோள்மீது தன் கையைப் போட்டு செல்லமாக அணைத்துக்கொண்டான்.

'அழாதே. நான் வந்துவிட்டேன் அல்லவா? வா... என்னுடன் வா. உனக்கு நல்லதொரு வாழ்க்கை நான் அமைத்துத் தருகிறேன்' என்று உறுதி அளித்தான்.

என்ன சொல்லுகிறான்? தன்னை ஏற்றுக்கொள்கிறேன் என்கிறானா? இல்லை... காஞ்சிவரை வழி துணைக்கு வருகிறேன் என்கிறானா? ஏற்றுக்கொண்டாலும் அது சரியல்ல. ஆனால் இப்போது அவனைவிட்டு அகல நினைத்தாள் சாம்பவி. வேண்டாத தெய்வமில்லை அவன் திரும்பி வரவேண்டும் என்று. ஆனால் வேண்டுதலை நிறைவேற்றிக் கொடுத்த கடவுள் சூழ்நிலையை மாற்றி வேடிக்கை பார்த்தது. வாழவே ஆவலோ துணிவோ இல்லை. அம்மா அப்பா இருவரும் பூவுலகைவிட்டுச் சென்ற பின் தெய்வத்துக்கு சமர்ப்பிக்கும் புஷ்பம்போல தன் கைகளினால் அவளைத் தாங்கித் தாங்கி வளர்த்த அண்ணன் கழுமரத்தில் துடிதுடித்து மாண்டான். சில நாட்கள் கனவில் அதை நினைத்து நினைத்து பயந்து அலறினாள். கூச்சலிட்டாள். எல்லாம் கெட்ட கனவாக இருக்கக்கூடாதா என்ற ஏக்கம். இப்போது ஆனந்தன் வந்துவிட்டான் என்று சந்தோஷித்தாள். ஆனால் அதுவும் துன்பங்களின் தொடர்ச்சியாகவே மாறியது.

'ஆனந்தா, எனக்கு ஒரு காரியம் செய்யவேண்டுமே. நான் காஞ்சிக்கெல்லாம் வரவில்லை. ஆனாலும் இந்த பாழாய் போன ஆலவாய் நகரை இனிமேல் காலால் மிதிக்க நான் விரும்பவில்லை. அருகில் இருக்கும் சமணர் மலைக்கு என்னைக் கூட்டிச் செல்' என்றாள்.

அது தேடுவாரற்ற அநாதைகளைப்போல் வாழும் சமண முனிகள் வாழும் இடம் என்று ஆனந்தனுக்குத் தெரியும். 'சரி' என்று புரியாமல் தலையசைத்தான், எவ்வளவு பிரம்மப் பிரயத்தனம் என்று அறியாமல்.

•••

அத்தியாயம் - 48

# கோயில் சுவரில் துவாரம்

‘என்னையும் தேடி அவர்கள் வருவார்கள்’ என்றாள் சாம்பவி. ‘என் உயிரைக் காப்பாற்றி என்ன பயன் என்று கேட்கமாட்டேன். கடவுள் காப்பாற்றுவார் என்றும் நான் மூடத்தனமாக காத்திருக்கமாட்டேன்’ வேதனை ததும்பிய குரலில் ஓர் உறுதி தெரிந்தது. ‘நீர்தான் என்னைக் காப்பாற்றவேண்டும். அந்தப் பொறுப்பு உங்களுடையது. ஆனால் இந்த அபலையை கூட்டிச் செல்வதால் உமக்கு ஆபத்து அதிகம் என்று நினைத்தாலும் நான் தவறாய் எண்ணமாட்டேன்.’

‘இதென்ன இப்படிக் கவலைப்படுகிறாய்? நானிருக்கும்போது என்னதான் ஆகிவிடும்? சாம்பவி உன்னை பத்திரமாக ஆலவாய் நகரைவிட்டு வெளியே கொண்டு செல்வது என் கடமை. கவலையின்றி தூங்கு’ என்றான் ஆனந்தன்.

நிம்மதி மூச்சுவிட்டான் ஆனந்தன். உற்றார் உறவினரை இழந்திருந்தாள். அவள் மனங்கோணாமல் மீதி வாழ்வை வாழ வேண்டுமென்றால் சாம்பவியை சர்வ ஜாக்கிரதையாகப் வெளியே அழைத்துச் செல்லவேண்டும் என்றறிந்தான். வரமாட்டேன் என்று அவள் அடம் பிடித்தால் என்ன செய்வது என்று பயந்திருந்தான் ஆனந்தன். இப்போது தானாக வருகிறேன் என்கிறாள் என்றவுடன் நிம்மதி. ஆனால் உறுதி அளித்தவுடன் அவனுக்கு கவலையே அதிகரித்தது. மதுரையில் பல நாளாய் மனிதர்கள் மிருகங்களாகி விட்டனர். அவர்களின் காவலுக்கு இவன் ஈடு கொடுக்க முடியுமா?

அறையில் இருந்த இதர சமணர்களிடம் விசாரித்தான். சைவர் குழு ஒன்று வெறியுடன் கையில் பயங்கர ஆயுதங்களுடன் வீதி வீதியாய் திரிகிறது. இதுநாள்வரை அவர்கள் கண்டு அஞ்சிய சமணர்கள் இன்று

வலுவிழந்து இருந்ததால் எதிர்ப்பேதுமில்லை. அவர்களால் மதுரையைவிட்டு வெளியேற நினைத்தவர்கள் கோட்டைக் கதவை சற்றும் நெருங்க முடியவில்லையாம். கோட்டை வாசற் கதவுகள் திறந்துதானிருந்தன. ஆனால் திறந்திருந்த வாசலில் வேல் பிடித்த வீரர்கள் சிலர் நின்றுகொண்டிருந்தார்கள். அவர்களை தாண்டி எல்லாம் சமணர் யாரும் சென்றுவிட முடியாது என்றார்கள். முக்கியமாக சாம்பவியை அந்த வழியில் கூட்டிச் செல்ல முடியாது என்றும் வலியுறுத்தினர்.

'பின் வெளியேற என்னதான் வழி?' என்று வினவினான் ஆனந்தன்.

'இருக்கிறது...' என்றார்கள் மர்மமாக. கோட்டைக் கதவு வழியாக வெளியேற வாய்ப்பில்லை என்றவுடன் சமணர்களும் தங்கள் உற்றார் உறவினர்களை பத்திரமாக வெளியே அழைத்துச் செல்ல ஒரு மாற்று வழியைக் கண்டுபிடித்துவிட்டனர் என்று சொன்னார்கள்.

'நாம் தங்கியிருக்கும் வீட்டுக்கு மிக அருகில் மேற்கு திசையில் ஒரு காளி கோயில் இருக்கிறது. அதன் வெளிபுறச் சுவர் மதுரை கோட்டை மதிலை ஒட்டியது. ஏன் இரண்டு சுவர்களுமே ஒன்றுதான். அதில் ஒரு துவாரம் உண்டு' என்றார் ஒருத்தர்.

ஆச்சரியமாகப் பார்த்தான் ஆனந்தன்.

'ஆம், நாங்கள் செய்ததுதான். அந்த துவாரத்தை அடைக்கும்படி கற்கள் அடுக்கப்பட்டிருக்கும். அதை எடுத்தால் அகழிக்குள் நுழைந்து விடலாம். மதுரையில் அகழி எப்போதும் காய்ந்துதானிருக்கும். அது வழியாகத்தான் நூற்றுக்கணக்கான சமணரும் தப்பித்து வெளியே சென்றனர். சாம்பவியையும் இந்த வீட்டுக்கு அழைத்து வந்தது அந்த துவாரத்துக்கு அருகாமையில் இருக்கலாம் என்றுதான்.'

'கோயிலில் யாரும் இருக்கமாட்டார்களா?' என்று வினவினான் ஆனந்தன்.

'வருடம் ஒருமுறை ஆயிரமாயிரம் பேர் காளிக்கு மலர்மாரி பொழிவார்கள். ஆனால் மற்ற நேரங்களில் யாரும் தலைகாட்டுவ தில்லை' என்று உறுதி அளித்தனர்.

ஆனந்தனுக்கு நம்பிக்கை பிறந்தது. 'இன்று இரவு சாம்பவியை அழைத்துக்கொண்டு மதுரையைவிட்டு வெளியேறிவிடட்டுமா?'

'ஆம், அவளை பத்திரமாக வெளிக்கொண்டு செல்வது உம் கடமை. ஜீனாதாசனின் தங்கை என்றால் அவள் உயிருக்கு உத்திரவாதம் இல்லை' என்றனர்.

‘ஆனால் நீண்டதொரு நெடும்பகல் கடந்தபின்தான் முயற்சி செய்யவேண்டும். அதற்கு தெம்புவேண்டும். காலமிருக்கிறது. உறங்கு’ என்று அறிவுறுத்தினர்.

ஆனந்தன் சற்றுக் கண் அயர்ந்தான். அப்போது கனவா இல்லை கற்பனையா என்று சரிவர தெரியவில்லை. சாகும் போது ஜீனாதாசன் செய்த வீர சாகஸச் செயல் அவன் கண் முன்னால் வந்தது.

அவன் காதில் அந்த உரையாடலின் வார்த்தைகள் தெளிவாய் கேட்டன - ‘ஜீனாதாசா இன்னமும் நீ பிழைக்க வழியுள்ளது. நீ மடத்துக்கு தீ வைக்கவில்லையே?’ என்றான் ஒரு ஸ்நேகிதன். ‘ஆனந்தன்தானே வைத்தான். அதை விளங்கச் சொன்னால் பாண்டியர் ஏற்றுக் கொள்ளுவார்.’ ‘நான் சிநேகத் துரோகம் செய்யமாட்டேன். என்றாவது அவன் திரும்புவான். அன்று என் நற்குணத்தை கேள்விப்பட்டு சந்தோஷிப்பான்’ என்றது ஜீனாதாசனின் குரல்.

அதைக் கேட்டு ஆனந்தனுக்குத் தூக்கிவாரிப் போட்டது. அவன் உள்ளக் கடலில் பெருங்கொந்தளிப்பை உண்டாக்கியது. முகம் வெளிர்த்து எழுந்தான். உயிரே போனாலும் சாம்பவியைக் காப்பாற்ற வேண்டும் என்ற உறுதி ஏற்பட்டது.

அதன் பின் தூக்கமே வரவில்லை. காத்து காத்து பொறுமை இழந்தான் ஆனந்தன். ஆனால் காலம் அதிவேகமாக யாருக்காவது நகருமா? கடைசியாக கழியாத நீள்பகலும் கழிந்தது. மதுரை மாநகரில் நான்கு பக்கங்களிலும் இருள் சூழ்ந்து வந்தது. ஊரே அயர்ந்து தூங்கி விட்டது. கோட்டை மதிலுக்கு வெளியே செல்வதற்கு உகந்த நேரம் என்று தெரிந்தது.

சாம்பவியை வழியனுப்பும்போது வைகைக்கு இணையாக பலரது கண்களில் ஜலம் வரும் போலிருந்தது. அதனால் கூச்சல் குழப்பமின்றி கிளம்பவேண்டும் என்று அவள் கையைப்பிடித்து இருளுக்குள் விரைந்தான் ஆனந்தன்.

அவள் கரம் நடுங்குவதைக் கண்டான். ‘வாயில் விரலை வைத்துக் கடித்துக்கொள். உன்னையறியாது ஏதாவது சப்தம் செய்துவிடப் போகிறாய்’ என்று சொன்னான். அவளும் ‘சரி’ என்று தலையசைத்தாள்.

பாதைகள் இருண்டிருந்தன. காலையில் ஜகஜோதியாய் ஆதவனின் ஆதரவில் இருக்கும் ஆலவாய் நகரம் எங்கே? இருளும் பயமும் நிறைந்த நரகம் எங்கே? கட்டடங்களின் சுவர்களையொட்டியே சந்தடிகூட கேளாமல் நடந்தனர். சுவரின் நிழலில் யாருடைய கண்களிலும் தென்படமாட்டார்கள் என்பதற்காக.

ஓர் ஆபத்துமின்றி காளிகோயிலைக் கண்டுபிடித்தனர். கோயிலின் வெளிப்புறச் சுவரில் கதவேயில்லை. கோயிலுக்குள் சென்றவுடன் நிம்மதிப் பெருமூச்சுவிட்டான் ஆனந்தன். ஆனால் என்ன ஆச்சரியம். கோயில் ஆள் நடமாட்டமின்றி வெறிச்சோடி இருக்கும் என்று சொன்னார்களே? கர்ப்பக்கிரஹத்துக்கு முன் தீபங்கள் எரிந்தன. அதில் கோபாவேசமாய் காளியின் ஆளுயர விக்ரகம் தெரிந்தது. நெருப்பெனச் சுட்டுவிடும் பார்வை அந்தக் காளிக்கு. கண்களை அகற்றிக்கொண்ட சாம்பவியின் பயத்தை அறிந்தான். அவ்விடத்தில் இருந்து சென்றுவிடவேண்டும் என்று எண்ணிய ஆனந்தனுக்கு இன்னுமொரு ஆச்சரியம்.

கோயிலில் ஆளில்லாமல் இல்லை. காவி உடையில் ஒருவர் கண்மூடி அம்மனுக்கு அருகில் அமர்ந்து ஜபம் செய்துகொண்டிருந்தார். அசைவற்று இருந்ததால் அவரை அவன் முதலில் கவனிக்கவில்லை. அவர் தவத்தைக் கலைத்த பாவம் வேண்டாமென்று மட்டுமல்ல, மாட்டிக்கொள்ளக்கூடாது என்பதற்காகவும்கூட சந்தடி சப்தம் இல்லாமல் இருவரும் கோயிலின் பின்புறத்துக்குச் சென்றனர்

கோயில் பிரகாரத்தில் வில்வமரத்துக்கு அருகே மதில் சுவரில் ஏழெட்டு கற்கள் சாந்தின்றி பொருத்தப்பட்டிருக்கும் என்பதே அடையாளம். ஆனால் மரத்தருகே சென்று சுவரைக் கைகளால் ஆராய்ந்தால் அவன் ரத்தமே பனியாய் உறைந்தது.

மூன்று நான்கு நாட்களுக்குள் சமணர் யாரும் இது வழியாகத் தப்பியிருக்க முடியாது. ஏன் என்றால் அந்தக் கற்களை சாந்து வைத்துப் பூசி துவாரத்தை அடைத்திருந்தார்கள் சைவர்கள். சாந்து கல்லைவிட கெட்டியாக ஆகியிருக்கும். இனிமேல் இந்த ரகசிய துவாரம் வழியாக சமணர்கள் தப்பிக்க வாய்ப்பில்லை.

சாம்பவிக்கு உண்மை புரிந்தவுடன் அழுகையே வந்தது. விம்மி விம்மி அழத் தொடங்கினாள். அவளை சமாதானப்படுத்தி மீண்டும் அந்த இருட்டறைக்கே அழைத்துச் செல்வதை தவிர வழியொன்றும் ஆனந்தனுக்கு தெரியவில்லை.

திடீரென அந்த மௌனத்தைக் கிழித்துக்கொண்டு ஒரு கம்பீரக் குரல் கேட்டது. ‘என்ன தேடுகிறீர்கள்?’

தூக்கிவாரிப் போட்டது. அரண்டுபோய் இருவரும் திரும்பினால் தவம்செய்த சைவர் எழுந்துவிட்டார். அவர்களைப் பின் தொடர்ந்தும் வந்துவிட்டார் என்று தெரிந்தது.

சைவரின் வரவு ஆனந்தனின் உள்ளக் கடலில் பெருங்கொந்தளிப்பை உண்டாக்கியது. போரிட்டும் அவரை வீழ்த்த முடியாது. நின்றபோது

அவரைப் பார்த்தால் தினசரி தவம் செய்பவர் போலில்லை. ஏதோ போர் வீரனின் மிடுக்கு இருந்தது. அவர் தோற்றமே பயங்கரமான தோற்றம் அல்ல. ஆனால் தற்போதைய நிலையில் பயம் தரும் தோற்றம். தாங்கள் யாருக்காக பயந்து ஓடுகிறார்களோ அவர்களுள் ஒருவன் என்று புரிந்தது. சமணர்கள் இந்தக் கோயில் வழியாக மதுரையைவிட்டு வெளியேறுகிறார்கள் என்று காவலுக்கு இருந்தவர்போல. சாம்பவி தன்னையறியாமல் மெல்ல ஆனந்தனின் பின் நகர்ந்து நின்றாள். இருவரும் வாயடைத்துவிட்டனர்.

'எங்கே செல்ல முயல்கிறீர்கள்?' என்று மீண்டும் வினவினார்.

பொய் சொல்லிப் பிரயோசனம் இல்லை என்று புரிந்தது ஆனந்தனுக்கு. உடல் நடுங்கியதுபோல் ஆனந்தன் குரலும் நடுங்கியது. 'அய்யா, நான் இந்தப் பெண்ணை வெளியே அழைத்துச் செல்லவேண்டும்.'

'கள்வர்போல் இருட்டை ஏன் நாடுகிறீர். காலை சூர்யோதயத்துக்குப் பின் செல்லலாமே?'

'அய்யா... அது முடியாது.'

'சரி, புரிகிறது. ஆனால் இந்தத் துவாரம் இருந்த இடத்தில் சுவர் ஒன்றை எழுப்பிவிட்டார்கள்.' ஒப்புக்கொண்டு ஆனந்தன் தலையசைத்தான். 'காலை கோட்டை வாசல் வழியாக உம்மை பத்திரமாக அழைத்துச் செல்ல சித்தமாயிருக்கிறேன்.'

'சைவர் மனமுவந்து தங்களை தப்பிக்க வைக்கிறாரா?' ஆனந்தனுக்கு சந்தேகம் வந்தது.

அதைப் புரிந்துகொண்டவர் சிரித்தார். 'கீழ்த்திசையில் விடிவெள்ளி தோன்றியவுடன் கோட்டைக் கதவு திறக்கும். அப்போது என்னால் உன்னை வெளியே அனுப்ப முடியும். ஆனால் நீயோ பதற்றமாய் இருக்கிறாய். அவசரமாய் செல்ல நினைக்கிறாய். என்னை நம்பி வா. நான் உதவுகிறேன்' என்று சொல்லி நடந்தார். இருவரும் நகராமல் சிலைபோல நின்றனர்.

திரும்பிப் பார்த்தவர், 'இந்த துவாரத்தை அடைத்துவிட்டனர். ஆனால் இந்தக் கோயிலில் இன்னும் ஒரு துவாரம் இருக்கிறது' என்றார்.

மூவருமாய் கோயிலின் இன்னுமொரு மூலைக்குச் சென்றனர்.

'இந்த கோயிலின் பலிபீடம் பின்தான் அந்தத் துவாரம். பலியிட்ட ஆடுமாடுகளினை வெளியே தூக்கியெறிய செய்யப்பட்ட ஏற்பாடு' என்றார் சைவர்.

பலிபீடத்தைச் சுற்றி எலும்புகள் குவிந்து கிடந்தன. எல்லாம் பலி கொடுக்கப்பட்ட பிராணிகளுடையது.

சிரித்தான் ஆனந்தன். 'ஆடுமாடு பலிகொடுத்த ஆலவாயில் இன்று மனித பலி நடக்கிறது.'

'தம்பி...!' என்றார் அவர் நகைத்துக்கொண்டே. 'நானும் நரபலி கொடுத்தவன்தான். ஆனால் அது பெரிய கதை. சொல்ல ஆரம்பித்தால் விடிந்துவிடும்.'

'என் பொறுமையை அதிகமாக சோதிக்கவேண்டாம்' என்ற மறைமுகமான எச்சரிக்கையா அது என்று ஆனந்தன் பயந்தான். 'ஆகா! இவர் மனம் மாறும் முன் தப்பிக்கவேண்டும். வாயைக்கொடுத்து மாட்டக் கூடாது' என்று முடிவெடுத்தான்.

'அய்யா, அவ்வளவு நேரம் எனக்கில்லை.'

அவர் பலசாலி. ஆனந்தனை எதிர்பார்க்காமல் அந்தச் சுவரிலிருந்து ஒரு கல்லைப் பெயர்த்தெடுத்தார். அவர் கற்களை ஒன்றொன்றாய் எடுத்துக் கீழே அடுக்கிய பின் ஓரிரு நிமிடத்தில் துவாரம் தெரிந்தது.

'செல்லுங்கள்' என்றார். முதலில் குனிந்தபடி சாம்பவி வெளியே சென்றாள். பின் ஆனந்தனும் சென்றான். கல்லை மீண்டும் அடுக்குவதற்கு முன் அந்த சைவருக்கு நன்றி சொல்ல முற்பட்டான்.

'அய்யா, எங்கள் உயிரைக் காப்பாற்றினீர்கள். உமக்கு என்றும் நன்றிக்கடன் பட்டிருப்போம். இன்றைக்கு எனக்கும் இந்த பேதைப் பெண்ணுக்கும் எதிர்பாராத பாக்கியம் கிடைத்திருக்கிறது. பாண்டிய நாட்டில் எங்களுக்கும் உதவ ஒருவராவது இருந்தனரே. உமது திருநாமத்தைச் சொன்னால் சந்தோஷப்படுவேன். வாழ்நாளெல்லாம் தினம் தினம் சொல்லிச் சொல்லி மகிழ்வேன்.'

வாய்ப் பேச்சாய் சொல்லவில்லை ஆனந்தன். மனமுவந்து சொன்னான்.

சிரித்தார் அந்தச் சைவர். 'தம்பி, நானும் உன்போல் அசலூர்க் காரன்தான். திருசெங்காட்டங்குடி என் ஊர். என் பிறவிப் பெயர் பரஞ்சோதி. என்னை சிறுத்தொண்டர் என்று அழைப்பார்கள் ஊரார்' என்றார்.

•••

அத்தியாயம் - 49

# தப்பித்தோம்... பிழைத்தோம்

**எ**ந்தக் கரத்தை வெட்டவேண்டும் என்று பல நாளாய் கண்ணும் கருத்துமாய் இருந்தானோ அந்தக் கையின் உதவி கொண்டு மதுரை கோட்டையின் அகழிக்குள் காலெடுத்துவைத்திருந்தான் ஆனந்தன்.

சிரிப்பு வந்தது. 'இந்தக் கையை வெட்டக் கிளம்பி வந்தோமே?'

அவர் கரங்கள் இரண்டையும் பற்றி தன் கண்களில் ஒற்றிக்கொள்ள வேண்டும் என்று ஆசைபட்டவனுக்கு உண்மை தெரிந்தவுடன் வெட்கம். அந்த உணர்வு அவனை மெய்சிலிர்க்க வைத்தது. அந்த அதிர்ச்சியிலிருந்து அவன் மீள்வதற்குள் சிறுத்தொண்டர் கடைசி கல்லையும் பொருத்திவிட்டார்.

சிறுத்தொண்டரின் உருவத்தை தன் கண் முன்னால் கொண்டுவந்து நிறுத்தினான் ஆனந்தன். அவன் நடவடிக்கைகளையெல்லாம் தெரிந்துகொண்டுதான் இந்தக் காரியத்தை செய்தாரா? அப்படி என்றால் மெய்யான ஞானி அவர். ஏதுமறியாதவர்போல் உதவினாரே?

ஆனந்தனுக்கு கண்கள் ஊற்றாய் பெருக்கெடுக்கும் அபாயம். விதியின் கோலம் நினைப்பதைவிடப் பெரியது என்று உணர்ந்தான். இதுபோலத்தான் எதிர்பாராமல் யாரென்றுகூட தெரியாமல் ஓரிரவு பல்லவேந்திரனுடன் செலவழித்தான். மன்னரின் தலையைக் கொய்து வரவில்லை என்ற ஏமாற்றத்தில் பின் பல நாள் பற்களை நறநறவென்று கடித்தான். விதி அவன் தலையில் அடுக்கும் அனுபவங்களின் சுமை தாங்காமல் பூமிக்குள் அமிழ்ந்தாலும் அமிழ்ந்துவிடுவான் போலிருந்தது.

கண்களைத் துடைத்துக்கொண்டு சாம்பவியிடம் வந்தான். அவள் ஆனந்தனின் முகத்தை நோக்கினாள். கனவிலிருந்து விழித்துக் கொண்டவன்போல் விழித்தவனைப் பார்த்து 'என்ன ஆனந்தா?' என்று வினவினாள் சாம்பவி.

நடுங்கிய குரலில் 'எனக்கொரு பகைவன் மடத்தில் இருந்தான் என்று சொன்னேன் அல்லவா?'

'ஆம், அவனுக்கென்ன இப்போது?'

'அவன்தான் இவர்' என்று கோட்டைச் சுவரில் இருந்த துவாரத்தை நோக்கினான்.

அவளும் அதிர்ச்சி கொண்டாள். எதற்காக இவ்விதம் நிகழ்ந்தது என்பதெல்லாம் ஒன்றும் தெளிவாகவில்லை. இதில் கடவுள் சொல்லும் செய்திதான் என்ன என்றும் தெளிவாகவில்லை. ஆனால் அவளுக்கு நடப்பதின் தாத்பரியம் புரிந்துவிட்டது. 'மனித நேயம் இன்னும் சாகவில்லை ஆனந்தா. என்றென்றும் வாழும். அது ஜாதி, மத, குல விஷயங்களுக்கு அப்பாற்பட்டது' என்றாள்.

தப்பித்துவிட்டோம் என்று மனதில் பூரிப்பு இருந்தாலும் இங்கு நிற்பதில் இனி பாதுகாப்பு இல்லை என்று உணர்ந்தான் ஆனந்தன். அகழியில் தண்ணீர் இல்லை. நீரில்லா அகழியை இருளில் தட்டுத்தடுமாறி கடந்தனர். அகழியின் சுவரை ஏறும் முன் தவியாய் தவித்துவிட்டார்கள்.

சாம்பவியின் முகத்தில் ஒரு மகிழ்ச்சியைக் கண்டான். அவளால் நம்ப முடியவில்லை. 'ஆனந்தா, அவ்வளவுதானா! தப்பித்துவிட்டோமா?'

'முக்கால் வாசி கிணறை கடந்துவிட்டோம். இனி மீதியைக் கடக்க வேண்டும்' என்றான்.

இருவரும் சேதமின்றி எதிரி நகரிலிருந்து உயிர்பிழைத்து வெளி வந்தனர். ஆனால் அவனுடைய உள்ளத்தில் கவலையை கிளப்பி விடுவதற்கு வேறு பல விஷயங்கள் இருந்தன. உண்மை நிலவரத்தையும் ஆராய்ந்தான் ஆனந்தன். சிறுத்தொண்டன் மட்டும் எதிர்பார்ப்புக்கு மாறாக நல்லவராய் இருக்கலாம். ஆனால் தங்களுக்கான அபாயங்கள் சற்றும் குறையவில்லை என்று புரிந்தது.

இருவரும் வேகமாக நடந்தனர். பொழுது விடியும்வரையில் பரவாயில்லை. இருட்டு உதவும். பின் சற்று விழிப்போடு செயல் படவேண்டும். சற்று தூரம் சென்றபின் தான் மிதிக்கக்கூடமாட்டேன் என்று சபதம் செய்த மதுரை நகரை ஒரு முறையாவது பார்க்க வேண்டும் என்று சாம்பவிக்கு ஆசை. திரும்பிப் பார்த்தாள்.

கோட்டை கொத்தளங்களில் காற்றின்றி அசைவுற்று கயல் கொடிகள் தலை தொங்கின. ஏன் தொங்காது? பழம் பெருங்குலத்துக்கு அவக்கேடு நேர்ந்துவிட்டது. ஆலவாயில் சில நாட்களாய் ரத்த ஆறுகள் நாலா பக்கமும் பெருக்கெடுத்துப் பாய்ந்து ஓடின. அந்த உதிர நதிகளில் உற்றார் உறவினர் தலைகள் மிதந்து சென்றனவா என்று கேள்விக்குறியுடன் சமணர் பார்த்திருந்தனர்.

கிளையோடு கிளை பின்னிப் பிணைந்து வாழ்ந்த இரு சமுதாயங்கள் ஒருவரை ஒருவர் வெட்டிச் சாய்த்த அவலம். காலங்காலமாகப் போற்றி வைத்திருந்த சமணர்களை இன்று அடித்து விரட்டியது ஆலவாய் நகருக்கு என்றுமே ஓர் அவப்பெயர்தான்.

சரியான திசையில்தான் நடக்கிறோமா என்று சற்று சந்தேகத்துடனேயே நடந்தனர். எங்கே போகவேண்டும் என்று சாம்பவியைப் பாதுகாத்தவர்கள் உத்தேசமாக சொல்லியிருந்தார்கள். மதுரை நகருக்கு இரண்டு காத தூரம் கிழக்கே ஒரு குன்று இருந்தது. சமணர் மலை என்ற அந்த குன்றின் சரிவில் அடுத்தடுத்து குடைந்த குகைகள் பல இருந்தன. பன்னெடுங்காலமாக சமண முனிகள் வாழ்ந்த இடம். துறவிகளுடன் இன்று அகதிகளும் இருக்கிறார்கள்.

வானத்தில் நட்சத்திரங்களைக் கண்டு கிழக்குத் திசையை உத்தேசித்தான். அத்திசையில் இருவரும் நடக்கலானார்கள். சாலையில் யாருமில்லை.

ஓரளவு விழிப்போடுதான் நடந்தார்கள். ஆனந்தனுக்கு ஒரு பயம். மனித உடல்களை சுவைத்த ஓநாய்களோ, நரிகளோ தங்களையும் தாக்கலாம் என்று கவனமாய் இருந்தான். போகும் வழியில் ஓர் ஆளுயர மரக்கம்பை உடைத்துக்கொண்டான். தற்காப்புக்கு உதவும்.

தனக்குள் சைவர்களைப்பற்றி எரிமலைபோல குமுறிக் கொண்டிருப்பாள் என்று எண்ணினான். ஆனால் அப்படியில்லை. ஆனால் அவள் மென்மையான இதயமே கல்லானதோ என்றுகூட நினைத்தான். சாம்பவிக்கு கண்ட காட்சிகளில் அழுகை வரவில்லை. ஆனால் மனம் கனத்தது.

இருள் நமக்கு சாதகமாக இருக்கும்வரை முடிந்தவரைக்கும் தூரம் கடந்துவிடவேண்டும் என்று தீர்மானம் செய்தனர். அதிவேகமாக நடந்தனர். ஆனந்தனுக்கு மனதுக்குள் ஒரு தைரியம் இருந்தது. தான் யாருடைய கையை வெட்ட வெறியுடன் கிளம்பி வந்தானோ அதே கை அவனுயிரைக் காப்பாற்றியது. அதனால் இனி விதி அவனைத் துரத்தாது.

இரவும் பகலும் கலந்து உறவாடிய சமயத்தில் இன்னமும் நெடுவழி போகவேண்டும் என்று தெரிந்தும் கால்கள் கெஞ்சின. விடிவெள்ளி கிளம்பும் நேரத்தில் சற்று ஓய்வெடுத்தனர். இருவருமாய் ஒரு குளமருகே அமர்ந்தனர். அச்சமும் தவிப்பும் குடிகொண்டிருந்த அவள் மனதை எப்படி சாந்தப்படுத்துவது என்று அவனுக்குத் தெரியவில்லை. பேசாமல் இருந்தான்.

இருவரும் அமர்ந்திருக்கும்போது ஆழ்ந்த யோசனையில் இருந்த ஆனந்தனை ஓரக்கண்ணில் பார்த்தாள் சாம்பவி. அவனை எண்ணி பாகாய் உருகியிருந்த சமயங்கள் உண்டு. அவன் மேல் இப்போதும் அன்பிருந்தது. ஆனால் காதல் இப்போது இல்லை.

பகல் கனவு எவ்வளவு கண்டிருந்தாள். அவன் தன்னைக் காப்பாற்ற வந்தான் என்று தெரிந்தவுடன் அதுவும் தன் உயிரை பணயம் வைத்து வந்தான் என்றவுடன் பௌர்ணமி நிலவைக் கண்ட அலை கடலாகப் பொங்கியது. அஞ்சா நெஞ்சம் கொண்டு செய்யவேண்டிய காரியங்கள் எல்லாம் ஒரு சாதாரண சிற்பி செயல்படுத்திக் கொண்டிருந்தான். எல்லாம் தனக்காக. ஆதலால் தன் கனவுகள் எல்லாம் பலித்துவிட்டதாகவே தோன்றியது. ஆனால் அவன் மனதில் வேறொரு பெண் இருக்கிறாள் என்றவுடன் அதே கனவு சிதறுவதை அனுபவித்தாள்.

நொடிக்கொருமுறை திரும்பித் திரும்பிப் பார்த்து சென்றவர் இப்போது சற்று பயம் குறைந்து நடந்தனர். காலையில் சூழல் மாறியது. வரும் வழியெல்லாம் நடுநிசி ஆந்தைகள் கத்தின. ஆனால் இப்போது பற்பல பறவைகள் கீதமிசைத்தன. அதுமட்டுமல்ல, காலை வெளிச்சத்தில் சாம்பவியிடம் ஒரு மாற்றம் கண்டுபிடித்தான் ஆனந்தன். சோகத்தினை மீறி சாம்பவியின் கண்களிலே ஓர் அசாதாரண ஒளி பிரகாசித்தது. இருவருமாய் வேகமாய் நடந்தார்கள். அவளும் அவன் வேகத்துக்கு ஈடு கொடுத்து நடந்தாள்.

முற்பகல் பொழுது திடீரென சாம்பவி, ‘அதோ பார்’ என்றாள். அவள் சுட்டிக்காட்டிய திசையில் ஒரு தனிக்குன்று நின்றது. மலையைப் பார்த்த பின்பே ஆனந்தனால் நிம்மதியாக மூச்சுவிட முடிந்தது.

மலை நெருங்கியவுடன் பாதை கரடுமுரடானது. மண்டிக் கிடந்த முற்புதர்களை அகற்றிவிட்டே செல்லவேண்டியிருந்தது. மலையின் அடிவாரத்துக்கு வந்து சேர்ந்தபோது நண்பகல் ஆகிவிட்டது. அடிவாரத்தில் ஆனந்தனுக்கு சந்தேகங்கள் எழுந்தன. மேலே பார்த்தால் ஆள் நடமாட்டமே இல்லை. பாதை எதுவும் அவன் கண்களுக்குப் படவில்லை. இவ்விடம்தான் சரியான இடமா?

‘இதுதான் சமணர் மலை’ என்று உறுதியாய் சொன்னாள் சாம்பவி. ‘மேலே செல்லும் பாதையும் இங்குதான் எங்கோ இருக்கிறது’ என்று தேடித்தேடி பாதையைக் கண்டுபிடித்தாள்.

மலை மேல் செல்லும் ஓர் குறுகலான ஒற்றையடிப் பாதையில் ஏற ஆயத்தமானார்கள். சுற்றும் முற்றும் கண்ணோட்டம் விட்டுவிட்டு மலையேறத் தொடங்கினர். இந்த மலையில் ஏன் தஞ்சம் புகுந்தார் சமணர் என்று ஆனந்தனுக்குப் புரிந்தது. மேலிருந்த குகைகளின் அமைப்பில் ஒரு சிறப்பு உண்டு. கீழிருந்து பார்த்தால் கண்ணுக்குத் தெரியாது. மலைச் சரிவில் இருந்த அடர்ந்த விருட்சங்களின் நிழலில் மறைந்தது. இல்லை சரிவில் சற்றுக் கீழிருந்த பாறைகளினால் மறைக்கப்பட்டது.

ஏறும்போது விசாரித்தான் ஆனந்தன். ‘உனக்கு எப்படி இந்த இடம் தெரியும்?’

‘என் இளம் வயதில் வந்திருக்கிறேன். இங்கு ஒரு சமணத் துறவி இருப்பார். அவரைக்காண நான் வருவேன். அப்போது இந்தப் பாதையில் இவ்வளவு முற்கள் இருக்காது.’

மலை ஏறியவுடன் வேறொரு உலகில் நுழைந்ததுபோல் தெரிந்தது. அடிவாரத்திலிருந்த வெப்பம் மாறி ஜில்லென்ற உணர்ச்சி ஏற்பட்டது. ஜீனாதாசனின் தங்கை வருகிறாள் என்று மேலிருந்து கண்டறிந்த பலர் அவளை வரவேற்று உபசரிக்கக் காத்திருந்தார்கள். எல்லோருக்கும் குதூகலம் தாங்கவில்லை. ‘வாருங்கள்...வாருங்கள்’ என்று முகமன் கூறி ஒரே குரலில் வரவேற்றனர். சாம்பவியை தனியாக அழைத்துச் சென்றனர்.

ஆனந்தன் குன்றின் உச்சியில் நின்று நாலாபுறமும் உற்று நோக்கிக் கொண்டிருந்தான். அவன் நினைத்தது சரிதான். கீழிருந்து அண்ணாந்து நோக்கினாலும் குகைகள் தெரியாது.

அப்போது பெரியவர் ஒருவர் அவனருகே வந்தார். ‘என் பெயர் வர்தமானன்’ என்றார். ‘காலையில் பேசிக்கொள்ளலாம். இப்போது சாப்பிட்டுவிட்டுக் களைப்பாற உறங்கு’ என்றார்.

தன் வாழ்க்கையின் பெரிய சாதனையை முடித்த சந்தோஷத்தில் இருந்தான் ஆனந்தன். அவனிருந்த உற்சாகத்தில் நித்ரா தேவி அவன் சமீபத்தில் வரக்கூட தயங்கினாள்.

•••

அத்தியாயம் - 50

# சமணர் மலை

**ம**லைக்கு மேலே இயற்கை அழகுடன் நிசப்தமும் கூடியிருந்தது. எப்போதும் இளங்காற்று வீசிக்கொண்டிருந்தது.

ஒரு பாறையின்மீது ஏறி அமர்ந்தான் ஆனந்தன். அமர்ந்தபடி சுற்றிப் பார்த்தான். வெகு தூரம் வரை இருள் பரவியிருந்தது. ஆனால் அந்தக் கருக்கிருட்டு நேரத்தில்தான் என்ன அமைதி... அப்பப்பா! துரத்திவரும் அபாய அரக்கனின் கையில் மாட்டாமல் ஓடிக் கொண்டிருப்பதில்தான் எவ்வளவு கடினம்! இப்படி பயமின்றி சற்று நேரம் அமர்ந்து எவ்வளவு நாட்களானது? அவனுக்கு இந்த மலையுச்சியும் அதன் மக்களையும் பிடித்திருந்தது. பல நாட்களாய் கலவரமான முகங்களைக் கண்டுவிட்டு இந்த அமைதி முகங்களைக் கண்டதில் உற்சாகம் அடைந்தான் ஆனந்தன். ஆழ்ந்த அமைதியில் மனதில் இருந்த வலியெல்லாம் இறங்கியது. நெடுந்தூரம் நடந்து பின் மலையேறிய கால்வலிகூட தெரியவில்லை.

அவன் பின்னால் காலடியோசை கேட்டது. ஆனால் அவன் பயம்கொள்ளவில்லை. வந்தது வர்தமானன். அவன் தோள்மீது மெல்லத் தன் கையை வைத்து அருகில் அமர்ந்தார்.

‘என்ன தம்பி, தூக்கம் வரவில்லையா?’ என்று சொல்லி அவன் சிந்தனையைக் கலைத்தார்.

அப்போது பேசத் தொடங்கியவர்கள் இரவு மூன்றாம் சாமம் வரையில் பேசினார்கள். அவர் பேசியதில் முக்கியமாக அவன் மனதில் பதிந்தது ஒன்றுதான். இவ்வளவு நடந்தபின்னும் அவருக்கு சற்றும் சைவர் மேல் கோபமில்லை.

வர்தமானன் ஆனந்தனை நோக்கி, ‘நீ சமணருக்கு பெரும் உதவி செய்திருக்கிறாய்’ என்றார்.

அந்தச் சொற்கள் செவிகளில் விழுந்தவுடன் ஆயிரம் தேள்கள் அவனை ஒன்றாகக் கொட்டின. குற்ற உணர்வில் அவன் முகம் சுருங்கியது. சமண குலம் ஆலவாயில் அழிந்ததற்கு ஒரே காரணம் அவன்தான். மக்களிடம் மறைந்து கிடக்கும் சமயவெறியைத் தூண்டி விட்டது அவன் மடத்துக்கு தீ வைத்த அந்தவொரு செயல்தான் என்று எண்ணி மனதுக்குள் புழுங்கினான்.

அவர்களுக்கோ அவன் சாம்பவியின் உயிரைத் திருப்பிக் கொடுத்தவன். அவனுடைய அந்தச் செயலுக்காக எல்லோருமே பேரானந்தமடைந்திருந்தனர்.

வர்தமானன் நாட்டில் நிலவி வரும் நிலையைச் சொல்லி வருத்தப் பட்டார். ‘பண்போடு போர் செய்யும் முறைகூட தமிழகத்தில் உண்டு. ஆனால் இந்த மதச்சண்டைகளில் காட்டுமிராண்டித்தனம்தான் இருக்கும். சம்பந்தன் எதிரியானாலும் அவன் சிறு பாலகன் அல்லவா? அவன் மடத்தை தீயிட்டுக்கொளுத்த...’

அவர் முடிப்பதற்குள் ஆனந்தன் குறுக்கிட்டான். ‘அய்யா, அந்த இழி செயலைச் செய்தவன்...’ என்று ஆரம்பித்தான் ஆனந்தன்.

வர்தமானனும் குறுக்கிட்டார். ‘வேண்டாம் தம்பி. அது முடிந்த விஷயம். அதைப்பற்றி நான் கேட்க விரும்பவில்லை’ என்றார். ‘இது விதிக்கப்பட்டது தம்பி. நம்முடைய மதத்தின் மேன்மையை நிலைநாட்டிக்கொள்ள நாம் செய்யும் காரியங்கள் அந்த மதம் போதித்ததற்கு நேர் மாறாக இருக்கிறது. அதுதான் ஆலவாயில் சமணத்துக்கும் நேர்ந்தது. எங்குமே நீக்கமற்று நிறைந்து இருக்கும் கடவுள் நமக்கெல்லாம் பொதுவானவர். அதைப் புரிந்துகொள்ளாமல் உன் கடவுளைவிட என் கடவுள் பலம் வாய்ந்தவர் என்று போராடும் கேவலம் இங்கே.’ - சொல்லிவிட்டு ஒரு பெருமூச்சுவிட்டார்.

பின், ‘திரும்பிய திசைகளெல்லாம் சமணர்கள் சரிந்து வீழ்ந்தனர். ஆனால் சமணர் எல்லோருமே சர்வநாசமாகிவிட்டாலும் அதன் தத்துவம் தனியே நிற்கும் அல்லவா? சமணம் அழியாது. இந்த அக்கினிப் பிரவேசத்திலிருந்து புத்தெழில்பெற்றெழும்’ என்று சாதித்தார்.

பின் இருவருமே பேச்சை மாற்ற முற்பட்டனர். சுற்றிப்பார்த்த ஆனந்தன் ‘இவ்வளவு அழகான இடத்தில்தான் வாழவேண்டும்’ என்றான்.

சிரித்தார் வர்தமானன். ‘எங்கள் முனிகள் இந்த இடத்தை சாகத் தேர்ந்தெடுத்தார்கள்’ என்றார்.

‘என்ன?’ என்ற அலறாத குறையாக வினவினான் ஆனந்தன். அந்தச் செய்தி அவனுக்கு மயிர்க்கூச்செரிய வைத்தது.

வர்தமானன் விளக்கினார். ‘சமணத் துறவிகளில் பலர் பல நாட்களை ஆகாரமின்றியே கழித்து, பட்டினி கிடந்து, உயிர் துறப்பார்கள். அதுவும் ஒருவகை தவம். தியானித்துக்கொண்டே அவர்களுக்கென கல்லில் செதுக்கப்பட்ட படுக்கையில் படுப்பார்கள். வழவழ என்றிருக்கும் அந்த படுகையில் துருத்தி நிற்கும் முனிகளின் எலும்புகள் குத்தமாட்டாது. வலியின்றி மஹாவீரரின் நினைப்பில் உயிர் துறப்பார்கள். இப்படி உயிர் துறப்பதற்கு வடக்கிருத்தல் என்று பெயர். சமணம் மரணத்தை வாழ்வின் முடிவாய் கருதுவதில்லை. அதன் ஓர் அங்கமாகவே நினைக்கிறது’ என்றார்.

அவர் சொன்னதை புரிந்துகொள்ளும் முயற்சியில் ஈடுபட்டான் ஆனந்தன். ஆம். சென்ற மாதத்தில் நடந்த கொடுமைகளை எப்படி இவர்கள் ஏற்றுக்கொண்டார்கள் என்று இப்போது புரிந்தது.

எழுந்தார் வர்தமானன். ‘வா, உனக்கு நீ உறங்கவேண்டிய இடத்தைக் காட்டுகிறேன்’ என்று சொல்லி மலையுச்சியில் இருந்த பல குகைகளில் ஒன்றுக்குள் நடந்தார்.

குகைக்குள் ஒரு விளக்கு எரிந்துகொண்டிருந்தது. அதில் அதன் சுவர்களை ஆராய்ந்தான். சுவரெங்கும் சிலைகள். தீர்த்தங்கரர்கள், அவர்களுக்கு சேவை செய்யும் தேவதைகள், மான் மற்றும் மயில்கள், செடி கொடி தாவரங்கள் என்று பல சிற்பங்கள். குகையில் சிலைகளைக் கண்டு சந்தோஷம் கொண்டான்.

‘எவ்வளவு நிம்மதியாகவும் கலை நயத்துடனும் போய்க் கொண்டிருந்தது என் வாழ்க்கை. அதற்குள்ளாக இரண்டு சாம்ராஜ்ஜிய மன்னர்களின் வீரர்கள் தேடும் குற்றவாளியாக ஆகிவிட்டேனே?’ என்று மனதுக்குள் புலம்பினான். தன் ஆடையில் முடிச்சுப் போட்டு வைத்திருந்த சின்ன சுத்தியலும் உளியும் இன்னமும் இருந்தனவா என்று தொட்டுப்பார்த்தான். இருந்தன. இரவெல்லாம் அமர்ந்து தான் வந்ததற்கு சாட்சியாக ஒரு சிலையைச் செதுக்கி வைக்கலாமா? என்றுகூடத் தோன்றியது. ஆனால் அவன் இருந்த மனநிலையில் அது முடியாத காரியம் என்று முடிவு செய்துதன் கையை மடித்துவைத்து கண் அயர்ந்தான்.

நீண்ட நயனங்களையுடைய மாதவி கனவை ஆக்கிரமித்தாள். தூக்கத்திலும் அவளைப் பற்றிய கனவுதான். மாதவி கருவண்டை ஒத்த கருவிழிகளைச் சுழற்றி அவனை நயன பாஷையில் ‘என்னவானது என் மேலிருந்த காதல்?’ என்று வினவுவது போலொரு கனவு. வேர்த்து விறுவிறுத்து எழுந்தான். உடனே பயம் வந்தது. ‘எனக்கே இவ்வளவு தோல்விகள் ஏற்பட்டிருந்தால் மாதவிக்கு என்னவெல்லாம் கஷ்டங்கள் காஞ்சியில் நடக்கின்றதோ? எவ்விதம் பரிதவிக்கிறாளோ?’

பொழுது புலர்ந்துகொண்டு வருவதற்கான அறிகுறிகள் வரும்வரை பதற்றத்துடன் விழித்திருந்தான். காலையில் வெளியே வந்தவனுக்காக குகை வாசலில் சாம்பவி காத்திருந்தாள்.

முதலில் அவனுக்கு சாம்பவியை அடையாளமே தெரியவில்லை. குளித்துவிட்டு வெண்மை தும்பைப்பூ நிறத்தில் மாற்றுடை உடுத்திக்கொண்டு வந்தாள்.

நேற்றுவரை சிறகொடிந்த பறவையைப்போல் இருந்தவள் முகத்தில்தான் இன்று எத்தனை தெளிவு! உயிர் துலங்கும் பெண் முகம் எப்படி பளிங்குச்சிலை போலானாள்!

அன்பாய் ஏதாவது பேசுவாள் என்று எண்ணியவனுக்கு அதிர்ச்சி. ‘ஆனந்தா, இங்கிருந்து நீ உடனே புறப்படவேண்டும்.’

‘என்ன?’ என்றான் புரியாமல்.

‘ஆம், நீ காஞ்சிக்கு சென்று மாதவியைத் தேடு’ என்றாள்.

‘அவசரப்படாதே சாம்பவி. உனக்கொரு கஷ்டமென்றால் கூப்பிடுகிற தூரத்தில் நான் இருக்கமாட்டேன்.’

‘ஆனந்தா, நான் அடையவேண்டிய இடத்துக்கு பத்திரமாக வந்து சேர்ந்துவிட்டேன். இன்றிலிருந்து நானும் இவர்களில் ஒருத்தியாகி விட்டேன். இதற்கு மேலும் உன் கடமை முடியவில்லை என்று எண்ணி கவலைகொள்ளாதே.’ அவன் கண்களை உற்றுப் பார்க்க முடியாமல் மண்ணைப் பார்க்கும்படி தன் முகத்தைத் திருப்பிக் கொண்டாள். அவனை ஏறிட்டுப் பார்க்க அவளால் முடியவில்லை.

இரவில் சாம்பவியின் வாழ்க்கைப் பாதையை நிர்ணயிக்க பலரும் கூடிப் பேசினார்கள். பலரும் அவனுக்குப் பரிந்து பேசினார்கள். ‘இவனே உனக்கு சிறந்த மணாளன்’ என்றார்கள். மிகவும் சிரமப்படாமல் விதி சொல்லும் அறிவுரையை ஏற்று இருவரையும் இணைத்துவிடவேண்டும் என்று முயற்சித்தனர்.

ஆனாள் அவள் மறுதளித்தாள். வழி தடுமாறிப்போன தன் வாழ்க்கைக்கு ஒரு நல்ல அர்த்தம் கிடைக்கப் போகிறது. தன் மதத்தையே தனக்கு கவசமாக்கிக்கொள்ள நினைத்தாள். ஆனந்தனைப்பற்றி நினைத்தாள். எப்படியெல்லாமோ இருவர் வாழ்க்கையும் திரும்பியிருக்கலாம். ஆனால் திரும்பவில்லை. 'இதுதான் விதிக்கப்பட்டது' என்று இப்போது நம்பினாள். வெவ்வேறான இரண்டு பாதைகளில் ஒரே ஓர் இடத்தில் சந்திக்க நேர்ந்தது.

சரித்திரம் வகுத்த பாதை. தரித்திரம் செய்த தந்திரம்.

மீண்டும் ஆனந்தன் முயற்சி செய்தான். 'பாண்டியனின் கோபத்தைத் தணிப்பதற்காக ஆயிரமாயிரம் கழுமரங்களுக்கு தீனி போட்டாயிற்று. இன்னும் அவன் பசி அடங்கவில்லை. எப்போது இந்த வேட்டை முடியும் என்று தெளிவாக ஒன்றும் விளங்கவில்லை. அதனால் என்னுடன் காஞ்சிக்கு வா.'

அவனுடைய கேள்விக்கு பதிலளிக்காமல் மௌனம் சாதித்தவள் விலகிச் சென்றாள். அவளது கஷ்ட நஷ்டங்களில் பங்கு கொண்டவன் ஆனந்தன். தன் வாழ்க்கையில் மகா பயங்கரமான படலத்தைக் கடக்க கைகொடுத்தவன். கை மட்டும்தான் கொடுத்தான். மனதை மற்றொரு பெண்ணுக்குக் கொடுத்துவிட்டான் என்று தெரிந்தவுடன் மனதுக்கு அதே விநாடியில் கடிவாளம் போட்டிருந்தாள். தான் தன் வாழ்க்கையை வைத்து என்ன செய்யவேண்டும் என்றும் ஓர் உறுதியான முடிவெடுத்தாள்.

கடமைக்கும் காதலுக்கும் இடையில் அகப்பட்டு மன்றாடிக் கொண்டிருந்தான் ஆனந்தன் என்று அவளுக்குப் புரிந்தது. அவனுக்கு விடுதலை கொடுத்தால்தான் அவன் தன் காதலியிடம் சேருவதற்கு ஏதுவாயிருக்கும் என்றும் அவள் தீர்மானித்துக்கொண்டாள். அதுமட்டுமல்ல, அவளுக்கு ஆனந்தன் அந்த இடத்தைவிட்டு உடனே அகன்றுவிடவேண்டுமென்று ஆர்வம். இன்னும் கொஞ்ச நேரம் அவன் இங்கு இருந்தால் தன் மனவுறுதியை சோதித்ததாகும்.

'அவளே சொன்ன பின்பு தனக்கு மலையுச்சியில் என்ன வேலை?' என்று முடிவெடுத்த ஆனந்தன் கூப்பிய கரங்களுடன் எல்லோரிடமும் விடை சொல்லிக்கொண்டான். அப்போது சாம்பவியின் முகம் சட்டென்று வெளுத்தது. முகமாற்றத்தை அவன் தெரிந்துகொள்ளக் கூடாதென்பதற்காக முகத்தை திருப்பிக்கொண்டாள்.

மனதுக்குள் சோகம் பொங்கி எழுந்து விம்மியது. மனதே உருகிக் கசியும்படியாக வலித்தது. 'என் உயிருக்காக தன் உயிரைப் பணயம்

வைத்தவன். இவனை இனிமேல் பார்க்கவே மாட்டோமா?' என்று மனம் வினவியது. பதிலும் அளித்தது. 'அதனால் என்ன? காஞ்சியில் அவன் சந்தோஷமாயிருப்பான் அல்லவா?'

ஆனந்தன் மெல்ல மலை இறங்கியதைக் கண்டவுடன் அவள் மனம் ஏங்கியது.

என்ன இது? அவன் நடையிலும் தயக்கமும் காணப்பட்டது என்று எண்ணினாள். 'இன்னும் ஒருமுறை வந்து அழைக்கமாட்டானா?' என்ற ஏக்கம் தாக்கியவுடன் தன்னை மீறி வந்த துக்கத்தினால் கண்கள் குளமாயின.

ஆனால் ஆனந்தன் திரும்பாமல் மலையிறங்கினான். பாறைக்குப் பின் மறைந்தான். சாம்பவிக்கு தாரை தாரையாகக் கண்களிலிருந்து நீர் வழிந்தது. ஒரு முடிவுடன் இருந்தாள். தன் இழந்த வாழ்வுக்கும் கருகிய காதலுக்கும் இன்றே அழுது தீர்த்துவிடவேண்டும். நாளைக் காலை புத்துணர்வு பெற்று புதுவாழ்வை ஆரம்பிக்கவேண்டும்.

சமணர் மலையிலிருந்து சற்றுத் தூரம் சென்றவுடன் ஆனந்தன் திரும்பிப்பார்த்தான். பொட்டல் வெளியின் மத்தியில் ஒரு மலை தலைதூக்கி நின்றது. அதில் தன்னில் ஒரு பாகத்தைவிட்டுவந்த உணர்வு. அங்கிருந்து விரைந்து வெளியேற எண்ணினான். காஞ்சி நோக்கி நடந்தான்.

•••

அத்தியாயம் - 51

# பகைவர்கள் பார்த்துக்கொண்டனர்

**கா**ஞ்சியின்மீது சூரியனின் அஸ்தமனம். ஆனால் அந்தியுடன் ஒருங்கிணைந்து வரும் இருள் காஞ்சி மாநகரில் படியவில்லை. சூரியன் மேற்கில் மறையும் முன்பே ஆயிரமாயிரம் தீவர்த்திகள் ஏற்றப்பட்டன. கடைகளிலும் வீடுகளிலும் விளக்குகள் ஜொலித்தன.

பல்லவ நாட்டின் வசதிகள் ஆகாய ஆதவனை போட்டிக்கு இழுக்க முடியாவிட்டாலும் பெரும் பங்கு இருளை கோட்டைச் சுவருக்கு வெளியே அடித்து விரட்டியது. அதுவும் மிகப் பிரகாசமான பகுதி அரண்மனையல்ல, சந்தைத் தெரு.

ஏகாம்பரேஸ்வரரின் கோயில் மதிலான கற்சுவர் நெடுந்தூரம் நீண்டிருக்கும். கோயிலின் வெளிமதிலை ஒட்டிய விசாலமான சாலையில் இரு பக்கங்களிலும் கடைகள் அடைத்திருந்தன. பிரதான சிவாலயத்துக்கு அருகே இருந்த கடைவீதி என்பதால் ஊருக்கு நடுவே அமைந்திருந்தது. அங்குதான் தினந்தினம் சந்தை நடந்து கொண்டிருக்கும். கடைகளில் விளக்கேற்றியதுதான் தாமதம். காஞ்சியின் சந்தை சாலையில் ஜனக் கூட்டம் மேலும் அதிகமாயிற்று. ஊரே திரண்டு கடைவீதிக்கு வந்துவிட்டதுபோல் தோன்றியது. அங்கு கடைகளில் திரண்டிருந்த ஆயிரக்கணக்கான ஜனங்கள் ஆவலுடன் பேரம் பேசிக்கொண்டிருந்தார்கள்.

ஆனால் சந்தையில் சாவகாசமாக நடந்த ஒருவருக்கு மட்டும் எந்தவொரு பொருளையும் வாங்கவோ அதற்காக வணிகருடன் பேரம் பேசவோ ஆசையும் இல்லை. அவசியமும் இல்லை. அவரிடம் இல்லாத செல்வம் இல்லை. அதன் விலை மதிப்பும் அவருக்குத் தெரிய வாய்ப்பில்லை.

ஆம், பல்லவ அரசர் பொழுது சாய்ந்தவுடன் மாறுவேஷத்தில் மீண்டும் கிளம்பிவிட்டார். எக்காளம் ஊதுவோர், பரிச்சின்னம் ஏந்துவோர் மற்றும் இதர பரிவாரங்களுக்குப் பின்னால் குதிரைகள் இழுக்கும் ரதத்திலோ பட்டத்து யானையின் முதுகிலோ பயணிப்பதெல்லாம் காலையில்தான். இரவெல்லாம் இப்படி மாறுவேஷம் பூண்டு சுற்றுவது வழக்கம்.

'ஆயிரம் ஒற்றர்கள் சொல்வதைவிட நீ ஓர் இரவு மாறுவேஷத்தில் நாட்டுக்குள் சென்றால் அதிகமாகக் கேட்டுவிடலாம்' என்று அவர் தந்தை சொன்னதை தவறாமல் கடைபிடிப்பவர். 'லட்சோபம் லட்சம் பேர் நிம்மதியாக உறங்கவேண்டும் என்றால் நீ தூக்கத்தை மறந்துவிடவேண்டும். அப்போதுதான் நாட்டின் நலன் உறுதி' என்பது தந்தையின் அறிவுரை. அதுவே அரசியலில் அவர் கற்ற ஆரம்பப் பாடம். மன்னனுக்கு பஞ்சு மெத்தை இருக்கும். அதில் உறங்கத்தான் நேரம் இராது. பூலோக சுந்தரிகள் அந்தப்புரத்தில் காத்திருப்பார்கள் அவன் அரவணைப்புக்காக. ஆனால் தனிமையை நாடவேண்டும் மன்னன். தங்க ரதத்தில் பல்லவ சக்கரவர்த்தி ராஜவீதிகளில் பவனி வருவது மக்களின் சந்தோஷத்துக்காக. இப்படி பரதேசி வேஷம் தரித்து இரவில் நாட்டில் திரிவது அவர்கள் நலனுக்காக.

அப்படி போகும் வழியில் ஒரு வித்தியாசமான உருவத்தைக் கண்டார் பல்லவர். ஒரு தடித்த உருவம் தள்ளாடியபடி நடந்தது. அலங்கோல காபாலிக உடையில் இருந்தான் அவன். காஞ்சியில் அது ஒன்றும் பெரிதல்ல. ஒரு காலத்தில் காபாலிகர்கள் காஞ்சியைவிட்டுத் துரத்தப்பட்டனர். அதுவும் எப்படி? சாகசமாக! அவர்கள் தினந்தினம் நீர்போல பருகும் கள்ளினை விற்கும் கடைகளை மூடினார் மகேந்திரர். அதனால் காஞ்சியைக் காலி செய்யும் நிர்பந்தம் காபாலிகர்களுக்கு. ஆனால் மெல்ல மெல்ல ஓரிருவர் திரும்பி வந்துவிட்டனர். அதனால் காபாலிகர்கள் செல்வதை அதிசய கண்ணுடன் யாரும் பார்க்கவில்லை. ஆனால் மன்னர் பார்த்தார்.

அவன் தள்ளாடி நடப்பதன் காரணம் உடல் பருமனல்ல. அவனுக்கு இருந்தது ஒரு கைதான். அதனால் ஸ்திரமான நடையில்லை. உடனே பல்லவர் மனதில் பொறி தட்டியது. 'ஆகா! அவனேதான்...' அவருக்கு சிறிது வியப்புண்டாயிற்று. 'இவ்வளவு நாட்களுக்குப் பின் இவனுக்கு காஞ்சிக்குள் என்ன வேலை?' பல விபரீத யோசனைகள் எழுந்தன. ஆனால் அவர் உள்ளம் தெளிவடையவில்லை.

யாரோ உற்றுப் பார்த்ததை அவனும் உணர்ந்தான். முதுகில் கூட கண்கள் அவனுக்கு உண்டு. அவனது தவ அனுஷ்டானங்களினால்

ஏற்பட்ட சக்திகளில் பலவும் போயே போய்விட்டன. காலம் செல்லச் செல்ல சராசரி மனிதனுக்கு உண்டாகும் ஆசாபாசங்களுக்கு அடிமையான பின் தேய்பிறைபோல் அவன் சக்திகள் தினந்தினம் குறையத் தொடங்கின. ஆனால் இதுபோல் ஓரிரண்டு சக்திகள் இன்னும் விட்ட குறை தொட்ட குறையென இருந்தன. இப்போது யாரோ தன்னை உற்றுப் பார்ப்பதுபோல் ஓர் உணர்வு. வெறும் ஆச்சரியத்தினால் ஏற்பட்ட பார்வையில்லை. நிச்சயமாக சந்தேகப்பார்வை இது.

மூன்றாவது பயணமாய் காஞ்சிக்குள் வந்திருந்தான். அந்தி சாயும் நேரத்தில் கோட்டைக் கதவை மூடும் முன் உள்ளே வந்தவனுக்கு முதல்முறை அப்படித் தோன்றியது. மெல்ல திரும்பி அண்ணாந்து பார்த்தான். உற்றுப் பார்த்த அந்த முகத் தோற்றம் சந்தேகத்தை உண்டாக்கியது.

அந்த அந்தி நேர இருளில் நொடியில் ஒரு கால் பங்கிருக்கும் இருவருடைய பார்வை சந்தித்து கொண்ட நேரம். ஆனால் இருவரும் மற்றவரை அடையாளம் கண்டுகொண்டனர். ‘ஆகா! நாட்டு நடப்பைக் கண்டறியக் கிளம்பிவிட்டானா பல்லவன்?’ என்று நினைத்துக்கொண்டான் காபாலிகன்.

இருவருக்கும் பரஸ்பரம் இருந்த கழுகுப் பார்வையை மெச்சத்தான் வேண்டும். இல்லை அவர்களுக்கு இடையே இருந்த உறவு அப்படியோ? போட்டி அப்படியோ?

ஒரு காலத்தில் ஒருவரின் அண்ணனும் மற்றவரின் தந்தையும் பரத கண்டத்தில் தலா மூன்றில் ஒரு பங்கை ஆட்சி புரிந்தனர். நிலத்துக்காகவும் பதவி பலத்துக்காகவும் ஏன் சரித்திரத்தில் ஒரு நிரந்தர இடத்துக்காகவும் அவர்கள் போராடினர். ஆனால் சாலையில் இன்று இருந்த இந்த இருவரும் சராசரி மனிதர்கள்போல ஒரே பெண்ணின் காதலுக்காகப் போராடினர்.

சாளுக்கிய பல்லவ போருக்கு சரித்திர வல்லுனர்கள் ஆயிரமாயிரம் காரணங்கள் சொல்லுவார்கள். ஆனால் இது அவற்றினில் இராது. ஒரே பெண்ணின்மீது இரு மிக வல்லமை வாய்ந்தவர்கள் காதல் கொண்டது என்பதுதான் அது. அதனால் நடந்த யுத்தத்தில் பரத கண்டத்தில் மூன்றில் இரண்டு பங்கு கொந்தளித்தது. ஒரு தேசம் அக்கினிப் பிரளயத்தில் அழிந்தது. மற்றும் ஒரு தேசத்தை அழிவிலிருந்து காப்பாற்றிவர பெரும் பாடானது.

சிவகாமியிடம் பல்லவரின் மனம் ஒரு நொடிதான் சென்று சஞ்சரித்திருக்கும். பழைய கதைகள் ஆயிரமாயிரம் உடனே ஆழி

அலைபோல வந்து அவரை மூழ்கடித்தது. அதில் நிலை தடுமாறினார். எப்படி என்று அவருக்குத் தெரியவில்லை. கண்களை மூடி கடந்த காலத்துக்கு சென்றாரா? இல்லை ஒரு கண்ணீர் திரை வந்து பார்வையை மறைத்ததா? ஆனால் அதில் விபரீதம் ஒன்று நடந்தது.

திடீரென தன் கண் பார்வையில் வைத்திருந்த காபாலிகனைக் காணவில்லை. 'இதென்ன... இத்தனை பெரிய உருவம் எப்படி மறைந்தது!' என்று வியந்தார். சுற்றியும் தேடினார். தேசாந்திரி களுக்கும் சிவனடியார்களுக்கும் திரு அமுது செய்வித்தல் நடக்கும் இடத்தில் பெரும் கூட்டம். அதற்குள் சென்றிருப்பானோ? இல்லை மாய மந்திரத்தை உபயோகித்து பூமியைப் பிளந்து உள் சென்றிருப்பானோ? மன்னவர் முகத்தைச் சுளித்துக்கொண்டது கடமையில் தவறிவிட்ட எண்ணம் ஏற்பட்டதால்.

'ஒற்றைக் கை காபாலிகனைப் பிடியுங்கள். கெட்டியாகப் பிடித்துக் கொள்ளுங்கள்...' என்று கட்டளையிட்டால் அதை செயல்படுத்த சுற்றி காவலர்கள் யாரும் இல்லை. பல்லவர் நிராயுதபாணியாக வந்திருந்தார்.

'போர்க்களம் வரும் அத்தனை பேரையும் யுத்தத்தில் ஜெயித்து விடலாம்! அது படைகளின் வீரத்தையும் போர்த்திறனையும் பொருத்த விஷயம். ஆனால் இப்படி சூழ்ச்சியை நம்பியே இருப்பவர் ஒரு நாள்...ஒரே ஒருநாள் அதிர்ஷ்டசாலியாய் இருந்தால் போதும். நாம்தான் தினம் தினம் அதிர்ஷ்டம் கொண்டிருக்கவேண்டும். இன்று காபாலிகனுக்கு அதிர்ஷ்டம்.'

அவர் மனதில் சந்தேகங்கள் விஸ்வரூபம் எடுத்தன. 'இதைப் பொருட் படுத்தவில்லையென்றால் பெரும் தவறுக்கு வழிவகுக்குமா? இந்த நாட்டை சின்னா பின்னமாக்கிய ரத்த வெறி கொண்டிருந்த புலிகேசியின் தம்பி அல்லவா இவன்? இந்தத் தறுவாயில் என்ன செய்வது? கோட்டைக் கதவுகளை மூடி தேடச் சொல்லலாமா?'

பல்லவர் சிந்தித்தார். 'வேண்டாம் விட்டுப் பிடிப்போம். தேவையில்லா பதற்றம் ஏற்படும். பிறகு இவன் என்ன சதி செய்கிறான் என்று கண்டறிய முடியாமல் போகும். ஆயிரமாயிரம் சித்ரவதைகள் செய்தாலும் இவன் வாய் திறக்கமாட்டான் என்பது உறுதி' என்று முடிவெடுத்தார்.

பல்லவன் உற்றுப் பார்த்து தேடியதை மறைவிடத்திலிருந்து கவனித்தான் காபாலிகன். அந்த ஒளியில் மக்களின் தலைக்கு மேல் நூற்றுக்கணக்கான வேல்களும் மின்னுவது தெரியும். பல்லவன் ஒரு

குரல் கொடுத்தால் போதும். தன் கதி அதோகதிதான் என்று புரிந்தது. ஆனால் இன்னும் ஒரு நம்பிக்கை இருந்தது அவனிடம். இந்தப் பல்லவர்களை ஏடுபோல படிக்கத் தெரிந்தவன் காபாலிகன்.

மாறுவேஷத்தில் இருந்த பல்லவன் தாண்டிய பின்பு இரண்டு கடைகளுக்கு இடையே ஒளிந்திருந்த காபாலிகன் வெளியே வந்தான். சுவரோடு சுவராக ஒட்டிக்கொண்டு நின்றவன் வந்து மீண்டும் கூட்டத்தில் கலந்தான். பல்லவன் சென்ற திசையில் எதிர்த்திசைக்குச் சென்றான்.

காபாலிகனுக்கு இன்று பல்லவன் தனக்கு ஒரு தீங்கும் ஏற்படுத்த மாட்டான் என்று தெரியும். அதேபோல் ஒரு குழப்பமும் செய்யாமல் சென்றுவிட்டான் பல்லவன்.

‘நான் எண்ணியது சரியாய் போயிற்று! இன்று விட்டுவிட்டான். ஆனால் எதிர்காலத்தில் பிடித்துவிடாமல் கவனிப்பாய் இருக்க வேண்டும். இவன் அப்பன் இதே நகரில் என்னை சிறைப்படுத்தி வைத்திருந்தானல்லவா? அதேமாதிரி ஒரு சந்தர்ப்பம் நேர்ந்தால் மீண்டும் சிறை செய்ய இவன் யோசிக்கமாட்டான். தினம் தினம் இப்படிப் பயந்து எதிரியின் கோட்டைக்குள் வரமுடியுமா? ஆனால் வரவேண்டியிருந்ததே?’

சலிப்பு தட்டியது. பதினைந்து வருட காலம் அகப்படாமல் எல்லாம் கைகூடவேண்டிய நேரத்தில் அகப்படக் கூடாது என்று உறுதியாய் இருந்தான்.

அதனால் திட்டங்களை துரிதமாய் செயல்படுத்தவேண்டும் என்று முடிவெடுத்தான். ‘அந்த பாழாய்ப்போன புலிகேசியின் மகளால் வந்தது இந்த அபாயம் எல்லாம்...’ என்று திட்டினான்.

பதினைந்து ஆண்டுகளாக கானகம் கொடுத்த அடைக்கலம் தன்னைத் துறந்து எதிரியின் கோட்டைக்குள் வந்தது மாதவிக்காக. ஆம், மாதவி உயிர் பிழைத்து வந்தபின் அவளைக் கோட்டைக்கு வெளியே அழைத்து பேசுவது என்பது கடினமானது. நாட்டு மக்கள் மாதவியின் பேரில் அபிமானமாயிருந்தார்கள். அவள் தொலைந்து கிடைத்தது பெரும் செய்தியாய் இருந்தது. பொழுது சாயும்வரை காத்திருந்து அவ்வப்போது காஞ்சிக்குள் வருவார். ஜன நடமாட்டம் இல்லாத ஒரு பாழடைந்த அய்யனார் கோயிலில் மாதவிக்கு திட்டங்களைச் சொல்லுவார். அந்தக் கோயிலுக்கு வருவதற்கே பெரும் பிரயத்தனம் செய்யவேண்டியிருந்தது. இனிமேல் அதுவும் கிடையாது. திட்டத்துக்குத் தகுந்தாற்போல் இன்றுவரை நடந்தது. ஆனால் நாளை

உள்ளே வந்தால் கோட்டைக் காவலர்களே கைது செய்துவிடுவார்கள். எல்லா அபாயங்களுக்கும் அவள்தான் காரணம். 'எதற்காக இப்படி என்னை அலைக்கழித்தாய்?' என்று அவளிடம் கேட்கவேண்டும் போலிருந்தது. 'நீ ஆற்றோடு போயிருக்கக்கூடாதா?' என்று திட்டத் தோன்றியது.

•••

அத்தியாயம் - 52

# திட்டத்தில் மாற்றம்

சிவகாமியின் நாட்டியப் பள்ளியின் முகப்பில் மாதவிக்கு சிறப்பான வரவேற்பு காத்திருந்தது. யமன் வீசிய பாசக்கயிற்றை அகற்றிவிட்டு தப்பி வந்தவள் என்பதால் அவளை வரவேற்பதில் மிகுந்த உற்சாகம் மட்டுமல்ல, நிம்மதியும் தெரிந்தது. ஆற்றில் விழுந்து மூன்று நாள் பட்டினியாய் மயக்கமுற்றுக் கிடந்தவள் மீண்டும் கிடைத்ததே நடேசனின் இனித்தமுடைய பொற்பாதங்களின் கிருபை.

பல்லக்கில் மாதவி வந்து இறங்கியவுடன் அதுவரை இருந்த அமைதி கலைந்தது. ஒரே ஆரவாரம். மாதவியை அன்புடன் தழுவிக்கொண்டு உச்சி முகர்ந்துகொண்டாள் சிவகாமி.

பரத சாஸ்திர ராணி சிவகாமி தேவி கடந்த சில நாட்களாய் தளர்ந்து இருந்தாள். ஆரம்பக் காலத்தில் மாதவி சிறுமியாய் வந்தபோது சிவகாமி அவளை அப்படியே உற்றுப் பார்த்துக்கொண்டிருப்பாள். 'இந்தப் பிள்ளையிடம் ஏதோ தெய்வீக சக்தி இருக்கிறது! கலைவாணியும் நடேசனும் போட்டியிட்டு இவளை வழி நடத்துகிறார்கள். அதை வெளிப்படுத்திப் பிரகாசிக்கச் செய்ய வேண்டியது என் கடமை. அத்தெய்வங்கள் எனக்கு கொடுத்த பிரத்யேக பொறுப்பு!' என்று எண்ணமிடுவாள். அதை செய்தும் சாதித்தாள் என்று நடன சபையில் மாதவியின் ஆட்டத்தை கரகோஷத்துடன் ஆமோதித்த ஆயிரக்கணக்கானவரும் பூரணமாக ஒப்புக்கொள்வார்கள்.

ஆனால் மாதவி காவிரியில் காணாமல்போன செய்தி கேட்டு, 'இப்படி அற்ப ஆயுசாயிருக்கும் அந்தப் பெண்ணுக்கு என்று தெரிய வில்லையே?' என்று தோன்றியது. ஒரு விரக்தி ஏற்பட்டது.

ஆனால் அப்படி நினைத்தவுடன் ஒரு திடமான உறுதியுடன் அந்த தீய எண்ணத்தை அடித்து விரட்டி தன் மனதிலிருந்து அகற்றினாள். 'இல்லை... இல்லை... மாதவி கிடைத்துவிடுவாள். ஆற்றோடு போகும் அளவுக்கு நீசமானது அல்ல அவள் ஜாதகம்' என்று மனதை தேற்றி கொள்ளுவாள்.

மாதவி காணாமல் போன அடுத்த நாளே அவளுக்கு அந்த துர்செய்தி வந்தது. அவள் திரும்பக் கிடைக்கும் வரை இரண்டு மூன்று நாட்கள் சிவகாமி நீர் ஆகாரம் ஏதும் உட்கொள்ளவில்லை. ஒருவேளை மாதவி வாராமல் இருந்திருந்தால் சிவகாமி அம்மையாருக்கு என்ன ஆயிருக்கும் என்று நினைக்கவே மற்றவர்களுக்கு பயமாய் இருந்தது.

அந்த நாட்களில் சிவகாமிக்கு ஒரு விசித்திர எண்ணம். நர்த்தகிகள் அரச குடும்பத்துடன் ஒட்டி உறவாடுவது இயற்கையில் ஆகாதுபோல என்று நினைக்கத் தோன்றியது. மதுரைக்கு இளவரசியுடன் மாதவியை அனுப்பியிருக்கக் கூடாது என்றும் தோன்றியது.

எப்போது கெட்ட செய்தி வரும் என்று பயந்தபடி முற்றத்தில் அமர்ந்திருந்தாள் சிவகாமி. அரசவையிலிருந்து காவலாளி ஓடோடி செய்தி சொல்ல வந்தபோதுகூட இரு செவிகளையும் பொத்திக் கொண்டாள். ஆனால் தினம் தினம் நூறு மரணங்களை சந்தித்தவளுக்கு ஆனந்தம் காத்திருந்தது.

மாதவியை நோக்கி, 'நாங்கள் எல்லோரும் உனக்கென இருந்தும் உன்னை அவ்வளவு நாள் அந்த நரகத்தில் தனிமையில் விட்டதற்கு நான் விதியைத்தான் கடிந்துகொள்ளவேண்டும்' என்றாள் சிவகாமி.

மனதுக்குள் நகைத்துக்கொண்டாள் மாதவி. 'சொர்க்கத்தில் தள்ளிவிட்டு நரகம் என்கிறார்கள்...'

அந்தப் பொன்னி நதி பாயும் திருவரங்கத் தீவில்தான் அவள் வாழ்நாளில் பெரும் திருப்புமுனை. தான் சாளுக்கிய இளவரசி என்று அறிந்த நாளோ, அரசர் முன் அரங்கேற்றம் செய்த நாளோ இல்லை. ஆனால் அவர் சொல்வதிலும் ஓர் உண்மை இருக்கத்தான் செய்தது. வாழ்நாளெல்லாம் ஏங்கும்படி செய்ததும் அந்தத்தீவுதான். அந்த சொர்க்கம் கூட கடைசியில் நரகமானது என்று அவள் மனது ஒப்புக்கொண்டது.

காணாமல் போன பிள்ளை கிடைத்துவிட்டது என்று சிவகாமியும் சிஷ்யைகளும் அவளைப் பாராட்டி சீராட்டினார்கள். 'உனக்கு உள்ள தீவினையெல்லாம் அந்த ஒரு நாளுடன் போயேவிட்டது. இனி நீண்ட காலம் நீ ஜீவித்திருப்பாய்' என்று ஆசிர்வதித்தாள் அழுது கொண்டே சிவகாமி.

இதயத்துக்குள் விம்மிக் குமுறிக்கொண்டிருந்த எண்ணங்களும் உணர்ச்சிகளும் யாரிடம் சொல்வது என்று தயங்கினாள் மாதவி. பெண்களுக்கு வேறு வேலையே இல்லை. அன்றிரவு மாதவியைச் சுற்றி அமர்ந்து எல்லோரும், 'என்ன நடந்தது? எப்படி நடந்தது?' என்று துளைத்து எடுத்தனர். அவர்களுக்குள் ஒருவருக்கு நடந்த பெரிய சாகச நிகழ்வே இதுதான்.

'மயக்கம் வரும்போது கீழேயிருந்த பூமி இலேசாக நழுவி நம்மை அந்தரத்தில்விட்டுச் செல்லுமே. அது நிஜத்தில் நிகழ்ந்தது' என்று விளக்கம் மட்டும் கூறினாள் மாதவி.

'அதன் பின்...' என்று அவர்கள் தொடர...

'எனக்கு அந்த மூன்று நாட்கள் எதுவும் ஞாபகம் இல்லை' என்று பொய் சொன்னாள்.

'நினைவே இல்லையா?' என்றனர்.

'ஆம்' என்று இப்போது உண்மையைச் சொன்னாள். அந்த மூன்று நாட்களில் உலகம் இருப்பதே நினைவில் இல்லைதானே.

தனிமையில் சுலோச்சனாவும் அவளைக் கட்டிப் பிடித்து அழுது ஆர்ப்பாட்டம் செய்தாள். ஆனால் சற்று வித்தியாசமாக. 'அய்யோ! ப்ரியம்வதா. உனக்கு ஏதேனும் ஆயிருந்தால் நம் நாட்டின் விடுதலை என்னாவது?'

இரண்டு மூன்று நாட்கள் அவளை பாராட்டி சீராட்டி அன்னைபோல பார்த்துக்கொண்டாள். பின் திடீரென அவள் நடத்தையில் மாற்றம் தெரிந்தது. காட்டுக்குச் சென்று காபாலிகனை சந்தித்திருப்பாள் என்று தோன்றியது. 'புலியை வளர்த்து எதிரியின்மேல் பாயவிடலாம் என்றால் எலியைப் பிடித்து மடியில் வைத்துக் கட்டிக்கொள்வது போல் ஆகிவிட்டது' என்று அவர் சுலோச்சனாவிடம் புலம்பி இருப்பது நிச்சயம்.

அதன் பின் மாதவியிடம் முகம் கொடுத்துப் பேச மறுத்தாள் சுலோச்சனா. 'சிடுசிடு' என்று வார்த்தைகளால் புண்படுத்தினாள். காபாலிகன் விஷயத்தை விவரிக்கும்போதே அவளுடைய உள்ளுணர்ச்சியானது பெரும் கொந்தளிப்பு கொண்டது.

'என்னவெல்லாம் கஷ்டப்பட்டிருக்கிறோம். பட்டுக்கொண்டிருக்கிறோம். இதில் காதல் தேவையா இந்த மூடர்களுக்கு?'

எல்லோரும் எதிர்பார்த்த நிகழ்வு ஒன்றும் நடந்தது. அரண்மனையில் இருந்து குந்தவை வந்தாள். பழமென்ன பாலென்ன, தட்டுத் தட்டாய்

எல்லாம் கொண்டு வந்தாள் இளவரசி. குந்தவை முகத்தில் இப்போதுதான் அதன் பூர்வீக களை தோன்றியிருந்தது. மதுரைக்கு பரிவாரங்கள் புடைசூழக் கிளம்பினார்கள். என்ன ஆனந்தமாய் இருந்தது? மாதவி ஆற்றோடு போனவுடன் அலங்கோலமானது ஊர்வலமே.

இளவரசியை வாசலில் வரவேற்றாள் மாதவி. ஆற்றங்கரையில் தங்கள் கண் பார்வையில் நின்றிருந்த மாதவி நடு ஆற்றில் மிதந்ததைக் கண்டு குந்தவி ஸ்மரணையிழந்து வீழ்ந்தாள். அவளை மீண்டும் இப்போதுதான் பார்க்கிறாள். மீண்டும் கண்டவுடன் பல்லக்கிலிருந்து தாவிக் குதித்து ஓடி வந்து கட்டி அணைத்தாள்

'நீ ஏன் வாசலுக்கு வந்தாய் மாதவி?' என்று செல்லமாய் கடிந்து கொண்டாள்.

'பல்லவ இளவரசி நான் தெம்பாய் இருக்கிறேன் என்று காண வேண்டும் அல்லவா?' என்றாள் மாதவி.

'சரி, வா... உன் அறைக்குப்போய் சாவகாசமாகப் பேசலாம்' என்றாள் சற்று குரலை அடக்கி.

'தனிமையில் அந்த மூன்று நான்கு நாள் என்ன கஷ்டப்பட்டிருப்பாய்? என் மனதால் கற்பனைகூட செய்ய முடியவில்லை' என்றாள் குந்தவி அவள் கன்னத்தை தடவிக்கொடுத்து.

கஷ்டம் அந்த நாட்களில் அல்ல... அந்த நாட்களினால் வாழ்நாளெல்லாம் கஷ்டம் என்று அவளைத் திருத்த நினைத்தாள் மாதவி. ஆனால் மௌனம் காத்தாள்.

திடீரென உணர்ச்சிவசப்பட்டாள் இளவரசி. 'காவிரிப் பிரவாகத்தில் தொலைந்தாய். அப்படியே எங்களுக்குக் கிடைத்தாய். இம்மாதிரி அதிசயத்தைக் கதையிலோ காவியத்திலோ கேட்டதுண்டா? நீ எங்கள் குலதெய்வம்போல' என்றாள்.

மாதவிக்கு ஒன்றும் புரியவில்லை.

'ஆம் மாதவி, நீ மட்டும் காவிரியில் விழவில்லை என்றால் நாங்கள் எல்லோரும் மதுரைக்குச் சென்று சிக்கியிருப்போம். அங்கு பெரும் மதக் கலவரமாம்.'

மாதவி உற்றுக் கேட்கத் தொடங்கினாள். மதுரையில்தான் தன் உயிர் இருந்தது.

'சமணர்கள் சம்பந்தரின் மடத்தை எரிக்க முற்பட்டனராம். தீயும் வைத்துவிட்டனராம். பின் அந்த தெய்வக்குழந்தை வெளியே வந்து

பதிகம் ஒன்றைப் பாடியதாம். தீ அந்தத் தமிழுக்கு கட்டுப்பட்டு அடங்கியதாம்' என்றாள் இளவரசி ஒரே மூச்சில்.

அந்த நொடியில் மாதவிக்குப் புரிந்தது. ஆனந்தன் காபாலிகன் முன் ஏன் புரியாமல் விழித்தான் என்று. அவன் தீயின் ஜுவாலையைப் பார்த்துவிட்டுத்தான் கிளம்பிவிட்டான். பதிகத்தைக் கேட்கவில்லை. தீயணைந்ததைப் பார்க்கவில்லை.

மேலும் குந்தவி சொன்னதுதான் அவளுக்கு அருவருப்பைத் தந்தது. 'அந்த சம்பவத்துக்கு சம்பந்தம் கொண்ட அனைவரையும் கழுமரத்தில் ஏற்றிக் கொல்லும்படி நெடுமாறன் மாமா சொல்லி விட்டாராம். அதுவும் நடந்து முடிந்ததாம்.'

ஆனந்தனுக்காக பயம் வந்தது. 'சரியாகச் சென்று சிக்கிவிட்டானோ? சிக்கியிருப்பான். ராசி கெட்டவன். ஆருயிர் காதலியின் கைபிடிக்கும் நேரத்தில் விதி அவனை வலுக்கட்டாயமாக அழைத்துச்சென்றது அதற்குத்தானா?' கண்களில் நீர் ததும்பியது.

மாதவி எதற்காக கண்கலங்குகிறாள் என்று தெரியவில்லை குந்தவிக்கு. கண்ணீரைத் துடைத்துவிட்டாள். 'கவலைப்படாதே. நாங்கள் இருக்கிறோம். உனக்கு ஏதேனும் நடக்குமா? காவிரி வெள்ளத்திலிருந்தே உன்னை மீட்கவில்லையா? அதுவும் அண்ணன் மகேந்திரன் இருக்கிறான். உன் மேல் தூசு துரும்பு கூட பட விடமாட்டான்' என்று பூர்வ பீடிகையுடன் சொல்லி நகைத்தாள்.

மகேந்திரனைப்பற்றிப் பேசியவுடன் மாதவியின் ஆழமான கண்களை உற்றுப்பார்த்தாள் குந்தவி. பின், 'அண்ணாகூட உன்னை நலம் விசாரிக்க வரவேண்டும் என்றான். ஆனால் தந்தை அவன் மேல் ஏககோபமாய் இருக்கிறார்' என்றாள்.

தென்னாடெல்லாம் கொழுந்துவிட்டெரிந்ததைப்பற்றிக்கூட அரசர் கவலைப்படவில்லை. இந்திர சபையின் நாட்டிய மாந்தரின் நடனத் திறமைக்கு ஈடு கொடுக்கக்கூடிய நர்த்தகியைத் தொலைத்துவிட்டான் மகேந்திரன் என்று கோபம் கொண்டார். திட்டித் தீர்த்துவிட்டார்.

மாதவி, 'இதிலென்ன இருக்கிறது. மன்னரிடம் நான் திரும்பக் கிடைத்தது இளவரசரின் தேடுதல் வேட்டையினால்தான் என்று ஒப்புக்கொள்கிறேன். அதுமட்டுமல்ல, நானே இளவரசரை வந்து அரண்மனையில் பார்க்கிறேன்' என்றவுடன் குந்தவிக்கு மகிழ்ச்சி.

'அரண்மனையில் வேண்டாம்' என்றாள் அவசரமாய். 'வேறு இடம் தேர்ந்தெடுத்து நானே சொல்லி அனுப்புகிறேன்' என்றாள் கள்ள நகைப்புடன் குந்தவி.

‘எப்பேர்ப்பட்ட தீமையிலும் நன்மை ஒன்று உண்டு என்பார்கள். அது இதுதானோ?’ என்று குந்தவி எண்ணினாள். தீமையா நன்மையா என்று நிர்ணயிப்பது மாந்தரல்ல. மேலிருக்கும் விதிதானே. மகேந்திரனைப் பார்க்க மாதவியாய் முன்வந்தது காமதேவன் லீலைகளினால் என்றுதான் குந்தவி நினைத்தாள். ஆனால் இல்லை. அது காபாலிகன் வேலை.

உயிர் தப்பி திரும்பி வந்த மாதவி எப்போதும் அறையைப் பூட்டித்தான் தூங்குவாள். ‘வெகு தூரம் பிரயாணம் செய்து மிகவும் களைப்படைந்திருக்கிறாள். அவளை தனியாய் விடுவதைத் தவிர ஒரு நல்ல உதவி செய்ய முடியுமா?’ என்று மாதவி அறைப் பக்கமே யாரும் வருவதில்லை.

ஆனால் அந்தப் பூட்டிய அறையில் மாதவி சில நாட்கள் இல்லவே இல்லை என்று யாரும் சந்தேகிக்கவில்லை. மொட்டை மாடிக்குச் சென்று படியிறங்கி அருகில் உள்ள அய்யனார் கோயிலுக்கு வலுக்கட்டாயமாக அழைத்துச் சென்றது சுலோச்சனாதான்.

இந்த நகர் தீயில் கருகி சாம்பலாய் புகையும்போதுதான் வருவேன் என்று எண்ணியிருந்த காபாலிகரும் இரண்டு நாட்களுக்கு ஒருமுறை வருவார். அவருடன் உரையாடிய பின் மகேந்திரனை தான் சந்திக்கவேண்டும் என்று மாதவி அறிந்தாள். ஆருயிர் ஆனந்தன் இன்று மதுரையில் சென்று மரணப்பிடியில் சிக்கிய செய்தி கேட்டவுடன் ஒரு முடிவெடுத்தாள்.

விதியை வெல்ல முடியாது. பேசாமல் அதன் வழியில் பயணிக்க வேண்டும். ஒருமுறை மாற்று வழியைக் கண்டறிந்த காரணத்தால் ஆனந்தன் பலியாகிவிட்டான். இப்போது விதியின் சொல்லைக் கேட்டாலாவது ஆனந்தன் உயிர் பிழைப்பானா என்ற ஏக்கம்.

‘ஆம், மகேந்திரனை சந்திக்கவேண்டும். அவனைக் காதலித்து கைபிடிக்க அல்ல... அவனைக்கொல்ல’ என்று முடிவெடுத்தாள்.

•••

அத்தியாயம் - 53

# ‘மகேந்திரனை மயக்கு’

ஜென்ம விரோதிகள் இருவரும் ஒருவரை ஒருவர் அடையாளம் கண்டு கொண்டார்கள் என்பதில் ஐயம் இல்லை.

பல்லவன் தன்னைக் கண்டுவிட்டான் என்றவுடன் அவசர முடிவுகள் எடுத்தான் காபாலிகன். அவன் அடிக்கடி மாறுவேடம் பூண்டு தேச யாத்திரை செய்வதுண்டு என்பதைத் தெரிந்தே பார்த்ததால்தான் உண்மை புலனாகியது. இல்லையென்றால் அதோகதிதான். அந்த சண்டாளப் பாவியைத் திட்டித் தீர்த்துவிட்டார்.

‘புலிகேசி யானை மீதேறிக் கம்பீரமாக வருவான். இல்லை வாதாபியின் வீதிகளில் வெள்ளைப் புரவியின் மேல் ஏறி பவனி வருவான். அவன் அரசன். இந்தப் பல்லவனோ ஊர்வலம் வருவது இரவில்தான். பரதேசி வேஷமொன்று போட்டு இப்படி நள்ளிரவில் வர அவனுக்கு எப்படித்தான் பிடித்திருக்கிறதோ?’ எல்லாம் முணுமுணுப்புத்தான். குரலை உயர்த்தி அகப்படுவானேன்?

பல்லவனைக் கண்டதில் காபாலிகன் உடனே மாறினான். இதுவரையில்லாத ஒரு பயம் அவனை தொத்திக்கொண்டது. அடுத்த முறை கோட்டைக்குள் வந்தால் வாசலிலேயே தக்கபடி வரவேற்று உபசரிப்பதற்குத் தயாராய் இருப்பான் பல்லவன்.

மூன்றாவது முறையாக இந்த நகருக்குள் இப்போது வந்திருந்தான். மெல்ல மெல்ல மாதவியின் மனதை மாற்றவேண்டியிருந்தது. காஞ்சிக்கு வெளியே வரமுடியாத மாதவிக்கு கோட்டைக்குள் சந்திக்க ஓர் இடம் தேவை. ஒரு காலத்தில் காஞ்சியின் வரைபடமே அவருக்கு

மனப்பாடமாகத் தெரியும். அந்தப் பழைய ஞாபகங்களில் ஆள் வாராத அய்யனார் கோயில் ஒன்றைத் தேர்ந்தெடுத்தான்.

கோயில் கோட்டைக்கு நடுவே இருந்தாலும் ஆரண்யத்தினால் சூழப்பட்ட ஓர் இடம் கொடுக்கும் தோற்றத்தைக் கொடுத்தது. நூறு ஆண்டுகளுக்கு முன்னால் இந்தக் கோயில் சிதலமாகிவிட்டிருந்தது. அந்தக் கோயிலுக்கு முன்னால் மூன்று மண் குதிரைகள் இருந்தன. அவையும் சரி, பிரமாண்ட அய்யனாரும் சரி, மிகவும் பாதிக்கப்பட்ட நிலையில் இருந்தார்கள்.

அஸ்தமித்துவிட்டால் கோயில் அருகாமையில் யாரும் வருவதில்லை. பேய் பிசாசுகள் குடிகொண்டிருக்கும் பாழடைந்த இடம் இது என்று பரவலாய் பேச்சிருந்தது. சொல்லப்படும் பேய் பிசாசெல்லாம் காபாலிகனை கண்டால் இரண்டடி தள்ளி நிற்கும்.

முன்பே இரண்டு இரவுகள் காபாலிகனின் கட்டளையின் பேரில் அய்யனார் கோயிலுக்கு போனார்கள் சுலோச்சனாவும் மாதவியும். முதல் முறை மாதவி இங்கு வந்த பின் எதையாவது பார்த்துவிட்டு அலறினால் என்ன செய்வது என்றுகூட யோசித்தார். பின், ‘சாகசக்காரி அவள். அவளைக் கண்டு ஏதாவது அலறினால்தான் உண்டு’ என்று மனதை தேற்றிக்கொண்டார்.

மரத்தின் பின் விழுந்து கிடந்த தூண் ஒன்றின்மீது அமர்ந்து அன்று நடந்தவற்றை அசைபோட்டார்... இனி சுலோச்சனாவின் மூலம் மட்டுமே தொடர்பு இருக்கும். அதனால் இன்றைய சந்திப்பு மிக முக்கியம் வாய்ந்தது.

அறையின் கதவைப் பூட்டிவிட்டு மாடியிலிருந்து பிரத்யேகமாக வைக்கப்பெற்ற ஏணிமரத்தில் யார் கண்ணிலும் பட்டுவிடாமல் கீழிறங்கினர் சுலோச்சனாவும் மாதவியும். இருள் படிந்த காஞ்சி சாலைகளில் அய்யனார் கோயிலை நோக்கி நடை கட்டினர். போகும் வழியெங்கும் தீவிரமாக யோசித்தபடியே வந்தாள் மாதவி. பேசிக்கொண்டே வந்தாள் சுலோச்சனா.

‘இனி மேல் உன்னைப்பற்றி இத்தகைய அவதூறுகளை என் செவிகள் கேட்கும்படி செய்யமாட்டாயல்லவா?’ என்று உறுதி வேறு கேட்டுக் கொண்டாள்.

ஜடம்போல தலையசைத்தாள் மாதவி. சுலோச்சனாவின் வார்த்தைகள் பல அவள் காதில் விழவேயில்லை. வார்த்தையாடிக்கொண்டிருக்கவும் ஆசையில்லை. எவ்வளவுதான் நியாயப்படுத்தினாலும் அவர்கள்

இருவரும் பாதையிலிருந்து இடறிச் சென்றது உண்மை. இன்றும் அதற்காக காபாலிகன் திட்டித் தீர்க்காமல் இருந்தால் சரி.

கடைசியாக 'அவர் உனக்குச் சொன்ன புத்திமதி நல்ல புத்திமதிதான். கேட்டு அதன்படி நட' என்றாள் சுலோச்சனா.

குள்ளனை கோயில் வாசலில் காவலுக்கு நியமித்திருந்தான் காபாலிகன். இரண்டு பெண்களும் வந்தவுடன் கோட்டான் போலொரு சப்தம் எழுப்பினான் குள்ளன். தான் அமர்ந்திருந்த அய்யனார் கோயிலின் சமீபத்தை அவர்கள் நெருங்கினார்கள் என்று புரிந்துகொண்டார் காபாலிகன். ஒரு முறை அவர்கள்தானா என்று எட்டிப் பார்த்தார். காட்டில் இருந்த தோஷம். இந்த சிதிலமடைந்த கோயிலுக்கு இந்நேரத்தில் வேறு யார் வருவார்கள்?

குள்ளனைக் கடந்து கோயிலுக்குள் சென்றனர் இருவரும். 'ப்ரியம்வதா' என்ற பூர்வீகப் பெயர் அவள் காதில் விழுந்தது. பெயருடன் சர்ப்பம் போன்ற சப்தம் செய்யும் அவரது மூச்சும் கேட்டது. அவர் மூச்சு சப்தத்தை மறக்கமாட்டாள். திருவரங்கத் தீவில் இருவருக்கும் கேட்டதே? உடனே அத்திசையில் சென்றனர் இருவரும். எதிர்பார்த்தே வந்திருந்தாலும் அவரைப் பார்த்தவுடனே திடுக்கிட்டுப் போனாள் மாதவி. கண்டவுடன் தெரிந்தது காபாலிகன் உடலாலும் மனதாலும் தளர்ந்திருந்தார். எதையோ பறிகொடுத்த வரைப் போலிருக்கிறார். இப்படி சித்தக் குழப்பத்தை உண்டாக்கியது ஒன்றுதான். தன்னுடைய விருப்பத்திற்கு விரோதமாக ஒன்றும் நடவாதென்று எண்ணியிருந்த காலம் போனது என்று அவருக்குப் புரிந்துவிட்டது.

அதுமட்டுமல்ல, ஒரு வகை விரக்தியும்தான். 'இவளை நம்பி எத்தகைய மனோராஜ்ய பகற்கனவுகளில் ஈடுபட்டுவிட்டேன். பீமார்ஜுனர்களைப் போன்ற மகன்களை எனக்கு விட்டுச் செல்லவில்லையே புலிகேசி? வீணாய் போன காதலுக்கு அடிமையாகும் பேதைப் பெண்ணை அல்லவா விட்டுச் சென்றான்.'

மாதவியின்மீது தமக்கு ஏற்பட்ட கோபமெல்லாம் சிறுபிள்ளைத் தனமாக நடந்துகொண்டாள் என்பதால்தான். அவளைத் திட்டியும் பயனில்லை என்றாலும் கோபம் மட்டும் குறையவில்லை. என்னதான் திட்டக் கூடாது என்று நினைத்தாலும் அவளைக் கண்டவுடன் ரத்த நாளங்களில் கொதித்தது உதிரம்.

'அறிவற்ற மூடர்... அதிகப்பிரசங்கி...' என்றெல்லாம் திட்டித் தீர்க்கவேண்டுமென்று ஆசையிருந்தாலும் அடக்கிக்கொண்டார்.

நேரம் குறைவாக இருந்தது. அதை ஆக்கப்பூர்வமாக பயன்படுத்த வேண்டும்.

சற்று நேரம் சும்மாயிருந்துவிட்டு பெருமூச்சுவிட்டபடி பேசினார். ‘நான் பதினைந்தாண்டு காலமாக போட்டு வைத்து தினந்தினம் மெருகேற்றிய திட்டம் இன்று மாற்றவேண்டிய நிலையில் இருக்கிறேன்’ என்றார்.

மாதவியின் மனம் துள்ளிக் குதித்தது. ‘சற்று நாள் சும்மாயிரு. சில நாள் கழித்து உன்னை வந்து சந்திக்கிறேன்’ என்று காபாலிகன் சொன்னால் எவ்வளவு நன்றாயிருக்கும்? ஆனந்தன்கூட திரும்ப வந்து விடுவானே?

ஆனால் சுலோச்சனா பதற்றம் அடைந்தாள். ‘அய்யா, ஏன் நீர் நிராசையடையவேண்டும்? மாதவி நீர் சொல்லும்படி கேட்பாள். நீர் கட்டளை பிறப்பித்தால் அவ்வாறே செய்யச் சித்தமாயிருக்கிறாள். நடந்ததை கெட்ட கனவாய் நினைத்து பழைய திட்டத்தின்படியே செல்லவேண்டும்’ என்று மன்றாடினாள்.

‘இல்லை சுலோச்சனா. நியாயம் கோருவதற்கு பல வழிகள் உண்டு. நம் திட்டத்தில் பெரும் மாற்றம் இருக்கத்தான் செய்கிறது. இவளை நம்பமுடியாது. இவர்கள் நாட்டுப்பற்றுடன் செயல்படுவார்கள் என்று நம்பிய என்னைப் போன்ற மௌடீகன் இந்த மூன்று சாம்ராஜ்ஜியங்களிலும் வேறு யாரும் இருக்க முடியாது.’

மாதவியின் மனதில் அது தைத்தது. அவர் தன்னை விடப்போவ தில்லை என்று புரிந்தது.

மாதவியை நேருக்கு நேராகப் பார்த்தபடி மாற்றத்துக்கான காரணங்களை விவரிக்கத் தொடங்கினார் காபாலிகன்.

‘புஜபல பராக்கிரமத்தினை அழகு அடிமையாக்கும். அதனால் நர்த்தகிக்கு உடலெங்கும் ஆபரணம். அரசிக்கு தலையில் ஒரே ஓர் ஆபரணம். அதை அவன் உன் தலையில் சூடுவான். நீ பல்லவ நாட்டுக்கு சக்கிரவர்த்தினியாகவேண்டும் என்று எண்ணினேன். ஆனால் நீ அரசியானவுடன் மனம் மாறினால்? நாட்டுப்பற்றை ராஜபோகத்தில் இழந்தால்? என்ற ஐயம் எனக்கு வந்துவிட்டது. என் உடம்பில் உயிருள்ள வரையில் அதை நான் அனுமதிக்கமாட்டேன். உனக்கு வாழ்க்கையெல்லாம் கடிவாளம் போட்டு கண்காணிக்க முடியுமா என்று எனக்கு தெரியவில்லை.’

தனக்கு என்ன கட்டளை பிறப்பிப்பார் என்று வியந்தாள் மாதவி. ஆனால் ஒரு நிம்மதி. காதலின் தூய்மையை திருவரங்கத் தீவில்

கற்றிருந்தாள். அதையொரு ஆயுதமாக உபயோகிக்கக்கூடாது என்று முடிவெடுத்திருந்தாள். அதைவிடக் கேவலம் ஏதும் இல்லை.

ஆனால் வேறேதோ திட்டத்தைத் தீர்மானித்திருக்கிறார் என்று தெரிகிறது. மாதவியை வைத்து முடிந்தவரை பழி தீர்க்க முயல்கிறார் என்று தெரிந்தது.

'ப்ரியம்வதா...' அந்தப் பெயரை அவர் உச்சரித்தபோதே அவள் பூர்வீகத்தையும் நினைவுபடுத்தினார் காபாலிகன். 'உன்னுடைய கடமை ஒன்றே ஒன்றுதான். உன் தந்தையின் இறுதி ஆசையை நிறைவேற்றி வைக்கவேண்டியதுதான். பல்லவ யுவராஜனை சம்ஹரிப்பேன் என்று சபதம் செய்' என்று கர்ஜித்தார்.

'அவனைக் கொன்றால் என்ன லாபம்?' என்று கேட்கத் தோன்றியது.

அந்தக் கேள்வி அவள் முகத்தில் பிரதிபலித்திருக்கவேண்டும். உடனே பதில் சொன்னார் காபாலிகன். 'உன் அண்ணன் விக்ரமாதித்யன் வாதாபியில் படை திரட்டுகிறானாம் பழி தீர்க்க. நாமே அவனுக்கு ஒரு சந்தர்ப்பம் கொடுப்போம். நீ செய்யப்போகும் இந்தக் கொலையில் நம் நாட்டின் விடுதலைக்கான பயிர் பிழைத்திருக்கும். புத்திர சோகத்தில் பல்லவன் வலுவை இழப்பான். அது படையெடுத்துவரும் நம் நாட்டவருக்கு நல்லதொரு சந்தர்ப்பம்தானே. வெற்றி முரசுகள் எட்டுத் திக்கும் அதிரும்படி முழங்க சாளுக்கிய சைனியம் காஞ்சியைக் கைப்பற்றும். அன்று நீ எப்படியிருக்கிறாய்? நான் எங்கு இருக்கிறேன் என்றெல்லாம் கவலைப்பட முடியாது. நம்மால் நாட்டை மீண்டும் ஸ்தாபிக்க முடியாது. ஆனால் கூடுமானவரை அதை அழித்தவரை பழி வாங்க முயலலாம் அல்லவா?' என்றார்.

அவர் நிலையிலிருந்து பல படிகள் கீழிறங்கி வந்திருக்கிறார் காபாலிகன் என்று அவளுக்குப் புரிந்தது.

'நேரம் அதிகம் இல்லை. காலை கதவு திறந்தவுடன் நான் வெளியேற வேண்டும். மனதில் பதிவதுபோல் சொல்கிறேன் கேட்டுக்கொள். பல்லவ குலத்தவரிடம் பெண்ணின் எழிலுக்கு விசேஷ மரியாதை உண்டு என்பதை நானறிவேன். தொண்டை மண்டலத்தை ஆளும் சக்கரவர்த்தியின் திருக்குமாரர் உன் முன் மகுடியின் இசைக்கு சர்ப்பம் போலாடுவான். சந்தர்ப்பம் ஒன்றை ஏற்படுத்திக்கொள். பின் பல்லவ இளவரசனைக் கொன்றுவிடு. தைரியம் வரவில்லையா? எதிரிகளின் தலைகளை மலைமலையாகக் குவித்த புலிகேசியின் வீர வம்சத்தில் பிறந்ததை நினைத்துக்கொள்' என்றார்.

ரத்தக்களரியை நினைத்தவுடன் ஒரு நொடி ஆடிப்போனாள் மாதவி.

'வேறு வழியே இல்லையா?'

'லட்சம் பேரை வரச்சொல்கிறேன். அவர்களை தலைமை தாங்கி பல்லவ தலைநகரை முற்றுகையிடுகிறாயா?' என்று நக்கலாய் கேட்டார். 'நால்வகை சைனியத்தைத் திரட்ட முடிந்திருந்தால் உன் முன் ஏன் மன்றாடுகிறேன். எல்லாம் என் தலையெழுத்து.'

மாதவிக்கு இந்த நக்கல் நையாண்டியெல்லாம் புண்படுத்தும் சக்தியை இழந்து வெகு நாட்களானது. 'சரி, நான் பல்லவ ராஜகுமாரனைக் கொல்கிறேன்' என்று ஒப்புக்கொண்டாள்.

அவள் மேலும் மேலும் விவாதிப்பாள் என்று எண்ணியிருந்த காபாலிகருக்கு ஆச்சரியம். உற்று அவளைப் பார்த்தார். 'மன உறுதியுடன்தான் பதில் சொல்கிறாள். நாம்தான் தவறாக எடை போட்டுவிட்டோமோ? பழைய திட்டம்கூட வேலை செய்திருக்குமோ?' என்ற ஐயம்கூட எழுந்தது.

•••

அத்தியாயம் - 54

# சரியென்றாள்

'**செ**ய்கிறேன்.'

அவள் மன உறுதி அவர் வார்த்தைகளில் தெளிவாய்த் தெரிந்தது. வீண் வாதம் செய்து காலத்தை வீணடிப்பாள் என்று நினைத்த காபாலிகன் மறுமொழி கூற முடியாதவனாய் தவித்தான். 'அவள் இப்படி கேட்பாள். நான் அப்படி பதில் சொல்லவேண்டும்' என்றெல்லாம் கற்பனை செய்து வைத்திருந்தவருக்கு அவள் உடனே ஒப்புக் கொண்டது அதிசயத்திலும் அதிசயம்.

அவளுடைய குரலில் சற்றும் ஏமாற்றம் தென்படவில்லை. மாறாக உறுதி தெரிந்தது. அவர் சொல்லும் கொலைபாதகச் செயலுக்கு இணங்காதே என்று கதறியிருக்கவேண்டும் அவள் மனம் என்று எதிர்பார்த்தார். ஆனால் ஏனோ செய்யவில்லை. அதனால் சந்தோஷத்தைவிட காபாலிகருக்கு பல ஐயங்கள்தான் எழுந்தன.

'முன்னிருந்த வெறி என்றால் இச்செயலை செய்து முடித்திருப்பாள். ஆனால் இப்போது உண்மையில் காரியங்கள் செய்வாளா? இல்லை பாவனை பண்ணுகிறாளா? இவளை எப்படிக் கண்காணிப்பேன்? எப்படி ஆலோசனை கூறுவேன்? தொடர்ந்து ஒரு நிழலுருவம்போல வந்த காலங்கள் போனது.'

மாதவி அதிசீக்கிரத்தில் ஒப்புக்கொண்டது பல காரணங்களினால். ஒரு காரணம் என்று நிச்சயமாக கைநீட்டி சொல்ல இயலாது. முதலில் இந்த திட்டம் அவளுக்கு கசப்பைத் தரவில்லை. காபாலிகரின் முந்தைய திட்டத்தைக் கேட்ட காலங்களில் 'காதலென்பது எவ்வளவு புனிதமானது. இளவரசனைக் கொல்வதென்றாலும் பரவாயில்லை.

ஆனால் வாழ்வெல்லாம் மகேந்திரனுடன் இருந்துகொண்டே அவன் அழிவுக்கு வழி வகுக்க முடியுமா?' என்று அவள் நினைத்ததுண்டு. எல்லோருமே தங்கள் காதல் உலகம் காணாத மகோன்னதம் கொண்டதுதான் என்று நினைப்பார்கள். அதுபோலத்தான் ஆனந்தனுக்கும் அவளுக்கும் இடையே இருந்த காதல். அதற்கு அவமானம் செய்ய மனது வரவில்லை. இன்னும் ஒருவனை 'நான் உன்னைக் காதலிக்கிறேன்' என்று சொல்ல அவள் மனம் ஒப்ப வில்லை. புதுத் திட்டத்தை வகுக்கும் போது அவள் மனதை அப்படியே புரிந்து கொண்டார் போலும் காபாலிகன்.

ஒப்புக்கொள்ளும்போது ஒரு நொடிக்கு ஆனந்தன் முகம் அவள் முன் 'பளிச்' சென்று வரத்தான் செய்தது. பாண்டிய நாட்டுக்குப்போய் மீண்டும் கொலை பாதகச் செயல்களை செய்து அவன் திரும்புவானோ மாட்டானோ? அவன் உயிருடன் திரும்பமாட்டான் என்ற எண்ணம் அவள் உள்ளத்தில் வலுப்பட்டது. அவனுக்காகக் காத்திருப்பது பைத்தியக்காரத்தனம்.

அவனால் சுயேச்சையாக முடிவு செய்ய முடியவில்லையே? என்னால் முடிந்தது இவ்வளவுதான். உன்னால் முடிந்ததைப் பார்த்துக்கொள் என்று அவனால் காபாலிகனிடம் சொல்ல முடியவில்லையே. 'காணாத உன் தந்தைக்காகவும் செல்லாத உன் நாட்டுக்காகவும் நீ உன் வாழ்க்கையை தியாகம் செய்யப் போகிறாயா?' என்று அவள் மனதை திருவரங்கத் தீவில் மாற்றியவன் அவன்தானே. ஒன்றோடொன்று பின்னிப்பிணைந்த உணர்வுகள் பிரித்து உணர முடியாத உயிர்கள் என்றெல்லாம் வர்ணித்து ஆனந்தித்தோமே. அவன் செய்த வேலையில் மட்டும் பிசகு என்று காபாலிகன் சொன்னவுடன் மாதவியைப்பற்றிக்கூட நினையாமல் கிளம்பிவிட்டானே. அப்போது அவன் நேற்றுவரை பேசிய காதல் மொழிகளுக்கு அர்த்தம் ஏதும் இல்லையா?

தம் கண்களை இறுக மூடிக்கொண்டாள். கண்ணை மூடியவுடன் இருதயத்திலிருந்து ஆனந்தன் உருவம் இடைவிடாமல் தோன்றிக் கொண்டிருந்தது.

ஆனால், என்றாவது ஆனந்தன் வருவான்... என்னை இந்த நரகத்திலிருந்து மீட்டுச் செல்வான் என்ற நம்பிக்கை குறைந்தது. ஆலவாயில் அவனுக்கு நிச்சயம் மரணம் என்று தெரிந்துதான் அவனை அங்கு அனுப்பியிருக்கிறார் காபாலிகன்.

காபாலிகன் ராட்சதன்தான்! அவனுடைய கோரமான பிடியிலிருந்து மீளவே முடியாது.

முக்கியமாக இதற்குள்ளாக அவள் விதியின் வலிமையை உணர்ந்திருந்தாள். அவள் உள்நெஞ்சம் ‘சாபப்பட்டவர்கள் நாம். நமக்கு நல்லதே நடக்காது’ என்று ஆணித்தரமாய் சொல்லியது. பிறக்கும் முன்பே நாடும் போனது… தந்தையும் போனார். பிறந்தவுடன் தாயும் போனாள். பின் கேவலம் எதிரி இட்ட உப்பை உண்டு உடல் வளர்த்து ஜென்ம சத்ருவின் முன்னே நடனமாடும் கோர அனுபவம். காதலும் கைகூடவில்லை என்றவுடன் அவளுக்கு ஆணித்தரமாய் அது தோன்ற ஆரம்பித்தது.

‘நடனமாவது… பரதமாவது? இளவரசியாவது… சக்கிரவர்த்தினியாவது? சாளுக்கியனாவது? பல்லவனாவது? திருவரங்கத் தீவில் வாழ்ந்த அந்த மூன்று நாட்களில் உடலும் மனமும் கொண்ட மகிழ்வுதான் என்ன? ஸ்மரணையற்ற நிலையில் வாழ்வதுபோலொரு எண்ணம். அதே சமயத்தில் ஆகாயத்தில் பறப்பதுபோலொரு கனமற்ற நிலையை உடல் பெற்றிருந்தது. அதற்குப் பின் ஏற்பட்ட சோகமானது வலித்தது. முன் நடந்த ஆனந்தத்தை இன்னமும் எடுத்துக் காட்டியது. ‘இனி அப்படியொரு வாழ்வு உனக்குக் கிடையாது’ என்று விதி கேலிசெய்தது.

எவ்விதத்தில் காதல் தடைபட்டது என்பதைவிட எந்த நேரத்தில் தடைபட்டது என்பதே முக்கியம் என்று அவளுக்குத் தோன்றியது. படகில் ஏறினால் நாளைக் காலைக்குள் காவிரியின் முகத்துவாரத்தை அடைந்துவிடும். பின்னர் கடலில் படகைச் செலுத்தினால் வெவ்வேறு நாடுகள் நல்லதொரு எதிர்காலம் என்று முடிவுகட்டியபோது காபாலிகன் சரியாக வந்தான். விதி அவர்கள் இருவரும் இணைவதில் விருப்பம்கொள்ளவில்லை என்பதற்கு இதற்கு மேல் என்ன அத்தாட்சிவேண்டும்.

தில்லை ஆண்டவர் அண்டினோரைக் கைவிடாதவர் என்று நம்பி வாழ்ந்தவள் அவள். எவ்வளவு நாள் அவர் சிலைக்கு முன் ஆடியிருப்பாள்? கைவிட்டுவிட்டாரே… தலைநிமிர்ந்து கர்வத்துடன் இளவரசியாய் வாழ்வதற்கு ஏக்கமாயிருக்கிறது. என்னுடைய தலைவிதி ஒரு சிற்பியின் மனைவியாகக்கூட வாழ எனக்கு கொடுத்து வைக்கவில்லையே? என்ற ஆதங்கம்.

ஆனந்தனுக்கு ஏற்பட்ட கதியை நினைத்தால் மனம் விம்மியது.

துரதிர்ஷ்டசாலி அவன். தன்னைக் காதலித்ததனால் செத்தொழியப் போகிறான். ஆலவாயில் அவனுடைய கதி என்ன ஆயிற்றோ? நினைக்க நினைக்க மனச்சோர்வு அதிகமாகிறது. ‘இப்படியே இருந்தால் அவன் நினைவில் புழுங்கிச் செத்துப் போனாலும்

போய்விடுவேன். வெள்ளம் கொள்ளைக்கொண்டிருந்தால் இந்த பிரச்னையே இல்லை. ஆனால் இப்போது காபாலிகன் சொல்லும் காரியத்தை சீக்கிரம் செய்து செத்தொழிந்தால் நல்லது. இந்தக் கொடுமையைத் தாங்க முடியவில்லை' என்றுகூட விரக்தி அடைந்தாள்.

அவள் முடிவுக்கு வேறொரு காரணமும் இருந்தது. 'நம் வாழ்க்கைதான் பாழாய்ப்போனது. எதற்காகத் காபாலிகனும் அவன் திட்டத்தை நான் பாழாக்கிவிட்டதாக எண்ணிக்கொள்ளவேண்டும்? கணக்கற்ற சாளுக்கிய ஜனங்கள் இந்தப் பழிவாங்கலுக்காக தினம் தினம் காத்திருக்கிறார்கள். சரி அவர்களுக்காகவாவது நிம்மதியைக் கொடுப்போம்' என்றும் முடிவும் எடுத்தாள்.

சுலோச்சனாவுக்கு ஏகபோக சந்தோஷம். மாதவியின் கரங்களை அழுத்திப் பிடித்துக்கொண்டு தன் கண்களில் ஒற்றிக்கொண்டாள். உணர்ச்சி ததும்பிய குரலில் கூறினாள். 'இந்த வீரச் செயலைப் போன்ற மகத்தான சேவை வேறொன்றும் இருக்க முடியாது. மஹாகாபாலிகன் எல்லாம் விவரமாய் சொல்லட்டும். இன்னொரு முறை கேட்டுக்கொள்' என்றாள்.

காபாலிகன் தன் தொண்டையை கனைத்து சரி செய்துகொண்டான். திட்டத்தை விவரிக்க நேரம் ஆயிற்று. காட்டில் இருக்கும்போது பறவைகளைப் பிடிக்கும் வேடன் உபயோகிக்கும் வழியை பலமுறை கூர்ந்து கவனித்திருந்தான் காபாலிகன். அதையே இப்போது பல்லவனைப் பிடிக்கவும் பின்பற்றவேண்டும் என்று முடிவு செய்தான்.

ஒரு பெண் பறவையை முதலில் பிடித்த பின், அதை வலையையொட்டி கட்டி வைத்தால் அனுதாபம் விசாரிக்க வரும் ஐம்பது ஆண் பறவைகளை ஒன்றன் பின் ஒன்றாக வேடன் பிடிப்பான். அதுபோல மகேந்திரனையும் மாயவலையில் அகப்படுத்திக்கொள்ளவேண்டும். பின் கொல்லவேண்டும். வீராதி வீரர்... சூராதி சூரர் என்று தம்பட்டம் அடித்துக்கொள்ளும் அவனை பொறிவைத்துத்தான் பிடிக்க வேண்டும்.

அவன் திட்டத்தை விவரித்தான் காபாலிகன். 'மகேந்திரனுடன் நேசம் செய்துகொள். அவன் நம்பிக்கையை பெறு. பின் அவன் எதிர்பாராத சமயம் பார்த்து அவனைக்கொன்றுவிடு. ஆனால் முக்கியமாக ஒன்று. பல்லவ நாட்டு யுவராஜன் தற்செயலாக கொல்லப்பட்டதாய் தெரியக் கூடாது. அதன் பின் ஒரு சதி இருந்தது என்று ஊரார் அறியவேண்டும். அப்போதுதான் நம் வேலைக்கு ஓர் அங்கீகாரம் கிடைக்கும்.

பல்லவனை எதிர்க்க நம்மால் முடியும் என்று பலருக்கு நம்பிக்கை கிடைக்கும். தினம் தினம் சந்தித்தால் உனக்கு என்ன செய்வது ஏது செய்வது என்று சொல்ல எனக்கு வாய்ப்புண்டு. ஆனால் இதுவரை நம் திட்டங்களை கெடுத்த விதி இன்னமும் விளையாடுகிறது' என்றார்.

ஆம், மாதவி கோட்டைக் கதவைவிட்டு வெளியேறுவதை விதி தடை செய்தது. வெளியிலிருந்து காபாலிகன் உள்ளே வருவதையும் பல்லவனைக் கண்டவுடன் கண்டிப்பாகத் தடை விதிக்கப்பட்டது. காஞ்சி சுந்தரி என்றழைக்கப்படும் இந்த நகரில் அவர் கடைசி நாள் அதுவே.

'உனக்கு அறிவுரைகளெல்லாம் சுலோச்சனா வழியாகச் சொல்லி அனுப்புகிறேன்.'

'சரி' என்றாள் மாதவி.

இன்னமும் எவ்வளவோ பேசவேண்டும் போலிருந்தது. ஆனால் நான் கோட்டைக் கதவின் சமீபத்தில் சென்று ஒளிந்துகொள்ளவேண்டியது அவசியம். கதவை சூர்ய உதயத்தின்போது திறந்தவுடன் உடனே வெளியேறவேண்டும்.

இருவரும் கிளம்பினார்கள். சுலோச்சனா சாஷ்டாங்கமாக காபாலிகன் காலில் விழுந்தாள். மாதவிக்கு கையெடுத்து கும்பிடக்கூட அருவருப்பாய் இருந்தது. இரவு இரண்டாம் ஜாமத்துக்கு மேலே எல்லோரும் தத்தம் வழிக்குச் சென்றனர்.

அய்யனார் கோயிலைவிட்டு வெளியேறும் பெண்களை கண் கொட்டாமல் கண்டான் காபாலிகன். இருவரும் வெளிவாயிலுக்கு அப்பால் சென்றவுடன் மறைந்துவிட்டனர்.

காபாலிகன் எழுந்தான். அவனிடம் ஒரு நம்பிக்கை இப்போது இருந்தது. தானும் மாதவியும் இருவருமே வழி வழியாக வந்த வீர பரம்பரையில் பிறந்தவர்கள். போர்க்களத்தில் ஒப்பாருமில்லை மிக்காருமில்லை என்று சொல்லப்பட்ட புலிகேசியின் மகள் அவள். போர்க்களத்தில் அவன் புரிந்த வீரதீர சாகசச் செயல்களின் சாயல் இவளிடம் இராமல் போகுமா?

'நீயே என் பழிக்குக் குறுக்கே நிற்கிறாய்?' என்று அவளை திட்டியது தவறு. அணிமணி அலங்காரங்களுடன் ஆட்டம் ஆடுபவள்தானே இவளால் முடியுமா என்று சந்தேகித்தால் அது தவறு. நிச்சயம் வெற்றி பெறுவாள்.

ஆனால் என்ன? எல்லாம் திட்டப்படி நடந்த பின் சரித்திரம் என்ன சொல்லும்? இடையில் சில காலம் சாளுக்கிய குலம் மங்கியிருந்து திடீரென மீண்டும் தலையெடுத்தது. அதன் பின் சாளுக்கிய சாம்ராஜ்யத்தின் புகழ் மீண்டும் மகோன்னதமடைந்தது என்று சொல்லும். திட்டம் தீட்டிய ஒற்றைக் கை காபாலிகனையோ பல்லவ இளவரசனைக் கொன்று அதற்காக வித்திட்ட நர்த்தகியையோ சொல்லுமா? சொல்லாது.

‘சாளுக்கிய சாம்ராஜ்யத்தின் சேவையில் இறந்து போனவர்களின் பட்டியலில்கூட எங்கள் இருவரின் பேரும் இராது’ என்று நினைத்தார்.

ஆம், மரணம் நிச்சயம்தானே? சமுத்திரம்போல் பொங்கி வந்த சாளுக்கிய பெரும் படையுடன் போர் தொடுத்து மாண்டுபோவான் புத்திர சோகத்தில் தவிக்கும் பல்லவன். ஆனால் அதற்கு முன்? மகனுக்கு ஏதாவது சிறிய தீங்கு நேர்ந்தாலும் தீங்கிழைத்தவரின் குலத்தைப் பூண்டோடு அழித்துவிடுவான் அல்லவா? ஆக்கிரோஷம் பொங்கி ஆத்திரம் பொத்துக்கொண்டு வரப்போகும் பல்லவனுக்கு முன் இந்தப் பெண் எப்படிப் பிழைப்பாள்? அதை நினைத்தவுடன் பெரும் மனக்கலக்கத்துக்கு உள்ளாகியிருந்தார். சோகம் இன்னதென்று அறியாமல் செயலற்று நின்றார். கண் கலங்கியது.

ஆனால் அவர் மனதில் கொழுந்துவிட்டு எறிந்த நெருப்பில் அந்த ஓரிரண்டு கண்ணீர்த் துளிகள் விழுந்து காணாமல் போனது.

•••

அத்தியாயம் - 55

# கோட்டை மதில்

**கோ**ட்டையென்றாலே முற்றுகையைத் தவிர்க்க முடியாது. அதனால் எதிரியின் முற்றுகைக்கு என்றும் ஆயத்தமாக இருக்கவேண்டும் என்று பல்லவேந்திரர் கருத்து கொண்டிருந்தார். காஞ்சி மக்களுக்கு ஒரு வருஷத்துக்குத் தேவையான தானியங்கள் கோட்டைக்குள் எப்போதும் இருந்தன. லட்சோபலட்சம் வேல்களையும் பதுக்கி வைத்திருந்தனர். பாலாற்றுத் தண்ணீரை நம்பாமல் ஊரெங்கும் கிணறுகள் வெட்டப்பட்டிருந்தன.

மனதுக்குள் மந்திரி மண்டலத்தார் சிரித்தனர். பாண்டியனோ அரசருக்கு மைத்துனன். கல்யாணம் காட்சிக்கு சீரேந்தி வருவானே தவிர இனி வாளேந்தி வரமாட்டான். வடக்கில் ஆண்ட ஹர்ஷவர்த்தனரோ இவ்வளவு தூரம் வரமாட்டார். சாளுக்கியனோ செத்தொழிந்துவிட்டான். மீதம் உள்ள அரசர்களின் படையோ காஞ்சியை முற்றுகையிட முடியாது. ஏன்... அதன் சுற்றளவுக்கு கைகோர்த்தபடி நிற்கக்கூடிய படைவீரர்கள் கூட இல்லாதவர்கள். பின் ஏன்? என்று எல்லோருக்கும் சந்தேகம்.

சேகரித்து வைத்த பொருள்களைத் தவிர முக்கிய யுக்திகளைக் கையாண்டார் பல்லவர். முற்றுகையிடும் நோக்கத்தில் வரும் எதிரி என்ன செய்வான்? கோட்டை வாசல்களுக்கு எதிரே அகழியைத் தூர்க்க முயற்சிப்பான். பின் கோட்டைக் கதவுகளைத் தகர்க்க யானைகளை ஏவப் பார்ப்பான். அகழியை தூர்க்க வரும் வீரனையோ மத்தகஜத்தையோ கோட்டை வாசலின் மேல்மண்டபத்திலிருந்தும் பக்கத்து மதில் சுவர்களின் மேலிருந்தும்தான் பல்லவ வீரர்கள் எதிர்கொள்ளவேண்டும்.

மதுவுண்ட யானைகள் மேல் காய்ச்சிய எண்ணையை ஊற்ற வேண்டும். வீரர்களை வேல்மழை அல்லது அம்புமழையால்தான் தடுக்கவேண்டும். அப்போது மதில் மட்டுமல்ல அதையொட்டி கோட்டைக்குள் இருந்த இடமும் மிக முக்கியம். அதை பாதுகாப்பவருக்கு அதைச் சுற்றி செயல்பட இடம் தேவை. தேர்களும், மாட்டு வண்டிகளும் ஆயுதங்களையும் போர் வீரர்களுக்கான பொருள்களையும் மதில்வரை எடுத்துச் செல்ல வசதியாக்கவேண்டும் என்று முடிவு செய்தார்.

கோட்டை பாதுகாப்பினை முன்னிட்டு அதன் கொத்தளம் மற்றும் மதில்களையொட்டி சாலை மட்டும் இருந்தால் போதாது. வெற்றிடம் இருக்கவேண்டும் என்பது அரசரின் முடிவு. பல ஆண்டு களுக்கு முன் புலிகேசி முற்றுகையிட்டபோது கோட்டைக்குள் மதில்களைச் சுற்றி வீடுகள்தான் இருந்தன. அதன் பின் மதில்களை ஒட்டி வாழ்ந்தவர்களை வேறு இடங்களுக்கு புலம்பெயர செய்தனர். அவர்கள் வசித்த வீடுகளை இடித்து தரை மட்டமாக ஆக்கினார்.

வெற்றிடம்வேண்டும்தான். அதற்காக அந்த இடங்களை காலியாக விடவும் அரசர் எண்ணவில்லை. கலாரசிகரான மன்னர் அங்கெல்லாம் அழகிய சோலைகளாக அமைத்தார். மாளிகையை ஒட்டிய ஓரிரு சோலைகள் பல்லவர்களின் பிரத்யேக உபயோகத்துக்காக ஒதுக்கப்பெற்றன.

அரசர் அமைத்த சோலைகளை மக்கள் ஆதரித்தனர். வயோதிகர்கள் ஓய்வெடுக்கவும் குழந்தைகள் விளையாடவும் உபயோகிப்பார்கள் என்று அரசர் கணக்கிட்டார். ஏன் காதல் ஜோடிகள்கூட அங்கு ஆசை வார்த்தை பேச வருவார்கள் என்று எதிர்பார்த்திருப்பார். ஆனால் தன் மகனும் அவன் உயிருக்கு உயிராய் காதலிக்கும் நர்த்தகியும் அங்கு வந்திருந்தார்கள் என்று மரத்துக்கு பின்னால் ஒளிந்திருந்த ஒற்றன் ஓடிப்போய் சொன்ன பின்தான் அவருக்கே தெரிய வந்தது.

ஆம், விதவிதமான வண்ண மலர்கள் பூத்திருந்த அந்தப்புர சோலையில் மாதவியும் மகேந்திரனும் மாலை நேரத்தில் சந்தித்தனர். எல்லாம் இளவரசி குந்தவியின் ஏற்பாடுதான். அந்தச் சோலையில் அவர்கள் இருவரைத் தவிர வேறு யாரும் இல்லாததும் அவள் ஏற்பாடுதான். அவள் கட்டுப்பாட்டுக்குள் அனைவரையும் சோலை பக்கம் வரக்கூடாது என்று நிர்பந்தித்தாள். ஆனால் பாவம் அரசரின் ஒற்றர் படை அவளுடைய ஆளுமைக்கு அடியில் வரவில்லை.

அந்தப்புர தோட்டத்தில் யாருக்கு பூப்பறிக்க தைரியம் வரும்? அதனால் எங்கெங்கும் அமோகமாக புஷ்பங்களால்

அலங்கரிக்கப்பட்டிருந்த செடிகள் இருந்தன. மலர்களின் நறுமணம் கம்மென்று வீசித் சுற்றுப்புறம் முழுவதும் பரவியிருந்தது. சோலையெங்கும் மரங்களில் கனிகளின் பாரம் தாங்காமல் கிளைகள் வளைந்து தரையைத் தொட்டன. தரையெங்கும் பசும்புல் பாய் விரிக்கப்பெற்றது. ஜோடிக் குயில்கள் கீதமிசைத்தன.

இருவருமாய் சோலையில் இருந்த தாமரைக் குளக்கரைக்குச் சென்றார்கள். தாமரை மொட்டுக்களையும் அல்லி மலர்களையும் அந்த சமயத்தில் கொண்டிருந்தது குளம். குளக்கரையில் மகிழ மரத்துக்கு அடியில் தரையில் உதிர்ந்து கிடந்த மகிழம் பூக்கள் ரத்தின கம்பளி போலிருந்தது. இருவரும் நடுவில் அமர்ந்தனர்.

அவளுடைய பவள இதழ்களிலிருந்து எந்த வார்த்தை முதலில் வரும் என்ற ஏக்கத்துடன் பார்த்தான் மகேந்திரன். மாதவியே முதலில் பேசினாள்.

'இளவரசே, என்னை மன்னியுங்கள். என் கலையைத்தவிர என்னால் எதன் மேலும் முழு அன்பை செலுத்த முடியவில்லை' என்றாள். தயங்கித் தயங்கிப் பேசுவதுபோல் நடித்தாள். இரவில் கண்ணாடி முன்பும் சுலோச்சனாவின் முன்பும் பலமுறை நடித்துப் பார்த்த காட்சிதான். ஒத்திகையைவிட மிகச் சிறப்பாக வந்தது. 'மேலும் நான் ஒரு சாதாரண நர்த்தகி. நீரோ உலகை ஒரு குடைக்குக் கீழ் ஆளும் அரசர். நமக்குள் காதலெல்லாம் சரிப்பட்டு வருமா என்று தெரியவில்லை' என்றாள்.

மனதுக்குள் சற்று பயம்தான். அந்த வார்த்தைகளை தற்செயலாகச் சொல்வதுபோல சொல்லும்போது மாதவி சற்று பதைபதைத்துதான் போனாள். சுலோச்சனாவின் அறிவுரையைப்பற்றி சிறிது சந்தேகம் இல்லாமற் போகவில்லை.

'பிடிக்கவில்லை என்று சொன்னால் வெறுத்துப்போய் ஒதுங்கி விடுவானோ? கோபம் கொண்டு எழுந்து சென்றுவிடுவானோ?' என்று அவளுடைய கவலை அதிகமாயிற்று. குழப்பத்தில் இருந்த பேதையாக நடிக்க நிர்பந்தம். பல ஒத்திகைகள் தேவைப்பட்டன. 'உடனே அவன் காதலை ஒப்புக்கொண்டால் கஷ்டம். தயங்குவது போல் நடிக்கவேண்டும்...' என்றாள் சுலோச்சனா. மாதவிக்கோ தந்திரசாலியாக செயல்படவேண்டிய கட்டாயம். சாகசக்காரியாக ஆசை வார்த்தை பேசும் நிர்பந்தம். சிரிப்பதா அழுவதா என்று தெரியவில்லை.

ஆனால் அவன் எழுந்து செல்லவில்லை- சுலோச்சனா சொன்னது போல. மாறாக சிரித்தான். இப்படி இவனை ஏமாற்றுகிறோமே

என்று சங்கடம் அடைந்தாள். அவன் கண்ணிமையை அசைத்தால் போதும். பரத கண்டத்தில் எந்த தேசத்தின் இளவரசியோ பெண் பிரஜையோ ஓடி வந்து அவனை அணைத்திருப்பாள். ஆனால் தன்னை இன்னும் காதலிக்காத பெண்ணுடன் இருக்க அவனுக்கு எல்லையற்ற மகிழ்ச்சியை அளித்தது.

அரண்மனை அந்தப்புரத்தில் இல்லாத அழகா? சேவை செய்ய இருக்கும் மாந்தர்கூட அழகாய் இருக்கவேண்டும் என்று எழுதாத சட்டம் அங்கே. ஆனால் அந்த நாள்வரை அனுபவித்திராத இன்ப உணர்ச்சி மாதவியின் அழகு கொடுத்தது. 'கிண்கிணி' போன்ற அவளுடைய வார்த்தைகள் அவனுடைய செவிகளில் அமுத வெள்ளமாகப் பாய்ந்துகொண்டிருந்தன.

நாணம் மடம் என்னும் இயல்புகளைத் தங்கள் பிறப்புரிமை என்று எண்ணும் அந்தப்புர மாந்தரைப் பார்த்து வளர்ந்திருந்தான். ஆனால் இப்படி மனத்தில் இருப்பதை வெளிப்படையாகப் பேசும் பெண்ணைக் கண்டவுடன் ஒரு வகையில் இதுவும் பிடித்திருந்தது.

'உன்னை மன்னிப்பதற்குரிய குற்றம் எதுவும் நீ செய்யவில்லை மாதவி. உன் காதலுக்கு நான் பாத்திரமானவனாக இல்லை என்றால் என்ன? என் பாசத்துக்கு நீயே உரியவள். அதிலும் நீ மட்டுமே உரியவள். ஆகையால் உன் காதலுக்காக காலம் உள்ளவரை காத்திருக்க நான் தயார்' என்றான்.

'என்னை முற்றிலுமாக மாதவி நிராகரிக்கவில்லையே? வீரனாயிருந்தாலும் பெண்ணிடம் தோற்பதெல்லாம் கர்வபங்கம் ஆகுமா? யாதொரு முயற்சியும் செய்யாமல் இருக்க முடியுமா? பெண்ணின் மனதை மாற்றத்தான் முயலவேண்டும்' என்று அவன் மனதுக்குள் அடுக்கடுக்காய் ஆறுதல்கள் சொல்லிக்கொண்டான் மகேந்திரன். வாழ்நாளெல்லாம் அவளுடன் வாழும் வாய்ப்பு கிடைத்தால் நாளென்ன மாதமென்ன அதற்காக வருடங்கள்கூட முயற்சி செய்யலாம் என்று உறுதியும் பூண்டான்.

'அவள் காதலைப் பெற இயலாமற் போய்விடுமோ?' என்ற பயம் ஒரு பக்கம். காதலியிடம் தம் கருத்துக்கு மாறான சூழ்நிலை என்றவுடன் வீரனின் ஆர்வம் வளர்வது ஒரு பக்கம். அவனிடம் அவ்விருவகை உணர்வுகளையும் அறிய முடிந்தது மாதவியால்.

'காதல் என்று வந்தால் ஆண்கள் எல்லோரும் ஒருவிதம்தான். மன்னன் என்ன... மக்கள் என்ன? நீ இழுத்த இழுப்புக்கெல்லாம் அவன் வருவான்' என்று உறுதி அளித்த சுலோச்சனா ஆண்களை எப்படி படித்து வைத்திருந்தாள் என்று ஆச்சரியம்.

ஆனால் மனதுக்குள் உறுத்தியது. 'ஆண்டவா! என்னதான் எதிரி என்றாலும் ஓர் ஆணை இப்படி ஏமாற்றலாமா? அவன் உள்ளத்தில் பொங்கிக்கொண்டிருந்த உற்சாகம் என்ன? என்னவெல்லாம் பகற் கனவு கண்டு கொண்டிருக்கிறான்! என்றாவது அவன் உள்ளக் களிப்பில் மண்ணைத் தூவவேண்டியிருக்குமே?'

உறுத்தலுக்கு அப்பால், 'எல்லாம் ஒத்திகைபோலவே நன்றாய் சென்றது' என்ற திருப்தியும் இருந்தது.

பேச்சை மாற்ற எண்ணினாள் மாதவி. அதுபோலவே அவனுக்கு ஏமாற்றம் கொடுத்த இடத்திலேயே இருப்பது நல்லதல்ல என்றும் தீர்மானித்தாள். உடனே இடத்தை மாற்றவேண்டும். சுற்றிப் பார்த்தாள். சோலையின் எல்லையில் உயர்ந்த மதில் சுவர் இருந்தது.

'இளவரசே! அந்தக் கட்டடம் என்ன?' என்றாள்.

'அதுதான் காஞ்சி கோட்டையின் மதில்.'

'அதன் அருகில் செல்லலாமா?'

'ஏன் முடியாது?'

'அதன் மேல் ஏறலாமா?'

ஒரு நொடி யோசித்தான் மகேந்திரன். விசித்திரமான ஆசைதான். ஆனால் யார் தொந்தரவும் இல்லாமல் சுவாரஸ்யமாகத்தான் இருக்கும். ஒப்புக்கொண்டான். இருவரும் பேசிக்கொண்டிருக்கையில் 'குளுகுளு'வென்று குளிர்ந்த காற்று வீசிக்கொண்டிருந்தது. மெல்ல வானம் இருட்டவும் தொடங்கிவிட்டது. பறவைகள் கீத கோஷங்கள் பதினாயிரம் சின்னச் சின்னக் கண்டங்களிலிருந்து ஏக காலத்தில் எழுந்து வானளாவி முழங்கின. இரவுக்கு வரவேற்பு வைபவங்கள் தொடங்கிவிட்டன என்று உணர்ந்தான்.

'அதுவும் சாத்தியம்தான்' என்றான்.

பனைமரத்துக்கு முக்கால் உயரம் இருந்தது மதில். தூரத்திலிருந்து பார்க்க சற்று உயரம் குறைவாகவே தெரிந்தது. உயரம் மட்டுமல்ல, சுவர் அகலத்திலும் பெரிது. அதன் மேலே ஒரு சிறிய சாலையே இருக்கும் என்று பலருக்கும் தெரியாது. ஒற்றையடி பாதைதான் இருக்கும் என்று எண்ணி வந்தவர்களுக்கு ஆச்சரியம் காத்திருக்கும்.

'இந்தக் காற்றிலும் இருளிலும் யாரும் நம்மைப் பார்க்கமாட்டார்கள்' என்றாள் மாதவி.

‘சரி, எதற்குக் காத்திருக்கிறோம்... அத்திசையில் செல்லலாமே?’ என்று சொல்லி சட்டென எழுந்து மான்போல் துள்ளி ஓடத் தொடங்கினாள்.

இவ்வளவு கனமான உரையாடலுக்குப் பின் மறுகணம் பார்த்தால் இவ்வளவு உவகையா? அவள் மேல் அவன் காதல் பன்மடங்கு உயர்ந்தது மகேந்திரனுக்கு. சிரித்தபடி நாலே எட்டில் அவனும் பின் தொடர்ந்தான். இருவரும் கிளம்பி அரண்மனைத் தோட்டத்தின் ஓரத்துக்குச் சென்றார்கள். சற்று நேரத்துக்கெல்லாம் சுவரின் அருகாமைக்குச் சென்றடைந்தனர்.

தேவைப்பட்டால் மதில் மேல் போவதற்காக இருபது இருபத்தைந்து மண் படிகள் இருந்தன. தினந்தினம் மேலே ஏறி தீபந்தங்கள் ஏற்றும் காவலாளிக்காக இந்தப் படிகள் என்று புரிந்தது. குதூகலத்துடன் துள்ளிக் குதித்து அதை நோக்கி ஓடினாள் மாதவி.

‘ஓடாதே மாதவி...!’ என்றான் மகேந்திரன். ‘அதோ அந்த மதிலுக்கு அப்பால் அகழியில் என்னவிருக்கிறது என்று தெரிந்தால் இப்படி ஓடமாட்டாய்’ என்றும் சொன்னான் சிரித்தபடி.

•••

அத்தியாயம் - 56

# அகழியில் முதலைகள்

**கோ**ட்டை மதில்களின் மேல் செல்லும் படிகள் சற்று உயரமானவை. கைப்பிடி வேறு எதுவும் இல்லை. மாதவி தட்டுத் தடுமாறி ஓரிரு படிகள் ஏறிவிட்டாள். பின் மேலே முகத்தை உயர்த்தி ஒரு மலைப்பில் பெருமூச்சுவிட்டாள்.

மகேந்திரன் சிரித்தான். 'சற்று பொறு மாதவி' என்று அவன் முன்னால் ஏறி வஜ்ராயுதத்தை நிகர்த்த அவன் கையைக்கொடுத்து அவள் ஏற உதவினான்.

மதில் மேல் ஏறி பின் தன்னை தூக்கியும் விட்ட மகேந்திரனுக்கு இளைப்பாற அவகாசம் கொடுப்பதற்குக் கூட அவள் விரும்பவில்லை. உடனே மதில் மேல் இருந்த சாலையில் நடக்கத் தொடங்கினாள்.

அந்திசாயும் முன்பே தீவர்த்திகளை ஏற்றிவிட்டுச் சென்றுவிட்டனர் வீரர்கள். அவற்றின் ஜோதி, மதிலின் மேல் இருந்த பாதையை பிரகாசப்படுத்திக்கொண்டிருந்தது. மாதவிக்கு மதிலின் மேல் ஏறியவுடன் மேலும் கீழும் நாலாபுறமும் பார்த்துக்கொண்டிருந்தாள். அந்த உயர ஸ்தானத்திலிருந்து காஞ்சி கோட்டைக்குள் இருந்த காட்சியை ரசித்தாள்.

வெளியுலகத்தை மறைத்துக்கொண்டு வளர்ந்திருந்த மதில்கள் காஞ்சியின் எழிலையும் மூடி மறைத்திருந்தது.

'மூச்சிறைக்க நெடிந்துயர்ந்த சுவரின்மேலேறியது பலனின்றி போகவில்லை. இப்படி அழகான காட்சிகளைக் கண்டிருக்க முடியுமா?' என்றாள்.

‘உன்னைவிட காஞ்சி சுந்தரி ஒன்றும் அழகில்லை’ என்றான் மகேந்திரன்.

‘அழகாயில்லை காஞ்சி சுந்தரி என்பதற்காகத்தான் இவ்விதம் மண்சுவர் கட்டி ஒளித்து வைத்திருக்கிறீரோ?’ என்றாள்.

சிரித்தான் மகேந்திரன். ‘இல்லை... காஞ்சியும் அழகுதான். அதைவிட நீ அழகு என்றேன். அழகாய் இருக்கும் பொருள்களைப் பத்திரப் படுத்தி வைக்கவேண்டும். அதை புலிகேசிதான் நமக்கு சொல்லிக் கொடுத்தான்.’

அவள் முகம் சட்டென மாறியதை அவன் அந்த மாலை மயக்கத்தில் கவனிக்கவில்லை. ‘ஏதாவது சந்தேகப்படுகிறானோ?’ என்று அவனையே உற்றுப் பார்த்தாள்.

‘அப்படி ஏன் பார்க்கிறாய்? நீயும் நானும் பிறப்பதற்கு முன் நடந்த சம்பவங்கள் அவை. இந்தச் சுவர்கள் இல்லை என்றால் காஞ்சி மாநகர் இன்று ஒரு சுடுகாடாய்த்தானிருக்கும்.’ உடனே அவனுக்குள் இருந்த வீரன் எழுந்தான் போலும். கோட்டையை தாக்கும் வீரர்கள்மீது ஈட்டியை எறிந்து கொல்வது எப்படி, காய்ச்சிய எண்ணையை மேலிருந்து தெளிப்பது எப்படி என்றெல்லாம் விவரித்தான்.

பேச்சை மாற்றிவிட முயன்றாள். பெரியதாய் இருட்டும் முன் சற்று தூரம் கடந்துவிடவேண்டும் என்று ஆசை மாதவிக்கு.

‘சீக்கிரம் வாருங்கள்’ என்று ரொம்பவும் துரிதப்படுத்தினாள்.

‘பொறு மாதவி... உனக்கு ஒன்று காட்டவேண்டும்.’

‘மதிலுக்கு அப்பால் ஏதோ இருக்கிறது என்று என்னை பயம்கொள்ளச் செய்தீர்களே... அதுவா? பூதமா இல்லை பேயா?’ என்றாள் சிரித்துக்கொண்டே.

‘சரி வா’ என்று அகழிக்கு மறுபக்கம் கூட்டிச் சென்றான். பாலாற்றிலிருந்து வரும் கால்வாய் அகழியை நிரப்பும். பாலாற்றின் நீர் பிடிப்பு பகுதிகளில் பத்து பதினைந்து நாள் சேர்ந்தாற்போல் அடைமழை பெய்துவிட்டிருந்தது. அதனால் அகழியிலும் நீர் நிறைந்து தளும்பிக்கொண்டிருந்தது.

மதிலின் ஓரத்தில் நின்று அகழியைப் பார்த்தாள். தீவர்த்திகள் ‘தகதக’ வென்று பிரகாசித்துக்கொண்டு இருக்க அதன் நிழல் அகழி நீரில் பிரதிபலித்தன. அந்தக் காட்சியைப் பார்த்தவுடன் பொன்னி நதியில் வெள்ளம் இரு கரையும் தொட்டுக்கொண்டு பிரவாகமாக ஓடியது

நினைவுக்கு வந்தது. ஒரே ஜலப்பிரளயமாக இருந்த திருவரங்கத் தீவில் ஏற்பட்ட காதல் நினைவுக்கு வந்தது. நடுக்கம் கொண்டாள். கண்கலங்கியது. உடனே சுதாரித்துக்கொண்டாள். சிந்தனை அந்தப் பாதையில் செல்லத் தொடங்கினால் வேறெங்கெல்லாமோ செல்லும் என்று அவளுக்குத் தெரியும். பின் அவள் கடமை, இயலாத காரியமாய் போகும். சற்று சிரமத்துடன் அந்த நினைவை அடித்து விரட்டினாள்.

பச்சை பாசியில் மரகத வர்ணத்துடன் பிரகாசித்த அகழியில் ஆங்காங்கே மரக்கட்டைகள் மிதந்து கொண்டிருந்தன. எல்லாம் தடித்த மரக்கட்டைகள். அந்த மரக்கட்டைகள்தான் அந்த பசுமையைக் கெடுத்தன.

'அவை மரமில்லை' என்றான் மகேந்திரன் மர்மமாய்.

அவன் சொன்னவுடன் அதை உற்றுப் பார்க்கலானாள்.

'அவை உயிர் கொண்டவை.'

'இல்லை... இளவரசே! பொய் சொல்கிறீர்கள்.'

சிரித்தான் மகேந்திரன். 'பொய்யா...நானா?' பின் குனிந்து மதில் மேல் இருந்த சிறிய கல் ஒன்றை எடுத்து ஒரு 'கட்டையின்' மேல் விட்டெறிந்தான்.

வில்லேந்தினால் அபிமன்யூ என்றவனின் குறி தப்புமா? அவ்வளவுதான்... அந்தக் கட்டை திடீரென உயிர்த்தெழுந்தது. கோர சப்தமிட்டு வாயைப் பிளந்தவுடன்தான் தெரிந்தது அது முதலை என்று. அதன் இரைச்சலில் மற்றவையும் எழுந்தன.

அவள் பயந்த குரலில் 'ஆ! தெய்வமே! இது என்ன?'

அவள் உடம்பு நடுங்குவதைக் கண்டவனுக்கு உடனே அவளை ஆதரவோடு தன் அகன்ற மார்பிலே சேர்த்து அணைத்துக்கொள்ள வேண்டும் போலிருந்தது. ஆனால் வாய் வார்த்தையில் மட்டும் ஆதரவு சொன்னான்.

'இதென்ன வீண் பீதி! நாம் இருப்பதே அவற்றுக்குத் தெரியாது. பக்கத்து முதலை ஏதோ சீண்டியது என்று நினைத்திருக்கும் நம் முதலை' என்றான்.

மூடன் இந்த இளவரசன் என்று நினைத்தாள். 'இந்த மிருகங்களுக்கா தெரியாது?' சட்டென ஓர் நினைவு வந்தது. தானும் சுலோச்சனாவும் காட்டுக்கு காபாலிகனை சந்திக்கச் சென்ற முதல்முறை ஞாபகம் வந்தது. போகும்போது அவள் காஞ்சியின் மிகச் சிறந்த நர்த்தகி.

பல்லவ நாட்டின் செல்வம் என்று மன்னரால் புகழப்பட்ட பிரஜை. அப்போது, தான் யாரென்ற உண்மை அவளுக்கே தெரியவில்லை. காபாலிகனை பார்த்துத் திரும்பும்போது அவள் வாழ்வே மாறியிருந்தது. திரும்பும்போதுதான் இந்த பல்லவ நாட்டின் பரம எதிரி தானென்று உணர்ந்திருந்தாள். கோட்டைக் கதவு சூர்யோதயத்தின்போது திறக்கட்டும் என்று காத்திருக்கும் வேளையில் அவள் ரகசியத்தை முதலைகள் எப்படியோ தெரிந்து கொண்டன. முதலைகள் முட்டி மோதியதில் எழுந்த பேரலைகளால் அகழியில் அமளி. ஒரே அல்லோலகல்லோலம். அதை இன்று நினைத்தவுடன் ஒரு நடுக்கம் அவள் உடலெங்கும் பரவியது.

அவள் அழைப்புக்கிணங்கித்தான் மதில் மேல் மகேந்திரன் வந்தான். ஆனால் வராமல் இருந்திருந்தால் வருத்தப்பட்டிருப்பான். பல்கிப் பரவித் தழைத்திருந்த பல்லவ நாட்டின் ஜீவநாடி காஞ்சி மாநகர். 'அவன் ஆளப்போகும் நகர்தான் என்ன அழகு?' என்று வியந்தான். அதற்கு காவல் இருந்த மதில்கள் என்ன கம்பீரம்? எந்த ஓர் அரசனுக்கும் இப்பேற்பட்ட கோட்டைக்கொத்தளங்களை பார்த்தால் மகிழ்ச்சியாயிருக்கும். நெடுநாள் கழித்து மதில் மேலேறி, 'கல்வியில் கரையில்லா காஞ்சி' என்று உலகமெல்லாம் பூரணமாய் ஆராதித்த காஞ்சியைப் பார்த்தவுடன் அவனுக்கு பெருமிதம் ஓங்கியது. அவளுடன் அந்தப் பெருமிதத்தை பகிர்ந்துகொள்ள ஆசை.

'காஞ்சி சுந்தரி பாதுகாப்பாரின்றி அனாதையாக இருக்கிறாள் என்று கட்டப்பெற்ற இந்த மதில்களை பார் மாதவி. இந்த மதிலினால் நம் மக்கள் நிம்மதியாகத் தூங்குகிறார்கள்.'

'என்ன இளவரசே... பனை உயர சுவரும், ஆயிரம் பசி கொண்ட முதலைகளும் போதுமா?'

'இல்லை...இல்லை... சக்திவாய்ந்த அரசு செயலாற்றுகிறது என்பதற்கு இவையெல்லாம் அடையாளங்கள். பொதுமக்கள் தினந்தினம் மன்னரைப் பார்த்து அவன் இயல்புகளைக் கணித்துக் கொண்டிருக்க முடியாதல்லவா?'

'அப்படியென்றாலும் இந்த முதலைகளைக் கண்டு மன்னரின் இயல்புகளை ஒப்பிடுவது தவறு இளவரசே!' என்றாள் மாதவி.

'ஏன்?' என்றான்.

'இவை துயிலெழவே இன்னும் ஏழெட்டு நாட்களாகும்போல' என்று குத்திக் காட்டினாள்.

‘அப்படியா நினைக்கிறாய் மாதவி?’ என்றான் அகழியை நோக்கிய வண்ணம்.

‘தற்போது பார்த்தோமானால் அவை சோம்பேறி முதலைகள்தான். ஆனால் நெடுநேரம் காத்திருக்கவேண்டாம். இப்போது அவை உயிர் பெறும் நேரம்தான்.’

மதில் சுவரின் மேல்பாகம் பாதை அளவுக்கு அகலமாய் இருந்தாலும் மாதவியை அதன் நடுவில் கையைப் பத்திரமாகப் பிடித்து நடத்திக் கொண்டு வந்தான்.

‘இந்த மரக்கட்டை முதலைகளை சாக்காய் வைத்து என் கையைப் பிடித்துக் கொள்கிறீர்கள்’ என்று கேலி செய்தாள்.

‘எல்லாம் ஒரு முன் எச்சரிக்கைக்குத்தான்.’

‘ஓரமாய் நடந்து மதிலில் ஒரு கல் இலேசாகப் பெயர்த்தால்கூட உள்ளே இடறி விழுந்துவிட நேரும். அப்புறம் முதலைகளுக்கு உணவுதான்.’

‘ஓஹோ! அதுதான் செய்தியா? இப்படித்தான் தினமும் நம்மை காக்கும் முதலைகளுக்கு உணவா?’ என்று கேலி செய்தாள்.

‘இல்லை. அதற்கென்று ஒரு பிரத்யேக இடம் உண்டு. ஒரு நேரம் உண்டு. முதலைகளுக்கு உணவளிப்பார்கள்.’

‘நான் அதைப் பார்க்கவேண்டுமே...’ என்றாள் மாதவி.

விசித்திரமாய் அவளைப் பார்த்தான் மகேந்திரன். அவளைப்பற்றி முழுமையாக அவனுக்குத் தெரியவில்லையோ என்றுகூட ஓர் எண்ணம் உதித்தது.

‘நீ கேட்பதால் உனக்கு அதைக் காட்டுகிறேன். பிடிக்கவில்லை என்றால் உடனே சொல்’ என்றான் பரிவுடன்.

அவர்கள் போய் சேரும் முன் பந்தி தொடங்கிவிட்டது என்று தெரிந்தது. மாதவி அருகிலிருந்த அகழியில் எட்டிப் பார்த்தாள்.

என்ன அதிசயம்! முதலைகளுக்கு தீனி போடும் நேரம் எப்படி தெரிந்தது? உயிரற்ற கட்டைகள்போல் விறைப்பாகக் கிடந்த முதலைகள் சோர்வு சோம்பல் மறந்து ஒரே திக்கில் பயணிக்கத் தொடங்கிவிட்டன. முதலைகளுக்கு உணவு பரிமாறும் இடம் சற்று தூரத்திலிருந்தே தெரிந்தது. அகழி ஜலம் ‘கடகட’ வென்று கொந்தளித்தது. காரணம் எல்லா முதலைகளும் முட்டி மோதியதில் எழுந்த பேரலைகள்.

மதிலின் மேலிருந்து மாமிச துண்டுகள் விட்டெறியப்பட்டன. அதைப் பிடிக்க கீழே கடும் போட்டி. வாயைப் பிளந்துகொண்டு கோரமான பற்களைக் காட்டிக்கொண்டு அக்கொடிய மிருகங்கள் முட்டி மோதிக்கொண்டிருந்தன. சில ஆர்வமான முதலைகள் நீரைவிட்டு குதித்துக்கூட அந்த மாமிசத் துண்டை லாகவமாகப் பிடித்தன. அவை நீரின் மேல் செங்குத்தாக நிற்பதுபோல் காட்சி தந்தது அதிசயத்திலும் அதிசயம்.

மாதவியும் மகேந்திரனும் அவ்விடத்தை நெருங்கிய பின் நீரில் நடப்பது தெளிவாய் தெரிந்தது.

கடைசியாய் தள்ளிவிடப்பட்ட மாமிசத்துண்டு நீரில் தத்தளித்துக் கொண்டிருந்தது. திக்கெட்டிலும் பல முதலைகள் அதை நோக்கி வந்தன. அல்லோலகல்லோலம் வினாடிக்கு வினாடி அதிகமாகிக் கொண்டிருந்தது. முதலையின் கோரப் பற்களுக்கிடையே எலும்புகள் 'சடசட' வென்று முறிந்துகொண்டிருந்தன.

அகழியைக் கண்டு திக்பிரமை கொண்டவளைப்போல் முதலைகளை முறைத்தாள் மாதவி. உதடுகள் துடித்தன. உடம்பு நடுங்கியது. காரணம் மின்னல்போல ஒரு யோசனை அவளுக்கு வந்ததுதான். மகேந்திரனைக் கொல்ல இதைவிட ஒரு பெரிய சந்தர்ப்பம் கிடைக்காது.

'எங்கோ செய்வோம் என்று வைத்திருந்த காரியத்தை ஏன் இங்கே செய்யக்கூடாது?' என்று தோன்றியது அவளுக்கு.

'இதைவிடப் பொருத்தமான இடம் இல்லை. நம்மிடம் ஆயுதம் ஒன்றுமில்லை. இல்லாவிட்டால் என்ன? இங்கு ஆயிரமாயிரம் முதலைகள் இருக்கின்றனவே.'

நினைக்க நினைக்க அந்த்த திட்டத்தின் வலிமை அவளுக்குப் புரிந்தது.

'சந்தர்ப்பம் என்பது நாம் உருவாக்குவதுதான். ஒரு தோட்டத்தில் கத்தியெடுத்து போர்க்கலையில் வித்தகனான மகேந்திரனைக் கொல்வது கஷ்டம். இதுவோ சுலபம். அனுகூலமான நேரமும் இன்றுதான்.'

அதுவும் அன்றே கொல்ல முடிவெடுத்தாள். தினம் தினம் அவனை மதில் மேல் அழைத்தால் பலவித சந்தேகங்கள் எழும். இவ்வளவு அருமையான ஒரு வாய்ப்பு இனி கிட்டும் என்று அவள் எண்ண வில்லை.

மகேந்திரனை எப்படிக் கொல்வது என்ற யோசனை வந்துவிட்டதால் அவள் வாயடைத்துப் போனாள். தான் செய்யவேண்டியது என்னவென்பதைப்பற்றி அவள் ஒருகணத்துக்கு மேல் சிந்திக்க வில்லை. மகேந்திரனை அகழிக்குள் தள்ளிவிட்டால் முதலைகள் பல்லவரிடம் காட்டும் விசுவாசம் சோதனைக்குள்ளாகும்.

•••

அத்தியாயம் - 57

# பல்லவன் பயந்தார்!

பல்லவேந்திரன் ஜன்னல் முன் அமர்ந்திருந்தபடியே உறங்கி விட்டார். மகள் குந்தவை அடிக்கடி அவரைக் கேளி செய்வதுண்டு. 'இரவெல்லாம் ஆந்தைபோல விழித்திருந்தால் பகலில் பல்லவ ராஜ்யத்தில் நீதி பரிபாலனம் செய்தாற்போல்தான்' என்று. பொழுது சாய்ந்தபின் ஊரைச் சுற்றுவதை குறைத்துக்கொள்ளவேண்டும் என்று நினைப்பதுண்டு. அதனால்தான் இப்போது அமர்ந்தபடியே தூங்கி விட்டார்.

திடீரென யாரோ அவரை குலுக்கியது போலிருந்தது.

மன்னவர் மேல் கைவைத்துக் குலுக்கி எழுப்புவது யாரால் முடியும்? சிறு பிள்ளைகளாய் இருந்தபோது அவர் மகன் மற்றும் மகள் செய்திருக்கலாம். ஆனால் வளர்ந்த பின் அவர்களுக்கும் அரசபதவியின் மகோன்னதமான நிலை புரிந்தது. முதலில் நாட்டுக்கு அரசன். பின்தான் தங்களுக்கு தந்தை என்ற நிலையை உணர்ந்தார்கள்.

'பின்னர் தன்னை யார் குலுக்கி எழுப்பியது?' என்று சுற்றும் முற்றும் பார்த்தார். தனக்கு நினைவு தெரிந்த நாளாய் இப்படியோர் அனுபவம் இல்லை அவருக்கு.

தூக்கத்தில் ஏதோ கெட்ட கனவு. தெளிவாய் இல்லை. சில நாட்களுக்கு முன் நீலகேசியை காஞ்சியில் பார்த்ததிலிருந்து இப்படி கெட்ட கனவுகள் வரத்தொடங்கின. அதுதான் ஆரம்பம்.

'நீலகேசி ஏன் காஞ்சியில் சுற்றுகிறான். பிடித்து விசாரித்திருக்க வேண்டுமோ? நிச்சயமாக சாளுக்கியர் ஒரு பெரும் சைனியத்தைத்

திரட்டிக்கொண்டு வரமுடியாது. அந்த அளவுக்கு ஒரு கனற்புயலை அவன் தேசத்தின் மேல் பரவச் செய்தாயிற்று' என்று எண்ணியவருக்கு வாதாபி சுடர்விட்டு எரிந்த வண்ணம் நினைவுக்கு வந்தது. சுற்று வட்டாரத்தில் ஒரு வாரத்துக்கு இரவென்பதே இல்லையாம். அந்த அளவுக்கு அக்கினியின் கோர ஆட்டம் இருளை விரட்டியடித்தது.

ஆனால் பழி வாங்க சாளுக்கியர் நினைக்கமாட்டார்கள் என்று எண்ணியது தவறு என்று இப்போது புரிந்தது. சிறிய அளவிலாவது நீலகேசி முயலுவான். நீலகேசியின் செயல் மட்டும் மனதில் புயலை உண்டாக்கவில்லை. சற்று முன்தான் இடிபோன்ற வேறொரு செய்தியை ஒற்றர்கள் தெரிவித்தார்கள். அவர் மகனைப் பற்றியதென்பதால் தட்டுத் தடுமாறி தயங்கிச் சொன்னார்கள்.

ஒற்றன் சொன்னது சாதாரண விஷயம்தான். அலசினால் வார்த்தைகள் காதில் நாராசமாக விழும் அளவுக்கெல்லாம் வேறுபட்ட செய்தி அல்ல. ஆனால் நாலே எட்டில் கடந்து சென்று ஒற்றனைப் பிடித்துக் குலுக்கி 'டேய்... பொய் சொல்லாதே' என்று அதட்டுவார் என்று நினைத்து செயலிழந்து திகைத்து சித்திரப் பதுமைபோல் நின்றான் ஒற்றன்.

தூங்கி எழுந்தவுடன் ஒற்றன், மகன் மகேந்திரனைப்பற்றி சொன்ன செய்திகள் எண்ணங்களின் மேலெழுந்தன. முகம் சுளித்தார். ஏதோ ஓர் எண்ணம் நீலகேசியின் வரவுக்கும் மகனின் காதலுக்கும் முடிச்சு போட்டது. அது பைத்தியக்காரத்தனம் என்று முடிவு செய்தார்.

ஆனால் நரசிம்மர் முகத்தைச் சுளித்ததற்கு இன்னமும் ஒரு காரணம் தெளிவாய் இல்லை. 'பல்லவரின் புராதன சிங்காதனத்தை ஏற்கப் போகும் யுவராஜன் சாமானியவளை திருமணம் செய்துகொள்வது தனக்குப் பிடிக்கவில்லையா? நானும் என் தந்தைபோலானேனா?' நரசிம்மர் சிந்திக்கத் தொடங்கினார்.

நிச்சயமாக தன் வாழ்நாள் சம்பவம் ஒன்றை விதி திருப்பி நிகழ்த்திக் காட்டியதில் அருவருப்பு இல்லை. தன் தந்தைபோல மகன் சாமானியவளை மணக்காமல் மன்னவன் மகளை மணக்கவேண்டும் என்று நினைக்கவில்லை. ஆனாலும் அந்தப் பெண் நடனம் ஆடியபோது அவள் முகமும் பாவமும் ஒரு நொடிக்கு தெளிவில்லாத ஒரு நினைவை ஏற்படுத்தியதுதான் நெஞ்சை உறுத்தியது. தனியாக முடிவெடுக்க முடியாத விஷயம் என்பதால் அவசரமாக வரும்படி சிவகாமிக்கு செய்தி அனுப்பியிருந்தார். அவளுக்காக காத்திருக்கையில் அசதியில் அப்படியே தூங்கிவிட்டார்.

சிவகாமி அறைக்குள் நுழைந்தபோது மன்னர் ஏதோ யோசனையில் ஆழ்ந்திருப்பதைக் கண்டாள். தாழ்ந்த குரலில் 'பல்லவேந்திரா!' என்றாள்.

'வா சிவகாமி!' என்ற மன்னர் அவளை அமரும்படி சைகை செய்தார்.

ஒற்றர் படை தெரிவித்ததை அவளிடம் சொன்னார். ஆனால் மகேந்திரனுடன் இருந்த பெண் யாரென்று ஆரம்பத்தில் விவரிக்கவில்லை. 'எனக்கு பின் ராஜ்ய பாரத்தை சுமக்கவேண்டிய மகேந்திரன் காதலைவிட முக்கியமான காரியங்களும் இருக்கின்றன என்பதை உணர்ந்தவன் என்று நினைத்தேன். ஆனால் காதல் வந்தால் எப்படியிருக்கும் என்று எனக்கும் தெரியும்.'

தாயில்லாத மகேந்திரனை சிறுவயதிலிருந்தே வளர்த்தவள் சிவகாமி. அவனுக்கு ஆதரவாய்தான் பேசினாள். 'மகேந்திரன் வளர்ந்து விட்டான் அரசே. அவனை நீர் இன்னமும் சிறு பிள்ளையாகவே பார்க்கிறீர்கள். யாரைக் காதலிக்கிறான்? மதுரையில் மாமன் மகளையா?'

ஓரக் கண்ணில் சிவகாமியை திரும்பிப் பார்த்தார் மன்னர். ஏதோ நையாண்டி பேச்சைக் கையாளுகிறாளா என்று. அவளை விடுத்து மதுரை இளவரசியைத் தான் மணம் முடித்ததை குத்திக் காட்டுகிறாளா? அவள் முகத்தைப் பார்த்தால் அப்படித் தோன்ற வில்லை.

'எல்லாம் உனக்குத் தெரிந்த பெண்தான் சிவகாமி.'

'எனக்கு யாரைத்தெரியும்...?'

'உன் சிஷ்யை மாதவியைத்தான்.'

'என்னால் நம்ப முடியவில்லையே! மாதவி இதெல்லாம் செய்வாளா?' என்ற சிவகாமிக்கு அதிசயம். நர்த்தனமே வாழ்க்கை என்று நினைக்கும் பெண்ணிடம் இதை அவள் எதிர்பார்க்கவில்லை. 'அவளை காவிரி கரையில் தொலைத்துவிட்டோம் என்ற குற்ற உணர்ச்சியில் அவளை சாந்தப்படுத்தலாம் அல்லவா? அதை ஏன் காதல் என்று நினைக்கவேண்டும்?' என்றாள்.

பின் திடீரென அவள் முகம் சிறுத்தது. கருத்தது.

மன்னர் உடனே சுதாரித்துக்கொண்டு 'அய்யகோ! என்னையும் என் தந்தைபோல நினைக்காதே சிவகாமி. சத்தியமாக அவன் சாமானியன் மகளை விரும்பினால்கூட அந்தப் பெண்ணையே பல்லவ நாட்டு அரசி என்று அறிவிக்கத் தயாராக இருக்கிறேன். ஆனால்...'

‘ஆனால் என்ன அரசே?’ என்றாள் சிவகாமி சற்று கோபத்துடன். மாதவியைப்பற்றிய அவச்சொல் ஏதேனும் சொல்லவிருக்கிறாரா மன்னர் என்று சந்தேகித்தாள்.

‘அவள் அரசவையில் நடனமாடும்போது கொடிய கம்சன்போல் ஓர் அபிநயம் செய்தாள். நினைவிருக்கிறதா? அப்போது அவள் எனக்குப் பிடிக்காத மனிதரையோ பிடிக்காத சம்பவத்தையோ நினைவு படுத்தினாள்.’

‘இதற்காகவெல்லாமா ஒரு பெண்ணை நிராகரிப்பது?’ என்று சிவகாமி கேட்பாள் என்று நினைத்தார். தயங்கியபடியே திரும்பி அவள் முகத்தை உற்றுப் பார்த்தார். என்ன அதிசயம். சிவகாமியின் முகத்திலும் ஒரு பயம் பரவியிருந்தது.

அன்று இருவருக்கும் ஒரே சமயம் ஒரே அபிநயத்தை பார்த்தவுடன் அச்சம் வந்தது. ‘உனக்கும் அந்த எண்ணம் வந்தது அல்லவா சிவகாமி. நடனத்தன்றே நான் கவனித்தேன்’ என்றார் மன்னர்.

தலையசைத்தாள் சிவகாமி. மன்னர் சொல்வதில் ஓர் உண்மை இருந்தது. ‘ஆம், நம் இருவரின் மேலும் துவேஷம் காட்டிய அந்த முகம் அவள் பாவனையில் வந்தது.’

‘நம் இருவரையும் அப்படி வெறுத்தது யார்?’ மன்னர் வினவினார்.

‘இப்போது அப்படி யாரும் இருக்க முடியாது மன்னா. நம் கடந்த காலத்தில் இருக்கலாம்.’

‘பின் யோசித்து சொல். அவசரமொன்றும் இல்லை. ஆனால் ஒன்று. அந்தப் பெண் நாம் இருவரும் அறிந்த யாரையோ தெளிவாய் நினைவுபடுத்தினாள். சரி, அதை விடு. மற்றுமொரு முக்கிய செய்தியைச் சொல்லவும் உன்னை அழைத்தேன்.’

‘என்ன மன்னா?’

‘சில நாள் முன் நீலகேசியைக் கண்டேன்.’

‘யாரை?’

‘முன்னாள் புத்த பிக்ஷு. இப்போது காபாலிகன் வேஷத்தில் ஒற்றைக் கையில் மாட்டுக் கொம்புடனும் கபாலத்துடனும் திரிகிறான்.’

சொல்லி முடித்ததுதான் தாமதம். அப்போது திடீரென்று ஒருகணம் அறையெங்கும் நிசப்தம் நிலவியது. மாமல்லருக்கும் சிவகாமிக்கும் ஒரே நொடியில் மாதவியின் திவ்ய வதனம் கோபம் வந்த போது

யாருடைய முகத்தை ஞாபகப்படுத்தியது என்று புரிந்தது. ஏறக்குறைய இதே இடத்தில் அமர்ந்து 'நர்த்தகிகளை எங்கள் ஊரில் சாட்டையால் அடித்து ஆடச் சொல்லுவோம்' என்று சொன்ன புலிகேசியை எப்படி இந்த நாட்டியப்பெண் நினைவுபடுத்தினாள் என்று மட்டும் புரியவில்லை. எல்லையில்லா அந்தகாரத்தின் நடுவில் தள்ளப்பட்டது போல் இருவரும் உணர்ந்தார்கள்.

'சொல் சிவகாமி. அந்தப் பெண் யார்? நன்றாய் ஞாபகப்படுத்தி சொல்' என்றார் பல்லவேந்திரர் ஆவேசத்துடன்.

சிவகாமிக்கு பதற்றத்தில் பழையது முழுவதும் நினைவுக்கு வரவில்லைதான். எனினும் மாதவி எப்படி தன்னிடம் வந்தாள் என்று நினைவுக்கு வந்தது.

அதற்குள், 'அந்தப் பெண்ணின் வயதென்ன?' என்றார் மன்னர்.

'பதினெட்டு இருக்கும்.'

'பதினெட்டு ஆண்டுகளுக்கு முன் பிறந்த பெண் நம்மை வெறுக்கிறாள் என்றால் அவள்...'

திடீரென இருவருக்கும் ஏன் மாதவி புலிகேசியின் ஜாடையில் இருந்தாள் என்று தெளிவாய் புரிந்தது. மகா சதியொன்று நடந்து கொண்டிருந்தது என்று புரிந்தவுடன் இருவருக்கும் உடல் நடுங்கியது.

சிவகாமிக்கோ 'எப்படி தினந்தினம் அவளைப் பார்த்தும் அவள் முகம் நினைவுக்கு வரவில்லை?' என்ற ஆதங்கம்.

'தன்னந்தனியாக ஒரு பெண்குழந்தை வாசலில் அமர்ந்திருந்தபோது வராத சந்தேகம் பின் எப்படி வந்திருக்கும்?' என்று பதிலும் வந்தது. சிவகாமியை பல கேள்விகள் தாக்கின. முக்கியமாக மாதவிக்கு எப்போது அவளது பூர்வீகம் தெரிந்தது? எவ்வளவு நாட்களாய் நம்மை ஏமாற்றிக்கொண்டிருக்கிறாள்?

மீண்டும் ஒருமுறை, 'பல்லவேந்திரா! உண்மையாக இருக்குமா?' என்று வினவினாள்.

'இருக்கத்தான்வேண்டும். அவளை யார் ஆட்டுவிக்கிறார் என்றும் தெரியும். வாதாபி நாட்டுச் சதிகாரர்கள் நம்மிடையே ஒரு தலை முறையாக வளர்ந்து நமக்கு விரோதமாகச் செயல்களைச் செய்கிறார்கள் என்றால் அந்தத் திட்டத்தை தீட்டியவன் நீலகேசியாகத்தான் இருக்கவேண்டும்.'

‘எவ்வளவு பயங்கரமான சதிச் செயல்களுக்கு இடங்கொடுத்து விட்டோம்? என்னவெல்லாமோ நாம் புலிகேசியின் குடும்பத்தாரிடம் இருந்து சந்திக்கவேண்டும் போலிருக்கிறது’ என்று பல்லவர் அஞ்சினார். ‘தற்போது பல்லவ குலத்தின் தீராப் பகைவர்களான சாளுக்கியரின் வாரிசு, இளவரசனை தனியாக அழைத்துச் சென்றிருக்கிறாள்’ என்ற செய்தியையும் தெரிவித்தார்.

‘எங்கே?’ என்றாள் சிவகாமி பதற்றத்துடன்.

‘தோட்டத்துக்குத்தான். சிவகாமி, எதனாலோ என் மனத்தில் ஒரு பயங்கர எண்ணம் நிலைபெற்றிருக்கிறது. ஏதோ ஒரு பெரும் விபத்து நிகழப் போகிறது என்று என் அடி மனது அடிக்கடி சொல்கிறது’ என்றார்.

‘இது என்ன வீண் பயம். மாவீரன் அவனை அணுகுவதற்கு யமனும் பயப்படுவான் அல்லவா?’ என்றாள் ஆறுதலாக.

‘அதெல்லாம் வீர தீர வசனங்கள் சிவகாமி. மக்கள் நம்புவதற்காக நாங்கள் பேசுவது. எங்களுக்கு என்று வந்த பின் அதுவெல்லாம் வெறும் வெத்து வார்த்தைகள். இளவரசர் என்றால் அவருக்கு இம்மாதிரி கண்டங்கள் பல வரக்கூடும்! ஆனால் இப்படி பதினைந்து ஆண்டு கால சதியை நான் கேள்விப்பட்டதே இல்லை.’

மன்னரால் ஒன்றையுமே நம்ப முடியவில்லை. ஆனால் ஒன்று மட்டும் அவரால் நிர்ணயிக்க முடிந்தது... நடந்துகொண்டிருந்த தொடர் சம்பவங்கள் மன்னர் உள்ளத்தில் ஒரு பெரும் திகிலை உண்டாக்கின. அது மகனைப் பற்றியது மட்டுமல்ல. பல்லவ நாட்டைப் பற்றியும்தான்.

‘நீலகேசி என்னைப்பற்றி உன்னிடம் ஒருநாள், ‘பயங்கொள்ளிப் பல்லவன்’ என்றானே... ஞாபகம் இருக்கிறதா?’ வினவினார் மன்னர்.

சிவகாமி தலையசைத்தாள்.

‘இப்போது உண்மையிலேயே எனக்கு பயமாக இருக்கிறது’ என்றார்.

•••

அத்தியாயம் - 58

# காத்திருக்கும் முதலைகள்

**ம**திலின் ஓரமாக கால்களை அகழிக்கு மேல் தொங்கவிட்டபடி மகேந்திரனும் மாதவியும் அமர்ந்திருந்தார்கள். சிம்மாசனத்தில் அமர்ந்த தோரணையில் மகேந்திரன் சுற்றும் முற்றும் பார்த்தான். வானம் கருத்திருந்ததை இப்போதுதான் கவனித்தான். எண் திசையும் கரிய இருள் சூழ்ந்து வர காஞ்சியின் மேல் பெரும்புயலுக்கான அறிகுறிகள் தென்பட்டன.

சற்று நேரத்துக்கெல்லாம் கருமேகங்கள் குமுறிக்கொண்டு தலைக்கு மேலே அணிவகுத்து வந்தன. இடியும் மின்னலுமாய் கீழ்வானத்தை துவம்சம் செய்தன. வானம் பொத்துக்கொண்டு மழையே வரும் போலிருந்தது. ஒரு நிமிடம் மகேந்திரன் மனதுக்குள் 'மாளிகை திரும்பிவிடலாமா?' என்றுகூட எண்ணினான். பின் யோசனை செய்தான். 'இப்பேறப்பட்ட பெரும் சந்தர்ப்பம் இனி கிடைக்குமா? நனைந்தால் என்ன? கரைந்தா போய்விடுவோம்?'

அந்த உயிரோவியம் அவன் அருகில் இருக்கும்போது. இதுவும் வேறுபட்ட ஓர் அனுபவமாய் அமையும். அவளைத் திரும்பிப் பார்த்தான். தட்ப வெட்ப நிலைகளைப்பற்றி சிறிதும் கவலைப்படாத நிலையில் இருந்தாள் மாதவி. மழைச்சாரலில் நனைந்த அவளுடைய எழில் கண்களைப் பறித்தது. அவளுக்குள் இருந்த படபடப்பு அவன் காதல் கண்களில் படவில்லை.

இருண்டு வரும் சுற்றுப்புறமும் உயிர்பெற்றது. தலைக்கு மேல் சப்தம் கேட்க இருவருமாய் பார்த்தனர். பறவைக் கூட்டங்கள் மேலே நகருக்குள்ளும் வெளியேயும் பறந்துகொண்டிருந்தன.

‘பறவை இனங்களைத் தடுக்கவில்லை உங்கள் மதில்கள்’ என்றாள் கேலியாக மாதவி.

எதிர்ப்பின்றி ஒப்புக்கொண்டான் மகேந்திரன். ‘என்றாவது எதிரி பறந்து வருவான். அப்போது இந்த மதில்கள் உபயோகமற்றுப் போகும் என்று அப்பா என் சிறுவயதில் சொல்லுவார். ஆனால் இந்தச் சுவர்களை குறைத்து எடைபோடாதே மாதவி. என் தாத்தாவை தர்மவான், குணபரன், சத்ருமல்லன் என்று அழைப்பார்கள். அவர் கட்டிய சுவர்கள் இவை. உள்ளங்கை அகலமுள்ள தொண்டை மண்டலத்துக்கும் விஸ்தாரமாகப் பரந்த சாளுக்கிய சாம்ராஜ்யத்துக்கும் போர் என்றால் பொதுவாக யார் ஜெயம் கொள்ளுவார்கள்? அதை மாற்றியமைத்தது இந்தச் சுவர்கள்தான். எனினும் இப்படிப் பட்ட புராதன மதில்கள் ஒருநாள் உபயோகமற்றுப் போகும். கவனிப்பாரற்று கிடப்பதால் சில குட்டிச் சுவர்களே மிச்சமிருக்கும்! புலிகேசி எண்ணியதை கால வெள்ளம் செய்து முடிக்கும்.’

தன் தந்தையின் பெயரை உச்சரித்த பின் அவள் முகம் மாறிற்று. ஆனால் இருளில் அவனுக்கு தெரியவில்லை. பகலாய் இருந்தாலும் தெரிந்திருக்காது. இந்தப் பொற்சிலைக்கு அருகில் அமர்ந்திருக் கிறோம் என்றே அவனால் நம்பவே முடியவில்லை.

புலிகேசி பற்றிய பேச்சு சற்று அமைதியை ஏற்படுத்தியது. அகழியைத் தாண்டி இருந்த வனப்பிரதேசத்தை இருவரும் பார்வையிட்டனர். வனப்பு மிக்க காட்சி. கோட்டைக்கு வெளியே பெரும் வெட்ட வெளி. அதில் காற்று புழுதியை அள்ளி வீசிக்கொண்டு அடித்தது. தூரத்தில் மழை பெய்துகொண்டிருந்ததற்கு அடையாளமாக மண் நனைந்ததினால் கிளம்பிய மணம் காற்றில் பரவி வந்தது. அந்த இருளில் கரைக்கு அப்பால் இருந்த மரத்தின் பின் ஏதோ ஓர் உருவம் இருந்தது. அவ்வப்போது அது எட்டி எட்டிப் பார்த்தது மகேந்திரனின் கண்பார்வைக்குத் தப்பவில்லை.

மனதுக்குள் சிரித்துக்கொண்டான். இன்னும் சிறிது உற்றுப் பார்த்திருந்தால் ஓர் ஒற்றைக் கை காபாலிகனை பார்த்திருப்பான். ஆனால் மகேந்திரன் இருந்த காதல் மிதப்பினில் யாரவன் என்றெல்லாம் யோசிக்க நேரம் இல்லை. ஒளிந்திருந்தவன் பார்வையெல்லாம் தனக்கல்ல. மாதவிக்கென்று பிரத்யேகமாய் ஒதுக்கப்பட்டிருந்தது என்று உணரமுடியவில்லை. மரத்தின் பின் நின்று நோட்டம் விட்டவனை தன் தந்தை நரசிம்ம பல்லவரின் ஒற்றன் என்று நினைத்தான். ஒற்றன் ‘ஆகா! மதில் மேல் இருப்பது இளவரசன்தானே? இவனுக்கும் அந்தப் பெண்ணுக்கும் என்ன

உறவு?' என்று எண்ணிய வண்ணம் நின்றிருப்பான் என்று கற்பனை செய்து கொண்டிருந்தான். அந்த எண்ணமே மனதில் அவனுக்கு ஒரு கதகதப்பை ஏற்படுத்தியது. ஏன் ஒரு நிம்மதியையும்தான். தான் போய் தந்தை முன் நின்றபடி இந்தச் செய்தியை சொல்லாமல் ஒற்றர்கள் சொல்வதும் நல்லதுதான்.

மாதவியும் கரைக்கு அப்பாலிருந்தவனைக் கண்டாள். அவளுக்கு அது யார் என்று புலப்பட்டுவிட்டது. ஓராண்டு இரண்டாண்டுகள் அல்ல. பதினைந்தாண்டு காலமாக தனியொருவனாக காஞ்சிக் கோட்டையை முற்றுகையிட்டதாக தம்பட்டம் அடித்துக்கொண்டிருந்த காபாலிகன் தான். அந்த தூரத்திலும் மாதவி தன்னைப் பார்த்துவிட்டாள் என்று அறிந்தான். மாதவியோ அந்தத் திசையில் பார்க்கக்கூடாது என்ற உள்ளக் கட்டுப்பாட்டையும் மீறி இரண்டொரு தடவை எதிர்க் கரைபக்கம் பார்த்தாள். அவர்களின் பார்வை சந்திக்கும் போதெல்லாம் காபாலிகன் ஒற்றைக் கையை நீட்டி தள்ளுவது போலொரு செயலை நடித்துக் காட்டினான். அவளும் தன்னை அறியாமல் ஒப்புதலை காட்ட தலையை அசைத்தாள். மாதவிக்கோ ஆச்சரியம். 'எப்படி இருவரின் திட்டமும் ஒன்றுபடியே இருக்கிறது!' என்று வியந்தாள்.

காபாலிகனுக்கு பெருமிதம் தாங்கவில்லை. கடல்போன்ற சைனியம் செய்யும் வேலையை இந்த பெண்ணொருத்தி செய்வாள். திக்விஜயம் செய்த அவள் தந்தையைப்போல வெற்றி பெறுவாள். பல்லவனை நிர்மூலம் செய்வாள் என்று நம்பிக்கை பிறந்தது.

மாதவிக்கு ஆச்சர்யம். சரியாக இந்த நேரம் பார்த்து எப்படி வந்தான் காபாலிகன்? ஆனால் அவன் வந்தது தற்செயலாக. மதிலோர தோட்டத்துக்கு இளவரசனை மாதவி அழைத்துச் சென்றிருக்கிறாள் என்று சுலோச்சனா சொன்னவுடன் ஓடி வந்தான். கோட்டைக்குள் வர தயக்கம். ஆனால் என்ன அதிசயம். தன் கண்ணுக்கு முன்பே இந்தப் பழிவாங்கல் நடக்கப் போகிறது என்று ஆனந்தம் அவனுக்கு.

ஆனால் மாதவி திடீரென எழுந்தாள். காபாலிகன் தன்னை வெளிபடுத்திக்கொண்டால் பின் அவனை மகேந்திரன் பார்க்க நேரும். பின் திட்டம் அதோகதிதான். அதனால் எழுந்து மதிலின் மேல் நடந்தாள். எதிர்ப் பக்கம் சென்று காஞ்சி மாநகரை மீண்டும் பார்வையிட்டாள். அப்போது அவள் சற்றும் எதிர்பாராத ஒரு காட்சியைக் காண நேர்ந்தது. சற்று தூரத்தில் இருவர் மதிலை நோக்கி ஓடி வந்தபடி இருந்தனர். உடனே 'ஆகா! நேரம் மிகுதியாய் இல்லை' என்று முடிவெடுத்தாள்.

அதுவரை மூச்சிரைக்க ஓடிவந்த அரசரும் சிவகாமியும் மதில் மேல் இருந்த காட்சியைக் கண்டு உள்ளம் பதைபதைத்து நின்றனர்.

மதில் மேல் ஓர் உருவம்... ஒரே ஓர் உருவம். இருவர் மனதிலும் ஒரே கேள்விதான். 'நெடிதுயர்ந்த மதில் மேல் அவள் மட்டும்தான் தெரிகிறாள். சக்கரவர்த்தியின் திருக்குமாரர் எங்கே?' அதற்கு மேல் கால்கள் நகர மறுத்தன. தங்களை அறியாமலே ஒருவர் கரத்தை ஒருவர் பற்றிக்கொண்டு நின்றனர். அதிபயங்கரமான எண்ணம் ஆட்கொண்டது.

'இல்லை... இருவரும் வந்து... ஏற்கெனவே அவனைத் தீர்த்துக் கட்டிவிட்டாளா?' மனதுக்குள் புலம்பினார் மன்னர்.

பல்லவருக்கு மகன் என்றால் உயிர். ஆனால் பல்லவ நாடோ உயிருக்கு மேலானது. தனக்குப் பிற்பாடு மகேந்திரன்தான் மகுடம் சூட்டிக்கொள்ளவேண்டும் என்றும் சிங்காதனம் ஏறவேண்டும் என்றும் தீர்மானமாயிருந்தது. 'இந்த ராஜ்யத்தின் பொறுப்பை தாங்கப் பிறந்தவனை வஞ்சகர் சதியில் பறிகொடுத்தால் வாழையடி வாழையாக வளரவேண்டிய பல்லவ வம்சம் என்னாகும்?'

சக்கரவர்த்தியும் சிவகாமியும் நெஞ்சம் பதைபதைக்க ஓடி வரும்போது, மாதவி நடனக்காரி என்பதை ஒரு முகாந்தரமாக வைத்துக்கொண்டு அவளை மருமகளாக நிராகரிக்கப் பார்க்கிறாரா மன்னர் என்று சிவகாமி நினைத்திருந்தாள். ஆனால் அவர் பயந்ததிலும் உண்மையிருந்தது என்று தற்போது தோன்றியது.

சிவகாமிக்கோ மகேந்திரன் உயிரென்றால் மாதவி உயிரோடு மேலானவள். அவளிடம் தனிப்பரிவு காட்டி வளர்த்தவள் சிவகாமி. இப்போது அதிபயங்கரமான நாகப்பாம்பை மடியில் கட்டியபடியே வளர்த்திருக்கிறோம் என்று பயம் கவ்விக்கொண்டது.

மாதவியும் அவர்களைப் பார்த்தாள். சற்றும் பதற்றமின்றி மதிலுக்கு அந்தப் புறம் மறைந்தாள். மன்னருக்கு மாதவியின் திட்டம் புரிந்தது. 'முதலைகள் அந்தப் பக்கம் பசியால் இருக்கும் என்று ஒவ்வொரு முறை அகழிப்பாலத்தைக் கடக்கும்போதும் சந்தோஷம் கொண்டோமே?' என்று நினைத்தார் பல்லவர்.

'இரவெல்லாம் நகர்வலம் வந்தேனே? இப்போது காதல் மயக்கத்தில் இருக்கும்போது மகேந்திரனை முதலைகளுக்கு பலியாக்கப் போகிறாள் எதிரி. தன் கையை வைத்தே தன் கண்ணைக் குத்தி விட்டான் பகைவன். என்னுடைய அகட விகட சாமர்த்தியங்களை எல்லாம் நீலகேசி ஒருவன் பொடிப்பொடியாக ஆக்கிவிட்டானே?'

மாதவியும் கண்பார்வையிலிருந்து மறைந்த பின் விதிப்படிதான் எல்லாம் நடக்கும் என்று முடிவெடுத்தார் பல்லவேந்திரர். ‘என் முன்னோர் செய்த புண்ணியம் அவனைக் காப்பாற்றட்டும்’ என்று உரக்கச் சொல்லி ஆஜானுபாகுவான நரசிம்மர் ‘படேல்’ என்று அதே இடத்தில் உட்கார்ந்துவிட்டார்.

மதிலை நோக்கி வந்துகொண்டிருந்தவர்கள் இன்னாரென்று தெரிந்தது மாதவிக்கு. தன்னைக் கண்டு இருவரும் திடுக்கிட்டுத் திகைத்தனர் என்பதால் குட்டு உடைந்துவிட்டது என்று புரிந்தது. முக்கியமாக தான் யாரென்று இருவருக்கும் தெரிந்துவிட்டது. அதனால் திட்டத்தை தள்ளிப்போட்டால் மகேந்திரனை அவள் இனி நெருங்குவதை தடை செய்யலாம். தன் திட்டத்தை நிறைவேற்ற இதுதான் சமயம். அவர்கள் மதில் மேல் படியேறி வர சில நிமிடங்கள் ஆகும். ஆனால் தற்போதே கூக்குரலை எழுப்பி பல்லவ சேனா வீரர்களை அழைக்கும் வாய்ப்பும் இருந்தது. ஆக காலம் தாமதிக்கக் கூடாது.

உடனே மாதவி திரும்பினாள். ஒரு நொடியில் சில முடிவுகளை எடுத்தாள். ஒரு விஷயத்தில் மனவுறுதியுடன் இருந்தாள். ‘இளவரசனைக் கொன்ற பின் அகப்பட்டு அவமானப்படக்கூடாது. இந்த ஊரில் நாட்டிய ராணியாய் வலம் வந்துவிட்டு குற்றவாளியாய் பவனி வருவதா? சிவகாமியோ சிஷ்யைகள் எல்லாரிலும் மேலாக அவளிடம் அதிக வாஞ்சை உடையவள். தானோ சிறு பிராயத்திலேயே அவளுடைய மதிப்பைப் பெற்றவள். அவள் முன் குற்றம் புரிந்துவிட்டு தலைகுனிந்து நிற்பதா? பல்லவனோ தன் தந்தை புலிகேசிக்கு ஜென்ம விரோதி. தன்னை அணுஅணுவாய் துன்புறுத்துவான். அதற்கு இடம் கொடுப்பதா?’

முடிவெடுத்த மாதவி மகேந்திரனின் பின்புறத்தைக் கண்டாள். தன் வாழ்வை நாசமாக்கிய எல்லா சக்திகளின்மீதும் கோபம். அதற்கெல்லாம் இந்தப் பல்லவன்தான் காரணம் என்று மனதை நம்பவைத்தாள். அது மறுத்தது. மீண்டும் வற்புறுத்தி அதை ஒப்புக்கொள்ள வைத்தாள். ஒரு கோபம் அவள் மேனியெல்லாம் பரவியது.

ஓடிச் சென்று அவனை அகழிக்குள் தள்ளுவதென்ற எண்ணத்தில் அவனை நோக்கி விரைந்தாள். அவனைத் தள்ளிவிட்டு அவன் அகழியில் முதலைகளுக்கு நடுவில் தத்தளிக்கும்போது தான் யாரென்ற உண்மையை அவனுக்குக் கேட்கும்படி உரக்கச் சொல்ல வேண்டும் என்ற எண்ணத்தில் இருந்தாள். கைகளை நீட்டியபடி ஓடத் தொடங்கினாள் மாதவி.

காதல், மகேந்திரனை படாதபாடு படுத்திக்கொண்டிருந்தது உண்மைதான். ஆனால் உள்ளிருந்த வீரனுக்கு உரிய ஆறாம் புலன் எப்போதும் விழித்திருந்தது. அது மங்கவில்லை. அபாயத்தை ஐம்பது அடியில் நுகரும் சக்தி அவன் ரத்தத்தில் ஊறி இருந்தது. ஐந்து வயதில் வாள் பயிற்சி மேற்கொண்டவன். ஏழு வயதில் வில் பயிற்சி எடுத்துக்கொண்டவன். பதினைந்து வயதில் போர்க்களம் இறங்கியவன். அவன் வேண்டும் என்று எதையும் செய்யவில்லை. ஏன்? திரும்பிக்கூட பார்க்கவில்லை.

ஓரக் கண்ணில் தன் பின்னால் நிழல்களின் அசைவைக் கண்டான். ஆபத்தென்றவுடன் மனமானது யோசிக்கக்கூட இல்லை. சட்டென ஓடி வரும் மாதவியின் வழியிலிருந்து நகர்ந்தான்.

இப்போது வேகமாய் வந்த மாதவிக்கும் முதலைகள் நிறைந்த அகழிக்கும் நடுவே வெறும் காற்றுதான் இருந்தது.

•••

அத்தியாயம் - 59

# ஊசலாடும் உயிர்

**ம**ற்றவள் என்றால் ஓடிவந்த வேகத்துக்கு மாதவி முதலைகளுக்கு நடுவே 'தொபேல்' என்று விழுந்திருப்பாள்...

ஆனால் அவன் எப்படி போர்க்கலையில் அபிமன்யுவோ அவள் நர்த்தனத்தில் மேனகை. ஓடி வந்த மாதவி தன் இலக்கான மகேந்திரன் அவள் வழியிலிருந்து நகர்ந்துவிட்டான் என்று உணர்ந்தாள். அகழிக்குள் விழப் போகிறோம் என்ற உணர்வு அவளுக்கு வந்தவுடன் ஓடிவந்தவள் நிற்க முயற்சித்தாள். அவளது கால்கள் அவள் வேகத்தின் சக்தியை தாங்கும்போது ஒரு சுழல்போல சுற்றின. ஆயிரமாயிரம் முறை செய்து பார்த்த நாட்டிய ஒத்திகைதானே? எனினும் மதிலின் அகலம் மிகக் குறைவென்பதால் மாதவி அகழிக்குள் விழுவதைத் தடுக்க முடியவில்லை.

ஆனால் சுழன்றதால் லாபங்கள் இல்லாமல் போகவில்லை. விழுந்தவள் மதிலை நோக்கிய வண்ணமும் விழ நேர்ந்தது. அதனால் அவள் இரு கைகள் கொண்டு மதிலின் ஓரத்தை இறுக்கப் பிடித்துக் கொண்டாள். அந்தப் பிடிப்பின் பலனாக அகழிக்குமேல் தொங்கிக் கொண்டிருந்தாள்.

அருகிலிருந்த மகேந்திரனுக்கு முதலில் ஒன்றுமே புரியவில்லை. 'எல்லாம் நன்றாய்த்தானே போய் கொண்டிருந்தது? திடீரென இந்த விபத்து ஏன்? எங்கிருந்து வந்தாள்? எப்படி விழுந்தாள்?' என்ற அதிசயமெல்லாம் நீங்கப் பெறாதவனாய் அவளை மதிலின் மேல் ஏற்றிவிட முயற்சித்தான்.

அவளுக்குக் கை கொடுத்தபடியே ஆறுதல் சொன்னான். 'மாதவி, பதறாதே. நான் ஒரு கையைக் கொடுக்கிறேன். மெல்ல சுவரிலிருந்து

ஒரு கையை மட்டும் எடு' என்றான். அவளும் ஒப்புக்கொண்டதற்காக தலையசைத்தாள்.

மதிலின் பிடிசுவரின்மீது ஒரு கையை ஊன்றி மற்றுமொரு கையைக்கொண்டு மாதவியின் கரத்தை பிடித்தான். அவளும் ஒன்றன் பின் ஒன்றாக இரு கைகளையும் கொண்டு அவனைக் கெட்டியாகப் பிடித்தாள். அப்போது சற்றும் எதிர்பாராத நிகழ்வு ஒன்று நடந்தது.

பிடிசுவர்மீது ஊன்றியவுடன் தன் உடலின் கனத்தையெல்லாம் அதன் மேல் செலுத்தினான் மகேந்திரன். இருவர் கனம் தாங்காமல் பிடிசுவரில் உபயோகித்த கல் கழன்று நீருக்குள் விழுந்தது. அந்த அசைவில் அவள் கரத்தைப் பிடித்திருந்த மகேந்திரனும் நிலை தடுமாறினான். மதிலின் மேலே இருந்த தரையில் சாஷ்டாங்கமாய் விழுந்தான். ஆனால் அப்போதும் நல்லவேளையாக அவன் கையின் பிடியை அவள் விடவில்லை. ஆனால் இந்த சம்பவத்தின் பயனாக மாதவி இன்னமும் கீழ் இறங்கித் தொங்கினாள். மற்றுமொரு கையும் சுவரின் பிடியைவிட்டது. அவன் கரத்தை மட்டுமே நம்பியிருந்தாள்.

இருவர் நிலைமையும் மிகவும் அபாயகரமானதாய் இருந்தது. தன் நிதானத்தை இழந்த மகேந்திரன் இடுப்பு வரை அகழிக்கு மேல் தொங்கும்படியானது. தன் காலால் முடிந்தவரை மதிலின் மேற்தரையில் பிடிப்பை ஏற்படுத்திக்கொண்டாலும். ஆபத்து இப்போது நூறு மடங்கு மிகைப்படுத்தப்பட்டிருந்தது - இருவருக்கும்.

எனினும், அவள் கையைவிட்டால் அவன் மட்டும் உயிர் பிழைக்கலாம் என்ற நிலை இருந்ததை இருவருமே அறிந்தனர்.

ஆனால் தேவேந்திரனின் வஜ்ராயுதம் போலிருந்தன அவன் கைகள். ஆனால் எவ்வளவு நேரம்தான் அவள் எடையைத் தாங்கும்? அவனையும் மெல்ல மெல்லக் கீழே இழுத்தாள் மாதவி. அவள் கால் வைக்கக்கூட இடம் இல்லை அந்த கொத்தள சுவர்களில். சுவரின் கற்கள் வழுவழு என்றிருந்தது. எதிரிகள் ஏறப் பிடிகொடுத்துவிடக் கூடாது என்று அப்படி வடிவமைக்கப்பட்டிருந்தது.

மாதவிக்கு இப்போதுதான் பேச்சு வந்தது. 'உம் தாத்தா அமைத்த அரண் அவ்வளவு சீராக இல்லையே?' என்றாள்.

விரக்தியாய் சிரித்தான். 'எதிரி ஏறுவான். முதலைகளிடம் விழட்டும் என்று கட்டியிருப்பார். இப்படி பேரன் தொங்குவான் என்று கற்பனைகூட செய்திருக்கமாட்டார்.'

அவன் முதலை என்று சொன்னவுடன்தான் கீழே அகழி நீரில் சலசலப்பு ஏற்பட்டது இருவரின் செவிகளையும் எட்டியது. தொங்கிக்கொண்டிருந்த மாதவி கீழே என்ன நடக்கின்றது என்று புரிந்து கொண்டாள். நெஞ்சம் ஒருகணம் நின்றுவிட்டுப் பிறகு துடித்தது. 'சற்று நேரத்துக்கு முன் வானில் குதித்து மாமிசத்தை பிடித்ததே முதலை. அதைபோல் இப்போது ஏதாவது நடந்தால்?'

அவள் ஆடைகள் காற்றில் சுழன்றன. அந்த அசைவு இன்னமும் முதலைகளை அவ்விடத்துக்கு அழைத்தது. இப்போது கோட்டை மதிலைச் சுற்றியுள்ள அகழியைப் பார்த்தால் சமுத்திரம் மாதிரி அலைமோதிக்கொண்டிருக்கிறது. மகேந்திரனுக்கும் தெரியும் கணப்பொழுது கைதவறினாலும் அவ்வளவுதான் என்று.

மாதவிக்கோ வித்தியாசமான ஆதங்கம். கொல்ல வந்தவனால் காப்பாற்றப்படுவது அவள் மனதை உறுத்தியது. ஒரு முடிவுக்கு வந்தாள்.

'இளவரசே! கருணை கூர்ந்து என் கையைவிட்டுவிடுங்கள்' என்று கெஞ்சுகிற குரலில் விண்ணப்பம் செய்தாள். சொல்ல முடியாத சோகமும் தீனமும் அவள் குரலில் இருந்தது. அதை மறுதலித்தான்.

'விடவில்லை என்றால் நீங்களும் விழ நேரும்' என்று எச்சரித்தாள்.

'உன் காதலுக்கு அற்பசொற்பமான விலை என் உயிர். எடுத்துக்கொள். ஆனால் உன்னைக் காப்பாற்றினால் அது என் பாக்கியம்.'

'உமது பாக்கியமா... இல்லை எனது பாக்கியமா... இல்லை முதலைகளின் பாக்கியமா?' என்றாள் ஒரு விரக்திச் சிரிப்புடன். 'கீழே விழுந்தால் நமக்கு நடைபெறக்கூடிய உபசாரங்களே வேறு.'

'நம்பிக்கையை இழக்காதே மாதவி' என்றான்.

'இழந்ததெல்லாம் சமுத்திர அளவுக்கு இளவரசே. இது மட்டும்தான் பாக்கி' என்றாள் மர்மமாக. 'இன்னும் எவ்வளவு நேரம்தான் பிடித்திருப்பீர்? சற்று நேரம்தான்... பின், கைகள் சோர்ந்து போகுமே' என்றாள்.

'முடியும்வரை. இல்லாவிட்டால் இருவரும் விழுவோம். உன்னை தனியாக நான் விடமாட்டேன். இப்படியொரு நினைவில் என்னால் மீதி நாட்களைக் கழிக்க இயலாது.'

மாதவி அடுத்த கணையை கையில் எடுத்தாள். 'நான் ஓர் உண்மையைச் சொன்னால் என்னைக் காப்பாற்ற முயலமாட்டீர்கள். மாறாக கையை

விலக்கிக்கொள்வீர்கள். முதலைகள் என்னைக் கடித்து உண்ணும் காட்சியைக் கண்டு ரசிப்பீர்கள்.'

பயத்தில் ஏதோ உளறுகிறாள் என்று நினைத்தான் மகேந்திரன். எனினும் 'என்ன உண்மை மாதவி?' என்றான்.

'நான் மாதவி இல்லை என்பதுதான் உண்மை.'

மகேந்திரன் முதலைகளுக்கு நடுவே தத்தளிக்கும்போது உரக்க தன்னைப்பற்றிய உண்மையைக் கத்தவேண்டும் என்று கற்பனை செய்து வைத்திருந்தாள் மாதவி. அதை இப்போது போட்டு உடைத்து விட்டால் எல்லோருக்கும் நிம்மதி என்று தோன்றியது.

'தங்களுடைய அந்தஸ்துக்கு தக்கபடி பெண்ணைப் பார்க்க வேண்டியதுதானே என்று அரண்மனைத் தோட்டத்தில் கேட்டேன் அல்லவா?'

'ஆம், அதற்கென்ன இப்போது?'

'நீர் அப்படியொரு பெண்ணைத்தான் தேர்ந்தெடுத்தீர்.'

'ஆம்' என்று ஒப்புக்கொண்டான் மகேந்திரன். 'உனக்கு அறிவும் கலையுணர்வும் அரசகுடும்பத்தில் உள்ளவர்களைவிட அதிகம்.'

'நான் அதைச் சொல்லவில்லை. என் பிறப்பைப்பற்றிச் சொன்னேன்.'

'அதற்கென்ன...?'

'நானும் அரசகுடும்பத்தில்தான் பிறந்தேன். உமது தந்தையின் சாம்ராஜ்ஜியத்தைவிட பன்மடங்கு பெரிய சாம்ராஜ்ஜியம் என்னுடையது.'

'ஏன் திடீரென மனம் குழம்பி பேசுகிறாள்? நிலைமை அவளை பித்து பிடிக்க வைத்துவிட்டதோ?'

'என்ன சொல்கிறாய் மாதவி?'

'ஆம், நான் பிறந்த ஊர் எது தெரியுமா?'

'காஞ்சிதானே?'

'இல்லை. வாதாபி' என்றாள். 'நான் ப்ரியம்வதா. சாளுக்கிய மன்னர் புலிகேசியின் மகள்.'

சொல்லும்போது, 'இப்படிக் காதல் வேடம் பூண்டு என்னை ஏமாற்றவேண்டுமா?' என்று அவன் கண்கள் கேட்குமென்று அவனை அவள் நேராகப் பார்க்கவேயில்லை. மேலே நோக்காமல் மதிலை

முறைத்தபடி சொன்னாள். அவள் வாயிலிருந்து அதைக் கேட்ட பிறகு கையை அகற்றிவிடுவான் என்று நினைத்தாள். ஆனால் அவன் மனம் பாகாய் உருகிவிட்டது. தான் அவளை நிராகரிக்கவேண்டும் என்றும் தன்னை மட்டும் காப்பாற்றிக்கொள்ளவேண்டும் என்றும் ஏதெல்லாமோ சொல்கிறாள். இதற்கு முன் அவள் மேல் பாசம் இருந்தது. இப்போது அவள்மீது அனுதாபமும் உண்டாயிற்று.

'இல்லை... இல்லை... உன் உயிரை நான் கைவிட நீ உளறுகிறாய்' என்று சாதித்தான்.

ஆனால் அவன் மனதும் அதிவேகத்தில் செயல்படத் தொடங்கியது. அவன் நெற்றிப் புருவங்கள் நெளிந்தன. 'தனக்கு காதல் ஒரு மாயத்திரையிட்டுவிட்டதா?' பின் மெல்ல மெல்ல அவனுக்கே தோன்றியது. 'திடீரென எப்படி அகழியில் விழுந்தாள்?' தன்னைத் தள்ளிவிட ஓடிவந்ததும், தான் அகன்றதும் இந்தப் பரபரப்பில் மறந்து போயிருந்தன. இப்போது ஞாபகம் வந்தது.

ஒரு நொடியில் முடிவெடுத்தான். போர்க்களத்தில் பொல்லாத் தனத்துக்கு பெயர்போனவன் மகேந்திரன். இப்போது எதிரி கடமையை நினைவூட்டியும் அவன் மசியவில்லை. அவளைக் காப்பாற்றவேண்டும் என்ற அவனது உறுதி இன்னும் உறுதிபட்டது.

மகேந்திரன் முடிவு செய்துகொண்டான். அவள் உண்மை ஸ்வரூபம் தெரிந்தபின் அவன் பொறுப்பு அதிகரித்தது. கீழ்த்தரமான மனிதராய் நடந்துகொண்டால் பின் சரித்திரத்துக்கு பதில் சொல்ல நேரும். அதனால் தன் உயிரைக்கொடுத்தாவது அவள் உயிரைக் காப்பாற்ற எண்ணினான்.

'அவள் பொன்னுடல் முதலைகளின் கோரப் பசிக்கு தீனியாவதா? ஒரு நாளும் இல்லை.'

'இல்லை மாதவி. நீ என் ஜென்ம சத்ருவாக இருந்தாலும் சரி. நீ எனக்கு கிடைக்காவிட்டாலும் பரவாயில்லை. உன்னை நான் சாகவிட மாட்டேன்.'

அவளும் விடுவதாய் இல்லை. 'மூடத்தனமாக பேசுகிறீரே. ஒரு நாள் நானே படைதிரட்டி உம்மைக் கொல்ல வருவேன்.'

'பரவாயில்லை. அன்று பார்த்துக்கொள்ளலாம்.'

'இப்போது என் கையை நீர் விடவில்லையென்றால் இருவரும் இன்றே இந்த முதலைகளுக்கு உணவாகவேண்டியதுதான். அவற்றுக்கு தெரியுமா பல்லவனா... சாளுக்கியனா என்று.'

‘ஆம் மாதவி. அதைபோலத்தான் காதலும். நாடு அல்லது ஜாதி பேதம் பார்க்காது.’

மகேந்திரன் நிதானமாக நடந்துகொள்ளவேண்டிய நேரம் இது என்று நன்கு அறிந்தான். பொறுமையாகவும் இருக்கவேண்டும். அவள் உணர்ச்சிவசப்பட்டு நினைவை இழந்தாலும் கஷ்டம். அதனால் பேசிக்கொண்டே இருக்கவேண்டும். நிச்சயமாக யாரேனும் தற்செயலாகவாவது வருவார்கள். அவ்வப்போது ஆயுதம் தாங்கிய காவல் வீரர்கள் மதில் மேல் நடை போட்டு வருவது வழக்கம். அதே நினைப்புதான் மாதவியின் நெஞ்சிலும் ஓடியது. அரசரும் சிவகாமியும் எந்த நேரமும் வரலாம். சற்றுமுன் மதில் மேலிருந்த திமிரில் அவர்களை அலட்சியப் பார்வையுடன் பார்த்தது மனதில் தெளிவாய் இருந்தது.

ஆனால் இப்போது அவள் மனதை ஆக்கிரமித்தது மகேந்திரனைக் கண்டால் வரும் வியப்பு. ‘காதல் ஒருவனை இப்படி கண்மூடித் தனமாக நடக்க வைக்குமா?’ என்ற அதிசயம் அவளை ஆட்கொள்ளத் தொடங்கியது. ஆனாலும் பிடி தவறி முதலையின் வாயில் விழும்போது ஆனந்தனையே நினைக்கவேண்டும் என்று உறுதியாய் முடிவு செய்தாள்.

அகழிக்கு அப்பாலிலிருந்து பார்த்துக்கொண்டிருந்த காபாலிகனுக்கு இருவரும் சீக்கிரம் அகழிக்குள் விழுந்தால் நல்லது என்று ஆசை. ‘எப்பேர்ப்பட்ட, அருமையானம், சரித்திரமே மாறிவிடும் சந்தர்ப்பம் கை நழுவிப்போய்க்கொண்டிருக்கிறது’ என்று கோபம்.

அப்போது திடீரென சுவரின் மேலிருந்த பாதையில் ஒருவன் விரைவாக ஓடி வருவதைக் கண்டான். ஆச்சரியம் அவனுக்கு. ‘யாரிவன்... புதிதாக? பல்லவனா? இல்லை... இல்லை.’

உடனே அவன் முகத்தில் கோரச் சிரிப்பு பரவியது. வாதாபியின் ராசி வெல்லும் என்று உறுதிகொண்டான். களியாட்டம் ஆடத் தயாரானான். ‘மாதவி செய்யத் தவறிய காரியத்தை மதில் மேல் வந்தவன் நிச்சயம் செய்து முடிப்பான்’ என்ற நம்பிக்கை பிறந்தது.

மழை நிற்கும் வழியாயில்லை. வழுக்கிக்கொண்டிருந்த கையில் அவள் உடல் கனம் முழுவதையும் தாங்குவது இளவரசரைத் திணறச் செய்தது. மழை தொடர்ந்தால் மாதவி அகழிக்குள் விழுவது உறுதி. விதியின் கோர விளையாட்டில் இருவருமே அகப்பட்டுத் திணறித் திண்டாடிக்கொண்டிருக்கையில் ‘மாதவி... மாதவி...’ என்று கனவில் கேட்பதுபோல அவள் காதில் வார்த்தையொன்று விழுந்தது.

முதலைகள் செய்த ஆக்ரோஷத்தில் ஊளையிடும் காற்று செய்த அட்டகாசத்தில் அந்தச் சப்தம் கேட்டதே அதிசயம்தான்.

'என்ன இளவரசே! என்னைக் கூப்பிட்டீரா?'

'இல்லையே' என்று மகேந்திரனும் உற்றுக் கேட்டான்.

ஆம். மாதவியின் பெயரை திரும்பத் திரும்ப மதில் மேலிருந்து யாரோ அழைத்தார்கள்.

•••

அத்தியாயம் - 60

# ஆபத்பாந்தவன்

**ஆ**னந்தன் மதுரையில் இருந்து திரும்பி வந்தான்.

காஞ்சியிலிருந்து பெரியதொரு பயணம் மேற்கொள்ளுவது என்று எண்ணம். நிச்சயமாக மாதவி தன்னுடன் வரமாட்டாள். அவள் காஞ்சியின் சக்கரவர்த்தினியாக ஆனாலும் சரி, வாதாபியின் சக்கரவர்த்தினியாக ஆனாலும் சரி. தன் மனதில் ஆட்சி கொண்டவள் அவள்தான். அவளை ஒருமுறை... ஒரே ஒருமுறையாவது பார்த்துவிடவேண்டும் என்று மதுரையிலிருந்து காஞ்சிக்கு வந்தான். நாட்டியப் பள்ளியிலிருந்து அவளைத் தொடர்ந்து வந்தான். வந்த இடத்தில் இப்படி அபாயத்தில் அவளைக் காண நேர்ந்தது.

அகழியின் மேல் அந்தரத்தில் தொங்கிய மாதவிக்கும் அவளைப் பிடித்துக்கொண்டிருந்த இளவரசனுக்கும் செவியில் கேட்பது உண்மையான குரலா என்று புரியவில்லை.

இல்லை தோல்வியைச் சந்தித்து இருக்கும் இருவரை காற்று ஏமாற்றிக்கொண்டிருந்ததா?

ஆனால், மீண்டும் 'மாதவி... மாதவி...' என்ற வார்த்தைகள் கேட்டன.

ஆனந்தன் ஒருமுறை அகழிக்குள் எட்டிப் பார்த்தான். மாதவி இருந்த தர்மசங்கடமான நிலையை புரிந்து கொண்டு இனியும் காலம் தாழ்த்தக்கூடாது என்று உணர்ந்தான். இன்னும் சற்று நேரத்தில் ஆருயிர் காதலியின் கணுக்காலிலும் பாதத்திலும் முதலையின் கூர் பற்கள் பதியும் என்ற நிலையைக் கண்டான். ஆனால் அவசரப்பட்டு ஒரு முடிவு எடுக்க அவன் விருப்பப்படவில்லை. ஆயன சிற்பி

சொல்லிக்கொடுத்த முதல் பாடம் அது. கைகொடுத்து இருவரையும் தூக்கிவிட எண்ணினால் அவனும் சிக்க நேரும் என்று புரிந்தது. உடனே ஆடையில் கட்டிவைத்திருந்த உளியை எடுத்தான்.

வந்தவன் கைகொடுப்பான் என்று எண்ணிய மகேந்திரனுக்கு கோபம். 'என்ன செய்கிறாய்? என்னால் இன்னும் பிடிக்க முடியுமா என்று தெரியவில்லை...' என்று கர்ஜித்தான்.

'ஒரு நொடி... ஒரே ஒரு நொடி காத்திருங்கள்' என்று சொல்லி எப்போதும் அவன் வைத்திருக்கும் சிறிய சுத்தி ஒன்றையும் எடுத்து உளியை ஆழமாக மகேந்திரன் பாதத்துக்கு அருகே மதில் மேல் அடித்தான். சிற்பியின் கைவண்ணத்தில் உளியானது ஆழமாக பதிந்து கொண்டது. மகேந்திரன் பாதத்தை மெல்லத் தூக்கி அதில் ஒரு பிடிப்பை ஏற்படுத்தினான்.

என்ன செய்தான்... ஏது செய்தான் என்று மகேந்திரனுக்குப் புரிந்தது. இனி அவன் விழ வாய்ப்பில்லை என்றும் தெரிந்தது. முகம் தெரியாதவன் புத்திசாலித்தனத்தைப் பாராட்டவேண்டும் போலிருந்தது மகேந்திரனுக்கு.

இப்போது தன்னிடம் இருந்த சக்தியையெல்லாம் மாதவியைக் காப்பாற்றுவதிலேயே செலுத்தலாம் என்று முடிவு செய்தான் ஆனந்தன். மதிலோரத்தின் அருகில் அமர்ந்தான். 'இன்னும் ஒரு நொடிதான்' என்று சொல்லி மாதவியின் கையை எட்டிப் பிடித்தான். அதே சமயத்தில் மகேந்திரனும் அவன் சக்தியையெல்லாம் பிரயோகித்தான். ஒரு தவ்வு தவ்வியதுபோல் ஒரே அசைவில் மாதவி சுவரின்மீது அழுத்தி கால்களைப் பதித்து மேலே ஏறிவிட்டாள். மதில் மேல் ஏறியவுடன் காதலர்கள் ஒருவரை ஒருவர் பார்த்துக்கொள்ளக் கூட இல்லை. ஒருமித்த கருத்துடன் இருவருமாய் மகேந்திரன் கால்களைப் பிடித்து மதில் மேல் தர தர என்று இழுத்தார்கள்.

தட்டுத்தடுமாறிக் கரை ஏறியதும் மூவருமாய் கரிய வானத்தைப் பார்த்தபடி மதிலின் மேல் படுத்திருந்தனர். மூச்சு வாங்கியது. வானம் மழை தூவி விதியை வென்ற மூவரையும் வாழ்த்தியது.

முதலில் எழுந்தவன் ஆனந்தன்தான். மெல்லச் சென்று அகழியின் மேல் எட்டிப்பார்த்தான். முதலைகள் சற்று நேரம் காத்திருந்து பின் தத்தம் இடங்களுக்கு திரும்பிக்கொண்டிருந்தன. மீண்டும் மரக்கட்டைகள்போல் வெவ்வேறு இடங்களில் மிதந்தன. ஒரு திருப்தியுடன் திரும்பிய ஆனந்தனுக்கு நேரே மாதவி எழுந்து நின்றாள்.

அவள் உணர்ச்சிக் குமுறல் அடங்கியபாடு இல்லை. உடலெங்கும் நடுக்கம். அதை அடக்க ஒரே வழி என்று முடிவெடுத்தாள். குலுங்கி குலுங்கி அழுதபடியே ஆனந்தனைக் கட்டி அணைத்தாள். எட்டி எட்டி முகத்தில் முத்தம் கொடுத்தாள். வறண்டிருந்த கண்களில் இன்னும் கண்ணீர் இருக்கிறதா என்று வியந்த மாதவிக்கு புரிந்தது இது வேறு வகை என்று. ஆனந்தக் கண்ணீர். ஆனந்தனைக் கண்டவுடன் வேறு எப்படியிருக்கும்?

அவன் மார்பில் முகத்தை புதைத்துக்கொண்டு விம்மி விம்மி அழுதாள். அதற்குள்ளாக உட்கார்ந்திருந்த மகேந்திரனுக்கு நெஞ்சம் உடைந்திருக்கவேண்டும். ஆனால் கட்டுப்படுத்திக்கொண்டான்.

மகேந்திரன் எழுந்தவுடன் இருவரும் தனித்தனியே நின்றனர். இளவரசரின் அடுத்த சொல்லுக்காகக் காத்திருந்தார்கள்.

'நீ யாரப்பா? எந்த நேரத்தில் என்ன நடக்குமோ தெரியாது என்று இருக்கையில் உன் வரவுதான் துணிவூட்டியது.'

'நான் மல்லை சிற்பி. ஆனந்தன் என் பெயர்.'

'இங்கு எப்படி சரியாக வந்தாய்? அதுவும் நீ பிரத்யேகமாக என்னைக் காப்பாற்ற இவ்வளவு சிரமம் கொண்டு வந்ததுபோல் தெரிய வில்லையே...' என்று சொல்லி ஓரக்கண்ணால் மாதவியைப் பார்த்தான்.

'ஆம் இளவரசே! நான் மாதவியைக் காப்பாற்றத்தான் வந்தேன். ஆபத்தில் அவள் சிக்கியிருப்பாள் என்று என் உள் மனது சொன்னது.'

மகேந்திரன் அவன் கண்களைக் கண்டான். காதல் தெரிந்தது. 'மாதவியின் தயக்கம் எனக்கு இப்போது புரிகிறது' என்றான் இளவரசன்.

மகேந்திரன் பேசிக்கொண்டிருக்கும்போதே இருவரையும் அகழிக்குள் தள்ளியிருக்கலாம். அதுபோலவே இவர்கள் இருவரும் சற்றுமுன் அவனைக் காப்பாற்றாமல் விட்டிருக்கலாம். ஆனால் பரஸ்பரம் ஒரு நல்லுணர்வு நிலவியது. மகேந்திரனுக்கு ஆனந்தன் மேல் விரோதமுமில்லை; வெறுப்புமில்லை. தன் உயிரைக் காப்பாற்றியவன் அவன்.

தன் வாள்முனையை உயர்த்தினால் ஆயிரம் பகைமை கொண்ட உயிர்கள் பலியாகும் நிலையில் இன்று தன் உயிரை எதிரி காப்பாற்றியிருந்தான். ஆம், எதிரி என்று தெரிந்த பின்னும் அப்படிச் செய்தவனை எப்படி விரோதியாய் கருதுவது? அதேபோல்

மரணத்தின் பிடியில் இருந்த மாதவியும் தன்னைப்பற்றிய உண்மையைச் சொல்லி தன்னைக் காப்பாற்றவேண்டாம் என்றுதானே மன்றாடினாள். அப்படிப் பார்த்தால் மாதவி தன்னை என்றுமே ஏமாற்றவேயில்லை. கடைசிவரை காதலிக்கிறேன் என்று சொல்லக்கூட இல்லை. தர்ம நியாய முறைகளை இருவருமே கடைபிடித்தனர். தான் மட்டும் இதற்கு விதி விலக்கா? வெற்றி அல்லது வீர மரணந்தான் என்று பழக்கப்பட்டவனுக்கு இது புது அனுபவம்.

யமதர்மனின் மூச்சை தன் மார்பில் அனுபவித்தவனுக்கு நியாயமாக நடக்கவேண்டும் என்றே தோன்றியது. பல நூற்றாண்டுகளாக தொண்டைமண்டலத்தில் நீதி பரிபாலனம் செய்த பரம்பரையில் வந்தவன் மகேந்திரன். தனக்கு ஒரு நியாயம் மற்றவருக்கு ஒரு நியாயம் என்று கருதவில்லை.

தன் காதலைப்பற்றியும் யோசித்தான். தான் இதுவரை செய்ததெல்லாம் வீணான முயற்சிபோலத் தோன்றினாலும் காதல் என்பது மிக உயரிய எண்ணமல்லவா? ஆசைப்பட்ட பெண் கிடைக்கவில்லையென்றால் அது காதலுக்கு தோல்வி இல்லையே?

மௌனத்தைக் கலைத்தான் மகேந்திரன். மனத்தெளிவோடு மேலே பேசினான்.

'இந்த நாட்டில் நீர் இருவரும் இருப்பது இனி உசிதம் இல்லை. பல்லவ ராஜ்யத்துக்கு அப்பாலும் உலகம் இருக்கத்தானே செய்கிறது? உங்களுக்காக உலகம் காத்திருக்கிறது.'

புரியாமல் விழித்தனர் இருவரும். ஆனந்தனை நோக்கி கையை நீட்டினான். மூடிய விரல்களைத் திறந்தால் தங்க இலட்சினை. சிம்ஹஇலட்சனை. 'இதோ இந்த இலட்சினை மோதிரத்தை எடுத்துக்கொள். உங்களுக்கு இன்னல் ஏதும் நேரக் கூடாது என்பதற்காகத் தருகிறேன். இதைக் காண்பித்தாய் என்றால் பல்லவ நாட்டில் எந்த வழியும் தென்படும்... எந்த உதவியும் கிட்டும்... எந்தக் கதவும் திறக்கும்' என்று சொல்லித் தயங்கினான். பின் மகேந்திரன் சிரித்துவிட்டு. 'அதாவது பிரியம் கொண்ட பெண்ணின் மனதைத் தவிர. பரவாயில்லை. உனக்கு இந்த மோதிரம் அதற்கெல்லாம் தேவைப்படாது.'

இருவரும் வாயடைத்துப் போனார்கள். ஆனந்தனே முதலில் பேசினான். 'உங்கள் பெருந்தன்மையைப் போற்றி வணங்குகிறேன்' என்றான். அவளோ கையெடுத்துக் கும்பிட்டாள்.

‘நன்றி சொல்ல இது நேரமல்ல. இன்னும் சற்று நேரத்தில் உங்களுக்கு ஆபத்து வரலாம். தாங்கள் இப்போதே புறப்பட்டுப் போகலாம்’ என்று சொன்னான் இளவரசன்.

ஆனந்தன் உடனே மாதவியின் கரத்தைப் பிடித்தான். அந்தப் பிடியில் ஓர் உறுதி அவளுக்குத் தெரிந்தது. வாழ்நாளெல்லாம் இந்தப் பிடி தளராது என்று உணர்ந்தாள். திரும்பி ஓடினார்கள். இருள் அவர்களை விழுங்கும்வரை பார்த்திருந்தான் மகேந்திரன். அவர்கள் மாட்டிக் கொள்ளக்கூடாது என்று அவன் இதயம் பூரணமாக ஆசைப்பட்டது. பின், இவ்வளவு பெரிய சூழ்ச்சி வேலைகளைச் செய்தவர்கள் நிச்சயமாக அகப்பட்டுக்கொள்ளமாட்டார்கள் என்றும் தோன்றியது. மெல்ல அரண்மனையை நோக்கி மதில் மேல் நடந்தான்.

இலட்சினையின் லட்சணத்தைச் சோதிக்க உடனே சந்தர்ப்பம் எழுந்தது. மதில் மேல் ஓடியவர்கள் அகழிப் பாதையின் மேல் இருந்த கொத்தள கோபுரத்தின் அருகேதான் தரை இறங்கவேண்டியிருந்தது. அந்தி சாய்ந்தவுடன் கோட்டைக் கதவுகள் ஏற்கெனவே மூடப் பட்டிருந்தன. ‘எப்படி வெளியே செல்வது? இரவை காஞ்சியில் கழிப்பதைவிட அபாயம் ஒன்றும் இல்லையே’ என்று யோசித்தாள் மாதவி.

ஆனந்தன் இலட்சினையை எடுத்து நீட்டியது முதலில் காவலுக்கு இருந்தவர்களுக்கு ஆச்சரியத்தைக் கொடுத்தது. இலட்சினையைப் பார்த்தால் பல்லவேந்திரனைப் பார்ப்பதுபோல். தீவர்த்தியின் ஒளியில் அதைப் பார்த்த காவலாளி உடனே கோட்டைக் கதவை திறந்துவிட்டான். அவர்கள் வெளியேறிய பின் கதவுகள் மூடப் பட்டன.

ஓடிச் சென்ற இருவரும் பாலாற்றங்கறையில் நின்றிருந்த படகுக் காரனிடம் இலட்சினையை மீண்டும் காண்பித்தார்கள். அவனோ வேலையை முடித்துவிட்டு வீட்டுக்கு கிளம்பிக்கொண்டிருந்தான். பல்லவர் சின்னம் கொண்ட இலட்சினையைப் பார்த்தவுடன் சர்வ மரியாதையுடன் படகை மீண்டும் செலுத்தினான். அதில் இருவர் மட்டும் கடலை நோக்கிப் பயணித்தனர்.

மேலே அகண்ட வானத்திலே இருளுக்கு நடுவே பௌர்ணமியன்று பொற்தகடாக இருந்த நிலா இன்று வானில் சின்னதொரு கீறல்போலத் தோன்றியது. ஆனால் அந்த அழகைக் கண்டுகளிக்கக் கூடிய மனநிலையில் இருவருமேயில்லை. பாலாற்றின் வெள்ளத்தில் மிதக்கும் படகில் ஆனந்த வெள்ளத்தில் அவர்கள் இருவரும் மிதந்தனர்.

அதிகாலை மல்லைக்குச் செல்லும் சாலையில் இருக்கும் வயலூர் கரையோரமாக படகைச் செலுத்தினான் படகோட்டி. அங்கிருந்து மல்லைக்கு நடந்து போகும்போது அடுத்த கட்ட நடவடிக்கையை இருவரும் ஆராய்ந்தார்கள்.

'பல்லவர் பகுதிகளில் அஞ்சியபடி வாழமுடியாது. பல்லவர் மனம் மாறி நம்மைப் பிடிக்கமாட்டார்கள் என்பது என்ன நிச்சயம்?' என்றான் ஆனந்தன்.

'காதல் நம்முடையதாகி விட்ட பிறகு எந்த நாட்டில் வாழ்ந்தால் என்ன?' என்றாள் ஆருயிர் காதலி. 'ஆனால் எங்கே போவோம்?'

நம்பிக்கையுடன் சொன்னான் ஆனந்தன். 'பரந்த இந்த பரத கண்டத்துக்கு அப்பாலும் உலகம் இருக்கத்தானே செய்கிறது? என்னிடம் அற்புதமான சிற்பக் கலையும் உன்னிடம் நாட்டியக் கலையும் இருக்கிறதல்லவா? அங்கு எங்காவது செல்வோம்.'

பல்லவ சிற்பிகளுக்கு ஆசைகாட்டி தாங்கள் வசிக்கும் தீவுக்கு அழைத்துக்கொண்டு போக முயன்றவர் பலர். அது எப்பேற்பட்ட குற்றம் தெரியுமா? அகப்பட்டால் சிற்பிக்கு கை போகும். ஆசைகாட்டியவனுக்கோ யானையின் காலடியில் மரணம் சம்பவிக்கும்.

'ஆனால் நம்மிடம் இந்த இலட்சினை இருக்கும்வரை கவலை இல்லை' என்றான் ஆனந்தன்.

சொன்னதுபோலவே கடல் கடந்து செல்ல கப்பலும் கிடைத்தது. கப்பல் கிளம்ப நாழிகை இருக்கின்றது என்று தெரிந்த ஆனந்தன், 'மல்லையில் எனக்கு ஒரே ஒரு வேலை இருக்கிறது' என்றான்.

'என்ன? ஆயனச் சிற்பியைச் சந்திக்கவேண்டுமா?'

'இல்லை. ஆயனச் சிற்பியை நேரே கண்ணில் பார்க்கும் தைரியம் எல்லாம் எனக்கு இல்லை.'

'பின்...?'

'பஞ்சபாண்டவர் கோயிலுக்குச் சென்று வில்லேந்திய பெண் சிலையை ஒரு முறையாவது பார்க்க ஆசை.'

நம்ப முடியாமல் குலுங்கிக் குலுங்கிச் சிரித்தாள் மாதவி. வாழ்நாளெல்லாம் மாதவி தனக்கு மட்டுமே சொந்தம் என்ற எண்ணம் இன்னும் அவன் மனதில் முழுதாகப் பதியவில்லை போலும்.

‘அசல் நானே இருக்கிறேன். வாழ்க்கையெல்லாம் என்னைப் பார்க்கப் போகிறாய். அந்தக் கற்சிலையைப் பார்க்க ஏன் ஆசை?’

தன் அழகிய கைகளால் அவன் முகத்தை உயர்த்தி நெற்றியில் முத்தமிட்டாள் மாதவி. ‘நம் காதலின் அடையாளமாக இந்த மல்லை கடற்கரையில் என்றென்றும் அது இருக்கும். இந்தப் புவியுள்ளவரை... காதல் என்னும் எண்ணம் உள்ளவரை.’

•••

# முடிவுரை

**த**ள்ளாடினான் காபாலிகன்.

அருகில் இருந்த வேப்ப மரத்தினை ஒற்றைக் கரத்தைக்கொண்டு இறுக்கிப் பிடித்துக்கொண்டு நிற்கவேண்டியிருந்தது. தேசப்பற்று எனும் சிறையில் தனியே அகப்பட்டுக்கொண்டு திணறினான்.

சுதந்திரம் என்ற தேரை இழுத்து வீதியில் விட்டாயிற்று. அதைப் பற்றியிழுக்க அவனுக்கு இருந்த ஒற்றை கரம் போதாது என்று ஆனந்தனையும் மாதவியையும் தயார் செய்திருந்தான். இனி எங்கு சென்று உதவிக்கு ஆளைப் பிடிப்பது?

குள்ளன் அருகே நின்றான். அவன் வியப்பு பதின்மடங்காகியது. உண்மையைச் சொன்னால் அவனுக்கு ஒன்றும் புரியவில்லை. காபாலிகரின் விழிகளில் எப்போதும் பளிச்சிட்ட வெறியின் ஜுவாலை அணைந்ததுபோல் மங்கியிருந்தன கண்கள். அவர் மிடுக்காக நிமிர்ந்து நிற்கும் தோரணை எங்கே?

சோர்ந்துபோய் உட்கார்ந்த காபாலிகன், விதியின் நாடகம் நடந்த திக்கில் தலையை உயர்த்திப் பார்த்தான். காஞ்சிக் கோட்டை மதிலின் மேல்மாடத்தின் மேல் இப்போது யாரும் இல்லை.

எதிர் எதிர் திசையில் எல்லோரும் சென்றுவிட்டனர். மாதவியும் ஆனந்தனும் கோட்டை வாசலருகே செல்ல மகேந்திரன் எதிர்த் திசையில் சென்றுவிட்டான்.

ஒரு நொடியில் பதினைந்தாண்டு கஷ்டமும் காத்திருப்பும் வீணாய்ப் போனது. தன் திட்டம் நிறைவேறும் சமயத்தில் இப்படியொரு திருப்பமா?

சற்று முன் பயங்கரமாய் உறுமினான்... ஆனந்தத்தில். மழையில் கை மெல்ல மெல்ல வழுக்கிக்கொண்டு வந்தது. மரணத்துக்குள் விழ இன்னும் சற்று நேரம்தான். மென்மையான நர்த்தகியின் உடல் இருகூறாய் கிழிக்கப்படும். ஆனால் என்ன? மகேந்திரனையும் அகழிக்குள் இழுத்தல்லவா சென்றிருப்பாள்? அவனுடலையும் இரு முதலைகள் இருபுறமும் பற்றி இழுக்கும். மாதவி வாழ்ந்ததற்கு ஓர் அர்த்தம் இருக்கும்.

திடீரென ஆனந்தனும் அவ்விடத்துக்கு வந்தான். மதுரைக்குச் சென்றவன் ஏன் பாதியில் வந்தான் என்ற ஐயம் எழுந்தது. ஆனால் நம்பிக்கையும் பிறந்தது. 'ஆகா! இப்போது மாதவியைக் காப்பாற்றி இளவரசனை உள்ளே தள்ளப் போகிறான் ஆனந்தன். சரியான திருப்பம். அவனை தவறாய் எடை போட்டேன்' என்று எண்ணினார் காபாலிகர். பின் அவன் நடவடிக்கைகளைப் பார்த்து அசந்து போனான். அவனுடைய நெற்றி நரம்புகள் புடைத்தெழுந்தன. தன் திட்டத்தை சிதைக்கக்கூடிய மாபாதகன் இவன் என்று உணர்ந்தான் காபாலிகன்.

மூவரும் மரணத்தின் பிடியிலிருந்து தப்பி மதிலின் மேல்மாடத்தில் மூச்சு வாங்க அமர்ந்ததைப் பார்த்து அகழியைத் தாண்டி மறுகரையில் காபாலிகன் பெருஞ்சினத்தால் கொந்தளித்துக்கொண்டிருந்தான்

மிகப் பெரிய திட்டங்களை வகுக்கத் தொடங்கிய நாள் முதல் பெரும் வெற்றி ஒன்றும் பெறவில்லை. ஆனால் இன்றைக்கு ஊர் உலகம் தாங்கள் யாரென்று தெரிந்து கொள்ளும் என்ற பூரிப்பு.

விதி மீண்டும் குறுக்கிட்டது.

மதில் மேல் இருந்தவர்கள் எல்லாம் தத்தம் வழிகளில் சென்றார்கள். ஆனந்தனும் மாதவியும் அவன் கண்களில் இனி தென்பட மாட்டார்கள் என்பது உறுதி. ஆனால் ஒன்று... அவர்களைத் தேடிப் பிடிப்பதும் உபயோகமற்றதுதான்.

தளர்ந்த நடையுடன் காட்டுக்குள் பிரவேசித்தான் காபாலிகன். அவனுக்கும் நெடும் பயணம் மீண்டும் தொடங்கியது. மீண்டும் ஒருமுறை பல்லவனை பழிவாங்க திட்டம் தீட்டவேண்டும்.

பாய்மரக்கப்பல் கடல் நீரைக் கிழித்துக்கொண்டு பாய்ந்தது. ஆனந்தன் கைப்பிடியைப் பிடித்தபடி கண்களில் அளவற்ற ஆசையுடனும் ஆர்வத்துடனும் கடைசி முறையாக மல்லை நகரைக் கண்டான். தூரத்திலிருந்து மல்லை மெல்ல மெல்ல கண்ணிலிருந்து மறைவதைக் கண்டான். இனி வாழ்நாளெல்லாம்

இந்த பூலோக சுவர்க்கத்தைப் பார்க்க முடியுமா? மல்லை கரையை கண்கொட்டாமல் பார்த்துக்கொண்டிருந்தவனின ஏக்கத்தை உணர்ந்த மாதவி அவன் கரத்தைப் பிடித்தாள். பெருமூச்சுவிட்டான் ஆனந்தன். அவன்விட்ட பெருமூச்சின் சீற்றம் கடலின் ஓசையை மீறி மாதவியின் செவிகளுக்கு மட்டும் எட்டியது.

'ஆனந்தா, உளியைக் கொண்டு வந்திருக்கிறாய். உன் கை திறமை குறையவில்லை. பார்த்து சிலை வடிக்க பூலோக தேவதை நானிருக்கிறேன்...' என்றாள்.

'அதை நான் சொல்லவேண்டும்' என்றான் பொய் கோபமாக.

'திருவரங்கத்தில் சொன்னதெல்லாம் போதாதா? நான் சொல்ல வந்ததை முடிக்கவிடு.'

'சொல்...'

'மல்லை உனக்கு எவ்வளவு முக்கியம் என்று எனக்குத் தெரியும் ஆனால் ஆயிரமாயிரம் மல்லைகளை உருவாக்க உனக்கு ஒரு சந்தர்ப்பம் இது.'

'சரியாய் சொன்னாய் மாதவி. பாறை நிறைந்த தீவைக் கண்டவுடன் பாயை சுருட்டச் சொல்லுவோம்' என்றான்.

'இன்னும் ஒரு வேலை பாக்கி இருக்கிறது...'

அவள் முகத்தைக் கூர்ந்து நோக்கலானாள். என்ன சொல்லப் போகிறாள் என்று யூகித்தான். அவளும் தலையசைத்தாள்.

தன் ஆடை மடிப்பில் பத்திரமாக சுருட்டி வைத்திருந்த இலட்சினை மோதிரத்தை எடுத்தான். ஒருமுறை ஆராய்ந்தான். அதன் மேல் பட்ட சூரிய ஒளியில் மோதிரம் புத்தொளி கொண்டு மின்னியது

ஆனந்தன் கைப்பிடியைத் தாண்டி கரத்தை நீட்டினான். விரல்களை விரித்தான். கடலுக்குள் அதை விழவிட்டான்.

பல்லவ இலட்சினை மோதிரம் கடலின் கீழ்மட்டத்துக்கு மூழ்குவதற்குள் பாய்மரக் கப்பல் கடார தேசத்தை நோக்கி விரைந்தது.

- முற்றும் -

# காவிரி மைந்தன்

இரண்டு பாகங்கள்

அதே மாயம். அதே வசீகரம். அதே மின்னல் வேக நடை. கல்கியின் ‘பொன்னியின் செல்வன்’ அவர் விட்டுச் சென்ற இடத்திலிருந்து சுமார் ஐந்தாண்டுகள் கழித்து மீண்டும் புத்துயிர்ப்பு பெற்று பாயத் தொடங்கி இருக்கிறது.

பொன்னியின் செல்வனின் பெருமிதத்துக்குரிய நீட்சியாக காவிரி மைந்தன் இதோ உங்கள் கரங்களில் தவழ்கிறான்.

# தில்லையில் ஒரு கொள்ளைக்காரன்

அரங்கம் முதல் தில்லைவரை, மதுரைமுதல் சீர்காழிவரை
ஒவ்வொரு விக்கிரகத்தின் பின்னாலும் ஒரு கதை இருக்கிறது.
இது தில்லையின் கதை. காணாமல் போன நடேசன்
அதிசயத்திலும் அதிசயமாக மீண்டு வந்ததன்
பின்னாலுள்ள ஓர் அசாதாரணக் கதை.

www.ingramcontent.com/pod-product-compliance
Ingram Content Group UK Ltd.
Pitfield, Milton Keynes, MK11 3LW, UK
UKHW042137021026
15589UKWH00003B/887

9 789390 958184